రాముడు – ఇక్ష్వాకు కుల తిలకుడు

అమీష్ 1974లో జన్మించారు. కోల్‌కత్తాలోని ఐ.ఐ.ఎం.లో విద్యాభ్యాసం చేసి బ్యాంకులో పనిచేసారు. అది విసుగనిపించి రచయితగా మారారు. అతని తొలి పుస్తకం "ది ఇమ్మోర్టల్స్ ఆఫ్ మెలూహా" (శివా మూడు గ్రంథాల్లో మొదటిది) సాధించిన అఖండ విజయం అతనికి ఆర్థిక సేవల్లో తన పధ్నాలుగేళ్ల వృత్తిని వదిలిపెట్టి, రచనపైనే దృష్టి కేంద్రీకరించడానికి ప్రోత్సాహమిచ్చింది. ఆయనకు చరిత్ర, పురాణాలు, తత్వశాస్త్రం అంటే అమితమైన అభిమానం; అన్ని మతాల్లోనూ సౌందర్యం, అర్థం ఉన్నాయని ఆయన విశ్వాసం. అమీష్ రచనలు యాభైయైదు లక్షల ప్రతులకు పైగా అమ్ముడయ్యాయి. పంతొమ్మిదకి పైగా భాషల్లోకి అనువదించబడ్డాయి

www.authoramish.com
www.facebook.com/authoramish
www.instagram.com/authoramish
www.twitter.com/authoramish

ప్రొఫెసర్ సి. మృణాళిని హైదరాబాద్‌లోని పొట్టి శ్రీరాములు తెలుగు విశ్వవిద్యాలయంలో కంపారిటివ్ లిటరేచర్ కేంద్రాధిపతిగా ఉన్నారు. కథ, కాలమ్, విమర్శ, అనువాదాలలో ఈమె ఇప్పటివరకూ 17గ్రంథాలు రచించారు. వాటిలో "కోమలిగాంధారం "కథలు, సామాజిక వ్యంగ్య రచన "తాంబూలం," ఆర్.కె.నారాయణ్ "మాల్గుడి డేస్' అనువాదం, "గుల్జార్ కథలు' అనువాదం, 'రాబిన్ శర్మ 'ది మాంక్ హూ సోల్డ్ హిజ్ ఫెరారీ' అనువాదం, జేమ్స్ అలెన్ 'ఆజ్ ఎ మాన్ థింకెత్' అనువాదం ప్రసిద్ధి చెందాయి. ఇవికాక నాలుగు విమర్శ గ్రంథాలు కూడ రచించారు.

డా. మృణాళిని వందకు పైగా జాతీయ, అంతర్జాతీయ సదస్సులలో పాల్గొన్నారు. అమెరికా, చైనా, మారిషస్, మలేసియా దేశాల్లో పర్యటించి, సాహిత్య ప్రసంగాలు చేసారు. ఆలిండియా రేడియో, టీవీ ఛానెళ్లు, వరల్డ్ స్పేస్ రేడియోలలో వ్యాఖ్యాతగా, చర్చావేదికల్లో నిపుణురాలిగా, కార్యక్రమ నిర్మాతగా రెండువేలకు పైగా కార్యక్రమాల్లో పాల్గొన్నారు. ఇప్పటివరకూ ఈమెకు 14 ప్రతిష్ఠాత్మక అవార్డులు లభించాయి.

www.authoramish.com

అమీష్ ఇతర రచనలు

శివ త్రయం

భారతీయ ప్రచురణరంగ చరిత్రలో అత్యధిక వేగంగా అమ్ముడుపోయిన పుస్తక శ్రేణి

మెలుహా మృత్యుంజయులు (శివ త్రయంలో మొదటి పుస్తకం)
నాగాల రహస్యం (శివ త్రయంలో రెండో పుస్తకం)
వాయుపుత్రుల శపథం (శివ త్రయంలో మూడోపుస్తకం)

రామచంద్ర శ్రేణి

భారతీయ ప్రచురణరంగ చరిత్రలో రెండో అత్యధిక వేగంగా అమ్ముడుపోయిన పుస్తక శ్రేణి

సీత – మిధిలా యోధురాలు (శ్రేణిలో రెండవ పుస్తకం)
రావణుడు – ఆర్యావర్తానికి శత్రువు (శ్రేణిలో మూడవ పుస్తకం)

కాల్పనికేతర రచనలు

అమరభారతం: యువదేశం, అనాది నాగరికత

www.authoramish.com

'{అమీష్} రచనలు సుసంపన్నమైన భారతీయ చరిత్ర గురించీ, సంస్కృతి గురించి మిక్కిలి కుతూహలాన్ని రేకెత్తిస్తున్నాయి.'

– నరేంద్ర మోదీ

(భారత ప్రధాని)

'{అమీష్} రచనలు ఒక పక్క యువతలో పఠన కుతూహలాన్ని రేకెత్తిస్తూ, దాన్ని సంతృప్తిపరుస్తూ ఉంటాయి, మరోపక్క వారికి ప్రాచీన విలువల వ్యవస్థను పరిచయం చేస్తూంటాయి.'

– శ్రీ శ్రీ రవిశంకర్

(ఆధ్యాత్మిక గురువు, ఆర్ట్ ఆఫ్ లివింగ్ ఫౌండేషన్ వ్యవస్థాపకులు)

'{అమీష్ పుస్తకం} మంచి సమాచారంతో ఆసక్తకరంగా ఆఖరిపేజీ వరకూ ఆపకుండా చదివించేదిగా ఉంది.'

– అమితాబ్ బచ్చన్

(ప్రఖ్యాత భారతీయ నటుడు)

'అమీష్ రచనలు ఆలోచనాత్మకంగా, లోతుగా ఉంటూ, ఇతర రచయితలందరికన్నా ఎక్కువగా నవభారతానికి ప్రాతినిధ్యం వహిస్తూ ఉంటాయి.'

– వీర్ సంఘ్వీ

(సీనియర్ జర్నలిస్టు, రచయిత)

'అమీష్ భారత సాహిత్యరంగంలో అతిపెద్ద రాక్ స్టార్.'

– శేఖర్ కపూర్

(అవార్డు పొందిన ఉత్తమ సినీ దర్శకుడు)

'తన తరంలోని మౌలిక ఆలోచనాపరులలో అమీష్ శ్రేష్ఠుడు.'

– ఆర్నబ్ గోస్వామి

(సీనియర్ జర్నలిస్టు, ఎండీ, రిపబ్లిక్ టీవీ)

www.authoramish.com

'అమీష్ కన్ను సూక్ష్మమైన వివరాలను కూడా పట్టించుకుని, తనదైన ఆకట్టుకునే శైలిలో కట్టిపడేసేలా వర్ణించగలదు.'

– డా. శశిథరూర్
(పార్లమెంటు సభ్యులు, రచయిత)

'భారతీయ చరిత్ర గురించి అమిష్కు అసాధారణమైన, అద్భుతమైన, మౌలికమైన, లోతైన దృక్పథంతో కూడిన ఆలోచనాత్మక మేథస్సు ఉంది.'

– శేఖర్ గుప్తా
(సీనియర్ జర్నలిస్టు, రచయిత)

'నవభారతాన్ని అర్థం చేసుకోవాలంటే మీరు అమీష్ రచనలను చదివితీరాలి.'

– స్వపన్ దాస్ గుప్తా
(పార్లమెంటు సభ్యులు, సీనియర్ జర్నలిస్టు)

'అమీష్ పుస్తకాలన్నిటిలో లింగ, వర్ణ, ఇంకా ఏ రకమైన వివక్షకైనా వ్యతిరేకమైన ఉదారవాద, అభ్యుదయవాద ఆలోచనలు ప్రవహిస్తూ ఉంటాయి. భారతదేశంలో ఎక్కువ పుస్తకాలు అమ్ముడు పోయే రచయితల్లో నిజమైన ఆధ్యాత్మికచింతన కలవాడు ఆయనొక్కడే. ఆయన పుస్తకాలన్నిటిలోనూ లోతైన పరిశోధన, చింతనా కనిపిస్తాయి.'

– సందీపన్ దేవ్
(సీనియర్ జర్నలిస్టు, స్వరాజ్య పత్రిక ఎడిటోరియల్ డైరెక్టర్)

'అమీష్ ప్రభావం ఆయన రచనలకు మాత్రమే పరిమితం కాదు, ఆయన రచనలు కాల్పనిక సాహిత్యానికే పరిమితం కాలేదు, ఆయన సాహిత్యంలో భక్తి పునాదులపై నిర్మితమైన తత్వశాస్త్రపు లోతులున్నాయి. అవే భారతదేశం పట్ల ఆయనకున్న ప్రేమకు తగిన బలాన్నిస్తున్నాయి.'

– గౌతం చికర్మనే
(సీనియర్ జర్నలిస్టు, రచయిత)

'అమీష్ ఒక సాహితీ అద్భుతం.'

– అనిల్ ధార్కర్
(సీనియర్ జర్నలిస్టు, రచయిత)

రాముడు

ఇక్ష్వాకు కుల తిలకుడు

రామచంద్ర
గ్రంథమాల – 1

అమీష్

అనువాదం
డా. సి. మృణాళిని

eka

www.authoramish.com

eka

First published in English as *Scion of Ikshvaku* in 2015 by Westland Ltd.

Reprinted in English as *Ram: Scion of Ikshvaku* in 2018 by Westland Publications Private Limited

First published in Telugu as *Ikshvaku Kula Tilakudu* in 2016 by Westland Ltd., in association with Yatra Books

Published in Telugu as *Ramudu: Ikshvaku Kula Tilakudu* in 2022 by Eka, an imprint of Westland Books, a division of Nasadiya Technologies Private Limited

No. 269/2B, First Floor, 'Irai Arul', Vimalraj Street, Nethaji Nagar, Alapakkam Main Road, Maduravoyal, Chennai 600095

Westland, the Westland logo, Eka and the Eka logo are the trademarks of Nasadiya Technologies Private Limited or its affiliates.

Translated into Telugu by Dr. C. Mrunalini

ISBN: 9789395073851

10 9 8 7 6 5 4 3 2 1

Cover Design by Oktobuzz
Typeset by PrePSol Enterprises Pvt. Ltd.
Printed at Nutech Print Services-India

www.authoramish.com

మా నాన్న వినయ్ కుమార్ త్రిపాఠీ

మా అమ్మ ఉషా త్రిపాఠీలకు

తల్లిదండ్రులు విల్లు లాంటివారు,

పిల్లలు బాణాల్లాంటివారు, అన్నాడు ఖలీల్ జిబ్రాన్.

విల్లు ఎంతగా వంగి, సాగుతుందో, బాణం అంత దూరం వెళ్తుంది

నేను ఎగురుతున్నానంటే అది నా ప్రత్యేకత కాదు;

వాళ్లు నాకోసం అంత చేసారు కనక.

www.authoramish.com

ఓం నమశ్శివాయ

సకల విశ్వం మహాశివుడికి నమస్కరిస్తుంది

నేనూ మహాశివుడికి నమస్కరిస్తున్నాను

www.authoramish.com

రామరాజ్యవాసీ, త్వమ్ ప్రోచ్ఛ్రయస్వతే శిరమ్
న్యాయర్థం యుద్ధయస్వ, సర్వేషు సమమ్ చర:
పరిపాలయ దుర్బలమ్, విద్ధిధర్మ వరమ్
ప్రోచ్ఛయస్వతే శిరమ్
రామరాజ్యవాసీ, త్వమ్.

రామరాజ్యంలో నివసిస్తున్నావు; తల పైకెత్తి నడు;
న్యాయానికై పోరాడు; సమానత్వం పాటించు;
బలహీనులను రక్షించు; ధర్మమే గొప్పదని విశ్వసించు;
తలపైకెత్తి నడువు;
రామరాజ్యంలో నివసిస్తున్నావు.

www.authoramish.com

పాత్రల, జాతుల జాబితా
(అకారాది క్రమంలో)

అరిష్టనేమి: మలయపుత్రుల సైన్యాధిపతి, విశ్వామిత్రుడి కుడిభుజం

అశ్వపతి: వాయవ్యరాజ్యం కేకయకు రాజు. దశరథుడి మిత్రుడు; కైకేయి తండ్రి.

భరతుడు: రాముడి సవతితమ్ముడు, దశరథుడు, కైకేయిల పుత్రుడు.

దశరథుడు: కోసల రాజు; సప్తసింధు చక్రవర్తి. కౌసల్య, కైకేయి, సుమిత్రల భర్త, రామ, భరత, లక్ష్మణ, శత్రుఘ్నుల తండ్రి.

జనకుడు: మిథిల రాజు; సీత, ఊర్మిళల తండ్రి.

జటాయు: మలయపుత్ర తెగ నాయకుడు; నాగుడు; సీతారాముల స్నేహితుడు.

కైకేయి: కేకయ రాజు అశ్వపతి కుమార్తె; దశరథుడి అతి ప్రియమైన భార్య; భరతుడి తల్లి.

కౌసల్య: దక్షిణకోసల రాజు భానుమనుడు, మహేశ్వరిల పుత్రిక; దశరథుడి మొదటి భార్య; రాముడి తల్లి.

కుబేరుడు: వర్తకుడు, రావణుడికి ముందు లంక రాజు.

కుంభకర్ణుడు: రాముడి సోదరుడు; అతను కూడ నాగుడు (అంటే శారీరక లోపాలతో జన్మించినవాడు)

కుశధ్వజుడు: సంకాస్య దేశ రాజు; జనకుడి తమ్ముడు.

లక్ష్మణుడు: దశరథుడి కవల పిల్లల్లో ఒకడు; సుమిత్ర కొడుకు, రాముడికి విధేయుడు. ఊర్మిళ భర్త.

మలయపుత్రులు: ఆరో విష్ణువు పరశురాముడు వదిలివెళ్లిన తెగ.

మంథర: సప్తసింధులో అతి సంపన్న వర్తకురాలు; కైకేయి స్నేహితురాలు.

మృగాస్యుడు: దశరథుడి సైన్యాధిపతి; అయోధ్య సంస్థానాధీశుల్లో ఒకడు.

నాగులు: అవకరాలతో పుట్టిన వారు; మానవజాతిని భయపెట్టే జాతి.

నీలాంజన: అయోధ్య రాజవంశీకుల వైద్యురాలు; దక్షిణకోసలకు చెందింది.

రావణుడు: లంక ప్రభువు. విభీషణుడు, శూర్పణఖ, కుంభకర్ణుల సోదరుడు.

రాముడు: చక్రవర్తి దశరథుడి నలుగురు కుమారుల్లో పెద్దవాడు. ఆయన పెద్ద భార్య కౌసల్య కొడుకు. సీతను వివాహం చేసుకుంటాడు.

రోషనీ: మంథర కుమార్తె. నిబద్ధత గల వైద్యురాలు; దశరథుడి కుమారులకు రాఖీ సోదరి.

సమీచి: మిథిల దండనాయకురాలు.

శత్రుఘ్నుడు: దశరథ, సుమిత్రల కుమారుడు. లక్ష్మణుడి కవలసోదరుడు

శూర్పణఖ: రావణుడి సవతి చెల్లెలు.

సీత: మిథిలరాజు జనకుడి దత్తపుత్రిక. మిథిల ప్రధానమంత్రి. రాముడి భార్య.

సుమిత్ర: కాశీరాజు పుత్రిక. దశరథుడి భార్య. కవలపిల్లల తల్లి.

వశిష్టుడు: రాజగురువు, అయోధ్య రాజపురోహితుడు; నలుగురు అన్నదమ్ముల గురువు.

వాయుపుత్రులు: గతకాలపు మహదేవుడు రుద్రదేవుడు వదిలివెళ్లిన తెగ.

విభీషణుడు: రావణుడి సవతి తమ్ముడు.

విశ్వామిత్రుడు: పరశురాముడు వదిలివెళ్లిన మలయపుత్రుల నాయకుడు. రామలక్ష్మణుల తాత్కాలిక గురువు.

ఊర్మిళ: సీత చెల్లెలు; జనకుడి స్వంత కూతురు. లక్ష్మణుడి భార్య.

*క్రీ.పూ *3400* భారతదేశపు పటం పుస్తకపు వెనుక వున్న కవర్ లోని లోపల వైపు చూడవచ్చు.

www.authoramish.com

కథన నిర్మాణంపై గమనిక

ఈ పుస్తకాన్నీ యెంచుకున్నందుకు మరియు విలువైన మీ సమయాన్నీ నాతో పంచుకొనినందుకు మీకు నా ధన్యవాదాలు. రామచంద్ర గ్రంథమాల యొక్క మొదటి పుస్తకమైన రాముడు- ఇక్ష్వాకు కుల తిలకుడు లో క్లిష్టమైన కథా రచన వుంది. ఈ వ్యాఖ్యానాన్నీ వివరించుటకు నేను చిన్న ప్రయత్నం చేసాను.

నేను కథలు చెప్పే ప్రక్రియ హైపర్లింక్ అనే పరిజ్ఞానం ద్వారా ప్రేరేరింపబడ్డాను. దీనినే కొంత మంది బహురేఖీయ కథనం అని అంటారు. ఈ కథనంలో చాలా పాత్రలు వున్నాయి మరియు ఈ పాత్రలన్నిటిని ఒక సంబంధం దగ్గరకు తీసుకొని వస్తుంది. రామచంద్ర గ్రంథమాలలో ముఖ్యమైన మూడు పాత్రలున్నాయి, రాముడు, సీత మరియు రావణుడు. ప్రతి పాత్రకు జీవితానుభానాలు వుంటాయి, అవే వాటికవే పాత్రలోకి యిమిడి పోతాయి మరియు వారి కథలు సీతాపహరణంలో కలుస్తాయి. మరియు ప్రతి దానికి తన కంటూ ఒక బలమైన వృత్తాంతం వుంటుంది.

అయితే ఈ మూడు కథలు కలసి ఒకే కథలోకి విలీనమై నాల్గవ పుస్తకంగా మారక ముందే, మొదటి పుస్తకం రాముని కథను పరిశోధిస్తే, రెండవది మరియు మూడవది సీత మరియు రావణుని సాహసకృత్యాలను సంగ్రహవలోకనం యథాక్రమంగా అందిస్తుంది.

www.authoramish.com

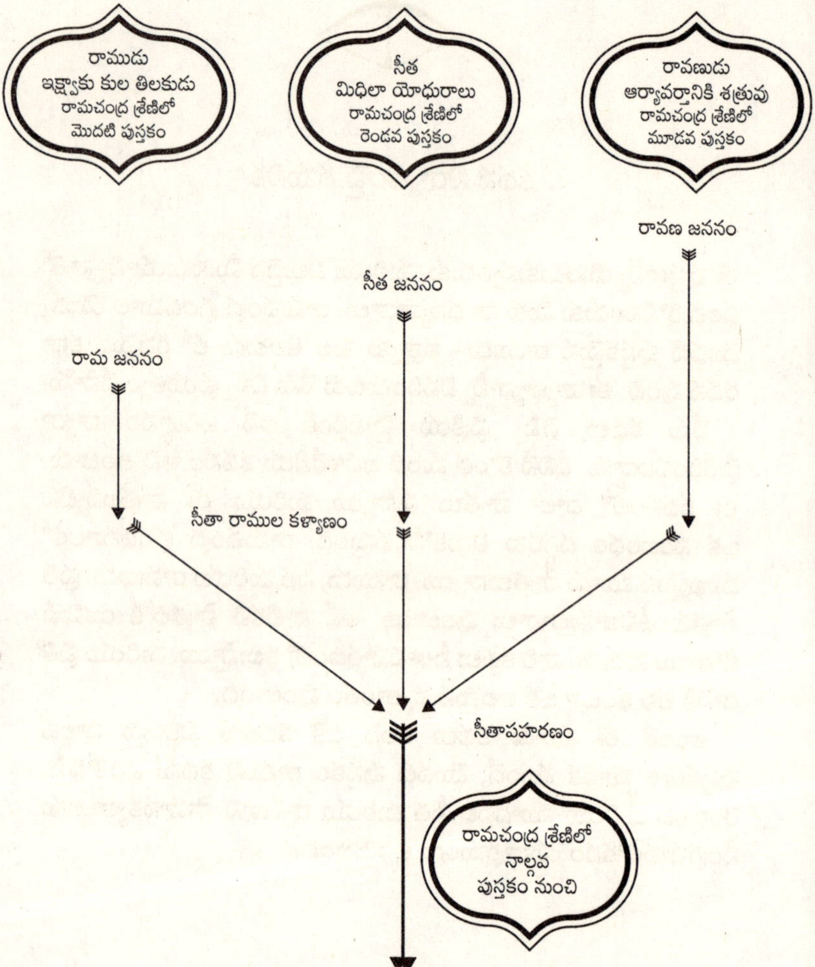
రాముడు
ఇక్ష్వాకు కుల తిలకుడు
రామచంద్ర శ్రేణిలో
మొదటి పుస్తకం
సీత
మిధిలా యోధురాలు
రామచంద్ర శ్రేణిలో
రెండవ పుస్తకం
రావణుడు
ఆర్యావర్తానికి శత్రువు
రామచంద్ర శ్రేణిలో
మూడవ పుస్తకం
రావణ జననం
సీత జననం
రామ జననం
సీతా రాముల కళ్యాణం
సీతాపహరణం
రామచంద్ర శ్రేణిలో
నాల్గవ
పుస్తకం నుంచి

ఇదొక క్లిష్టమైన,సమయం వ్రయమయ్యే పనియని నాకు తెలుసు. కానీ అదొక వుత్తేజభరిత అనుభవమని నేను అంగీకరిస్తాను. ఇది నాకు మల్లే మీకు కూడా లాభదాయకం మరియు అద్భుతమైన అనుభవమని ఆశిస్తున్నాను. రాముడు, సీత మరియు రావణుడి పాత్రలలోకి ప్రవేశించి వారి ప్రపంచాన్నీ పరిశీలించి, వారి చిక్కు పథకాలు మరియు కథలు వెదకి అర్ధంచేసుకోవడం వలనే ఈ దృశ్యకావ్యం జీవం పోసుకుంది. నేను దీన్నీఒక ఆశీర్వాదంగానే భావిస్తున్నాను.

ఈ పుస్తకంలో కొన్ని సంకేతాలు (రాముడు - ఇక్ష్వాకు కుల తిలకుడు) వున్నయి. అవిరెండవ మరియు మూడవ భాగాలలోని కథలతో ముడిపడి వున్నాయి. ఇక చెప్పనక్కరలేదు, మలుపులు మరియు ఆశ్చర్యాలు ఈ పుస్తక శ్రేణిలో మీ కోసం కాచుకొని వున్నాయి.

మీరు, రాముడు- ఇక్ష్వాకు కుల తిలకుడు అన్న ఈ పుస్తకాన్నీ చదువుటకు యిష్టపడుతారని ఆశిస్తున్నాను. మీరు దీని గురించి ఏమనుకుంటారో క్రింద యివ్వబడ్డ ఫేస్ బుక్ లేదా ట్విట్టర్ అకౌంటులో మీ సందేశాలను పంపండి.

ప్రేమతో,

అమీష్

www.facebook.com/authoramish
www.instagram.com/authoramish
www.twitter.com/authoramish

కృతజ్ఞతలు

జాన్ డాన్ రాసిన వాటన్నిటితో నేను ఏకీభవించను గానీ, ఒక్కటి మాత్రం బాగా చెప్పాడు. "ఏ మనిషీ ద్వీపం కాదు". నేను అదృష్టవంతుణ్ణి కనక నాకు చాలామంది స్నేహితులున్నారు. సృజనాత్మకత అన్నది ఇతరుల ప్రేమ, సహకారం లేకపోతే బతకదు. వాళ్లలో కొందరికి నా కృతజ్ఞతలు చెప్పుకుంటున్నాను.

నాకు ఈ పుణ్యమానవజన్మనూ, అందులోనివన్నీ ఇచ్చిన మహాశివుడికి నా ధన్యవాదాలు. అంతే కాక, నా జీవితంలోకి రాముడిని తిరిగి తీసుకువచ్చినందుకు కూడా (మా తాతగారు, పండిట్ బాబూలాల్ త్రిపాఠీ రామభక్తుడు).

నా పుత్రుడు, నాకు లభించిన వరం. నా ఆనందం, నీల్‌కు. వాడు నా జీవితంలో ఉండడమే నాకు ఆనందం.

నా భార్య ప్రీతి; నా చెల్లెలు భావన; నా బావ హిమాంశు; నా సోదరులు అనీశ్, ఆశీశ్ – వీళ్లందరి పాత్రాఉంది ఈ కథను మలచడంలో. ముఖ్యంగా ఇందులోని తాత్వికతను గురించి నాతో చర్చించి, సలహా ఇవ్వడానికి ఎక్కువ సమయం కేటాయించిన నా చెల్లెలు భావనకు ప్రత్యేక ధన్యవాదాలు. నా భార్య ప్రీతికి ఎంతో కృతజ్ఞుణ్ని; ఎప్పటిలాగే తన గొప్ప వ్యాపార సలహాలతో నాకు సాయపడింది.

నా కుటుంబ సభ్యులు ఉషా, వినయ్, మీతా, డొనెట్టా, షెరనాజ్, స్మితా, అనుజ్, రుతా –వీరి నిరంతర ప్రేమాభిమానాలకు.

శ్రావణి, నా సంపాదకురాలు. మాది విచిత్రమైన అనుబంధం. మామూలు రోజుల్లో సరదాగా నవ్వుకుంటూంటాం. ఎడిట్ చేస్తున్నప్పుడు కొట్టుకుంటాం. ఇది స్వర్గంలో కుదిరిన అనుబంధం.

గౌతమ్, కృష్ణకుమార్, ప్రీతి, దీప్తి, సతీశ్, వర్షా, జయంతి, విపిన్, సెంథిల్, శత్రుఘన్, సరితా, అవని, సంయోగ్, నవీన్, జైశంకర్, గురురాజ్, సతీశ్

ఇంకా నా ప్రచురణకర్తల అద్భుతమైన బృందం. వారంతా మొదట్నుంచీ నా భాగస్వాములే.

అనుజ్, నా ఏజెంట్. గొప్ప మనసున్నవాడు.ఒక రచయితకు లభించాల్సిన అత్యుత్తమ మిత్రుడు.

సంగ్రామ్, శాలిని, పరాగ్, షైస్తా, రేఖ, హృషీకేశ్, రిచా, ప్రసాద్ ఇంకా నా పుస్తకం ప్రచారబృందంలో ఉన్నవారందరూ. వాళ్లే ఈ పుస్తకానికి అసాధారణ ముఖచిత్రం వేసింది. అదే కాదు. ప్రచార సామగ్రి కూడా ఎంతో బాగా చేసారు వాళ్లు. దేశంలోని అత్యుత్తమమైన యాడ్ ఏజెన్సీలల్లో వీరొకరు.

హేమల్, నేహా, ఆక్టోబజ్ బృందం – సామాజిక మాధ్యమాల్లో ఈపుస్తకాన్ని ప్రచారం చేసిన వాళ్లు. ఎంతో కష్టపడి పని చేస్తారు; చాల తెలివైన వాళ్లు; నిబద్ధత కలిగినవాళ్లు.

జావేద్, పార్థసారథి, రోహిత్ వీళ్లందరూ ఆ ట్రెయిలర్ సినిమా నిర్మాతలు. నాకు కమ్యూనికేషన్ విషయాలలో సలహాలిచ్చే మిత్రుడు మోహన్.

వినోద్, తోరల్, నిమిషా మా పి.ఆర్ బృందం సభ్యులు;

సంస్కృత పండితురాలు, నాతో కలిసి పని చేసే మృణాళిని. ఆమెతో చర్చలు ఎంతో ఉపయోగకరంగా, విజ్ఞానదాయకంగా ఉంటాయి. ఆమెనుంచి నేను చాలా నేర్చుకున్నాను.

నితిన్, విశాల్, అవని, మయూరి నేను పుస్తకం రాస్తున్నపుడు నాసిక్‌లో కొంతకాలం ఆతిథ్యం ఇచ్చారు.

చివరగా, మీరు, నా పాఠకులు. నా శివపుస్తకత్రయాన్ని అంతగా ఆదరించినందుకు నా హృదయం అంతరాంతరాలనుంచీ మీకు నా కృతజ్ఞతలు. ఈ కొత్త గ్రంథమాలతో మిమ్మల్ని నిరాశపరచననే ఆశిస్తున్నాను.

హర హర మహాదేవ.

అధ్యాయం 1

క్రీస్తుపూర్వం 3400 – భారతదేశంలో గోదావరి నది సమీపంలో

రాముడు బలంగా, పొడుగ్గా ఉన్న తన దేహాన్ని వంచుతూ నక్కుతున్నట్టుగా నించున్నాడు. తన కుడి మోకాలి మీద బరువునంతా ఉంచి, విల్లును ఎక్కుపెట్టాడు. విల్లు సిద్ధంగా ఉంది కానీ, మరీ తొందరపడి బాణం వదలకూడదని అతనికి తెలుసు. సరైన తరుణం కోసం వేచివుండాలే తప్ప, తన కండరాలు అలిసిపోతే ప్రయోజనం ఉండదు. తన బాణం ఒక్క చిటికెలో సంపూర్ణంగ లక్ష్యాన్ని ఛేదించాలి.

“అది కదులుతోంది, అన్నయ్యా' గుసగుసగా అన్నాడు లక్ష్మణుడు.

రాముడు జవాబివ్వలేదు. అతని కళ్లు లక్ష్యం నుంచి కదలలేదు. అతని ముడి పక్కన వదులుగా ఉన్న కొన్ని వెంట్రుకలూ చల్లటి గాలికి అటూ ఇటూ కదలాడుతున్నాయి. అతని ధోవతి, పిచ్చిగా పెరిగిన గడ్డం గాలికి కదులుతున్నాయి. గాలికి తడబడకుండా తన శక్తిని కూడదీసుకుని, విల్లును సరైన దిశ నుంచీ ఎక్కుపెట్టడానికి రాముడు సిద్ధమయ్యాడు. తన అంగవస్త్రాన్ని పక్కకు నెట్టాడు. గాయాలతో నిండిన, అతని నీల వర్ణం చర్మం బయటపడింది. తను బాణం వదిలేటప్పుడు ఈ అంగవస్త్రం అడ్డురాకూడదు కదా.

సరిగ్గా అప్పుడే ఆ జింక ఆగి, పైకి చూడసాగింది. బహుశా తనకు ఆపద పొంచివున్నట్టు దానికి అర్థమైందేమో. కాళ్లు తడబడుతూండగా, ఏవేవో ధ్వనులు చేసింది. తిరిగి మళ్లీ గడ్డి మేయడం ప్రారంభించింది. జింకల మూకలోని ఇతర జింకలు కొంత దూరంలో దట్టమైన అడవి వెనక దాగివున్నాయి

"పరశురాముడి పుణ్యమాని, జింక తనకు సహజంగా కలిగిన భయాన్ని పట్టించుకోలేదు. అంతా భగవంతుడి దయ. మనకు అసలు సిసలు అన్నం దొరికి చాలా రోజులైంది'

"ఊష్'

లక్ష్మణుడు మౌనం వహించాడు. తమకు ఈ జింకను వేటాడి చంపడం అత్యవసరమని రాముడికి తెలుసు. నెలరోజులుగా తను, లక్ష్మణుడు, తన భార్య సీతతో సహా ఎవరికీ కనిపించకుండా పారిపోవడంలోనే ఉన్నారు. తమతో పాటు మలయపుత్ర తెగకు చెందిన మలయా దేశస్థులు తమ నాయకుడు జటాయుతో సహా ఉన్నారు.

తమపై దాడి జరగడం అనివార్యం కనక, ముందుగానే పారిపోవడం మంచిదని జటాయు బలవంతపెట్టాడు. శూర్పణఖ, విభీషణుల మధ్య విఫలమైన సంప్రదింపుల తర్వాత, దాని పరిణామాలు వెంటనే ఎదుర్కోక తప్పదు. ఎంతైనా, వాళ్లిద్దరూ లంక ప్రభువు రావణాసురుడి తోడబుట్టిన వాళ్లు. లంక రాజవంశీయుల రక్తం చిందిందని తెలిస్తే, రావణుడు పగ బట్టక మానడు.

అప్పటకే దండకారణ్యంలో తూర్పుదిశగా పరిగెడుతూ, వీళ్లు గోదావరి నదికి సమాంతరంగా చాలా దూరమే పారిపోయారు. అందుకే తమని సులభంగా ఎవరు చూడ్డంగానీ, పట్టుకోవడం గానీ జరగదనే నమ్మకం కలిగింది. అయితే నది, దాని ఉపనదుల తీరప్రాంతం నుంచి మరీ దూరంగా వెళ్తే, వేటకు మృగాలు కూడ దొరకని పరిస్థితి. రామలక్ష్మణులు సామాన్యులేమీ కారు. రఘువంశకులజులు, అయోధ్య రాజకుమారులు. వట్టి కందమూలాలు తిని బతకడానికి అలవాటుపడ్డవారు కాదు.

ఆ జింక నిశ్చలంగా నిలుచుని ఉంది; లేత గడ్డిమొక్కల్ని మేస్తూ ఆనందపారవశ్యంలో ఉంది. ఇదే సరైన సమయమని రాముడికి తెలుసు. ఎడమచేతితో విల్లును స్థిరంగా నిలిపి, కుడిచేత్తో వింటి నారిని తన పెదవులు తాకేంత దగ్గరివరకూ లాగాడు. తన గురువు మహర్షి వశిష్టుడు నేర్పిన పాఠాలకు అనుగుణంగా మోచేతిని నేలకు సరిగ్గా సమాంతరంగా పైకెత్తి సిద్ధపడ్డాడు.

మోచెయ్యి బలహీనమైంది. దాన్ని పైకి ఎత్తి పట్టుకో. అసలు ప్రయత్నమంతా వెన్నెముక నుంచి జరగాలి. ఆ భాగమే చాలా శక్తిమంతమైంది

రాముడు బాణాన్ని వదిలాడు. అది చెట్ల పక్కగా అతి వేగంగా ప్రయాణించి, జింక మెడను తాకింది. జింక వెనువెంటనే కుప్పకూలిపోయింది. కనీసం

అరవడం కూడ సాధ్యం కాలేదు దానికి; రక్తం అతి త్వరగా ఊపిరితిత్తుల్లోకి చిమ్మింది. కాస్త భారీ శరీరమైనా, లక్ష్మణుడు చురుగ్గానూ, జాగ్రత్తగానూ ముందుకు కదిలాడు. కదులుతూనే తన వీపుపైని పొది నుంచి కత్తిని బయటకు తీసాడు. క్షణాల్లో ఆ జింక గుండెలోకి కత్తిని దింపాడు.

'నిన్ను చంపుతున్నందుకు నన్ను క్షమించు ఓ ఉదాత్త ప్రాణీ' అంటూ, వేటగాళ్లు ఆనవాయితీగా చేసే ప్రార్థన చేసాడు. 'నీ శరీరం నా ఆత్మను తృప్తి పరచినట్లే, నీ ఆత్మకు కూడ మరో లక్ష్యం ఏర్పడనీ' అంటూ జింక తలను మృదువుగా స్పృశించాడు.

లక్ష్మణుడు బాణాన్ని జింక గుండెల్లోంచి తీసి, దాని హక్కుదారుడైన రాముడికి అందించే ఉద్దేశంతో 'మళ్లీ ఉపయోగించవచ్చు దీన్ని' అనుకుంటూండగా రాముడు అతని వద్దకు వచ్చాడు.

రాముడు ఆ బాణాన్ని తిరిగి తన పొదిలోకి పెట్టుకుంటూ ఆకాశం కేసి చూసాడు. ఆకాశంలో పక్షులు కలకలరావాలు చేస్తున్నాయి. చుట్టూ ఉన్న జింకల గుంపులో ఎటువంటి కలవరమూ లేదు. తమలో ఒక ప్రాణి చనిపోయిందని వాటికి తెలీదు. రాముడు, తన వేట నిర్విఘ్నంగా జరిగినందుకు రుద్రదేవుడికి ధన్యవాదాలు తెలిపాడు. వేటాడే క్రమంలో తమ ఉనికి బయటపడకపోవడం అన్నిటికంటే నిశ్చింత కలిగించే విషయం.

రామ లక్ష్మణులు దట్టమైన అడవిలో వెళ్తున్నారు. రాముడు ఒక పొడవాటి కర్ర ముందు భాగాన్ని మోస్తూ ముందు నడుస్తూండగా, లక్ష్మణుడు దాని చివరి కొసను మోస్తూ వెనక నడుస్తున్నాడు. కర్రకు జింక మృతదేహం వేలాడుతూ ఉంది.

'అబ్బ. ఎన్ని రోజుల తర్వాత చెప్పుకోదగ్గ భోజనం చేస్తున్నాం' అన్నాడు లక్ష్మణుడు.

రాముడి ముఖం మీద చిరు దరహాసం వెలిగింది. కానీ అతనేమీ అనలేదు.

'కానీ దీన్ని పద్ధతిగా వండలేం కదూ అన్నయ్యా' అన్నాడు లక్ష్మణుడు

"ఊహూ. వండలేం. మనం ఎక్కువ సేపు పొయ్యి వెలిగిస్తే ఆ పొగ మనల్ని పట్టించేస్తుంది' అన్నాడు రాముడు.

"మనం ఇంకా అంత జాగ్రత్తగా ఉండాలా? ఇంతవరకూ మన మీద ఎవరూ దాడి చేయలేదు. అంటే మన అచూకీ వాళ్లకు తెలీలేదన్న మాట. మనకు

దుండగులెవ్వరూ ఎదురుపడలేదు కదూ? వాళ్లకు మనం ఎక్కడున్నామో ఎలా తెలుస్తుంది? దండకారణ్యంలో అడవులు నిర్భేద్యాలు కదా"

"నువ్వు చెప్పేది నిజమే కావచ్చు. కానీ అంతమాత్రాన ధీమాగా ఉండలేను. మనం ముందు క్షేమంగా ఉండడం అవసరం' అన్నాడు రాముడు. లక్ష్మణుడికి వాదించాలని ఉన్నా, మౌనంగా ఉండిపోయాడు.

"అయినా ఆకులు, అలములు తినడం కంటే ఈ మాత్రం మేలే కదా' అన్నాడు రాముడు, తమ్ముడి కేసి చూడకుండానే.

'అదైతే నిజమేలే' అన్నాడు లక్ష్మణుడు

అన్నదమ్ములు మౌనంగా నడవసాగారు.

'ఎక్కడో ఏదో కుట్ర జరుగుతోంది అన్నయ్యా. ఎక్కడా అన్నది చెప్పలేకపోతున్నాను కానీ..బహుశా భరతన్నయ్య...'

'లక్ష్మణా' రాముడు కఠినంగా అన్నాడు.

రాముడి తర్వాతి సంతానమైన భరతుడు, దశరథుడు రాముడిని అరణ్యవాసం పంపిన తర్వాత అయోధ్య యువరాజుగా పట్టాభిషిక్తుడయ్యాడు. అందరికంటే చిన్నవాళ్ళయిన కవలలు లక్ష్మణ శత్రుఘ్నులు వారి విధేయతలకు అనుగుణంగా విడిపోయారు. శత్రుఘ్నుడు భరతుడితో అయోధ్యలోనే ఉండిపోవడానికి నిర్ణయించుకోగా, లక్ష్మణుడు ఏ మాత్రం సంకోచం లేకుండా రాముడితో అరణ్య జీవితపు ఆటుపోట్లు ఎదుర్కోవడానికి సిద్ధమైపోయాడు. తొందరపాటు తత్వం కలిగిన లక్ష్మణుడు రాముడు భరతుణ్ని గుడ్డిగా నమ్మడాన్ని జీర్ణించుకోలేకపోతున్నాడు. ఈ పరిస్థితి వెనక భరతుడి హస్తం ఉందని తన అత్యంత నీతిపరుడైన అన్నయ్యకు వివరించడం తన విధ్యుక్త ధర్మమని లక్ష్మణుడి నమ్మకం.

'నీకు నేనిలా చెప్పడం ఇష్టం లేదని తెలుసుకానీ, అన్నయ్యా.. భరతుడు ఈ కుట్ర వెనక..'

'ఈ విషయం లోతుల్లోకి మనం తప్పక వెళ్దాం' రాముడు లక్ష్మణుడి మాటలను పూర్తి చెయ్యనివ్వకుండా అనునయించాడు. 'కానీ ఇప్పుడు మనకు కావలసింది మిత్రులు. జటాయు చెప్పింది నిజం. స్థానిక మలయపుత్రులను ముందు మనం వెతుక్కోవాలి. కనీసం వాళ్లను మనం నమ్మవచ్చనుకుంటా"

'నా మట్టుకు నాకు ఎవర్ని నమ్మవచ్చో తెలీడం లేదన్నయ్యా. ఆ రాబందు కూడ మన శత్రువుల పక్షాన్నే ఉన్నాడేమో"

జటాయువు నాగజాతికి చెందినవాడు. ఈ జాతివారు పుట్టుకతోనే అవకరాలతో పుట్టారు. నర్మదా నదికి ఉత్తరంగా ఉన్న ఏడు నదుల భూమి సప్త

సింధులోని జనులందరూ అసహ్యించుకుని, భయపడి, వెలివేసె నాగజాతికి చెందినప్పటికీ, జటాయువంటే రాముడికి పూర్తి నమ్మకం.

జటాయు కూడ ఇతర నాగజాతి వారి వలె శారీరకలోపాలతోనే జన్మించాడు. అతని నోరు ముఖంలోంచి పొడుచుకువస్తూ భయంకరంగా ఉంటుంది. అతని తల మీద జుట్టు లేదు. కానీ ముఖమంతా వెంట్రుకల మయం. అతను కావడానికి మనిషే గానీ, చూడ్డానికి మాత్రం రాబందులా ఉంటాడు.

'సీత జటాయువును విశ్వసిస్తుంది' అన్నాడు రాముడు, ఇక అంతకంటే ఇంకేమీ చెప్పనవసరం లేదన్నట్టు. 'నేనూ అతన్ని నమ్ముతాను. నువ్వుకూడ నమ్మాల్సిందే"

లక్ష్మణుడు మౌనముద్ర వహించాడు. సోదరులు నడక కొనసాగించారు.

"కానీ అన్నయ్యా, నువ్వెందుకు భరతన్నయ్య ఇలా చేసే అవకాశం లేదని...'

"ష్' రాముడు చేయెత్తి వారిస్తూ లక్ష్మణుడిని ఆపాడు. ' విను' అన్నాడు

లక్ష్మణుడు చెవులు రిక్కించాడు. అతని శరీరం జలదరించింది. రాముడు విపరీతమైన భయాందోళనలు వ్యక్తం చేస్తూ తమ్ముడి కేసి తిరిగాడు. ఇద్దరికీ ఆ ధ్వని వినిపించింది. పెనుకేక.. అది సీత కంఠస్వరం. ఆమె పడుతున్న ఘర్షణ, దూరం నుంచి వినిపించడం వల్ల బలహీనంగా వినిపిస్తోంది. కానీ అది ఖచ్చితంగా సీత గొంతే. రాముడిని ఎలుగెత్తి పిలుస్తోంది.

రామలక్ష్మణులు చేతిలోని జింకను పడేసి, పరిగెత్తారు. తమ తాత్కాలిక ఆశ్రమానికి వాళ్లింకా కొద్ది దూరంలో ఉన్నారు. పక్షుల కలకలరావాల ధ్వనుల వెనక సీత గొంతు వినిపిస్తోంది.

"రామా..."

క్రమంగా ఇద్దరూ ఆశ్రమాన్ని సమీపించేసరికి ఆయుధాల ధ్వనులు వినిపించసాగాయి.

"సీతా' అని అరుస్తూ, రాముడు అడవి మధ్యలో పడి పరిగెత్తాడు.

లక్ష్మణుడు కత్తి దూసాడు, యుద్ధానికి సిద్ధమవుతూ.

"రామా' సీత గొంతు

'ఆమెను వదిలిపెట్టు' అరిచాడు రాముడు, పరుగుతీస్తూనే

'..రామా.."

రాముడు విల్లును గట్టిగా పట్టుకున్నాడు. తమ ఆశ్రమానికి కొద్ది నిమిషాల దూరంలో ఉన్నారు. "సీతా..'

'.. రా..."

సీత స్వరం పదమధ్యంలోనే ఆగిపోయింది. ఎలాంటి ఘోరం జరిగి వుంటుందో అన్న ఆలోచనను తుంచేయడానికి ప్రయత్నిస్తూ, గుండె అతి వేగంగా కొట్టుకుంటూండగా, మనసంతా ఆందోళనతో నిండిపోగా, పరిగెత్తుతూనే ఉన్నాడు రాముడు.

ఇంతలో వాహనం రెక్కలు కొట్టుకుంటున్న ధ్వని వినిపించింది. రాముడు ఆ ధ్వనిని గుర్తించాడు. అది రావణుడి, ఎగిరే వాహనం పుష్పక విమానం చేస్తున్న ధ్వని.

' లేదు....' గట్టిగా అరుస్తూ, తన విల్లును చాపుతూ, పరిగెత్తాడు రాముడు. అతని ముఖం కన్నీళ్లతో తడిసిపోతోంది.

అన్నదమ్ములిద్దరూ ఆశ్రమం చేరేసరికి, అది పూర్తిగా ధ్వంసమైపోయి వుంది. ఎక్కడ చూసినా రక్తమే.

"సీతా.."

రాముడు తలెత్తి, క్రమేపీ ఆకాశంలోకి ఎగురుతున్న పుష్పక విమానాన్ని చూసి, బాణం వదిలాడు. అయితే అది వ్యర్థమే అయింది. అప్పటికే విమానం పైకి దూసుకుపోయింది.

లక్ష్మణుడు ఆశ్రమంలో అన్వేషణ ప్రారంభించాడు. ఎక్కడ చూసినా సైనికుల మృత కళేబరాలు, సీత జాడ లేదు.

"రా.. కు.. మా,,రా రామా..'

బలహీనంగా వినిపిస్తున్న స్వరాన్ని గుర్తుపట్టాడు రాముడు. పరిగెత్తి, రక్తసిక్తమై, అవయవాలు ఛిన్నాభిన్నమైన నాగుడి వద్దకు వెళ్లాడు.

"జటాయూ..'

జటాయు అతి కష్టం మీద గొంతు పెగిల్చాడు. "అతను..."

'ఏమిటి?'

'రావణుడు... సీతను.. అపహరించాడు"

రాముడు తలెత్తి ఆకాశం కేసి అత్యుగ్రంగా చూసాడు. విమానం ఒక చిన్న చుక్కలా కనిపిస్తోంది.

"సీతా..' అని ఆగ్రహంతో అరిచాడు రాముడు.

అధ్యాయం 2

ముప్ఫై మూడేళ్ల క్రితం, భారతదేశంలో పశ్చిమ సముద్రం వద్ద కరచాప రేవులో

సప్తసింధు రాజ్యాల చక్రవర్తి, కోసల రాజేంద్రుడు, నలభై ఏళ్ల దశరథుడు "పరశురామ దేవా. కనికరించు' అని గొణిగాడు.

సప్తసింధు చక్రవర్తి, విశాలమైన తన రాజధాని అయోధ్య నుంచి బయల్దేరి ఎట్టకేలకు పశ్చిమతీరంలోని ఈ ప్రాంతాన్ని చేరుకున్నాడు. తిరుగుబాటుకు దిగిన కొందరు వర్తకులకు గుణపాఠం నేర్పడానికి ఆయన ఇలా వచ్చాడు. తన తండ్రి అజుడినుంచి సంక్రమించిన రాజ్యాన్ని, పోరాటశీలి అయిన దశరథుడు శక్తిమంతమైన సామ్రాజ్యంగా తీర్చిదిద్దాడు. భారతదేశంలోని చాలా రాజ్యాల ప్రభువులను ఆయన గద్దె దించాడు; ఇతరులు ఆయన సార్వభౌమత్వాన్ని అంగీకరించి, సామంతులుగ సుంకాలు చెల్లించడానికి ఒప్పుకున్నారు. ఆ విధంగా ఆయన చక్రవర్తి సమ్రాట్టు అయ్యాడు.

దశరథుడి మాటలకు జవాబుగా అతని సైన్యాధిపతి మృగాస్యుడు అన్నాడు. "నిజం, మహారాజా. ధ్వంసమైంది ఈ ఒక్క గ్రామమే కాదు. మనం నిల్చున్న చోటు నుంచి యాభై యోజనాల వరకు అన్ని గ్రామాలనూ శత్రువు ధ్వంసం చేసాడు. పశువుల మృతకళేబరాలను బావుల్లో వేసి ఆ నీళ్లను విషపూరితం చేసారు. పండిన పంటను నిర్దాక్షిణ్యంగా నాశనం చేసారు. గ్రామాలకు గ్రామాలు పాడయ్యాయి'

"శత్రువును నిర్వీర్యం చేసే సైనిక వ్యూహమన్నమాట' కేకయ రాజు, దశరథుడి అనుంగు మిత్రుడు, ఆయన ప్రియమైన రెండవ భార్య కైకేయి తండ్రి అయిన అశ్వపతి అన్నాడు.

'అవును. మరో రాజు అన్నాడు. మన సైనికులు అయిదు లక్షల వరకూ ఉన్నారు. మన దగ్గరున్న ఆహారం, వసతులు ఇప్పటికే సరిపోవడం లేదు'

'అసలు ఆ ఆటవికుడైన కుబేరుడికి ఇంత యుద్ధ తంత్రం ఎలా తెలిసింది?' అన్నాడు దశరథుడు.

క్షత్రియులకు సహజంగ వైశ్యుల పట్ల ఉండే చులకన భావాన్ని దశరథుడు వదులుకోలేకపోయాడు. సప్తసింధు రాజవంశీకుల సంప్రదాయం ప్రకారం, యుద్ధం వల్ల లభించే సంపదపై చక్రవర్తికి సర్వహక్కులూ ఉంటాయి; కానీ కేవలం వాణిజ్యం వల్ల వచ్చే సంపద వాళ్లకు ఉచితంగా రాదు. అందుకే కేవలం వాణిజ్యం మీద జీవించే వైశ్యులంటే వాళ్లకు చులకన. వాళ్ల వ్యాపారాల విషయంలో అందుకే అన్ని ఆంక్షలు, నియంత్రణలు. సప్తసింధు రాజవంశీయులు తమ సంతానానికి యోధులుగానో, మేధావులుగానో తయారవ్వడానికి శిక్షణను ఇస్తారు గానీ, వర్తకులు కావడానికి మాత్రం కాదు. ఫలితంగా ఈ రాజ్యాల్లో క్రమేపీ వర్తక వర్గం సంఖ్య తగ్గిపోయింది. అటు యుద్ధాల నుంచి వచ్చే సంపద కూడ తగ్గిపోవడంతో, రాజ్యం ఖజానా త్వరగానే ఖాళీ అయ్యేది.

ఈ పరిస్థితిని అవకాశంగా తీసుకుని లంకాద్వీపం వర్తక ప్రభువైన కుబేరుడు, సప్త సింధు రాజ్యాల్లో వర్తకరంగాన్ని వృద్ధి చేయడానికి తన నైపుణ్యాన్ని, సేవలను అందజేయగలనని ముందుకు వచ్చాడు. అప్పటి అయోధ్య రాజు అజుడు దీనికి అంగీకరించి, కుబేరుడికి వర్తకంలో గుత్తాధిపత్యం ఇచ్చాడు. బదులుగా అతను ఏటా పెద్దమొత్తం పరిహారం రాజుకు చెల్లించుకున్నాడు. ఇందులో అజుడు సప్తసింధులోని తన సామంత రాజ్యాలన్నిటికీ వాటాలు ఇచ్చేవాడు. సంపదకు ఆలవాలమైనందున అయోధ్యానగరం శక్తి ఇబ్బడి ముబ్బడిగా పెరిగింది. అయినా, వారికి వర్తకం పట్ల ఉన్న చులకన భావం తగ్గలేదు. ఇటీవలే, కుబేరుడు దశరథుడు తనకు హక్కుగా రావాలనుకున్న సొమ్మును గణనీయంగా తగ్గించేసాడు. ఒక మామూలు వర్తకుడు ఇలాంటి అహంకారం చూపడం నిజంగా శిక్షార్హమే. అందుకే దశరథుడు, తన సామంత రాజులందరినీ సైనికులతో సహా తనతో పాటు రమ్మని, కుబేరుడికి అతని స్థానం తెలియజెప్పాలని ఇలా కరచాపకు ప్రయాణమయ్యాడు.

"నిజానికి ఇక్కడ ఆదేశాలిస్తున్నది కుబేరుడు కాదు, మహాప్రభూ' అన్నాడు మృగాస్యుడు

'మరి? ఇంకెవరు?' అడిగాడు దశరథుడు

'అతని గురించి మనకు ఎక్కువ తెలీదు. అతని వయస్సు ముప్పై ఏళ్ల కంటే ఎక్కువ ఉండదని విన్నాను. కుబేరుడి వర్తకుల భద్రతాదళంలో అతను దళపతిగా కొన్నేళ్ల క్రితం చేరాడు. అనతికాలంలోనే ఈ భద్రతాదళాన్ని ఒక సైన్యం పరిమాణానికి పెంచాడు. అసలు అతనే కుబేరుడిని మనపై తిరుగుబాటు చేయడానికి రెచ్చగొట్టాడని విన్నాను'

"అయ్యుండొచ్చు. నాకేం ఆశ్చర్యంగా లేదు. ఆ భారీకాయుడు, బద్ధకస్తుడు కుబేరుడికి సప్తసింధు రాజులను ఎదిరించేంత దమ్ము ఎక్కడిది?' అన్నాడు అశ్వపతి.

'ఇంతకూ అతనెవరు? ఎక్కడినుంచి వచ్చాడు?' దశరథుడు అడిగాడు

'అతని గురించి నిజంగానే మనకు ఎక్కువ తెలీదు, ప్రభూ' అన్నాడు మృగాస్యుడు

'కనీసం పేరైనా తెలుసా?'

'ఆ. అతని పేరు రావణుడు"

రాజవైద్యురాలు నీలాంజన అయోధ్య ప్రభువు రాజభవనం ప్రధాన ప్రాసాదంలో పరిగెత్తుతోంది దశరథమహారాజు పట్టపురాణి కౌసల్య వ్యక్తిగత సిబ్బంది ఆమెను వెంటనే రమ్మని కబురంపారు.

దక్షిణ కోసల రాకుమార్తె, నెమ్మదస్తురాలు, సహనవతి కౌసల్య పదిహేనేళ్ల క్రితం దశరథుడి భార్య అయింది. తన భర్తకు వారసుడిని అందించలేకపోయాననే దిగులు ఆమెను కుంగదీసేది. వారసుడు జన్మించలేదనే నిస్పృహతో దశరథుడు, శక్తివంతమైన కేకయరాజ్యపు రాకుమారి, పొడుగరి, రాజఠీవి ఉట్టిపడే సౌందర్యరాశి, తన మిత్రుడు అశ్వపతి కుమార్తె అయిన కైకేయిని వివాహం చేసుకున్నాడు. కానీ ఆమెకు కూడ సంతానం కలగలేదు. చివరికి, పవిత్ర కాశీనగరం, రుద్రదేవుడి ఆవాసస్థలం, అహింసకు ఆలవాలమైన ప్రాంతానికి రాకుమార్తె అయి, ఎంతో మనోనిబ్బరం కలిగిందీ, చొచ్చుకుపోయే మనస్తత్వం లేనిదీ అయిన సుమిత్రను దశరథుడు వివాహం చేసుకున్నాడు. ఇంత చేసినా, ఆయనకు వారసుడు జన్మించలేదు.

అందువల్లే, కౌసల్య ఎట్టకేలకు గర్భం దాల్చడంతో అక్కడ సంబరానికి అంతు లేకుండా పోయింది. ఒకవైపు ఆనందం; మరో వైపు భయం. ఈ బిడ్డ

క్షేమంగా భూమి మీద పడాలని కౌసల్య తహతహలాడడంలో ఆశ్చర్యం లేదు. ఆమె చుట్టూ ఉన్న సహచరులు పుట్టింటినుంచీ ఆమెతో వచ్చినవారే కనక, ఈ వారసుడి ప్రాధాన్యం బాగా ఎరుగుదురు. అందరూ అప్రమత్తంగా ఉన్నారు. కౌసల్యకు ఏ కాస్త అలజడి కలిగినా వెంటనే నీలాంజనను పిలిపించడం పరిపాటి అయిపోయింది. ఈ వైద్యురాలు కూడ కౌసల్య పుట్టింటినుంచి వచ్చిన మనిషే కనక, అనవసరంగా పిలిపించిన సందర్భాల్లో కూడ విసుగు ప్రకటించలేదు.

ఇప్పుడు మాత్రం నిజంగానే తన అవసరం ఉందని ఆమెకు తెలుసు. కౌసల్యకు నొప్పులు ప్రారంభమయ్యాయి. అలా పరిగెత్తుతూనే, నీలాంజన పెదవులు ప్రార్థిస్తున్నాయి. ప్రసవం క్షేమంగా జరగాలనీ, మగపిల్లవాడు పుట్టాలనీ...

"మాకు ఇవ్వవలసిన న్యాయమైన చెల్లింపు మీ లాభాలలో పదింట తొమ్మిదో వంతు. అది మాకు చెల్లిస్తే, మిమ్మల్ని బతకనిస్తాను" దశరథుడు గదమాయించాడు.

తమ ఒప్పందం నియమాల ప్రకారం, కుబేరుడితో రాజీ కుదుర్చుకునే చివరి ప్రయత్నంగా దశరథుడు ఒక సందేశహరుణ్ని ఆయన దగ్గరికి పంపాడు. ప్రత్యర్థులిద్దరూ తటస్థ స్థలంలో కలుసుకోవాలని నిర్ణయించుకున్నారు. ఈ స్థలం, దశరథుడి సైనిక శిబిరానికి, కుబేరుడి కరచాప కోటకు మధ్య ఉంది. దశరథుడి వెంట అశ్వపతి, మృగాస్యుడు, ఇరవైమంది సైనికులు ఉన్నారు. కుబేరుడు తన సైన్యాధిపతి రావణుడు, ఇరవైమంది సైనికులతో వచ్చాడు.

గుడారంలోకి భారీకాయాన్ని ఊపుకుంటూ వస్తున్న కుబేరుణ్ని చూసి సప్త సింధు యోధులు తమ వేళాకోళాన్ని దాచుకోలేకపోయారు. లంకకు చెందిన ఈ డెబ్భై ఏళ్ల అతి సంపన్న వర్తకుడి శరీరం గుండ్రంగా ఉంది. బట్టతలతో, గుండ్రటి, కందిన ముఖంతో ఉన్నాడు. ముఖచర్మం మెత్తగా, నాజూగ్గా ఉండడం వల్ల, తెల్లటి రంగు వల్ల అంత వయసు కనిపించదు. అతను ముదురు పచ్చ ధోవతి, గులాబీ రంగు అంగవస్త్రం ధరించి, మితి మీరిన నగలతో వెలిగిపోతున్నాడు. అన్నీ అతిగా చేసే ఆయన పద్ధతి, ఆడపిల్లలా వయ్యారాలు పోయే అతని నడక దశరథుడి ఉద్దేశంలో సిసలైన వైశ్యుడి లక్షణాలు.

ఈ ఆలోచనలన్నీ ఎక్కడ బయటకు వస్తాయోనని తన ఆలోచనలను నియంత్రించుకున్నాడు. "ఈ విదూషకుడిలాంటి వాడు నిజంగా నాతో స్పర్థ పెట్టుకుని గెలవగలననుకుంటున్నాడా?' అనుకున్నాడు.

"మహాప్రభూ' కుబేరుడు భయభయంగా అన్నాడు. "మీరు కోరిన స్థాయిలో వాటాలు నిర్ణయించడం కష్టమనుకుంటా. మా ఖర్చులు పెరిగాయి; వర్తకంలో లాభాలు కూడ ఇంతకుముందున్నంత...'

"నాతో నీ బేరసారాలు నంగివేషాలు కట్టిపెట్టు. ' దశరథుడు బల్లమీద చప్పుడయ్యేలా చెయ్యి చరుస్తూ అరిచాడు. "నేను వర్తకుణ్ని కాను. నేను చక్రవర్తిని. నాగరికులైతే ఆ తేడా తెలిసేది"

కుబేరుడు ఎందుకో ఇబ్బందిగా ఉన్నాడన్న విషయం దశరథుడు గమనించాడు. బహుశా పరిస్థితి ఇంతవరకూ వస్తుందని అతను అనుకోలేదేమో. కరచాపకు ఇంత పెద్ద సైన్యం తరలిరావడం అతన్ని కలవరపరచిందేమో. 'తను కొంత కఠినంగా ఉంటే చాలు; కుబేరుడు తెలివితక్కువ ప్రయత్నాలు మానేస్తాడు ' అనుకున్నాడు దశరథుడు. అది జరిగాక, కుబేరుడు రెండు శాతం అదనంగా లాభం మిగలించుకోడానికి తను అభ్యంతరం చెప్పడు. అపుడపుడూ కొంత ఔదార్యం చూపడం వల్ల అసంతృప్తిని తొలగించవచ్చునని దశరథుడికి తెలుసు.

దశరథుడు ముందుకు వంగి, బెదిరిస్తున్నట్లుగా నెమ్మదిగా అన్నాడు "నేను దయచూపగలను. తప్పుల్ని క్షమించగలను. కానీ నువ్వు ముందు ఈ చెత్త వాగడం మానేసి, నేను చెప్పినట్టు చెయ్యాలి"

కుబేరుడు గుటక మింగాడు. తన కుడివైపున భావరహితంగా కూర్చుని ఉన్న రావణుడి కేసి చూసాడు. కూర్చునే ఉన్నప్పటికీ, రావణుడి దీర్ఘకాయం, శరీర దారుఢ్యం భయం గొలిపేలా ఉన్నాయి. యుద్ధాలలో అలసిన శరీరం అతనిది; అతని ముఖంలో స్ఫోటకం మచ్చలున్నాయి. బహుశా బాల్యంలో జబ్బు చేసిందేమో. ఈ వికారపు గుర్తులను అతని దట్టమైన గడ్డం కప్పేసింది. అతని మీసం ముఖాన్ని మరింత భయంకరం చేసింది. అతని దుస్తులు సామాన్యంగానే ఉన్నాయి. తెల్లటి ధోవతి; లేత పసుపురంగు అంగవస్త్రం. అతని కిరీటం విలక్షణంగా ఉంది. అందులోంచి, రెండు వైపులా రెండు ఆరంగుళాల కొమ్ములు పొడుచుకు వచ్చాయి.

తన సైన్యాధిపతి కిమ్మనకుండా కూర్చోవడంతో, కుబేరుడు నిస్సహాయంగా మళ్లీ దశరథుడికేసి చూసాడు. "కానీ మహారాజా. మాకు చాలా సమస్యలు ఉన్నాయి; మేం పెట్టిన పెట్టుబడి..."

"నా సహనాన్ని పరీక్షించకు, కుబేరా.' గర్జించాడు దశరథుడు. ఆయన రావణుడిని పట్టించుకోనేలేదు. కుబేరుడి కేసే చూస్తున్నాడు. 'సప్తసింధు చక్రవర్తిని నువ్వు విసిగిస్తున్నావు"

"కాని.. మహాప్రభూ.."

"చూడు, నువ్వు మాకు రావలసిన డబ్బు మొత్తాన్ని చెల్లించకపోతే, రేపు ఈ సమయానికి విగతజీవుడై పోతావు. నేను ముందు నీ సైన్యాన్ని ఓడించి, తర్వాత నీ శాపగ్రస్త ద్వీపానికి తిన్నగా వెళ్లి దాన్ని కాల్చి నేల మట్టం చేస్తాను"

"కానీ మాకు నౌకలతో సమస్యలు వస్తున్నాయి; పైగా పనివాళ్ల కూలీ...'

'నీ సమస్యలతో నాకేం సంబంధం?' హుంకరించాడు దశరథుడు, ఆయనకసలే కోపం ఎక్కువ. అది ఉన్మాదస్థాయికి చేరుకుంది.

"సంబంధం ఉంటుంది. రేపటి తర్వాత' మృదువుగా అన్నాడు రావణుడు.

కుబేరుడితో తను మాట్లాడుతూండగా మధ్యలో జోక్యం చేసుకున్నందుకు ఆగ్రహిస్తూ రావణుడి కేసి తిరిగాడు దశరథుడు.

" ఎంత సాహసం..మధ్యలో మాట్లాడ్డానికి?'

"నీకెంత సాహసం, దశరథా?' కొద్దిగా గొంతు పెంచి అన్నాడు దశరథుడు.

దశరథుడు, అశ్వపతి, మృగాస్యుడు నిర్ఘాంతపోయి నిశ్శబ్దంగా ఉండిపోయారు. కేవలం ఒక భద్రతాదళాధిపతి సప్త సింధు రాజ్యాల చక్రవర్తిని పేరుతో సంబోధించడమా.

"నేను నాయకత్వం వహిస్తున్న సైన్యాన్ని ఓడిస్తానని అనడానికి నీకెంత సాహసం?' భయం గొలిపే ప్రశాంతతతో అన్నాడు రావణుడు.

దశరథుడు కోపోద్రిక్తుడై లేచాడు. ఆ దూకుడుకు అతను కూర్చున్న కుర్చీ ఆమడదూరం పడింది, శబ్దం చేస్తూ. రావణుడివైపు వేలెత్తి చూపిస్తూ అన్నాడు

'ఓ కుర్రకుంకా. రేపు యుద్ధ భూమిలో నీ సంగతి చూసుకుంటాను'

రావణుడు నెమ్మదిగా, భయపెడుతున్నట్టుగా లేచి నించున్నాడు. అతని కుడి చేయి పిడికిలి అతని మెడనుంచి వేలాడుతున్న బంగారు గొలుసును మూసివుంచింది. ఆ పిడికిలి ఇప్పుడు విడగానే కనిపించిన దానికి దశరథుడు నిర్ఘాంతపోయాడు. గొలుసు కింద ఉన్న లోలకం నగ కాదు. రెండు మానవ వేళ్లు. వీటని గొలుసుకు అతికించారు. వికృతంగా ఉన్న దాన్ని మూస్తూ తెరుస్తూ, రావణుడు దానిలోంచి శక్తిని పుంజుకున్నట్టుగా అనిపించింది.

దశరథుడు నమ్మశక్యంకానట్టు చూసాడు. రాక్షసులు తమ శత్రువుల రక్తాలను తాగుతారనీ, వారి శరీర అవయవాలను విజయానికి గుర్తుగా

దాచుకుంటారనీ విన్నాడు. కానీ, ఇలా శత్రువు అవయవాలను ఒక అలంకారంగా తన శరీరం మీద ధరించిన వాళ్లను చూడలేదు. 'ఎవడీ అమానుషుడు?' అనుకున్నాడు దశరథుడు.

"నువ్వేం చింతించకు. నీకోసం నేను వేచివుంటాలే' అన్నాడు రావణుడు, వ్యంగ్యం స్ఫురింపజేస్తూ. దశరథుడు అతని కేసి భయ విహ్వాలతతో చూడ్డం గమనించి 'నీ రక్తం తాగాలని ఎదురు చూస్తున్నాను' అన్నాడు.

అలా అంటూ రావణుడు వెనక్కి తిరిగి గుడారం నుంచి బయటకు నడిచాడు. కుబేరుడు హడావిడిగా అతని వెనకే వెళ్లాడు; సైనికులు అతన్ని అనుసరించారు.

దశరథుడి ఆగ్రహం కట్టలు తెంచుకుంది. "రేపు ఈ సైన్యాన్ని హతమారుద్దాం. కానీ వాడిని మాత్రం ఎవ్వరూ తాకడానికి కూడ వీలులేదు' రావణుడి వైపు చూపిస్తూ గర్జించాడు. 'అతను నా చేతుల్లోనే చస్తాడు. నా చేతుల్లో మాత్రమే"

ఆ రోజు ముగిసే వరకూ కూడ దశరథుడు ఆగ్రహంతో ఊగిపోతూనే ఉన్నాడు. "నేను స్వయంగా వాడి శరీరాన్ని ముక్కలు ముక్కలు చేసి కుక్కలకు వేస్తాను' అన్నాడు కసిగా.

శిబిరంలో అటూ ఇటూ తిరుగుతూ తన భర్త ఆవేశపడటాన్ని కైకేయి మౌనంగా చూస్తోంది. అయన సైనిక చర్యలన్నిటికీ కైకేయి వెంటే ఉంటుంది.

"వాడికెంత పొగరు నాతో అలా మాట్లాడడానికి?'

కైకేయి దశరథుడికేసి నింపాదిగా చూసింది. అతను పొడుగ్గా, నీలవర్ణంలో, అందంగా ఉన్నాడు. అసల సిసలు క్షత్రియుడిలా ఉన్నాడు. చక్కగా దువ్విన మీసం అతని ఆకర్షణను పెంచింది. శరీర దారుఢ్యం బాగానే ఉన్నా, వయసు మీరుతోందన్న విషయం తెలుస్తూనే ఉంది. అక్కడక్కడా తెల్ల వెంట్రుకలు, నరాల సడలింపు వయసును తెలుపుతున్నాయి; జీవితాంతం యుద్ధాల్లో, మితిమీరిన మద్యపానంలో మునిగితేలిన అతన్ని జరామరణాలను నిరోధించే సోమరసాస్వాదనం కూడా పూర్తిగా కాపాడలేకపోయింది.

"నేను సప్తసింధు సమ్రాట్టుని' గుండెలమీద ఆగ్రహంతో కొట్టుకుంటూ అరిచాడు.' వాడికెంత పొగరు?'

భర్తతో ఏకాంతంగా ఉన్నప్పటికీ, పదిమందిలో ఉన్నప్పుడు పెట్టుకున్నట్టే ముఖాన్ని ప్రశాంతంగా పెట్టుకుంది కైకేయి. అతన్ని అంత కోపంగా ఆమె ఎప్పుడూ చూడలేదు.

"ప్రియతమా. ఈ ఆగ్రహాన్ని రేపటికోసం దాచుకో. ఇప్పుడు భోజనానికిరా. రేపటి పోరు కోసం శక్తిని కూడగట్టుకోవాలికదా. "

"ఆ కులంలేని కిరాయి సైనికుడికి తను ఎవరితో తలపడుతున్నాడనే జ్ఞానం ఉందా అసలు? ఇంతవరకూ జీవితంలో నేను ఒక్క యుద్ధం ఓడిపోలేదు' కైకేయి మాటలు విననట్టుగానే కొనసాగించాడు దశరథుడు.

"అలాగే రేపు కూడ విజయం సాధిస్తావు"

దశరథుడు కైకేయి కేసి తిరిగాడు."అవును. నేను రేపు గెలుస్తాను. ఆ తర్వాత వాడి శరీరాన్ని కాకులకు, గద్దలకూ ముక్కలు ముక్కలుగా వేస్తాను'

"తప్పకుండా అలాగే చేస్తావు. నువ్వు నిర్ణయం తీసుకున్నాక అది ఆగదు"

దశరథుడు కోపంతో హుంకరించి, బయటకు వెళ్లిపోబోయాడు. కైకేయి ఇక సౌమ్యంగా ఉండలేకపోయింది.

"దశరథా' పిలిచింది.

దశరథుడు ఆగిపోయాడు. అతని ప్రియసఖి తగినంత కారణం లేకుండా ఆ స్వరం ఉపయోగించదు. కైకేయి అతని వద్దకు వెళ్లి, చేయి పట్టుకుని, భోజనం బల్ల వద్దకు తీసుకువచ్చింది. అతను భుజాలను నొక్కిపెట్టి బలవంతంగా కూర్చోబెట్టింది. రొట్టెముక్క తుంపి, దాన్ని కూరగాయలు, మాంసంతో నింపి అతని నోటికి అందించింది. "ఈరోజు తిండి తిని, నిద్రపోకపోతే రేపు ఆ రాక్షసుడిని అంతం చేయలేవు' నెమ్మదిగా అంది.

దశరథుడు నోరు తెరిచాడు. కైకేయి అతనికి తినిపించింది.

అధ్యాయం 3

మంచంపై పడుకుని ఉన్న అయోధ్య రాణి కౌసల్య నీరసంగా కనిపిస్తోంది. ఆమె వయస్సు 40. ముదిమికి ముందుగానే అక్కడక్కడా జుట్టు తెల్లబడింది. నీలవర్ణంలో వెలుగుతున్న ఆమె ముఖం పై తెల్లబడిన వెంట్రుకలు విచిత్రంగా ఉన్నాయి. పొట్టిగా ఉన్నప్పటికీ ఆమె ఒకప్పుడు బలాఢ్యురాలనే పేరుపొందింది. స్త్రీలు అంటే వారసులను ఉత్పత్తి చేసేవాళ్లని చెప్పుకునే సంస్కృతిలో జన్మించిన ఆమెను, పిల్లల్ని కనలేకపోవడం కృంగదీసింది. పట్టపురాణి అయినప్పటికీ దశరథ మహారాజు ఆమెను ఉత్సవాలప్పుడు మాత్రమే గుర్తించేవాడు. తక్కిన సమయాల్లో ఆమెను దూరంగా నెట్టేసేవాడు. ఇది ఆమెను చాలా బాధించింది. ఆమె కోరుకున్నదల్లా కైకేయితో గడిపే గంటల్లో ఒక చిన్న లేశమైనా తనకు కేటాయించడం.

అయితే తను దశరథుడికి వంశోద్ధారకుడిని ఇవ్వగలిగితే, తన స్థానం గణనీయంగా మారుతుందని ఆమెకు తెలుసు. అందుకే ఈరోజు శరీరం ఎంత నీరసించినా, ఆమె ఆత్మ కొత్త శక్తితో ఉవ్విళ్లూరుతోంది. అప్పటికి దాదాపు పదహారుగంటలుగా ప్రసవవేదన పడుతున్నా, అసలు బాధే అనిపించడం లేదు ఆమెకు. వైద్యులు శస్త్ర చికిత్స ద్వారా బిడ్డను బయటకు తీస్తామని ఎంత చెప్పినా ఆమె అంగీకరించలేదు.

"నా కొడుకు సహజంగా పుట్టాల్సిందే' అని ప్రకటించింది ఖచ్చితంగా కౌసల్య.

ఆ రోజుల్లో సహజ జననమే శుభప్రదమని అంతా అనుకునేవారు. బిడ్డ భవిష్యత్తును ప్రమాదంలోకి నెట్టే ఉద్దేశం ఆమెకు లేదు.

"వాడు ఏదో ఒక రోజు మహారాజవుతాడు; వాడు మంచి భవిష్యత్తుతో జన్మించాలి' అంది ఆమె. నీలాంజన నిట్టూర్చింది. పుట్టబోయే బిడ్డ మగో, ఆడోకూడ తెలీదు. కానీ, తన యజమానురాలి ఆశపై నీళ్లు చల్లడం ఇష్టం లేక

ఊరుకుంది. ఆమెకు మూలికలతో నొప్పి తెలియకుండా ఉండే చికిత్స చేస్తూ వేచివుంది. బిడ్డ మిట్టమధ్యాహ్నానికి ముందే పుట్టాలని వైద్యురాలి కోరిక. ఎందుకంటే మధ్యాహ్న సమయం తర్వాత పుడితే, అతను జీవితంలో చాలా కష్టాలు ఎదుర్కొంటాడని ఆస్థాన జ్యోతిష్కులు అప్పటికే హెచ్చరించారు. అదే మిట్టమధ్యాహ్నానికి ముందు జన్మిస్తే అతను పురుషోత్తముడై, కొన్ని యుగాల పాటు చరిత్రలో నిలిచిపోతాడని ఆయన చెప్పాడు.

నీలాంజన జామును తెలిపే దీపం కేసి గబుక్కున చూసింది; అది ఆరుగంటల కొకసారి కాలమానాన్ని తెలుపుతుంది. సూర్యుడు అప్పటికే ఉదయించాడు కనక ఇప్పుడు రెండో జాము నడుస్తోంది. మరో మూడు గంటల్లో మిట్ట మధ్యాహ్నం అవుతుంది. దీనికి అరగంట ముందు వరకూ వేచి చూసి, అప్పటికీ ప్రసవం కాకపోతే, శస్త్ర చికిత్స చేయాలని నీలాంజన నిర్ణయించింది.

కౌసల్యకు మళ్లీ నొప్పులు ప్రారంభమయ్యాయి. పెదవులు బిగించి బిడ్డకు తను పెట్టదలుచుకున్న పేరును ఉచ్చరించడం మొదలుపెట్టింది. ఈ పేరు సామాన్యమైంది కాదు; అందుకే అది ఆమెలో కొత్త శక్తిని నింపింది. ఆమె ఎంచుకున్న పేరు విష్ణువు ఆరో అవతారం పేరు.

విష్ణువు అనే పేరు మంచిని ప్రచారం చేసే అత్యున్నత నాయకుడికి ఇచ్చిన బిరుదు. ఈ బిరుదు అందుకున్న ఆరో వ్యక్తి పరశురాముడు. ఆయన్ని సాధారణ ప్రజలు ఆ పేరుతోనే గుర్తు పెట్టుకున్నారు. పరశు అంటే గొడ్డలి; ఎందుకంటే యుద్ధంలో ఉపయోగించే గొడ్డలి అతనికి అభిమాన ఆయుధం. అతని జన్మనామమేమో రాముడు. ఆ పేరే కౌసల్య మనసులో ప్రతిధ్వనించింది.

రామా... రామా.. రామా....

అది తొలి జాములో నాలుగో గంట. దశరథుడు యుద్ధానికి సన్నద్ధుడయ్యాడు. నిన్నటి ఆగ్రహం ఏమాత్రం చల్లారకపోవడంతో రాత్రంతా జాగరణే చేసాడు. ఇంతవరకూ జీవితంలో ఎప్పుడూ యుద్ధాలు ఓడిపోలేదు; కానీ ఈసారి అతనికి కావలసింది కేవలం విజయమే కాదు. ఆ కిరాయి సైనికుడిని గెలవడం కాదు; అతని శరీరంలోంచి ఊపిరిని లాగేయడంలోనే తన నిష్కృతి ఉంది.

అయోధ్య చక్రవర్తి తన సైన్యాన్ని సూచీవ్యూహంలో నిలిపాడు. ఎందుకంటే కరచాప కోటలో కుబేరుడి సైనికులు ముళ్ల పొదలను చుట్టూతా నాటారు.

కోట నగరంలోకి భూభాగం వైపు నుంచి దాడి చేయడం అసాధ్యం. దశరథుడి సైనికులు ముళ్ల పొదలను తొలగించి, మార్గం వేయగలరు. కానీ దానికి కొన్ని వారాలు పడుతుంది. కుబేరుడి సేనలు కరచాప కోట చుట్టూ భూమిని తగలబెట్టేసారు. అంటే తిండి, నీళ్లు దొరికే అవకాశం లేదు. కనక, తమ వద్ద ఉన్న ఆహారం అయిపోయేలోగానే దశరథుడు దాడి చేసి విజయం సాధించాల్సివుంది.

దాని కంటే ముఖ్యంగా దశరథుడి కోపం, అతని సహనాన్ని మింగేసింది. అందువల్ల, వెంటనే దాడి చెయ్యాలంటే, కరచాప కోటను ముట్టడించడానికి తమకున్న ఏకైక మార్గం, సముద్రపు ఒడ్డు. దాని గుండానే వెళ్లాలని నిర్ణయించుకున్నాడు.

ఈ సముద్రపు ఒడ్డు విశాలమైనదే అయినా, ఒక పెద్ద సేన పట్టేంత పెద్దది మాత్రం కాదు. అందుకే దశరథుడు సూచీ వ్యూహాన్ని ఎంచుకున్నాడు. చక్రవర్తితో సహా అత్యుత్తమ సైనికులు తొలి వరసలో నిలుస్తారు. వారి వెనక తక్కిన సైన్యం నిలబడుతుంది. ముందుగ మొదటి వరసవారు లంక సైన్యం పై దాడి చేస్తారు. ఇరవై నిమిషాల తర్వాత రెండో వరస వారు రంగంలోకి దిగుతారు. కుబేరుడి శత్రుసైన్యాన్ని తుదముట్టించే వరకు సప్తసింధు యోధులు అవిశ్రాంతంగా పోరాటం చేస్తారు.

అశ్వపతి తన అశ్వాన్ని కొంత ముందుకు తీసుకువెళ్లి దశరథుడి పక్కన ఆపాడు.

"మహారాజా. ఈ వ్యూహం పని చేస్తుందని మీకు నమ్మకం ఉందా' అడిగాడు.

"అసలు మీకు అనుమానం ఎందుకు వచ్చింది అశ్వపతీ' అన్నాడు దశరథుడు ఆశ్చర్యంగా. ఎప్పుడూ దాడికి ఉత్సాహపడే మామగారు ఇవాళ ఇలా మాట్లాడుతున్నాడేమని ఆశ్చర్యం కలిగింది దశరథుడికి. ఆయన జరిపిన దండయాత్రలన్నిటిలోనూ మామగారి పాత్ర చాలా ఎక్కువే.

అది కాదు. మనం మన సైన్యం సంఖ్యాబలాన్ని వాడాల్సినంతగా వాడుకోవడం లేదని నాకనిపిస్తోంది. అత్యధిక సైనికులు రెండో వరసలోఉంటారు. పోరులో తక్షణమే పాల్గొనడం లేదు. ముందు వరసలో ఉన్నది తక్కువమందే. అది తెలివైన పనేనంటావా?"

"తెలివైనా కాకున్నా, అదొక్కటే ఉపాయం' అన్నాడు దశరథుడు ధైర్యంగా. "మన మొదటి వరస వాళ్లు విజయం సాధించకపోయినా, తర్వాతి వరసలు కెరటాల్లా వచ్చి పడుతూనే ఉంటారు. కుబేరుడి సైన్యంలో ఆఖరివాడు

చచ్చేదాకా దాడి చేసేంత సైన్యం మనవద్ద ఉంది. కానీ అంత అవసరం ఉంటుందని నేననుకోను. నేను తొలిదాడిలోనే వాళ్లను అణచేస్తాను"

అశ్వపతి ఎడమ దిక్కు చూసాడు. కుబేరుడి నౌకలు సముద్రంలో రెండు కిలోమీటర్ల దూరంలో నిలిచివున్నాయి. అవి నిలుచున్న విధానం వింతగా ఉంది. ఒక్కొక్క నౌక తెరచాప మామూలు కంటే విశాలంగా ఉంది. 'ఈ యుద్ధంలో ఆ నౌకల పాత్ర ఏమిటో''

"ఏమీ ఉండదు' కొట్టిపారేసాడు దశరథుడు, మామగారి కేసి చూసి నవ్వుతూ. దశరథుడికి నౌకా యుద్ధాలలో అనుభవం ఉంది కానీ అశ్వపతికి లేదు. "ఆ మూర్ఖులు తమ పడవలను నౌకనుంచి దించాలని కూడ ఇంకా అనుకోలేదు. ఇలాగైతే, ఒకవేళ వాళ్లకు నౌక నిండా సైనికులున్నా, వాళ్లు అవసరమైనపుడు గబుక్కున రంగంలోకి దిగలేరు. ఆ పడవలను నీళ్లలోకి దింపి, సైనికులను వాటిలోకి ఎక్కించి, యుద్ధ రంగంలోకి తీసుకురావడానికి కొన్ని గంటలు పడుతుంది. ఈలోగా మనం కోటలో ఉన్న సైనికులను నిశ్శేషం చేసేస్తాం'

"కోట బయట ఉన్న సైనికులను' సరిదిద్దాడు అశ్వపతి, కరచాపవైపు వేలుపెట్టి చూపుతూ.

విచిత్రంగా రావణుడు పకడ్బందీగా కట్టిన కోటలోపల తనూ, సైనికులు క్షేమంగా ఉండే అవకాశాన్ని వదులుకున్నాడు. లోపల సైన్యాన్ని నియమించే బదులు, దాదాపు యాభైవేలమంది సైనికులను నగరం వెలుపల, సముద్రం ఒడ్డున నియమించాడు.

"ఇంత విచిత్రమైన వ్యూహాన్ని నేనెప్పుడూ చూడలేదు' అశ్వపతి, అప్రమత్తమవుతూ. "అతను తనకు సహజంగా లభించిన మంచి అవకాశాన్ని ఎందుకు వదులుకుంటున్నాడు? ఆ కోట గోడలు సైన్యాన్ని అంటుకుని వున్నాయి. యుద్ధభూమి వదిలి వెంటనే వెళ్లాల్సివస్తే వెనుదిరగడానిక్కూడా సందు లేదక్కడ. రావణుడు ఇలా ఎందుకు చేస్తున్నాడు?"

దశరథుడు కిసుక్కుమని నవ్వాడు. "వాడు మూర్ఖుడు కాబట్టి. నాకేదో తన ప్రత్యేకతను నిరూపించుకోవాలనుకుంటున్నాడేమో. చిట్టచివరికి అతని గుండెల్లో కత్తి దింపి నేనే నా ప్రత్యేకత నిరూపించుకుంటాను'

అశ్వపతి మళ్లీ కోట వెలుపల మోహరించిన రావణుడి సైన్యం కేసి చూసాడు. అంతదూరం నుంచి కూడా, తన వికృతరూపంలో ఉన్న శిరస్త్రాణం ధరించి, రావణుడు తన సేనను ముందుండి నడిపిస్తూండడం చూసాడు.

అశ్వపతి తమ సేనను ఒకసారి పరికించాడు. సైనికులు, అన్ని యుద్ధాల ముందూ చేసినట్లే గట్టిగా అరుస్తూ, నవ్వుతూ, శత్రుసైన్యంపై అసభ్య పదజాలంతో దుర్భాషలాడుతూ ఉన్నారు. తిరిగి రావణుడి సైన్యం కేసి చూసాడు. అక్కడ ఒక్క శబ్దం కూడ లేదు. ఒక్క కదలికా లేదు. నిశ్చలంగా మోహరించివున్నారు. సైనికుల క్రమశిక్షణ అంటే ఇలా ఉండాలని చెప్పేలా.

అశ్వపతికి ఒళ్లు జలదరించింది.

ఆ సైనికులు దశరథుడిని వలలో వేయడానికి ప్రయోగించిన ఎరలా ఉన్నారన్న ఆలోచనను తన మనసులోంచి తీసివేయలేకపోయాడు అశ్వపతి.

'నువ్వు వల వైపుకు వెళ్తున్న చేపవైతే, నీ జీవితానికి భరోసా లేదు' అనుకున్నాడు.

తన ఆలోచనలను దశరథుడికి చెప్పాలని అశ్వపతి అటు తిరిగాడు. కానీ అప్పటికే సప్తసింధు చక్రవర్తి అశ్వంపై వెళ్లిపోయాడు.

దశరథుడు తన సైన్యానికంటే ముందుగా అశ్వంపై వెళ్లాడు. తన సైనికులను ఆత్మవిశ్వాసంతో పరికించాడు. వాళ్లంతా యుద్ధంకోసం తహతహలాడుతున్న దుందుడుకు మూక. వాళ్ల గుర్రాలు కూడ ఉత్సాహంతో ఉరకలేస్తున్నాయి. సైనికులు వాటిని నిరోధించడానికి తంటాలు పడుతున్నారు. దశరథుడు, అతని సైన్యం తాము చంపబోయే సైనికుల రక్తం వాసనను అప్పుడే పసిగట్టగలుగుతున్నారు. ఎప్పటిలాగే విజయలక్ష్మి తమను వరించడానికి సిద్ధంగా ఉందని అనుకున్నారు. 'సంబరాలు జరుపుకుందాం. రండి"

కొంతదూరంలో రావణుడిని, అతని సేనలను చూడగానే దశరథుడికి శరీరమంతా ఆగ్రహంతో కంపించింది. తన ఖడ్గాన్ని పైకెత్తి, యుద్ధ నినాదం చేసాడు "అయోధ్యతా: విజేతరా:".

"అజేయ నగరపు విజేతలు"

సైన్యంలోని వారందరూ అయోధ్య పౌరులు కారు. కానీ కోసల రాజ్య పతాకం కింద యుద్ధం చేయడం గొప్ప అదృష్టంగా భావిస్తారు. ""అయోధ్యతా: విజేతర:".

దశరథుడు అశ్వాన్ని ముందుకు గెంతిస్తూ కత్తిని ఝుళిపిస్తూ 'అందరినీ సంహరించండి. దయ చూపకండి' అని అరిచాడు.

“దయ చూపకండి’ గట్టిగా అరుస్తూ, తొలి వరస వాళ్లు, భీతి ఎరగని తమ నాయకుడి వెంట అనుసరించారు.

అయితే, అప్పుడు వెల్లడైంది శత్రువ్యూహరచన ఆంతర్యం.

సప్తసింధు సూచీ వ్యూహంలో తొలి వరసలో ఉన్నారు దశరథుడు, అతని మేటి సైనికులు. వీళ్లు సముద్రం ఒడ్డు వైపు లంకసేనలపైకి దూకడం ఆరంభించగా, రావణుడి సేనలు మాత్రం అలాగే నిశ్చలంగా ఉన్నాయి. శత్రుసేనలు కొన్ని వందల మీటర్ల దూరంలో ఉండగా, అనూహ్యంగా రావణుడు తన అశ్వాన్ని వెనక్కి తిప్పి తొలివరస నుంచి వెనక్కి మళ్లాడు. ఇది దశరథుడి ఆగ్రహాన్ని ఇనుమడింపజేసింది. అతను గుర్రాన్ని అదిలించి, వేగం పెంచి ముందుకు కదిలాడు. రావణసేన తొలి వరసను ఛేదించి, అతన్ని చేరుకోవాలని బయల్దేరాడు.

రావణుడు ఊహించింది ఇదే. ఒక్కసారిగా లంక సైనికులు ఎలుగెత్తి అరుస్తూ, తమ చేతిలోని కత్తులను పడేసి, కింద నుంచి దాదాపు ఇరవై అడుగుల పొడవున్న ఈటెలను తీసుకున్నారు. చెక్క, లోహం కలిపి తయారుచేసిన ఈ ఈటెలు చాలా బరువుగా ఉన్నాయి. ఒక్కొక్కదాన్ని ఇద్దరు సైనికులు కలిసి ఎత్తాల్సి వచ్చింది. వీటి కొసన ఉన్న పదునైన ఇత్తడి మొనలను నేరుగా దశరథుడి అశ్వదళాలవైపుకు దూస్తూ ముందుకు కదిలారు. దీనిని ఏ మాత్రం ఊహించని అశ్వాలు, వాటిపై ఉన్న సైనికుల శరీరాల్లోంచి ఈటెలు దూసుకుపోయాయి. ఒక్కక్కరుగా ముందు వరసలోని అశ్వాలు, సైనికులు పడిపోతుండగా, వెనక వరసల్లో ఉన్న దశరథుడి సేనలు కదలలేక నిలిచిపోయాయి. ఈలోగా కరచాప కోట బురుజులపై నించున్న లంక సైనికులు అన్ని దిక్కులనుంచీ వారిపైకి బాణాలు వదిలారు.

ఈ విధంగా అశ్వాల నుంచి కిందపడిపోయిన దశరథుడి సైనికులు శత్రువులతో బాహాబాహీకి దిగారు. వారి నాయకుడు దశరథుడు ముందుండి, ఎదురొచ్చిన ప్రతి ఒక్కరినీ తన ఖడ్గంతో చీల్చి చెండాడాడు. అయితే తన సైనికులు, లంక సేనల బాణాల ధాటికీ, అద్భుతమైన ఖడ్గచాలనానికీ దాసోహమంటున్న వాస్తవాన్ని దశరథుడు గమనిస్తూనే ఉన్నాడు. దశరథుడు తన పక్కనున్న అనుచరులను, వెనక వరసల్లో ఉన్న సప్తసింధు సేనలను కూడ తొలి వరస వారి రక్షణకు వెంటనే రావాలని ఆదేశించమని సైగ చేసాడు.

కానీ పరిస్థితి క్షణక్షణానికీ క్షీణించసాగింది.

కొంత దూరంలో సముద్రంలో నౌకలపై ఉన్న సైనికులు ఒక్కసారిగా కదిలారు. సముద్రపు ఒడ్డు వైపుకు నావలను తీసుకువచ్చి, నిలిపారు.

మరుక్షణంలో ఓడల నుంచి వచ్చిన బాణాలు దట్టమైన దశరథుడి సే,నలపైకి దూసుకుపోయాయి. సప్తసింధు సేనలను లంక విలుకాళ్లు చీల్చిచెండాడారు.

దశరథుడి సేనలోని ఏ నాయకుడూ శత్రుసేనలు నౌకలను సముద్రం ఒడ్డున నిలబెట్టివుంటాయని ఊహించలేదు. అవి అక్కడ ఆగిన క్షణమే అక్కడి నేల వాటిని చీల్చివుండేది. కానీ వాళ్లకు తెలియని విషయమేమిటంటే కుబేరుడి నౌకానిర్మాణాధికారుల నైపుణ్యం వల్ల, సముద్రపు ఒడ్డుకు తాకినా, ఏ మాత్రం చెక్కు చెదరని నౌకలను వాళ్లు నిర్మించుకున్నారని. అవి ఎంత పకడ్బందీగా, వేగంగా సముద్రపు ఒడ్డును తాకాయంటే, అవి తాకగానే నౌకల్లోంచి ఒక వంతెన వంటిది తెరుచుకుంది. నౌకలోపల్నుంచి అశ్వారూఢులు ఆ వంతెన పై వేగంగా దూకుతూ ముందుకు వెళ్తూ ఒక్కసారిగా దశరథుడి సేనలపైకి దూసుకువచ్చారు. ఈ అశ్వాలు కూడ పశ్చిమ దేశాలనుంచి కొనుగోలు చేసిన ఉదాత్తమైన, దృఢమైన శరీరాలు కలవి. ఈ అశ్వదళాలు తమ దారిలో వచ్చిన అందరినీ తొక్కుతూ, నలిపేస్తూ ముందుకు వెళ్తున్నాయి.

ఈ దారుణమారణకాండని నిర్ఘాంతపోయి చూస్తూండగానే దశరథుడికి తన వెనక వైపు నుంచి మరో ఉత్పాతమేదో రానున్నట్టు అనిపించింది. ఎదురుగా యుద్ధంలో నిమగ్నమైన సేనలను చూస్తూనే, తన ఎడమవైపు ఏదోకదలిక తోచి, చటుక్కున పక్కకు జరిగాడు. లేకపోతే తృటిలో లంకసైనికుడి కత్తివేటుకు ఆయన తలతెగిపడేదే. కోపోద్రిక్తుడై అరుస్తూ, అయోధ్య మహారాజు తన పై దాడి చేసిన సైనికుడి కడుపులో కత్తిగుచ్చాడు. పొట్ట పగిలి, ప్రేవులు బయటపడి, రక్తం ఏరులై పారుతూండగా ఆ సైనికుడు నేలపై ఒరిగాడు.

సైనికుడిని నిర్దాక్షిణ్యంగా చంపిన తర్వాత ముందుకు వచ్చిన దశరథుడు ఎదురుగా కనిపించిన దృశ్యంతో అవాక్కయ్యాడు. అన్నివైపుల నుంచి లంక అశ్వికులు, విలుకాండ్రు. శత్రుసైనికుల దాడికి అతలాకుతలమైన అయోధ్య సేన నిస్తేజమై నిలిచిపోయింది. ఛిన్నాభిన్నం కావడమే కాదు; మెల్లిగా వెనుతిరిగి రణరంగం వదిలిపోవడానికి ఆయన సేన సన్నద్ధమవుతోంది.

"లేదు..' గర్జించాడు దశరథుడు. "పోరాడండి. పోరాడండి. మనం అయోధ్య వాసులం; అజేయులం' కేకలు పెట్టాడు దశరథుడు.

ఆ ఆవేశంలోనే తన చేతిలోని కత్తిని ఝుళిపిస్తూ, భీకరాకారంలో ఉన్న ఒక లంక సైనికుడిని ఒక్క వేటుతో నేలకొరిగించాడు దశరథుడు. వెంటనే వచ్చిన మరో సైనికుడి కేసి తిరుగుతూండగా, ఆయన చూపు ఈ వినాశానికంతటికీ కారకుడైన వ్యక్తిపై పడింది. అశ్వారూఢుడైన రావణుడు తన ఆశ్వికదళాన్ని

ముందుకు నడుపుతూ సముద్రతీరానికి ఎడమవైపు వెళ్తున్నాడు. తీవ్రకంఠంతో గర్జిస్తూ అయోధ్య పదాతిదళాలను చీల్చి చెండాడుతూ అతి వేగంగా కదులుతున్నాడు. ఇప్పుడిక అక్కడ జరుగుతున్నది యుద్ధం కాదు. దారుణ మారణహోమం.

దశరథుడికి తను యుద్ధంలో ఓడిపోయాడని అర్థమైంది. పరాజయం కంటే మరణమే తనకు సమ్మతం. కానీ ఒక ఆఖరి కోరిక ఉండిపోయింది. లంక సైన్యాధ్యక్షుడి తలను తెగగొట్టి, దానిపై ఉమ్మి వేయాలి.

"ఆ...' అని గట్టిగా అరుస్తూ, తన మీదికి వచ్చిన లంక సైనికుడిని ఒక్క దెబ్బతో కింద పడవేశాడు దశరథుడు. అతన్ని తన తోవ నుంచి పక్కకి నెట్టి, రావణుడి వైపు ఉరికాడు. ఇంతలో తన పిక్క కు దెబ్బ తగిలి, ఎముక విరగడం అతనికి తెలిసింది. యుద్ధనియమాలకు విరుద్ధంగా వెనక నుంచి దాడి చేసి తనను గాయపరచిన లంక సైనికుడివైపుకు ఆగ్రహంతో తిరిగి, అతన్ని అంగవిహీనుణ్ని చేసాడు దశరథుడు. ఈ లోగా అతని వీపు మీద దెబ్బ పడింది. ఆ దెబ్బకు ప్రతీఘాతం చెయ్యాలని వెనక్కి తిరిగాడు కానీ, విరిగిన కాలు నిలవనివ్వలేదు. కిందకు పడిపోతూండగా, ఛాతీలో కత్తి దిగింది. "ఎవరో తనను పొడిచారు'. కానీ ఆ కత్తి మరి లోతుగా దిగినట్టులేదు. లేక మరీ లోతుగా దిగినందువల్ల ఇంకా నొప్పి తెలీడం లేదా? దశరథుడి కళ్లు చీకట్లు కమ్మాయి. అతను నేల మీద పడకుండా మరో సైనికుడి శరీరం అడ్డువచ్చింది. కళ్లుమూసుకుపోతూండగా, దశరథుడు, తను అమితంగా ఆరాధించే భగవంతుడి రూపాన్ని, సూర్యదేవుణ్ని స్మరించాడు.

"ఈ అవమానాన్నిభరిస్తూ బతకడం నాకిష్టం లేదు దేవా.నన్ను చావనివ్వు"

ఇది భరించలేని విపత్తు

హతాశుడైన అశ్వపతి తన అతి సమర్థులైన అశ్వికులను వెంటబెట్టుకుని కుప్పలు తెప్పలుగా పడిన శవాల నడుమ, వేగంగా వస్తూ దశరథుడిని చేరుకున్నాడు. ఆయనకు తీవ్రంగా గాయలయ్యాయో, లేక మరణించాడో తెలియనట్టుగా ఉన్నాడు.

ఈ యుద్ధం తాము ఓడిపోయామని అశ్వపతికి తెలుసు. తన కళ్లెదురుగానే అత్యధిక సంఖ్యలో అయోధ్య సైనికులు కుప్పకూలిపోవడం చూసాడు.

ఇప్పుడతనికి కావలసింది, అయోధ్య మహారాజు, తన అల్లుడు అయిన దశరథుడిని రక్షించడం. తన కుమార్తె కైకేయి వితంతువు కావడానికి వీల్లేదు.

యుద్ధభూమి గుండా ప్రయాణిస్తూ, డాలు అడ్డం పెట్టుకుని ఇంకా కురుస్తున్న బాణాల వర్షంనుంచి తమని తాము రక్షించుకున్నారు.

“అదిగో అక్కడ' ఒక సైనికుడు అరిచాడు. ఇద్దరు సైనికుల మృత కళేబరాల మధ్య చలనరహితంగా ఉన్న దశరథుడిని చూసాడు అశ్వపతి. తన ఖడ్గాన్ని గట్టిగా పట్టుకుని ఉన్నాడు అశ్వపతి అల్లుడు. అశ్వపతి ఒక్క ఉదుటున గుర్రం దిగాడు. ఇద్దరు సైనికులు ప్రభువు రక్షణ కోసం గబగబా ముందుకు వచ్చారు. అశ్వపతి దశరథుడిని మోసుకువచ్చి, తీవ్రంగా గాయపడిన అతన్ని తన గుర్రంపై పడుకోబెట్టాడు. తను వెంటనే గుర్రం ఎక్కి వేగంగా దూసుకుపోయాడు. సైనికులకు అతన్ని అందుకోవడం కష్టమైంది.

కైకేయి తన రథం దగ్గర, ప్రశాంతవదనంతో నించుని వుంది. తండ్రి అశ్వం దగ్గరపడగానే ముందుకు వచ్చి, దశరథుడి శరీరాన్ని రథంపైకి లాగింది. బాణాల ధాటికి తీవ్రంగా గాయపడిన తన తండ్రికేసి ఆమె చూడనైనా లేదు. రథం ఎక్కి నాలుగు గుర్రాలను అదిలిస్తూ వేగంగా ముందుకు సాగింది.

“హేయ్” అని అరుస్తూ రథాన్ని ఆమె పరిగెత్తించిన వేగానికి ఇటూ అటూ ఉన్న పొదల్లోని ముళ్లు గుర్రాల శరీరాల్ని ఛిద్రం చేస్తున్నా ఆమె లెక్క చేయలేదు. వేగం తగ్గించలేదు. రక్తం ఓడుతూ ఆ గుర్రాలు ఎట్టకేలకు పొదలనుంచి బయటకువచ్చి మామూలు తోవపైకి వచ్చాయి.

కైకేయి ఒక్క క్షణం ఆగి, వెనక్కి చూసింది. ముళ్లపొదల తోవకు అవతలి తోవపై తన తండ్రి అతని సేనలు అశ్వాల మీద వెళ్తున్నారు; రావణుడి సేనలు వారిని వెంబడిస్తున్నాయి. కైకేయికి వెంటనే తన తండ్రి ఏం చేస్తున్నదీ అర్థమైంది. రావణుడి సైనికులను తనను వెంబడించకుండా మరలిస్తున్నాడు.

అప్పటికి మిట్ట మధ్యాహ్నం అయింది.

కైకేయి సూర్యుణ్ని తిట్టిపోసింది; “ ఎంతపని చేసావు సూర్యదేవా? నీకు అత్యంతవిధేయుడైన భక్తుడికి ఇలా జరుగుతూంటే చూస్తూ ఊరుకున్నావా?'

స్పృహలేకుండా పడివున్న తన భర్త పక్కన మోకాళ్లపై కూర్చుని, తన అంగవస్త్రం చింపి, ఎడతెరిపి లేకుండా ఉబుకుతున్న రక్తాన్ని అరికట్టడానికి ఛాతీ మీద గట్టిగా వత్తి కట్టింది. ఎంతో కొంత రక్తధారను ఆపిన తర్వాత, తిరిగి రథం పగ్గాలు పట్టుకుంది. ఆమెకు దుఃఖం ముంచుకు వస్తోంది. కానీ ఇది ఏడుస్తూ కూర్చునే సమయం కాదు. ముందు తన భర్తను కాపాడుకోవాలి. తను అప్రమత్తంగా ఉండాల్సిన తరుణమిది.

తన గుర్రాలకేసి చూసింది. వాటికి కూడ రక్తం ధారలు కడుతోంది. మాంసం ఊడిపోయి వేళ్లాడుతోంది. అవి అలసిపోయి ఎగవూపిరి పీలుస్తున్నాయి. కానీ వాటికి విశ్రాంతినివ్వడం కుదరదు. సమయం చాలదు.

"నన్ను క్షమించండి' వినీ వినబడనట్టుగా అంది కైకేయి, తన చర్నాకోలు పైకి ఎత్తుతూ.

గుర్రాల వీపు మీద దెబ్బ పడగానే అవి కదలడానికి నిరాకరించాయి.

"కదలండి' గట్టిగా అరుస్తూ మళ్లీ దెబ్బలు వేసింది కైకేయి.

ఎలాగైనా భర్తను కాపాడుకోవాలి.

అకస్మాత్తుగా వెనకనుంచి ఒక బాణం రివ్వున వచ్చి రథం ముందు భాగంలో దిగబడింది. కైకేయి గాభరాగా వెనక్కి తిరిగి చూసింది. రావణుడి ఆశ్వికుల్లో ఒకడు బృందం నుంచి విడిపోయి వీళ్ల వెంట వస్తున్నాడు.

కైకేయి తన అశ్వాలను కొడుతూ 'వేగంగా, ఇంకా వేగంగా.' అరిచింది.

అలా వాటిని కొడుతూ కూడా, సమయస్ఫూర్తితో కైకేయి తన భర్త శరీరానికి తన శరీరం అడ్డంగా ఉండేలా నించుంది.

"రావణుడి లాంటి దుర్మార్గుడు కూడా నిరాయుధురాలైన స్త్రీపై దాడి చేయడు' అనుకుంది.

కానీ ఆమె ఆశ నిరాశయింది.

బాణం రివ్వున వస్తున్న ధ్వని సొంతం వినబడకముందే ఆమె వీపులోకి అది దిగబడింది. ఎంత వేగంగా, తీవ్రంగ దిగబడిందంటే, ఆమె ఒక్కసారిగా ముందుకు తూలిపడింది. బాధతో ఎలుగెత్తి అరిచింది కైకేయి. కానీ వెంటనే తమాయించుకుంది. తిరిగి గుర్రాలను అదిలించింది. మరొక బాణం రివ్వుమంటూ వచ్చింది; కానీ ఆమె తలపక్కగా వెళ్లింది. కైకేయి తన భర్త చలనరహిత శరీరాన్ని ఆందోళనగా చూస్తూ గుర్రాలను మరింతగా అదిలించింది.

ఈసారి మరో బాణం వచ్చి, కైకేయి కుడిచేతిలోకి దిగబడింది; ఆమె చూపుడు వేలు తెగింది. ఆమె చేతుల్లోంచి చర్నాకోలు పట్టు సడలింది. ఆమె మరిన్ని గాయాలకు సిద్ధపడాలని మనసులో అనుకుంది. కానీ అరవలేదు; ఏడవలేదు.

కిందపడిన చర్నాకోలును ఎడమ చేత్తోపైకి ఎత్తింది. పగ్గాలను రక్తసిక్తమైన కుడిచేతికి మార్చుకుంది. మళ్లీ గుర్రాలను అదిలించింది.

'కదలండి వేగంగా. మీ చక్రవర్తి ప్రాణాలు మీ చేతుల్లో ఉన్నాయి" అరిచింది.

మళ్లీ బాణం రివ్వుమంటున్న శబ్దం. తను మరో గాయానికి సిద్ధపడాలనుకుంది. కానీ ఇంతలో కెవ్వుమన్న అరుపు వినిపించి వెనక్కి చూసింది. తన శత్రువు కంటిలోకి బాణం గుచ్చుకుంది. అతని వెనకే అశ్వారూఢులు వస్తున్నారు. తన తండ్రి, అతని విశ్వాసపాత్రులైన సైనికులు. వరసగా వీరు వేసిన బాణాలతో రావణుడి సైనికుడు గుర్రం మీదనుంచి పడిపోతూండగా, దాని రికాబులో అతని కాళ్లు ఇరుక్కున్నాయి. గుర్రం చాలా దూరం వరకూ అతన్ని లాక్కుంటూ వెళ్లింది. దారిపొడుగునా అతని తల రాళ్లకు కొట్టుకుంటూనే ఉంది.

కైకేయి మళ్లీ ముందుకు చూసింది. తనను గాయపరిచిన సైనికుడు ఇంత దారుణంగా చనిపోయినందుకు ఆనందించే వ్యవధి తనకు లేదు. ముందు దశరథుడిని కాపాడుకోవాలి.

గుర్రాలపై చర్నాకోలు దెబ్బలు పడుతూనే ఉన్నాయి.

“వేగంగా.. ఇంకా వేగంగా”

నీలాంజన శిశువు వీపు మీద నెమ్మదిగా చరుస్తోంది. కానీ శిశువు ఊపిరి పీల్చడం లేదు.

“ఊపిరి పీల్చు..”

అతి దీర్ఘమైన ప్రసవవేదన తాలూకు నీరసంతో కౌసల్య బిడ్డను ఆందోళనగా చూస్తోంది. మోచేతుల మీద లేచి కూర్చోవాలని ప్రయత్నించింది.

“ఏమైంది? నా పిల్లవాడికి ఏమైంది?’ అడిగింది.

“రాణిని పడుకోబెట్టలేవా?’ నీలాంజన తోటి చెలికత్తెతో అంది.

ఆ సహాయకురాలు గబగబా రాణి దగ్గరికి వచ్చి ఆమెను పడుకోబెట్టడానికి ప్రయత్నించింది. కానీ కౌసల్య లొంగలేదు. “వాణ్ని నాకివ్వు’ అంది.

“మహారాణీ..’ నీలాంజన, కళ్లల్లో కన్నీళ్లు నిండుతూండగా, గొణిగింది.

“వాణ్ని నాకివ్వు”

“కానీ..”

“నాకివ్వమన్నానా?’

నీలాంజన ఇక తప్పక, జీవరహితంగా ఉన్న పసివాణ్ని తెచ్చి కౌసల్య పక్కన పడుకోబెట్టింది. కౌసల్య ఆ నిశ్చేతనుడైన శిశువును ఎదకు హత్తుకుంది. తక్షణమే శిశువు కదిలి, పొడవుగా ఉన్న కౌసల్య జుట్టు పట్టుకున్నాడు.

"రామా' అంది కౌసల్య గట్టిగా.

ఒక్క సారిగా గట్టిగా ఏడ్చి, రాముడు ఊపిరి పీల్చాడు. ఈ భూమిపై అతని మొదటి ఊపిరి.

"రామా' మళ్లీ అరిచింది కౌసల్య, కన్నీళ్లు చెక్కిళ్లను తడిపేస్తూండగా.

రాముడు తల్లి జుట్టును పట్టుకుని లాగుతూ, పాలు తాగడం ప్రారంభించాడు.

నీలాంజన ఒక్కసారిగా పట్టలేని ఆనందంతో ఏడ్చింది. తన యజమానురాలు అందమైన మగపిల్లవాడిని కనింది. రాకుమారుడు జన్మించాడు.

ఆనందంతో వివశురాలవుతున్నా, నీలాంజన తన శిక్షణను మరచిపోలేదు. ఆ గది మూలకు ఆ జాములో వెలిగించే దీపాన్ని చూసింది, సరిగ్గా జన్మ సమయం నిర్ధారించేందుకు. రాజాస్థాన జ్యోతిష్కుడు తప్పక ఈ సమాచారం అడుగుతాడు. సమయాన్ని గమనించేసరికి ఆమె ఊపిరి పీల్చడం మరచిపోయింది.

"రుద్రదేవా.. దయవుంచు" అనుకుంది.

అప్పటికి సరిగ్గా మిట్ట మధ్యాహ్నం అయింది.

—— ——

"దీని అర్థమేమిటి?' అడిగింది నీలాంజన

జ్యోతిష్కుడు నిశ్చలంగా కూర్చున్నాడు.

సూర్యుడు అస్తమించడానికి సిద్ధంగా ఉన్నాడు. కౌసల్య, రాముడు గాఢనిద్రలో ఉన్నారు. నీలాంజన అస్థాన జ్యోతిష్కుడి గదికి వెళ్లింది, రాముడి భవిష్యత్తును తెలుసుకోవడానికి.

"ఈ బాలుడు మిట్ట మధ్యాహ్నానికి ముందు జన్మిస్తే చరిత్రలో గొప్పవాడిగా నిలిచిపోతాడని మీరన్నారు. అలాగే మధ్యాహ్నానంతరం పుడితే, ఎంతో దురదృష్టం మూటగట్టుకుంటాడనీ, అతని వ్యక్తిగతజీవితంలో ఆనందం ఉండదనీ అన్నారు.."

"అతను నిజంగా సరిగ్గా మధ్యాహ్నామే పుట్టాడా? ముందు, తర్వాత కాదా?' జ్యోతిష్కుడు అడిగాడు.

"నేను సరిగ్గా చూసాను. మధ్యాహ్నం పన్నెండు గంటలకే"

జ్యోతిష్కుడు నిట్టూర్చి, మళ్లీ ఆలోచనలో పడ్డాడు.

“దీని అర్థమేమిటి? అతని భవిష్యత్తు ఎలా ఉంటుంది? చాలా గొప్పవాడవుతాడా? లేక దురదృష్టవంతుడౌతాడా?’ నీలాంజన అడిగింది.

“నాకు తెలీదు”

“అదేమిటి? మీకు తెలీకపోవడమేమిటి?’

“అంటే నాకు తెలీదనే’ చికాకును కప్పిపుచ్చుకుంటూ అన్నాడు.

నీలాంజన కిటికీ బయటకు, రాజభవనం తోటలు విస్తరించిన ఎకరాల కొద్దీ భూమిని చూసింది. రాజభవనం అత్యంత ఎత్తయిన నిర్మాణం. మొత్తం అయోధ్యలోనే ఇంత ఎత్తులో ఉన్న నిర్మాణం లేదు. కిటికీ బయట ఉన్న నీటిని చూస్తూండగ తనేం చెయ్యాలో ఆమెకు బోధపడింది. జననసమయాన్ని లెక్కగట్టి చెప్పడం తన విధి. కానీ సరిగ్గా మధ్యాహ్నమని తను చెప్పాల్సిన పని లేదు. ఎవరికైనా ఎలా తెలుస్తుంది? ఆమె ఒక నిర్ణయానికి వచ్చింది. రాముడు మిట్టమధ్యాహ్నానికి ముందే పుట్టాడు.

ఆమె జ్యోతిష్కుడి కేసిచూసింది. “బిడ్డ జనన సమయం గురించి మీరు ఎవ్వరితోనూ చెప్పకూడదు”

అతని విధేయత నీలాంజనకే

‘అలాగే” అన్నాడు.

అధ్యాయం 4

మహర్షి వశిష్టుడు అయోధ్య కోట ద్వారాలను సమీపించాడు. అతని అంగరక్షకులు కొద్ది దూరంలో వెనకే ఉన్నారు. ద్వారపాలకులు ఆశ్చర్యపోయారు, రాజగురువు ఇంత పొద్దున్నే ఎక్కడికి బయల్దేరారని.

భద్రతాదళాల అధికారి చేతులు జోడిస్తూ జ్ఞానవంతుడైన ఆయన్ని సంబోధించాడు.

'మహర్షీ'

వశిష్టుడు ఆగకుండానే అతని వందనాన్ని స్వీకరించాడు.

ఆయన సన్నగా, పొడుగ్గా ఉన్నాడు. ఆయన ధోవతి, అంగవస్త్రం స్వచ్ఛంగా, తెల్లగా ఉన్నాయి. అతని శిరస్సుపై బ్రాహ్మణులు వేసుకునే ముడి మినహా మరే వెంట్రుకలు లేవు. తెల్లటి గడ్డంతో, నెమ్మదిగా, శాంతంగఉన్న కనులతో, పూర్తిగా ఆత్మశాంతిని సాధించిన వ్యక్తిలా ఉన్నాడు.

అయినప్పటికీ, అభేద్యమైన అయోధ్యానగరం చుట్టూ ఉన్న పెద్ద కాల్వ వైపుకు నడుస్తూండగా వశిష్టుడు సాలోచనగా కనిపించాడు. తన కర్తవ్యాన్ని గురించి ఆయన ఆలోచిస్తున్నాడు.

ఆరేళ్ల క్రితం రావణుడి పాశవిక దాడులు సప్తసింధు సైన్యాన్ని నిర్వీర్యం చేసాయి. దీనివల్ల అయోధ్య ప్రతిష్ట దిగజారిన మాట నిజమేగానీ, ఉత్తరభారతం లోని మరే రాజ్యమూ అయోధ్య సార్వభౌమాధికారాన్ని సవాలు చేయలేదు. దానికి కారణం ఆ దాడిలో వాళ్ల సేనలు కూడ నశించడమే. కనకే బలహీనపడినప్పటికీ, అయోధ్య ప్రభువే సప్తసింధు చక్రవర్తిగా మిగిలాడు. కాకపోతే శక్తి తగ్గిన, సంపద తగ్గిన చక్రవర్తి.

దయాహీనుడైన రావణుడు అయోధ్య నుంచి తనకు కావలసింది తీసుకున్నాడు. లంక అంతకు ముందు వరకూ చెల్లిస్తున్న వాణిజ్యలాభాలను పదో వంతుకు తగ్గించేసాడు. అంతే కాక, సప్తసింధు నుంచి లంక కొనుగోలు

చేసే వస్తువులను తక్కువ ధరకే కొనుగోలు చేస్తున్నాడు. దీనితో అనివార్యంగా లంక సంపద పెరిగింది; అయోధ్య తదితర ఉత్తర భారత రాజ్యాల రాబడి తగ్గి, పేదరికం మొదలైంది. వదంతులను బట్టి చూస్తే, రావణుడి లంకలో వీధులపై బంగారం రాసులు పోసారని చెప్పుకుంటారు.

వశిష్టుడు తన అంగరక్షకులను ఆగమని సైగ చేసాడు. భవనం పైభాగంలోకి నడిచాడు వశిష్టుడు. అక్కడినుంచి కాల్వ చక్కగా కనిపిస్తుంది. ఒకప్పుడు ఈ కాల్వ అపారమైన అయోధ్య ఐశ్వర్యానికి ప్రతీకగా ఉండేది. అయితే ఇప్పుడు పేదరికానికీ, పతనానికీ సంకేతంగా ఉంది.

ఈ కాల్వను కొన్ని శతాబ్దాల కింద ఆయుతాయుష్ చక్రవర్తి పాలనలో, సరయూ నదీ జలాలతో తవ్వారు. అప్పుడు దాని విస్తృతి దేవలోకాన్ని తలపించేది. దాదాపు యాభై కిలోమీటర్ల దూరానికి వ్యాపించి అయోధ్య నగరం గోడలలో మూడోవంతు చుట్టూ ప్రవహించేది. దాని వైశాల్యం కూడ ఎక్కువే. దాదాపు రెండున్నరకిలోమీటర్ల ఒడ్డు ఉండేది. దానిలో నీటి నిల్వ సామర్థ్యంకూడ ఎక్కువే కావడంతో, చుట్టు పక్కల సామ్రాజ్యాలకు తగనంత నీరు లభించేది కాదు. అయితే వారి అభ్యంతరాలను శక్తిమంతులైన అయోధ్య యోధులు అణచివేసారు.

ఈ కాల్వ ప్రయోజనాల్లో ముఖ్యమైంది సైనిక చర్యలకు తోడ్పడడం. ఒకరకంగా చెప్పాలంటే ఇది కందకం లాంటిది. కందకాలకే కందకమని చెప్పవచ్చు. ఎందుకంటే నగరాన్ని అన్నివైపుల నుంచీ రక్షించేదిగా ఉండేది. అయోధ్యపై దాడి చేయదలచుకున్నవారు నదిలా విస్తారమైన కందకంలో పడవ నడుపుకుంటూ రావాల్సివుంటుంది. నిజంగా ఏ మూర్ఖులైనా ఆ ప్రయత్నం చేస్తే, అభేద్యమైన ఈ నగరం ఎత్తైన గోడల మీద నుంచి శరపరంపరగా ఆయుధాలు దాడి చేస్తాయి. ఈ కాల్వపై నాలుగు ప్రధానమైన దిశల్లో నాలుగు వంతెన లున్నాయి. ఈ వంతెనలనుంచి ఏర్పడే నాలుగు వీధులు నగరంలోకి నాలుగు అతిపెద్ద ద్వారాల ద్వారా కలుస్తాయి. ఇవి ఉత్తరద్వారం, దక్షిణ ద్వారం, తూర్పు ద్వారం, పడమర ద్వారం. ఒక్కొక్క వంతెనా రెండుగా విభజింపబడింది. ఒక్కొక్క విభాగానికి స్వంత నిర్మాణం ఉన్నందువల్ల, కాలవ వద్దే ఆత్మరక్షణకు రెండు స్థాయిలలో అవకాశం ఉంది.

అయినప్పటికీ, ఈ కాల్వను కేవలం ఒక ఆత్మరక్షణాత్మక నిర్మాణంగా భావించడం పొరబాటవుతుంది. అయోధ్యవాసుల దృష్టిలో అది ఒక మతపరమైన పవిత్ర ప్రతీక. ఎంతోపెద్దదైన ఆ కాలువ, అందులోని ప్రశాంతంగా కనిపించే నీరు, వారికి సముద్రాన్ని గుర్తుకు తెస్తాయి. ఈ

చరాచర సృష్టి ప్రారంభంలో ఉన్న అతి పురాతన సముద్రాన్ని, శూన్యం నుంచిపుట్టిన దాన్ని గుర్తుకు తెస్తాయి. సృష్టి ఆరంభంలో కోట్లాది సంవత్సరాల క్రితం అనాది సముద్రం ఉండేదనీ, అప్పుడు ఈ విశ్వం ఏకం అంటే ఒక్కటిగా ఉండేదనీ, అది అణువణువులుగా విడిపోవడం ద్వారా ఈ సృష్టి చక్రం ప్రారంభమైందనీ అందరూ నమ్ముతారు.

అభేద్యమైన అయోధ్య నగరం తనని తాను పరమాత్ముడి స్వరూపంగా భావించుకుంటుంది. తొలుత ఏకంగా పిలవబడి అనంతర కాలంలో బ్రహ్మంగానూ, పరమాత్ముడిగానూ పిలవబడే భగవంతుడి స్వరూపమే తానని అనుకుంటుంది. పరమాత్ముడు అన్ని జీవరాశుల్లోనూ, చరాచరజగత్తులోని అణువణువులోనూ కొలువై ఉంటాడని ప్రతీతి. కొందరు స్త్రీపురుషులు తమలోని పరమాత్మను ఉత్తేజపరచడం ద్వారా దేవతలయ్యారు. ఈ దేవతలకు అయోధ్య నగరమంతటా ఆలయాలను నిర్మించి, శాశ్వతరూపం కల్పించారు. ఈ దేవతల కోసమే కాల్వలో చిన్న చిన్న ద్వీపాలను ఏర్పరచి, వాటిలో ఆలయాలను నిర్మించారు.

అయితే, ఈ పుక్కిటి పురాణాలు, ప్రతీకాత్మకతలూ పక్కన పెడితే, నిజానికి ఈ కాల్వను కేవలం ఉపయోగ దృష్టితో నిర్మించారని వశిష్ఠుడికి తెలుసు. ఉద్రిక్తస్వభావురాలైన సరయూ నదినుంచి వచ్చే నీటి వల్ల వరదలు రాకుండా నిరోధించడమే ఈ కాలవ పరమ ప్రయోజనం. ఉత్తర భారతంలో ఆనాడు వరదముప్పు చాలా ఎక్కువే.

అంతే కాక, ఇక్కడి నీరు నిశ్చలంగా ఉండడం వల్ల, నీరు తోడుకోవడం కూడ సులువే, సరయూ నది తీవ్ర స్వభావం వల్ల అక్కడ నీళ్లు తోడుకోవడం సులభం కాదు. అలా ఈ కాలువ నుంచి మరిన్ని చిన్న చిన్న కాలవలను తవ్వి పంటపొలాలకు అందించడం వల్ల, అయోధ్యలో వ్యవసాయం బాగా అభివృద్ధి చెందింది. పంట ఫలాలు గణనీయంగా పెరగడం వల్ల, చాలా మంది రైతులకు పొలం దున్నేపని గణనీయంగా తగ్గింది. కోసల సామ్రాజ్యమంతటికీ ఆహారం అందించడానికి కొందరు రైతుల శ్రమే సరిపోయేది. దీనితో అదనంగా ఉన్న శ్రామిక వర్గాన్ని సైనికులుగా తీసుకున్నారు. వీరికి ప్రతిభావంతులైన యోధులు శిక్షణనివ్వడంతో పరాక్రమవంతమైన గొప్ప సైన్యం తయారైంది. అలా, కోసల దేశం, దాని చుట్టుపక్కల వున్న భూములన్నిటినీ స్వాధీనం చేసుకుంది. చివరకు కీర్తిమంతుడైన రఘుమహారాజు, అంటే దశరథమహారాజు తాతగారు, తన హయాంలో యావత్తు సప్తసింధు ప్రాంతాన్నీ స్వాధీనం చేసుకుని, చక్రవర్తి సార్వభౌముడిగా వెలుగొందాడు.

కోసల సామ్రాజ్యంలోకి సంపద ఇబ్బడి ముబ్బడిగా తరలి రావడం వల్ల, క్రమంగా దేవాలయాలు, భవనాలు, బహిరంగ స్నానశాలలు, రంగస్థల వేదికలు, విక్రయశాలలు నిర్మించే పని విస్తరించింది. అయోధ్య అధికారాన్ని, శక్తినీ ప్రతిబింబించే ఈ కట్టడాలు రాళ్లలో చెక్కిన కావ్యాల్లాంటివి. వీటిలో ఒకటి కాలవ లోపలి ఒడ్డు మీద ఉన్న అతి పెద్ద డాబా నిర్మాణం. గంగా నదికి అవతలి నుంచి తీసుకువచ్చిన ఎర్రరాతితో నిర్మించిన డాబా అది. దీని పైకప్పు సుందరంగా చెక్కబడ్డమే కాక, ఎడతెగకుండా వచ్చే అతిథులకు నీడనిచ్చే వసతిగా కూడ పని చేస్తుంది.

పైకప్పు లోని ప్రతి అంగుళం మీదా చిత్ర విచిత్ర వర్ణాలలో పురాణ దేవతలైన ఇంద్రుడు, అయోధ్య పూర్వ చక్రవర్తుల చిత్రాలు, ఇక్ష్వాకుడి వరకు చెక్కబడివున్నాయి. పైకప్పు వేర్వేరు భాగాలుగా విభజింపబడివుంది. వీటన్నిటికీ కేంద్రబిందువుగా అతి పెద్ద ప్రమాణంలో కిరణాలు వెదజిమ్ముతున్న సూర్యభగవానుడి రూపు చెక్కబడివుంది. ఇది ప్రతీకాత్మక చిత్రణ. ఎందుకంటే అయోధ్య రాజులు సూర్యవంశజులు. కిరణాలు అన్ని దిక్కుల్లోనూ వ్యాపించాయన్న సూచన, అయోధ్య రాజుల ప్రతిష్ట, అధికారం ఎల్లెడలా వ్యాపించాయనడానికి ప్రతీక. ఇదంతా పాత కథ; లంకా రాక్షసుడు ఒక్క దెబ్బతో వీరి ప్రతిష్టను నిర్వీర్యం చేసిన సంఘటనకు పూర్వపు సంగతి.

వశిష్టుడు సుదూరంలో కనిపిస్తున్న అనేక కృత్రిమ ద్వీపాల్లో ఒకదాని కేసి చూస్తూ నించున్నాడు. ఈ ద్వీపంలో తక్కిన ద్వీపాల్లోలా ఆలయాలు లేవు. వేర్వేరు దిశల్లో చూస్తున్న మూడు భారీ ప్రతిమలున్నాయి. ఒకటి సృష్టి కర్త బ్రహ్మదేవుడిది; ఆయన అతి గొప్ప శాస్త్రవేత్త. వేదకాలంనాటి జీవితాన్ని తీర్చిదిద్దిన అనేక విషయాలను ఆయనే కనిపెట్టాడని అంటారు. అతని శిష్యులు అతను రూపొందించిన సూత్రాల అనుగుణంగానే జీవిస్తారు: ఆ సూత్రాలే అపరిమిత జ్ఞానతృష్ణ, సమాజానికి నిస్వార్థసేవ. వీరే, అనంతరకాలంలో, బ్రాహ్మలు, లేదా బ్రాహ్మణులనే తెగగా రూపొందారు.

బ్రహ్మ ప్రతిమకు కుడివైపున్నది ఆరో విష్ణువుగా పరిగణింపబడే పరశురామదేవుడి ప్రతిమ. కాలక్రమంలో ఒక జాతి జీవితంలో అసమర్థత, అవినీతి, మతోన్మాదం వంటివి మొదలై సమాజాన్ని అతలాకుతలం చేసినపుడు, సామాజిక గమనాన్ని సరిచేసే ఒక నాయకుడు ఉద్భవిస్తాడు. అలా మంచిని ప్రచారం చేసే నాయకుడిని విష్ణువని పిలుస్తారు. . ఈ విష్ణువులను భగవంతులుగా కొలుస్తారు. ఇంతకు పూర్వం విష్ణువు అవతారమైన పరశురామదేవుడు, అంతకు ముందు హింసాత్మక స్థితికి దిగజారిన క్షత్రియ

పాలనకు స్వస్తి చెప్పి, జ్ఞాన తృష్ణకు దారితీసే బ్రాహ్మణయుగానికి నాంది పలికాడు.

ఆ పరశురాముడి ప్రతిమకు పక్కన, బ్రహ్మకు ఎడమ పక్కన త్రిమూర్తుల సంఖ్యను పరిపూర్ణం చేస్తూ రుద్రదేవుడు, అంటే మహదేవుడి ప్రతిమ ఉంది. పాపవినాశకులకు రుద్రుడని పేరు. మానవజాతిని కొత్త జీవితానికి మార్గనిర్దేశనం చేయడం రుద్రదేవుడి పని కాదు. అది విష్ణువుది. ఇతని పనల్లా చెడును, పాపాన్ని గుర్తించి, ధ్వంసం చేయడం. ఒకసారి చెడు నాశనమైతే, మంచి ద్విగుణీకృత శక్తితో ముందుకు వస్తుంది. విష్ణువులా రుద్రదేవుడు భారతదేశానికి చెందిన వాడు కాదు. అయివుంటే అతను అక్కడ తనవాళ్లు, పరులు అనే తేడా చూపించే అవకాశం ఉండేది. చెడుని చెడుగా చూడాలంటే అతను బయటివాడై ఉండాలి; రుద్రదేవుడు భారతదేశం పశ్చిమ సరిహద్దులకు ఆవల వున్న పరీహా భూములనుంచి ఇక్కడికి వచ్చాడు.

వశిష్టుడు ఈ త్రిమూర్తులకు నమస్కరిస్తూ, నేలపై శిరస్సునుంచాడు. తర్వాత తలెత్తి చేతులు జోడించి, నమస్కారం చేసాడు.

"నాకు మార్గం చూపించండి, త్రిమూర్తులారా' వేడుకున్నాడు వశిష్టుడు 'ఎందుకంటే నేనిప్పుడు తిరుగుబాటు చేయబోతున్నాను"

ఒక్కసారిగా గాలి వశిష్టుడి చెవిలోకి దూరింది. నిర్మాణంలో ఉపయోగించిన గచ్చు ఊడిపోతోంది. నిర్మాణాన్ని యథారూపంలో ఉంచేందుకు, మరమ్మత్తులు చేసేందుకు అయోధ్యకు తగినంత నిధులు లేవు. బ్రహ్మ, పరశురాముల ప్రతిమల కిరీటాల పై బంగారు పూత పెచ్చులూడిపోతున్నాయి. డాబాలోని చిత్రపటాలు కూడ విరిగిపోతున్నాయి. చాలా చోట్ల ఎర్రరాతితో నిర్మించిన కట్టడం విరిగిపోతోంది. అసలు కాల్వకే తగినంత మరమ్మత్తులు లేనందువల్ల ఎండిపోతోంది; ఈ పనులన్నిటికీ అయోధ్య రాజ్యంలో అవసరమైన నిధులు లేనట్లుంది.

ఇక్కడ సమస్య నిధులు లేకపోవడం ఒక్కటే కాదు; సంకల్పబలం లేకపోవడమేనని వశిష్టుడికి తెలుసు. కాల్వలో నీళ్లు తగ్గేకొద్దీ ఆ భూమి మీద కబ్జాలు ప్రారంభమయ్యాయి. అయోధ్య జనాభా ఎంతగా పెరిగిందంటే నగరం పొట్ట పగిలేంత. కొన్నేళ్ల క్రితం ఈ కాల్వకు ఇలాంటి అవమానం జరుగుతుందన్నా, పేదలకు ఇళ్లు కట్టడం ఆగిపోతుందన్నా బహుశా ఎవ్వరూ నమ్మివుండరు. కానీ అదే జరిగింది.

"పరశురామదేవా. మాకు కొత్త జీవిత విధానం కావాలి. నా మహోన్నత దేశం దేశభక్తుల రక్తస్వేదాలతో పునీతమవ్వాలి. అంటే విప్లవకారులు

కావాలి. దేశభక్తులను విప్లవకారులనడం మామూలే. కానీ చరిత్రే వారి స్థానాన్ని నిర్ణయిస్తుంది.'

వశిష్టుడు వంగి, కాల్వ నుంచి వచ్చిన మట్టిని తీసుకుని తన బొటనవేలితో నుదుటిపై తిలకం దిద్దుకున్నాడు. "*ఈ నేల నా జీవితం కంటే నాకు విలువైనది. నాకు నా దేశమంటే అమితమైన ప్రేమ. నా భారతదేశాన్ని నేను ప్రేమిస్తాను. దానికోసం ఏం చెయ్యాల్సివచ్చినా చేస్తానని ప్రమాణం చేస్తున్నాను. నాకు ధైర్యాన్నివ్వు, మహాదేవా*"

ఇంతలో ఒక భజన వినిపించి వశిష్టుడు పక్కకి తిరిగి చూసాడు. కొంత దూరంలో, దివ్యత్వవర్ణమైన నీలిరంగు దుస్తుల్లో ఒక గుంపు భజన గానం చేస్తూ వెళ్తోంది. ఇటీవల ఇలాంటి దృశ్యాలు అరుదే. సంపద, వైభవాలతో పాటు సప్తసింధు ప్రజలు తమ ఆధ్యాత్మిక ఆర్తిని కూడ కోల్పోయారు. తమ దేవతలు తమని వదిలేసారని వాళ్ల భావన. లేకుంటే తమకు ఇన్ని కష్టాలెందుకు?

ఆ భజనబృందం ఆరో విష్ణువు పేరును స్మరిస్తున్నారు.

"రామ్, రామ్, రామ్ బోలో; రామ్ రామ్ రామ్ రామ్ బోలో. రామ్ రామ్ రామ్"

ఇది చాలా మామూలు మంత్రం. 'రామనామం జపించండి"

వశిష్టుడు తన ఆశలన్నీ ఆరో విష్ణువు మీదే పెట్టుకున్నాడు. ఆరేళ్ల అయోధ్య రాకుమారుడు రాముడు. కౌసల్యను రాముడి పేరును రామచంద్రుడిగా పెంచమని అతనే సూచించాడు. కౌసల్య తండ్రి, దక్షిణ కోసల రాజు భానుమన్ , తల్లి కురువంశానికి చెందిన మహేశ్వరి చంద్రవంశానికి చెందిన వారు. రాముడి తల్లివైపు నుంచి కూడా పేరు పెట్టుకోవడం మంచిదని వశిష్టుడి భావన. రామచంద్ర అంటే అందమైన ముఖం కలిగిన అని అర్థం. చంద్రుడి కాంతి సూర్యుడి నుంచి పరావర్తనం చెందిందన్న విషయం తెలిసిందే. కవితాత్మకంగా చెప్పాలంటే సూర్యుడు ముఖమైతే, చంద్రుడు అతని ప్రతిబింబం. మరైతే, చంద్రుడి సొగసుకు కారకుడెవడు? **సూర్యుడే.** అలా చూసుకుంటే ఈ పేరు సముచితమే; రామచంద్రుడు సూర్యవంశనామం కూడ అవుతుంది, తండ్రి దశరథుడిలా.

పేరు మనిషి అదృష్టాన్ని నిర్ణయిస్తుందన్నది ప్రాచీనుల నమ్మకం. అందుకే తల్లిదండ్రులు పిల్లల పేర్ల విషయంలో ఎంతో శ్రద్ధ తీసుకుంటారు. పిల్లలకు తమ పేరే ఒక విధంగా స్వధర్మమవుతుంది. అతని ఆశయమవుతుంది. ఆ

విధంగా ఆరో విష్ణువు పేరిట పెట్టిన నామం వల్ల ఈ బాలుడి ఆశయాలు చాలా ఉన్నతంగా ఉంటాయని తెలుస్తూనే ఉంది.

వశిష్టుడు ఆశలు పెట్టుకున్న పేరు మరొకటి ఉంది. అది భరతుడు. రాముడి కంటే ఏడు నెలలు చిన్నవాడైన తమ్ముడు. అతని తల్లి కైకేయికి, తను దశరథుడిని యుద్ధభూమి నుంచి రక్షించి తీసుకువెళ్తున్నప్పుడు గర్భవతినన్న విషయం తెలీదు. కైకేయి చాలా మొండిదనీ, ఉద్రేకస్వభావం కలిగినదనీ వశిష్టుడికి తెలుసు. ఆమెకు తన గురించి, తనకు కావలసిన వారి గురించి ఆశలు, ఆకాంక్షలు ఎక్కువే. పట్టిపురాణి కౌసల్య తన కుమారుడికి అంత ఉన్నతమైన పేరు పెట్టడాన్ని ఆమె సహించలేకపోయింది. అందుకే తన కొడుకుకు, శతాబ్ది క్రితం దేశాన్ని ఏలిన చంద్రవంశపు రాజు భరతుడి పేరు పెట్టుకుంది.

పురాతన కాలం నాటి ప్రభువు భరతచక్రవర్తి సూర్య, చంద్ర వంశీయులను ఒకే గొడుగు కిందికి తీసుకువచ్చాడు. అప్పుడప్పుడు గిల్లి కజ్జాలు తప్పిస్తే, ఈ రెండు వంశాల వారూ ఆ రోజుల్లో సఖ్యంగానే ఉండే వారు; ఈ పరిస్థితి స్థిరంగా ఉంది కూడ. దానికి చక్కని ఉదాహరణ, దశరథుడు రెండు వంశాలకు చెందిన కౌసల్య, కైకేయిలను వివాహమాడడమే. ఆ మాటకొస్తే చంద్రవంశరాజు, కైకేయి తండ్రి అశ్వపతి దశరథ చక్రవర్తికి అతి సన్నిహిత సలహాదారుడు.

"ఈ రెండు పేర్లలో ఒకటైనా చాలు నా లక్ష్యసాధనకు"

వశిష్టుడు మళ్లీ పరశురాముడి చిత్రపటంకేసి, చూసాడు, దానిలోంచి శక్తిని కూడదీసుకుంటున్నాడా అన్నట్టు.

"నేను తప్పు చేస్తున్నానని వారంతా అనుకుంటారని తెలుసు. నా ఆత్మను వాళ్లు శపించవచ్చు కూడా. కానీ, మహాప్రభూ, నువ్వే ఒకసారి అన్నావు – ఒక నాయకుడు తన ఆత్మకంటే ఎక్కువగా తన దేశాన్ని ప్రేమించాలని"

వశిష్టుడు తన అంగవస్త్రంలో దాచిన ఖడ్గాన్ని పైకి తీసాడు. దాన్ని పట్టుకుని, దాని మీద ప్రాచీన లిపిలో రాసిన పేరు చూసాడు "పరశురామ్.

గట్టిగా నిట్టూరుస్తూ కత్తిని ఎడమచేతిలోకి మార్చుకుంటూండగా అది అతని చూపుడువేలుకు గుచ్చుకుంది. బొటనవేలితో దాన్ని నొక్కిపెట్టి కొన్ని రక్తం చుక్కలు కాల్వలోకి జారిపడేలా చేసాడు.

"ఈ రక్తంపై ప్రమాణం చేసి చెబుతున్నాను. నేను సంపాదించిన జ్ఞానమంతటితో నా విప్లవాన్ని విజయవంతం చేస్తాను. లేదా ఆ ప్రయత్నంలో ప్రాణాలు వదులుతాను"

వశిష్టుడు చివరిసారిగా పరశురాముడి చిత్రపటాన్ని చూసి, అభివాదం చేసి నమస్కరించి, అతని అనుయాయుల ధోరణిలో నెమ్మదిగా, తగ్గు స్వరంలో అన్నాడు "జై పరశురామ్'.

"పరశురాముడికి జయమగుగాక"

—

అధ్యాయం 5

మహారాణి కౌసల్య ఆనందంగా ఉంది. తల్లి కౌసల్య ఆనందంగా లేదు. రాముడు అయోధ్య రాజభవనాన్ని వదిలి వెళ్లాలని ఆమెకు అర్థమైంది. రాముడు పుట్టినరోజునే తను రావణుడి చేతిలో ఘోరపరాజయం చవిచూసినందుకు దశరథుడు ఆ శిశువును తప్పు పట్టాడు. ఆ రోజు వరకు ఆయన ఒక్క యుద్ధంలోనూ ఓడిపోలేదు. ఆ మాటకొస్తే భారతదేశంలో పరాజయమెరుగని ఏకైక రాజు ఆయనే. అందుకే రాముడి జన్మం దుష్టకర్మకు సంకేతమనీ, రఘువంశానికే వినాశకరమనీ దశరథుడు భావించాడు. ఈ అభిప్రాయాన్ని మార్చడం కౌసల్యకు సాధ్యం కాలేదు.

మొదటి నుంచీ కైకేయి దశరథుడి ప్రియసఖే. ఇక కరచాప యుద్ధంలో ఆయన్ని రక్షించిన తర్వాత అతని పై ఆమె అధికారం మరింత బలపడింది. కైకేయి, ఆమె అనుయాయులు, రాముడి జన్మ అపవిత్రసమయంలో జరిగిందన్న విషయాన్ని వీలైనంత ప్రచారం చేసారు. క్రమంగా అయోధ్య నగరమంతా ఈ అభిప్రాయాన్నే విశ్వసించడం ప్రారంభమైంది. రాముడి జీవితంలో అనంతరం ఎన్ని ఘనకార్యాలు జరిగినా, ఆ సంవత్సరం, అంటే మనువు కాలపట్టిక ప్రకారం 7032 వ సంవత్సరం మాయని మచ్చగానే మిగిలిపోతుందని అందరూ భావించసాగారు. అది రాముడి జన్మించిన సంవత్సరం.

ఈ నేపథ్యంలో రాముడు రాజగురువు వశిష్టుడితో రాజభవనం వదిలి వెళ్తే బాగుంటుందని కౌసల్య భావించింది. ఆ రకంగా అతన్ని అసలే ఆమోదించని రాజవంశీకుల నుంచి తప్పించుకోగలుగుతాడు. అదే సమయంలో వశిష్టుడి గురుకులంలో లభించే విద్యను అభ్యసించగలుగుతాడు. గురుకులమంటే గురువుగారి కుటుంబమే. అక్కడ అతను తత్వశాస్త్రం, విజ్ఞాన శాస్త్రాలు,

గణితశాస్త్రం, నీతిశాస్త్రం, యుద్ధవిద్య, కళలు నేర్చుకుంటాడు. కొన్నేళ్ల తర్వాత తన భవిష్యత్తును నిర్దేశించుకోగల పురుషుడిగా తిరిగి వస్తాడు.

ఇవన్నీ కౌసల్యకు తెలుసు. కానీ బిడ్డను వెళ్లనివ్వడానికి ఆమెకు మనస్కరించలేదు. బాలుణ్ణి ఎత్తుకుని ఏడ్చింది. రాముడు తల్లి పక్కన శాంతంగా నించున్నాడు. ఆమె అతన్ని కౌగలించుకుంటూ, ముద్దాడుతూ ఆవేశపడుతూ ఉన్నా, అతను మాత్రం శాంతంగానే ఉన్నాడు. అంత చిన్న వయస్సులోనూ అతనిలో అసాధారణమైన శాంతం కనిపించింది.

భరతుడు మాత్రం అంతకు భిన్నంగా, ఏడుపు లంకించుకున్నాడు. తల్లని వదిలిపెట్టలేదు. కైకేయి కొడుకు కేసి విసుగ్గా చూసింది.

"నువ్వు నా కొడుకువి. ఆడపిల్లలా ఆ ఏడుపేమిటి? ఎప్పటికైనా రాజువి అవుతావు. రాజులా ప్రవర్తించు. వెళ్లు. నీ తల్లికి గర్వకారణమవ్వాలి నువ్వు"

ఇవన్నీ చూస్తూ వశిష్టుడు చిన్నగా నవ్వుకున్నాడు.

"ఉద్రేకస్వభావులైన పిల్లలు తన భావోద్వేగాన్ని వెళ్లగక్కక తప్పదు. వాళ్లు గట్టిగా నవ్వుతారు. ఇంకా గట్టిగా ఏడుస్తారు"

ఆ అన్నదమ్ములను పరిశీలనగా చూస్తూ, తన లక్ష్యం స్థిరసంకల్పం వల్ల నెరవేరుతుందా, లేక ఉద్రిక్త స్వభావం వల్లనా అన్న మీమాంసలో పడ్డాడు వశిష్టుడు. కవలలు లక్ష్మణుడు, శత్రుఘ్నుడు తల్లి సుమిత్ర వెనగ్గా నించున్నారు. ఈ మూడేళ్ల బాలురకు ఏం జరుగుతున్నదీ అర్థం కాలేదు. వీళ్లిద్దరికీ ఇంకా తగిన వయసు రాలేదని వశిష్టుడికి తెలుసుగానీ, వాళ్లిద్దరినీ ఇక్కడి వదిలి వెళ్లలేడు. రామభరతుల శిక్షణ చాలాకాలం పట్టవచ్చు; ఒక దశాబ్ది వరకూ. అంతకాలం కవలలు రాజభవనంలో ఉండడం ప్రమాదకరం; అక్కడున్న రాజకీయ కుట్రల్లో వయసులో చిన్నవాళ్లయిన వాళ్లను ఉపయోగించుకునే అవకాశం ఉంది. ఇప్పటికే కుట్ర స్వభావంతో ఆ రాజవంశీయులు, స్వప్రయోజనాలను సాధించుకుంటూ అయోధ్యను పీల్చి పిప్పి చేస్తున్నారు; చక్రవర్తి బలహీనుడైపోయాడు. రాజ్యాన్ని అశ్రద్ధ చేస్తున్నాడు.

ఈ రాకుమారులు సంవత్సరంలో రెండుసార్లు 9 రోజుల చొప్పున సెలవులకు ఇక్కడికి వస్తారు; వేసవిలో, శీతాకాలంలో. ఈ రెండు సెలవుల్లోనూ నవరాత్రి ఉత్సవాలను అయోధ్యలో చాలా విశేషంగా జరుపుకుంటారు. ఈ 18 రోజులు, తల్లీకొడుకులు ఒకర్నొకరు ఓదార్చుకోడానికి సరిపోతాయని వశిష్టుడు భావించాడు. తక్కిన రెండు కాలాలు, ఆకు రాలే కాలం, వసంతకాలాలలో నవరాత్రులను గురుకులంలో జరుపుకుంటారు.

రాజగురువు తన దృష్టిని దశరథుడి పైకి మరల్చాడు

గతించిన ఆరేళ్లు దశరథుడిని చాలా బలహీనపరచాయి. వేదనతో ముడుచుకున్న ముఖం, లోపలికి ఇంకినట్లున్న కళ్ళూ, తెల్లబడుతున్న వెంట్రుకలు. ఆనాటి యుద్ధం మిగిల్చిన కాలి అవకరం శాశ్వత వైకల్యాన్ని కలిగించింది. కనక, తనకెంతో ఇష్టమైన వేటను, వ్యాయామాన్ని నిలిపేయాల్సివచ్చింది. దీనితో మద్యానికి బానిసయ్యాడు. ఒకప్పుడు అందంగా, వీరుడిలా కనిపించిన దశరథుడిలో ఇప్పుడు ఆ దాఖలాలు కూడ లేవు. రావణుడు ఆయన్ని ఆ ఒక్కరోజే ఓడించలేదు. ప్రతినిత్యం ఓడిస్తూనే ఉన్నాడు.

“మహారాజా' గట్టిగా అన్నాడు వశిష్టుడు. “మీ అనుమతితో...”

పరధ్యాన్నంగా ఉన్న దశరథుడు అనుమతి ఇస్తున్నట్టు చెయ్యి ఊపాడు.

శీతాకాలం సెలవుల్లో అయోధ్యలో ఒకరోజు. అన్నదమ్ములు గురుకులానికై వెళ్లి మూడేళ్లు కావస్తోంది. ఉత్తరాయనం ఆరంభమైంది. మరో ఆరునెలల తర్వాత, సూర్యుడు తన దిశను మార్చుకుని, దక్షిణాయనంలోకి ప్రవేశించగానే ఆయన దక్షిణ దిక్కు పయనం మొదలవుతుంది.

రాముడు, సెలవుదినాల్లో కూడ, తమతో పాటు అయోధ్యకు వచ్చిన గురువుగారు వశిష్టుడితోనే ఎక్కువ సమయం గడుపుతాడు. కౌసల్య ఎప్పుడూ ఫిర్యాదులు చేయడం తప్ప మరేమీ మాట్లాడేది కాదు. భరతుడు కైకేయి అంత:పురానికే పరిమితం. తల్లి అతన్ని అనేక విషయాలపై ప్రశ్నిస్తూ, అతనికి ఉపదేశాలు చేస్తూ ఉండేది. లక్ష్మణుడు చిన్న గుర్రాలు ఎక్కడం ప్రారంభించాడు. అతనికి గుర్రపు స్వారీ చాలా ఇష్టం. శత్రుఘ్నుడు.... పుస్తకాలు చదివేవాడంతే.

లక్ష్మణుడు ఒకరోజు గుర్రపు స్వారీ శిక్షణ అవగానే తల్లి సుమిత్ర వద్దకు పరుగెడుతూ, అంత:పురం బయట ఏవో గొంతులు వినిపించి ఆగిపోయాడు. పరదా చాటు నుంచి చూసాడు.

“నీ అన్న భరతుడు నిన్ను వేళాకోళం చేస్తే చేస్తాడు గానీ అతనికి నువ్వంటే ఎంతో ప్రేమ. నువ్వు ఎప్పుడూ అతని పక్కనే ఉండాలి” తల్లి అంటోంది.

శత్రుఘ్నుడి చేతిలో తాళపత్రాలున్నాయి; అది చదువుతూ, తల్లి మాటలు వింటున్నట్టు నటిస్తున్నాడు.

"అసలు నా మాటలు వింటున్నావా, శత్రుఘ్నా" సుమిత్ర కొంత తీవ్రంగా అంది.

"వింటున్నానమ్మా" అన్నాడు శత్రుఘ్నుడు పుస్తకం నుంచి తలెత్తి చూస్తూ, నిజాయితీ ఉట్టిపడుతూండగా.

"నాకలా అనిపించడం లేదు"

శత్రుఘ్నుడు తల్లి చెప్పిన మాటల్లో చివరి వాక్యాన్ని చెప్పాడు. ఆ వయసుకు అతని ఉచ్చారణ స్పష్టంగా ఉంది. తన కొడుకు తన మాటల్ని పట్టించుకోవడం లేదని ఆమెకు తెలుసు గానీ, అతను వింటూనే ఉన్నాడన్న విషయాన్ని కాదనలేకపోయింది.

లక్ష్మణుడు మందహాసంతో లోపలికి పరిగెత్తుకు వచ్చి, ఒక్క గెంతులో తల్లి ఒళ్లోకి ఎగిరి కూర్చున్నాడు, కేరింతలు కొడుతూ.

"నేను నీ మాట వింతానమ్మా" అన్నాడు ముద్దుమాటలతో.

సుమిత్ర చిరునవ్వుతో లక్ష్మణుడిని దగ్గరికి తీసుకుంది. "అవును. నువ్వు ఎప్పుడూ నా మాటవింటావు. నువ్వు నా బంగారు కొండవి"

శత్రుఘ్నుడు అరక్షణం తల్లి కేసి చూసి, మళ్లీ తన పఠనంలో మునిగిపోయాడు.

"నేను ఎప్పుడూ నువ్వు ఏం చెబ్తే అదే చేస్తాను' 'ఎప్పుడూ' అన్న మాటని వత్తి పలుకుతూ అన్నాడు లక్ష్మణుడు.

"అలా అయితే విను' సుమిత్ర రహస్యం చెప్తున్నట్టుగా అంది. లక్ష్మణుడికి రహస్యాలంటే ఇష్టం మరి.

'నీ పెద్దన్న రాముడికి నీ అవసరం ఉంది' ఆమె ముఖంలో భావం జాలినుంచి, ఆర్తికి మారింది "అతనో నిష్కల్మషమైన, అమాయకుడైన మనిషి. అతనికి మరొకరి చెవులూ, కళ్లూ అవసరం. అతనంటే ఎవరికీ పెద్దగా ఇష్టం లేదు' లక్ష్మణుడి కేసి మళ్లీ దృష్టిని నిలిపి అంది. 'నువ్వు అతనికి ఆపదలు రాకుండా కాపాడాలి. అతని వెనక అందరూ అతని గురించి చెడే మాట్లాడతారు గానీ, అతను మాత్రం అందరిలో మంచే చూస్తాడు. అతనికి ఎందరో శత్రువులున్నారు. అతని జీవితమే నీ మీద ఆధారపడివుండొచ్చు..'

"నిజంగానా" అన్నాడు లక్ష్మణుడు, అర్థం కాని భయంతో కళ్లు పెద్దవి కాగా.

"అవును. నన్నునమ్ము. నువ్వు తప్ప మరెవ్వరూ రాముణ్ని కాపాడలేరు. రాముడిది మంచి మనసు. కానీ అందర్నీ నమ్ముతాడు"

"నువ్వేం చింతించకమ్మా" అన్నాడు లక్ష్మణుడు, వీపు నిటారుగా చేస్తూ, పెదవులు ముడుస్తూ. యుద్ధానికి సిద్ధమవుతున్న వీరుడి కళ్లలా కళ్లు మెరుస్తూండగా అన్నాడు. "రామన్నయ్యను నేనెప్పుడూ జాగ్రత్తగా చూసుకుంటాను"

సుమిత్ర లక్ష్మణుణ్ని కౌగలించుకుంది "నువ్వు ఆ పని చేస్తావని నాకు తెలుసు".

"అన్నయ్యా' గట్టిగా అరిచాడు లక్ష్మణుడు, తన గుర్రాన్ని వేగం పెంచమని కాళ్లతో తన్నుతూ. అయితే చిన్నపిల్లలను మోయడానికి శిక్షణపొందిన ఆ గుర్రం అతని తన్నులకు స్పందించలేదు.

తొమ్మిదేళ్ల రాముడు లక్ష్మణుడి కంటే ముందు తన మరింత వేగవంతమైన, ఎత్తైన గుర్రంపై దౌడు తీస్తున్నాడు. మంచి శిక్షకుడిలా గుర్రం వేగానికి అనువైన పద్ధతిలో నడుపుతున్నాడు రాముడు. ఈ మధ్యాహ్నం ఏ పనీ లేకపోవడంతో, అయోధ్య నగరం అశ్వశిక్షణ స్థలంలో ఇద్దరూ స్వారీ చేస్తున్నారు.

"అన్నయ్యా. ఆగు' అరిచాడు లక్ష్మణుడు, తనకు ఇచ్చిన ఆదేశాల ప్రకారం గుర్రం స్వారీ చేస్తున్నానన్న నటనను ఇక మానేసి, తన పిల్ల గుర్రాన్ని శక్తికొద్దీ కొడుతూ, తన్నుతూ ముందుకు వెళ్తున్నాడు.

రాముడు, ఎంతో ఉత్సాహంగా తన వెంట ప్రయాణమైన లక్ష్మణుడి కేసి వెనక్కి తిరిగి చూసి, మందహాసం చేసి "లక్ష్మణా, నెమ్మదిగా... సరిగ్గా నడుపు గుర్రాన్ని' అన్నాడు.

"నువ్వు ఆగమంటూంటే' అరిచాడు లక్ష్మణుడు.

రాముడు అప్పటికి లక్ష్మణుడి కేకలను అర్థం చేసుకుని తన అశ్వాన్ని ఆపాడు. లక్ష్మణుడు తన గుర్రాన్ని రాముడి పక్కగా తీసుకువచ్చి దిగాడు. "అన్నయ్యా. వెంటనే దిగిపో'

"ఏమిటీ?"

"దిగమన్నానా" అరుస్తూ రాముడి చేయి పట్టి అతన్ని గుర్రం నుంచి దింపడానికి ప్రయత్నించాడు.

రాముడు దిగుతూ, చికాగ్గా చూసాడు "ఏమిటిది లక్ష్మణా" అన్నాడు.

"చూడు' లక్ష్మణుడు చూపాడు, గుర్రం టంగుపట్టకు ఉండే తాడు తెగివుంది. అది దాదాపు ఊడివస్తోంది.

"భగవంతుడా" రాముడు గొంతు తగ్గించి అన్నాడు. మహారుద్రా'. మరి కొంతసేపు తను గుర్రంపై ఉండి వుంటే, జీనుకు కళ్లేనికి మధ్య తాడు ఊడి, తను క్షణాల్లో ఎగిరి పడిపోయేవాడు. ఖచ్చితంగా తీవ్రగాయాలయ్యేవి. భయంకరమైన ప్రమాదం నుంచి లక్ష్మణుడు తనను రక్షించాడు.

లక్ష్మణుడు చుట్టూ అనుమానంగా చూసి, తన తల్లి మాటలను గుర్తు తెచ్చుకున్నాడు. పైకి అన్నాడు "ఎవరో నిన్ను చంపాలని ప్రయత్నించారన్నయ్యా"

రాముడు పట్టా తాడుని, దానికి తగిలించివున్న భాగాన్ని జాగ్రత్తగా పరిశీలించాడు. అది పాతదై పాడైపోయినట్టుందంతే. ఎవరూ దాన్ని పాడుచేసినట్టు లేదు. అయినా లక్ష్మణుడు ఖచ్చితంగా తనని ప్రమాదం నుంచో, లేక మరణం నుంచో రక్షించాడు.

రాముడు లక్ష్మణుడిని కౌగలించుకున్నాడు. " కృతజ్ఞుణ్ని తమ్ముడూ"

"నువ్వు ఈ కుత్రల గురించి ఏమీ ఆలోచించవద్దు. నేను ఎప్పుడూ నిన్ను కాపాడుతూ ఉంటాను" తల్లి హెచ్చరికలు గుర్తుకురాగా అన్నాడు. "నేను నిన్ను రక్షిస్తాను అన్నయ్యా.. ఎల్లప్పుడూ"

రాముడు నవ్వు దాచుకున్నాడు. "కుట్రలా? అంత పెద్ద పదం నీకెవరు నేర్పారు?"

"చత్రుఘ్నుడు" చుట్టూ పరికిస్తూ చెప్పాడు లక్ష్మణుడు.

"శత్రుఘ్నుడా? హు..'

"అవును. అయినా భయపడొద్దు అన్నయ్యా. లక్ష్మణుడు నిన్ను రక్షిస్తాడు'

రాముడు లక్ష్మణుడి నుదురు ముద్దాడి, అన్నాడు "నాకప్పుడే భద్రంగా ఉన్నట్టు అనిపిస్తోంది'

గుర్రం ప్రమాదం జరిగిన రెండు రోజుల తర్వాత అన్నదమ్ములు తిరిగి గురుకులానికి బయల్దేరే సమయం ఆసన్నమైంది. ముందురోజు రాత్రి రాముడు అశ్వశాలకు వెళ్లి తన అశ్వాన్ని చూసుకున్నాడు. అశ్వశాలలో సహాయకులు ఎందరు ఉన్నా, గుర్రాన్ని సిద్ధం చేసే పని తను స్వయంగా చూసుకోవడమే రాముడికి ఇష్టం. ఆ పని అతనికి ఎంతో ఊరట కలిగిస్తుంది. ఈ అయోధ్యలో తనపై తీర్పులు చెప్పని ప్రాణుల్లో ఈ గుర్రాలు కూడ

ఉన్నాయి. అందుకే అపుడపుడూ వాటితో సమయం గడపడం అతనికిష్టం. ఇంతలో వెనక నుంచి గుర్రం డెక్కల శబ్దం వినిపించి తలతిప్పాడు రాముడు.

'లక్ష్మణా" ఆదుర్దాగా అన్నాడు వెంటనే. గుర్రం మీద వాలిపోయివున్నాడు గాయపడిన లక్ష్మణుడు. అతని గడ్డం చిట్లి, ముఖమంతా రక్తమయమై ఉంది. వెంటనే కుట్లు పడాల్సిన అవసరం ఉందని అర్థమవుతూనే ఉంది. రాముడు గాయాన్ని పరీక్షించాడు. ఎంత నొప్పి కలుగుతున్నా, లక్ష్మణుడు ఏ మాత్రం బాధ వ్యక్తం చేయలేదు.

"రాత్రిపూట గుర్రపు స్వారీ చేయకూడదని ఎన్ని సార్లు చెప్పాను లక్ష్మణా?' శాంతంగానే మందలించాడు రాముడు.

లక్ష్మణుడు భుజాలెగరేసాడు. "క్షమించన్నయ్యా.. ఈ గుర్రం హటాత్తుగా.."

"ఉష్. మాట్లాడకు' మధ్యలోనే అందుకున్నాడు రాముడు. లక్ష్మణుడి ముఖంలో రక్తం ధారలు కడుతోంది.

"నాతో రా నువ్వు'

రాముడు తన గాయపడిన తమ్ముడితో వేగంగా నీలాంజన గదికి వెళ్లాడు. దారిలో తన కొడుకు కోసం వెతుకుతున్న సుమిత్ర, ఆమె పరివారం అతన్ని ఆపారు.

"ఏమైంది' అరిచింది సుమిత్ర, రక్తం ఓడుతున్న కొడుకు కేసి చూస్తూ.

లక్ష్మణుడు నిశ్చలంగా, మౌనంగా ఉన్నాడు. తన అన్నగారు చచ్చినా అబద్ధం చెప్పడు కనక తనకు తిట్టు తప్పవు. కథలు కల్పించి చెప్పే అవకాశమే లేదు. తప్పనిసరిగా తను నిజం చెప్పాలి. శిక్షను తప్పించుకోడానికి కొత్త దారులు వెతుక్కోవాలి.

"మరీ ప్రమాదమేమీ లేదు పిన్నీ. నీలాంజన వద్దకు వెంటనే తీసుకువెళ్లాలంతే' అన్నాడు రాముడు.

"ఏం జరిగింది?" సుమత్ర వత్తిడి చేసింది.

లక్ష్మణుడిని తల్లి ఆగ్రహం నుంచి కాపాడాలని రాముడికి అనిపించింది. లక్ష్మణుడు ఆ మధ్య తన ప్రాణాలను రక్షించలేదూ? అందుకని వెంటనే తప్పు తన మీద వేసుకున్నాడు. "పిన్నీ. ఇదంతా నా పొరపాటే. నేను నా గుర్రాన్ని రేపటికి సిద్ధం చేయడానికి లక్ష్మణుడితో గుర్రంశాలలకు వెళ్లాను. ఆ గుర్రం

మామూలుగానే కొంత దుడుకు. ఒక్కసారి ఎగిరి వీణ్ని తన్నింది. లక్ష్మణుడిని నా వెనకే నించోబెట్టాల్సింది నేను."

సుమిత్రి వెంటనే పక్కకి తప్పుకుంది "త్వరగా నీలాంజన దగ్గరికు తీసుకుపొండి"

రామన్నయ్య ఎప్పుడూ అబద్ధాలు చెప్పడని అమ్మకు కూడ తెలుసు అనుకునేసరికి లక్ష్మణుడి మనసులో అపరాధభావం తలెత్తింది.

ఇద్దరూ త్వరగా నడిచారు. ఒక పరిచారిక వాళ్ల వెంట పోబోయింది. సుమిత్ర ఆమెను ఆపింది. రాముడు లక్ష్మణుడి చేతిని గట్టిగా పట్టుకుని ఉండడం చూసి సుమిత్ర సంతృప్తిగా నవ్వుకుంది.

లక్ష్మణుడు తనచేయిని పట్టుకున్న రాముడి చేతిని గుండెలకు ఆనించుకుంటూ

"ఎప్పుడూ కలిసే ఉందాం, అన్నయ్యా. ఎప్పుడూ' అన్నాడు.

"నువ్వు ఎక్కువ మాట్లాడకు లక్ష్మణా.. రక్తంధార..."

అయోధ్య రాకుమారులు గురుకులంలో చేరి అయిదేళ్లయింది. పదకొండేళ్ల రాముడు , తన సోదరుడు భరతుడితో యుద్ధ విద్యను అభ్యసిస్తున్నపుడు వశిష్టుడు ఎంతో గర్వపడ్డాడు. రామభరతులు ఇద్దరికీ యుద్ధవిద్య ఆ సంవత్సరమే ప్రారంభమైంది. లక్ష్మణ శత్రుఘ్నులు మరో రెండేళ్లు ఆగాలి అది నేర్చుకోడానికి. ప్రస్తుతానికి వాళ్ల చదువంతా లెక్కలు, తత్వశాస్త్రం, విజ్ఞానశాస్త్రాలే.

"అన్నయ్యా.... కానివ్వు... వాణ్ని గట్టిగా కొట్టు" అరుస్తున్నాడు లక్ష్మణుడు

వశిష్టుడు లక్ష్మణుడి కేసి వాత్సల్యంతో చూసాడు. లక్ష్మణుడికి చిన్నప్పుడున్న కొద్దిపాటి నత్తి ఇప్పుడు లేదు. కానీ ఆ ఎనిమిదేళ్ల కుర్రాడికి చిన్నప్పటి తలపొగురు మాత్రం తగ్గలేదు. రాముడి పట్ల అతని భక్తి కూడ ఏ మాత్రం తగ్గలేదు. లక్ష్మణుడిని ఎలా నియంత్రించాలో రాముడికి తెలుసునని ఆయన ఆశించాడు.

నెమ్మదస్తుడు, మేధావి అయిన శత్రుఘ్నుడు లక్ష్మణుడి పక్కనే కూర్చుని, ఈషావ్యాసోపనిషత్తు తాళపత్ర గ్రంథాన్ని చదువుతున్నాడు. ఒక సంస్కృత శ్లోకాన్ని పైకి చదివాడు.

"పుషణ్ణె కర్షే యమ సూర్య ప్రజాపత్యా వ్యూహ రస్మిన్ సమూహ తేజా:

యతే రూపమ్ కల్యాణతమమ్ తతే పష్యామియోసావాసు పురుష; సోహమస్మి”

“ఓ సూర్యభగవంతుడా, ప్రజాపతి పుత్రుడా, ఏకాంత ప్రయాణీకుడా, దివ్యలోకాధిపతీ, నీ కిరణాల తీవ్రతను తగ్గించు, నీ తేజస్సును తగ్గించు

ఈ తీవ్రవెలుగులకవతల ఉన్న నీ సాధురూపాన్ని నన్ను చూడనీ; నీలోని భగవంతుడే నేనని తెలుసుకోనీ”

ఆ మాటల వెనక తత్వాన్ని గురించి ఆలోచిస్తూ, శత్రుఘ్నుడు తనలో తాను చిరునవ్వు నవ్వుకుంటున్నాడు. అతని వెనక కూర్చుని ఉన్న భరతుడు, వంగి శత్రుఘ్నుడిని నెత్తి మీద మొట్టి, రాముడి కేసి చూపించాడు. శత్రుఘ్నుడు భరతుడి కేసి అసమ్మతి కళ్లలో వ్యక్తం చేస్తూ చూసాడు. భరతుడు తమ్ముడి కేసి కోపంగా చూసాడు. వెంటనే శత్రుఘ్నుడు తన తాళపత్రాన్ని కిందపెట్టి రాముడి కేసి చూసాడు.

వశిష్టుడు రాముడికి ప్రత్యర్థిగా ఎంపిక చేసిన విలుకాడు, ఆయన ఆశ్రమం సమీపంలో అడవిలో నివసించే వ్యక్తి. గంగానదికి దక్షిణంగా, శోణ నదీ మార్గంలో పశ్చిమ దిశలోని అడవుల్లో ఈ ఆటవిక జాతి ఉండేది. అక్కడినుంచి ఆ నది తూర్పుదిశగా ప్రయాణించి చివరకు గంగానదిలో కలుస్తుంది. ఈ ప్రదేశాన్ని గురుకులం వారు ఎన్నో వేల యేళ్లుగా ఉపయోగిస్తున్నారు. ఆటవికజాతులవారు ఆ ప్రదేశం బాగోగులు చూసుకుంటూ, గురువులకు అద్దెకు ఇస్తారు.

ఈ గురుకులం నడిపే ప్రాంతానికి చేరుకోడానికి ఒకే మార్గం ఉంది. అందులో ప్రవేశించగానే దట్టమైన పొదలు కనిపిస్తాయి. తర్వాత రాక్షస ప్రమాణంలో ఉండే వేపచెట్టు. దాని నుంచి ఒక డొంక గుండా వెళ్తే, కొన్ని మెట్లు వస్తాయి. వాటిని దిగి వెళ్తే దట్టంగగడ్డి పెరిగిన కందకం వస్తుంది. ఈ కందకం క్రమేపీ సొరంగంగా మారి అక్కడినుంచి కొండకు దారితీస్తుంది. ఈ కొండకు అటు చివర ప్రవాహం వస్తుంది. దాని మీద చెక్క వంతెన ఉంటుంది. దీన్ని దాటాక ఏకరాతిలో చెక్కబడిన నిర్మాణం కనిపిస్తుంది. అదే గురుకులం.

ఈ కొండ నుంచి ఒక పెద్ద నల్లని రాతిని తొలగించినట్టుగా చక్కగా కోసివేయబడివుంది. కొండ బయటి భాగాన ఇరవై చిన్న దేవాలయాలున్నాయి. కొన్నిటిలో దేవతల ప్రతిమలున్నాయి. కొన్నిటిలో లేవు. వీటిలో ఆరింటిలో గత కాలం నాటి విష్ణువులున్నాయి. ఒకదానిలో మహాదేవుడు; మరొక దానిలో గొప్ప శాస్త్రజ్ఞుడైన బ్రహ్మదేవుడు. మధ్యలో ఉన్న ఆలయంలో దేవతల రాజు, వాయు, ఆకాశాలకు కూడ అధిపతి ఇంద్రదేవుడున్నాడు. అతని చుట్టూ ఇతర

దేవతలున్నారు. ఒకదానికొకటి ఎదురుగా ఉన్న రెండు రాతి నిర్మాణాల్లో ఒకటి వంటిల్లు, సామాన్ల గది; మరొకటి, అరలా ఉన్న గది. గురుశిష్యులు నివసించే గది.

ఈ ఆశ్రమంలో అయోధ్య రాకుమారులు, రాజపుత్రుల్లా జీవించడం లేదు; కేవలం శ్రామిక జీవుల సంతానంలాగానే ఉంటారు. నిజానికి అక్కడ చాలా మందికి వీళ్లు రాకుమారులన్న విషయం కూడ తెలీదు. ఇక్కడి సంప్రదాయానికి తగినట్లు, వీళ్లకు మారుపేర్లు కూడ ఉండేవి. రాముడి పేరు ఇక్కడ సుదాసుడు; భరతుడిపేరు వాసు; లక్ష్మణుడు పౌరవుడు; శత్రుఘ్నుడు నలతర్దకుడు. వారి రాజరికాన్ని గుర్తుకు తెచ్చేవన్నీ నిషేధింపబడ్డాయి. విద్యను అభ్యసించడంతో పాటు వీరు గురుకులాన్ని శుభ్రం చేసారు; వంట చేస్తారు; గురుశుశ్రూష చేస్తారు. విద్యాత్మక శిక్షణ వారిని లక్ష్యసాధనకు సిద్ధం చేస్తుంది; ఇతర కార్యకలాపాలు వారిలో వినయాన్ని పెంచి, సరైన లక్ష్యాన్ని ఎంచుకునేలా చేస్తాయి.

“నువ్వు సిద్ధంగా ఉన్నట్టున్నావు సుదాసా” వశిష్టుడు రాముడితో అన్నాడు. తర్వాత తన పక్కన కూర్చున్న ఆటవిక జాతి నాయకుడితో “నాయకా వరుణ్, మీ వాళ్లు యుద్ధానికి సిద్ధమేనా?” అన్నాడు.

స్థానిక ప్రజలు చక్కని ఆతిధ్యమిచ్చేవారే కాదు; గొప్ప యుద్ధనైపుణ్యం గలవారు. యుద్ధవిద్యలో తన శిష్యులకు అసాధారణమైన శిక్షణ నిచ్చేందుకు వశిష్టుడు వీరి సహాయం కోరాడు. వీళ్లు శిక్షణ ముగిసి పరీక్షలు నిర్వహించేటప్పుడు కూడ ప్రత్యర్థులుగా నటిస్తూంటారు. ఇప్పుడు సందర్భం అదే.

వరుణుడు, రాముడితో శిక్షణలో పాల్గొంటున్న యువకుడితో ‘ మత్స్యా..” అన్నాడు. మత్స్యుడు, రాముడు వీళ్లిద్దరినీ చూసి, అభివాదం చేసి, వేదిక కొసకు వచ్చి, ఒక కుంచెను తీసుకుని, దాన్ని ఎర్రటి రంగు ద్రావకంలో ముంచి యుద్ధ విద్య శిక్షణకు ఉపయోగించే చెక్క కత్తుల అంచులకు ఎర్రరంగు పూసారు. దానివల్ల, శరీరానికి తగిలినపుడు ఎక్కడ ఎంత లోతుగా తగిలినదీ ఈ ఎర్ర రంగు సూచిస్తుంది.

రాముడు వేదిక మధ్యకు వచ్చి నిల్చున్నాడు. మత్స్యుడు అతన్ని అనుకరించాడు. ఇద్దరు ఎదురెదురుగా నించుని, పరస్పరం గౌరవాన్ని సూచిస్తూ ముందుకు వంగి అభివాదం చేసుకున్నారు.

“సత్యం, కర్తవ్యం, ప్రతిష్ట’ అన్నాడు రాముడు, తనని ఎంతగానో ప్రభావితం చేసిన గురువు వశిష్టుడి నినాదాన్ని తిరిగి ఉచ్చరిస్తూ.

మత్స్యుడు, దాదాపు రాముడి కంటే ఒక్క అడుగువరకూ పొడవుంటాడు. అతను రాముడి నినాదం విని చిరునవ్వు నవ్వుతూ, "ఎట్టి పరిస్థితుల్లోనూ విజయమే" అని నినదించాడు.

రాముడు తన భంగిమను స్థిరం చేసుకున్నాడు. శరీరాన్ని పక్కకు తిప్పి, కళ్ళు కుడి భుజం మీద నుంచి వెనక్కి చూస్తూ ఉండేలా. ఇది వశిష్టుడు అతనికి నేర్పినదే. దీనివల్ల ప్రత్యర్థి అతని శరీరాన్ని గాయపరచడం అంత వీలుగా ఉండదు. అతని శ్వాసనిశ్వాసలు స్థిరంగా ఉన్నాయి. ఎడమ చెయ్యి శరీరానికి కొంచెం ఎడంగా ఉంది, అదుపు తప్పకుండా ఉండేందుకు. కత్తిని పట్టుకున్న చెయ్యి అడ్డంగా ఉంది; మోచెయ్యి కొద్దిగా వంగివుంది. మోకాళ్లను ఎలా వంచాడంటే ఏ క్షణమైనా ఎటువైపు నుంచి దాడి జరిగినా తక్షణమే స్పందించేందుకు వీలుగా. మత్స్యుడు ఇవన్నీ చూసి మనసులోనే అభినందించాడు. ఈ కుర్రవాడు నియమనిబంధనలను తు.చ తప్పకుండా ఆచరిస్తున్నాడు.

అన్నిటికంటే ఈ కుర్రవాడిలో చెప్పుకోవలసినవి అతని కళ్ళు. వాటిలో అసాధారణమైన ఏకాగ్రత. ప్రత్యర్థి మీద నుంచి ఏ మాత్రం చూపులు కదలడం లేదు. "వశిష్టుడు నీకు చక్కని శిక్షణనిచ్చాడు. చేయి కంటే ముందు కళ్లు కదులుతున్నాయి' అనుకున్నాడు మత్స్యుడు.

మత్స్యుడి కళ్లు క్షణకాలం విచ్చుకున్నాయి. రాముడికి ఇక దాడి సమయం వచ్చిందని అర్థమైంది. మత్స్యుడు తన ఎత్తును ఉపయోగించుకుంటూ ఒక్కసారిగా రాముడి మీదికి దూకి, అతని ఛాతీపై కత్తి ఉంచాడు. అది ఛాతీని తప్పక చీల్చివుండేదే. అయితే ఇంతలో రాముడు కుడిపక్కకి వేగంగా కదిలి, తన కుడిచేతిలోని కత్తితో మత్స్యుడి మెడను తాకాడు.

మత్స్యుడు వెంటనే వెనక్కి తగ్గాడు.

"ఇంకా గట్టిగా ఎందుకు పొడవలేదు, అన్నయ్యా?' లక్ష్మణుడు అరిచాడు. 'అది తప్పక చంపే గాయం అయ్యుండేది"

మత్స్యుడు ప్రశంసాపూర్వకంగా మందహాసం చేసాడు. లక్ష్మణుడికి అర్థం కానిది అతనికి అర్థమైంది. రాముడు తన ప్రత్యర్థిని ఖచ్చితంగా అంతమొందించే చర్య తీసుకునేముందు. అతని మానసికస్థితిని అంచనా వేయడానికి ప్రయత్నిస్తున్నాడని అతనికి అర్థమైంది. రాముడు మాత్రం మత్స్యుడి చిరునవ్వుకు స్పందించలేదు. ప్రత్యర్థి బలహీనతలను తెలుసుకుని, చంపాలని చూస్తున్నాడు.

మత్స్యుడు ఒక్కసారిగా ముందుకు దూకి, కత్తిని కుడివైపు నుంచి రాముడి మీదకు తెచ్చాడు. రాముడు వెనక్కి అడుగువేసి, ఆ దెబ్బ తీవ్రతను తగ్గించాడు. మత్స్యుడు కుడివైపుకు వంగి, కత్తిని రాముడు ఎడమ వైపుకు ఊపుతూ, దాదాపు తలకు తాకే ప్రయత్నం చేసాడు. రాముడు మళ్లీ వెనకడుగు వేసాడు. మత్స్యుడు ముందుకు సాగుతూ, రాముణ్ని గోడకు అదిమి ఉంచి తీవ్రంగా గాయపరచాలని ప్రయత్నించాడు. అయితే ఒక్కసారిగా రాముడు, మత్స్యుడి కత్తి దెబ్బను తప్పించుకుని అదేసమయంలో అతని చేతి మీద గట్టిగా కత్తితో కొట్టాడు. అక్కడ ఎర్రటి రంగు ద్రావకం చిహ్నం ఏర్పడింది. ఇది పెద్ద గాయమే కానీ, ప్రాణాంతకం కాదు; ద్వంద్వ యుద్ధాన్ని ఆపగలిగింది కాదు.

మత్స్యుడు రాముడి చూపుల నుంచి చూపు మరల్చకుండానే వెనకడుగు వేసాడు. "రాముడు మరీ జాగ్రత్త వహిస్తున్నాడేమో'.

"నీకు దాడి చేసే ధైర్యం లేదా?' అన్నాడు.

రాముడు సమాధానం చెప్పలేదు. మళ్లీ తన పాత భంగిమలో నించున్నాడు. మోకాళ్లను కొద్దిగా వంచుతూ, కత్తిని ధరించిన కుడి చేయి స్థిరంగా ఉండగా.

మత్స్యుడు వేళాకోళంగా అన్నాడు "అసలు ఆడకనే పోతే నువ్వు క్రీడలో ఎలా గెలుస్తావు?' "ఓడిపోకుండఉండేందుకు ప్రయత్నిస్తున్నావా లేక నిజంగా గెలవాలని ఉందా అసలు?'

రాముడు ప్రశాంతతను కోల్పోలేదు; ఏకాగ్రతను కోల్పోలేదు. మౌనంగా ఉన్నాడు. తన శక్తిని పరిరక్షించుకుంటున్నాడు.

"ఇలాంటి వాణ్ని చెదరగొట్టలేం' అనుకున్నాడు మత్స్యుడు. తన ఎత్తును సంపూర్ణంగా వినియోగించుకుంటూ, పై నుంచి కత్తిఘాతంతో రాముణ్ని పడేయాలని చూసాడు. రాముడు పక్కకి తెలిగి, స్థిరమైన అడుగులతో వెనక్కి జరిగాడు.

వశిష్టుడు, రాముడు ఏం ఆలోచించాడో ఊహిస్తూ, నవ్వుకున్నాడు.

మత్స్యుడు, రాముడు వెనకడుగు వేస్తున్నప్పుడు గడ్డి మొలిచిన రాతిని తాకకుండా అడుగు వేసాడన్న విషయం గమనించలేదు. అందుకే మరి కొన్ని క్షణాల్లో మత్స్యుడు ముందుకు వచ్చినపుడు దానికి తట్టుకుని దాదాపు కింద పడబోయాడు. రాముడు ఒక్క క్షణం కూడ వ్యర్థం చేయకుండా, మోకాలి మీద

కూర్చుని, మత్స్యుడి మర్మాంగంపై ఒక్క వేటు వేసాడు. అదే చంపగలిగిన గాయం.

మత్స్యుడు తన మర్మాంగంపై ఎరుపు రంగు చూసాడు. చెక్క కత్తి కనక నిజం రక్తం రాలెదు గానీ, నొప్పి మాత్రం చాలా ఎక్కువగానే ఉంది. కానీ బయటకు అది చూపించుకోవడం ఇష్టం లేదు మత్స్యుడికి.

రాముడి చాకచక్యానికి అబ్బురపడిన మత్స్యుడు అతని భుజం తట్టాడు. "యుద్ధం ప్రారంభించే ముందు అక్కడ భూమి ఎలా ఉందో కూడ యోధుడు చూసుకోవాలి. ఆ ప్రాంతం అణువణువూ ఎరిగివుండాలి. ఆ ప్రాథమిక సూత్రాన్ని నువ్వు గుర్తు పెట్టుకున్నావు. నేను పెట్టుకోలేదు. చక్కగా చేసావు, కుమారా' అన్నాడు మత్స్యుడు.

రాముడు కత్తిని కింద పెట్టి కుడి మోచేతిని ఎడమ చేతి గుప్పిటతో మూసి, ఆ గుప్పిటను తన నుదుటికి ఆన్చి, గిరిజనుల సంప్రదాయ పద్ధతిలో అభివాదం చేసాడు. అలా తన ప్రత్యర్థి పట్ల తన గౌరవాన్ని వ్యక్తం చేసాడు. "ఆర్యా, మీతో యుద్ధం చేయడం నాకెంతో గౌరవప్రదం' అన్నాడు రాముడు.

మత్స్యుడు చిరునవ్వు నవ్వుతూ, నమస్కారం చేసాడు. "లేదు కుమారా. ఆ గౌరవం నాదే. నీ భవిష్యజీవితాన్ని ఎలా గడుపుతావో చూడాలని నాకు కుతూహలంగా ఉంది' అన్నాడు.

వరుణుడు వశిష్టుడికేసి చూసాడు. "మీకు చాలా మంచి శిష్యుడు దొరికాడు, గురువుగారు. ఇతను మంచి ఖడ్గనిపుణుడే కాదు; ఉదాత్తమైన ప్రవర్తన కలవాడు కూడ. ఎవరితను?"

వశిష్టుడు మందహాసం చేసాడు. 'ఆ విషయం నేను మీకు చెప్పనని తెలుసుగా, నాయకుడా?'

ఈలోగా మత్స్యుడు, రాముడు వేదిక కొసకు వెళ్లారు. తమ కత్తుల్ని నీటిలో ముంచి, ఎర్ర రంగు పోయేలా శుభ్రం చేసారు. తర్వాత వాటిని ఎండబెట్టి, నూనె రాసి, చదును చేస్తారు. అలా చేసి, మరోసారి యుద్ధ శిక్షణలో ఉపయోగిస్తారు.

వరుణుడు మరొక గిరిజన యువకుడి కేసి తిరిగాడు "గౌడా, ఇక నీ వంతు"

గౌడుడు భూమికి గౌరవంగా నమస్కరించి, వేదిక పైకి ఎక్కాడు. భరతుడు మాత్రం ఒక్కసారిగా గెంతుతూ తన ఖడ్గం ఉన్న చోటికి వెళ్లి, అందులో తను ఎంపిక చేసుకున్న అతి పొడవైన కత్తిని తీసుకున్నాడు. ఇలాంటి కత్తితో, తన కంటే వయసులో పెద్దవాడైన ప్రత్యర్థిని ఎదుర్కోవడం సులువవుతుంది.

గౌడుడు అది చూసి నవ్వుకున్నాడు. తన ప్రత్యర్థి బాలుడు మాత్రమే. అతను తన కత్తిని తీసుకుని వేదిక మధ్యకు వచ్చాడు. అక్కడ భరతుడు లేకపోవడం చూసి ఆశ్చర్యపోయాడు. అప్పటికే భరతుడు వేదిక కొసకు వెళ్లి ఎర్రటి రంగు తీసుకుని కుంచెతో కత్తికి పూస్తున్నాడు.

"ముందు అభ్యాసం చేయవద్దా?' ఆశ్చర్యంగా అడిగాడు భరతుడిని.

భరతుడు వెనక్కి తిరిగి చూసాడు. "కాలాన్ని వ్యర్థం చేయొద్దు' అన్నాడు. గౌడుడు ఎగతాళిగా నవ్వుకుంటూ, తను కూడ కుంచెతో ఎర్రరంగు పూసాడు.

ప్రత్యర్థులిద్దరూ వేదిక మధ్యకు వెళ్లి, తలలు వంచి అభివాదం చేసుకున్నారు. భరతుడు, తన అన్నగారిలా తన లక్ష్యాన్ని చెప్తాడని ఎదురుచూస్తూ నించున్నాడు గౌడుడు.

"స్వేచ్ఛగా జీవించు లేదా మరణించు' అన్నాడు భరతుడు, ఛాతీని కొట్టుకుంటూ.

గౌడ నవ్వాపుకోలేక బిగ్గరగా నవ్వేసాడు.

"స్వేచ్ఛగబతుకు లేదా చావా? అదా నీ నినాదం?'

భరతుడు తన అయిష్టాన్ని ఏ మాత్రం దాచుకోకుండా గౌడుడి కేసి చూసాడు. గౌడుడు ఇంకా చిరునవ్వుతోనే తన తలవంచి " ఎట్టి పరిస్థితుల్లోనూ విజయమే" అన్న తమ నినాదాన్ని ప్రకటించాడు.

ఇప్పుడు భరతుడి భంగిమ చూసి గౌడుడు నిర్ఘాంతపోయాడు. తన అన్నగారిలా కాక, భరతుడు ప్రత్యర్థికి తన మొత్తం శరీరంపై ఎక్కడైనా దాడి చేయడానికి వీలుగా ఛాతీ విరుచుకుని నించున్నాడు. ఖడ్గం పట్టుకున్న అతని చేయి చాలా మామూలుగా వేలాడుతోంది. అతని శరీరభాషలోనే ఒక తిరస్కారం వ్యక్తమవుతోంది.

"నువ్వు యుద్ధానికి సిద్ధపడే భంగిమలో నించోవా?' అడిగాడు గౌడుడు, తను ఎక్కడ ఈ తెలివితక్కువ బాలుడిని గాయపరుస్తాడో అనే భయంతో.

"నేనెప్పుడూ యుద్ధానికి సిద్ధమే' అన్నాడు భరతుడు, నిర్లక్ష్యంగా నవ్వుతూ.

గౌడుడు భుజాలెగరేసి, తన భంగిమ చేపట్టాడు. భరతుడు, బద్ధకంగా గిరిజన యోధుడిని గమనిస్తూ, అతనే తొలి దాడి చేయాలన్నట్టుగా ఎదురు చూస్తున్నాడు.

గౌడుడు అకస్మాత్తుగా ముందుకు లంఘించి తన కత్తితో భరతుడి కడుపులో పొడిచాడు. భరతుడు తన కత్తిని ఎత్తునుంచి దింపుతూ గౌడుడి కుడి భుజంలోకి పొడిచాడు. గౌడుడు నొప్పి కలగినా చూపకుండా, వెనక్క తగ్గాడు.

"నేను నీ కడుపును చీల్చగలిగేవాణ్ని' అన్నాడు భరతుడితో, కడుపు మీద ఏర్పడిన ఎర్రటి గుర్తును చూపుతూ.

'దానికంటే ముందు నీ కుడిచేయి తెగి నీపక్కన పడుండేది' అన్నాడు భరతుడు.

గౌడుడు నవ్వి మళ్లీ ముందుకు లంఘించాడు. అతను ఆశ్చర్యపడేలా, భరతుడు ఒక్కసారిగా పైకి ఎగిరి తన కుడివైపు నుంచి కత్తిని దించాడు. అది ఎంత సమర్థంగా చేసాడంటే, గౌడుడు ప్రయత్నించినా అంత ఎత్తునుంచి దిగిన కత్తిని నిలవరించలేకపోయేవాడు. డాలుతో తప్ప ఇలాంటి దెబ్బను తట్టుకోవడం సాధ్యమయ్యేది కాదు. అయినా, భరతుడు తన ఎత్తు తగినంత లేకపోవడం వల్ల, పూర్తిగా దెబ్బతీయలేకపోయాడు. అతని కంటె పొడవున్న గౌడుడు వెనక్కి వాలి, కత్తిని భరతుడిపై విసిరాడు. అప్పటికీ గాలిలో ఎగురుతున్న భరతుడి ఛాతీని కత్తితాకి, అతను వెనక్కి వాలిపోయాడు. భరతుడి ఛాతీ మీద చంపేగాయం తగిలింది. అక్కడ ఎర్రగా అయింది.

కానీ భరతుడు వెంటనే లేచి నించున్నాడు. అతని ఆచ్ఛాదన లేని ఛాతీ మీద ఎర్రటి మరకలు గాయం తగిలినట్టు చెబుతున్నాయి. చెక్కకత్తే అయినా, నొప్పి బాగానే ఉంటుంది. అయితే, భరతుడు నొప్పి కలిగినట్లు ఏ మాత్రం కనబరచకుండా ప్రత్యర్థి కేసి సవాలుగా చూస్తున్నాడు.

గౌడుడు దానికి అతన్ని అభినందిస్తూ "నువ్వు చేసిన ఆ వ్యూహం చాలా బాగుంది. నేనింతకు ముందు ఎవరూ చేయగా చూడలేదు. అయితే అది ఫలితం ఇవ్వాలంటే నువ్వింకా పొడుగవ్వాలి" అన్నాడు.

భరతుడు గౌడుడి కేసీ ఆగ్రహంతో చూసాడు. "నేను పొడుగు కాక మానను. అప్పుడు నీతో మళ్లీ పోరాడతాను"

గౌడుడు మందహాసం చేసాడు. "తప్పకుండా పోరాడదాం, కుమారా. నేను కూడ దానికోసం ఎదురు చూస్తాను"

వరుణుడు వశిష్టుడి కేసి తిరిగాడు " గురువుగారు, వీళ్లిద్దరూ ప్రతిభావంతులే. ఎపుడెపుడు యుక్తవయస్కులవుతారా అని చూస్తున్నాను"

వశిష్టుడు తృప్తిగా నవ్వాడు "నేను కూడ దానికోసమే ఎదురు చూస్తున్నాను"

చీకటి పడింది. ఆశ్రమానికి కొంచెం దూరంలో ఉన్న సరస్సు ఒడ్డున రాముడు సాలోచనగా కూర్చున్నాడు. సాయంత్రం వాహ్యాళికి బయలుదేరిన వశిష్టుడు తన శిష్యుడిని దూరం నుంచి చూసి, దగ్గరకు వచ్చాడు.

ఆయన అడుగుల చప్పుడు విని రాముడు

"నమస్కారం, గురువుగారు' అన్నాడు, లేవబోతూ.

"కూర్చో, కూర్చో' అన్నాడు వశిష్టుడు తను కూడ రాముడి పక్కన చతికిలబడుతూ."ఏమాలోచిస్తున్నావు?"

"మీరు ఎందుకు గిరిజన నాయకుడు వరుణుడికి మా వివరాలు చెప్పలేదా అని ఆలోచిస్తున్నాను. అతను మంచి వాడిలా కనిపిస్తున్నాడు. అతని నుంచి నిజం ఎందుకు దాచాలి? అసలు అబద్ధం ఎందుకు చెప్తున్నాం మనం?'

'నిజం చెప్పకపోవడం, అబద్ధం చెప్పడం రెండూ ఒకటి కాదు రామా" వశిష్టుడు కళ్లలో చిలిపితనంతో అన్నాడు.

"నిజం చెప్పకపోవడం అబద్ధం కాదా, గురువుగారూ?"

'ఊహూ.కాదు. ఒక్కొక్కసారి సత్యం బాధను, నొప్పిని కలిగిస్తుంది. అలాంటప్పుడు మౌనమే శరణ్యం. ఆ మాటకొస్తే ఒక్కొక్కసారి పూర్తి అబద్ధం చెప్పడం వల్ల కూడ మంచి జరగవచ్చు"

"కానీ అసత్యం వల్ల దుష్పరిణామాలు ఉంటాయి కదా గురువుగారు. అది చెడ్డ కర్మ కిందికి వస్తుంది కదా"

'ఒక్కోసారి సత్యవచనం వల్ల కూడ దుష్ఫలితాలు రావచ్చు. అబద్ధం ఒకరి ప్రాణరక్షణకు దోహదం చేయవచ్చు. అబద్ధం వల్ల ఒక వ్యక్తి అధికారంలోకి రావచ్చు; అతనికి మంచి చేయడానికి అవకాశం కలగవచ్చు. అయినా అబద్ధం చెప్పడం తప్పనే అంటావా నువ్వు? అందరూ చెప్పేదేమిటంటే నిజమైన నాయకుడు తన ఆత్మకంటే కూడ తన ప్రజలను ఎక్కువ ప్రేమిస్తాడని. అలాంటి నాయకుడి మనసులో ఎటువంటి సందేహాలూ ఉండవు. తన ప్రజల బాగుకోసం అవసరమైతే అతను అసత్యాలు చెప్తాడు"

రాముడు ముఖం చిట్లించుకున్నాడు "కానీ గురువుగారూ, తన ప్రభువును అసత్యం చెప్పాల్సిన స్థితికి తీసుకువచ్చే ప్రజలు నిజంగా ఆ రాజు సేవలకు అర్హులా"

'నువ్వు మరీ అమాయకంగా మాట్లాడుతున్నావు. చెప్పు, నువ్వు లక్ష్మణుడి కోసం ఒకసారి అబద్ధం చెప్పలేదా?'

"అది అప్పటికప్పుడు తోచింది. ఎలాగైనా వాడిని రక్షించాలని. కానీ ఆ సంఘటన గురించి నాకెప్పుడూ ఇబ్బందిగానే ఉంటుంది. అందుకే ఈ విషయం మీతో మాట్లాడాలని అనుకున్నాను, గురుదేవా?"

'నేను కూడ అప్పుడు చెప్పిందే మళ్లీ చెబుతున్నాను. నువ్వు నేరం చేసినట్లు భావించాల్సిన అవసరం లేదు. ఏదైనా సరే మోతాదుకు మించి చేయకుండా ఉండడంలో, సమతూకం పాటించడంలోనే వివేకం ఉంది. ఒక

అమాయకుణ్ని బందిపోట్ల నుంచి రక్షించడానికి అసత్యం చెప్పావనుకో. అది నేరమవుతుందా?'

"ఎక్కడో ఒక సంఘటనను ఉదాహరణగా చెప్పినంత మాత్రాన దాన్ని సూత్రీకరించలేం, గురుదేవా."రాముడు పట్టువదలకుండా అన్నాడు. "మా తండ్రిగారి ఆగ్రహం నుంచి రక్షించడానికి అమ్మ నాకోసం ఒకసారి అబద్ధం చెప్పింది. కాని నాన్నకు ఆ విషయం తెలియనే తెలిసింది. అంతకు ముందు అమ్మను చూడ్డానికి తరచు వచ్చేవాడు కాస్తా ఆ సంఘటన తర్వాత పూర్తిగా మానేసాడు. ఆమెను పూర్తిగా వదిలేసాడు"

గురుదేవుడు రాముడి కేసి బాధతో చూసాడు. *"నిజం చెప్పాలంటే, దశరథుడు, రావణుడి చేతిలో తన ఓటమికి రాముణ్ని బాధ్యుణ్ని చేసాడు; ఈ అబద్ధం చెప్పిన సంఘటన జరిగినా, జరగకున్నా, కౌసల్యను చూడకుండా ఉండేందుకు మరోకారణం వెతుక్కునేవాడే"*

అయితే పైకి జాగ్రత్తగా మాట్లాడాడు ' అసత్యం మంచిదని నేననడం లేదు. కానీ, ఒక్కొక్కసారి, ఎలాగైతే విషగుళిక మందులలో ఉపయోగపడుతుందో, అలా ఒక చిన్న అబద్ధం మంచి జరగడానికి కారణం కావచ్చునని చెబుతున్నానంతే. ఎప్పుడూ సత్యమే చెప్పాలన్న నీ సంకల్పం మంచిదే. కానీ దాని వెనక కారణమేమిటి? అది చట్టబద్ధమైనదనా? లేక ఆ చిన్న సంఘటన నీలో ఏదైనా భయాన్ని రేపెట్టిందా?'

రాముడు ఆలోచిస్తూ మౌనం వహించాడు.

"ఇంతకూ ఈ విషయాలకూ, వరుణుడికి చెప్పకపోవడానికి సంబంధం ఏమిటిని నువ్వు అనుకుంటూ వుండి వుంటావు" అన్నాడు వశిష్టుడు.

"అవును గురుదేవా"

'మనం ఆ నాయకుడి గ్రామానికి వెళ్లినరోజు గుర్తుందా నీకు?'

'ఓ. గుర్తుంది"

అన్నదమ్ములు నలుగురూ ఒకసారి గురువుగారితో కలిసి ఆ గిరిజిన గ్రామానికి వెళ్లారు. యాభైవేలమంది జనాభాతో అది చాలచిన్న ఊరు. ఆ ఊరి నిర్మాణం అన్నదమ్ములను బాగా ఆకట్టుకుంది. వీధులన్నీ పట్టణాల పద్ధతిలో క్రమబద్ధతతో ఉన్నాయి. ఇళ్లు వెదురువే అయినా చాలా బలిష్టంగఉన్నాయి. నాయకుడి దగ్గర్నుంచి సామాన్యుడి వరకూ అందరికీ అవే ఇళ్లు. ఇళ్లకు తలుపులు లేవు. ఎందుకంటే ఆ ఊళ్లో నేరాలు లేవు. పిల్లలను కేవలం తల్లిదండ్రులే పెంచరు. మొత్తం ఆ సమాజమంతా వారికి సేవలు చేస్తుంది.

అక్కడికి వెళ్లినపుడు, అన్నదమ్ములకూ, నాయకుడి సహాయకుడికి మధ్య ఆసక్తికరమైన సంభాషణ జరిగింది. ఆ ఇళ్లు ఎవరికి చెందినవని వాళ్లడిగారు; అందులో నివసించే వ్యక్తికా, వారి నాయకుడికా, లేక మొత్తం ఆ గిరిజన సమూహానికా అని. సహాయకుడు దానికి విచిత్రంగా సమాధానం ఇచ్చాడు. *"భూమి మాకెందుకు చెందుతుంది? మేమే భూమికి చెందుతాం గానీ"*

"ఆ గ్రామం గురించి అప్పుడు నువ్వు ఏమనుకున్నావు?' వశిష్ఠుడు అడిగాడు, రాముడిని వర్తమానంలోకి తీసుకువస్తూ.

"ఎంత గొప్పగా జీవిస్తున్నారు వాళ్లు. నగరాల్లో నివసిస్తున్న మనకంటే వాళ్లెంతో నాగరికంగా ప్రవర్తించారు. వాళ్ల నుంచి మేము ఎంతో నేర్చుకోగలిగాం"

"ఊ.. ఆ రకంగా జీవించడానికి పునాదులు ఏమిటని నువ్వనుకున్నావు? వరుణుడి గ్రామం అంత ఆదర్శవంతంగా ఎందుకుంది? శతాబ్దులు గడిచినా వాళ్లు ఎందుకు మారలేదు?'

"వాళ్లు నిస్వార్థంగా, ఒకరికోసం ఒకరు జీవిస్తున్నారు, గురుదేవా. వాళ్లలో కించిత్తు కూడ స్వార్థం లేదు"

వశిష్ఠుడు తల అడ్డంగా తిప్పాడు. "లేదు సుదాసా. వాళ్ల సమాజంలో ఉన్న చట్టాలు చాలా మామూలువి. కానీ ఆ చట్టాలను ఎప్పుడూ ఎవరూ ఉల్లంఘించ కూడదు".

రాముడు కళ్లు పెద్దవి చేసాడు. జీవితరహస్యం ఏదో తనకు అవగతమైనట్లు.. 'చట్టాలు.."

"అవును రామా. చట్టాలు. ఒక పరిపూర్ణ జీవితాన్ని సాధించడానికి ఆ సమాజంలోని చట్టాలే కారణమవుతాయి. చట్టాలే సమాధానమవుతాయి"

"చట్టాలు.."

"మనమేం అనుకుంటాం? అపుడపుడూ ఒక చిన్న చట్టాన్ని ఉల్లంఘిస్తే హాని ఏమీ కలగదని కదూ. అందులోనూ అది పదిమంది మంచికోసమైతే. నిజం చెప్పాలంటే, నేను కూడ ఒక సత్ప్రయోజనం కోసం అపుడపుడు అబద్ధాలు చెప్పాను. కానీ గిరిజన నాయకుడు వరుణుడి ఆలోచనలు వేరు. చట్టానికి వారి నిబద్ధత సంప్రదాయం పునాదులపై వచ్చింది కాదు. లేదూ.. అదే ధర్మమనే ఉద్దేశంతో వచ్చిందీ కాదు. అది మానవుడి పై పడిన అతి శక్తిమంతమైన ప్రభావాలకు సంబంధించింది. అంటే, ఆ వ్యక్తి బాల్యం తాలూకు నేరభావన నుంచీ వచ్చింది. అక్కడ ఏ పిల్లవాడైనా ఎంత చిన్న నేరం చేసినా, వెంటనే శిక్ష విధిస్తారు. తిరిగి మళ్లీ అవే తప్పులు చేస్తే మరింత శిక్ష

పడుతుంది. నువ్వు ఎలాగైతే అమ్మకు ఒక సారి అబద్ధం చెప్పడం వల్ల హాని జరిగిందని, మంచి కోసం కూడ అసత్యం చెప్పడానికి వెనుకాడుతున్నావో వరుణుడు కూడ అలాగే భయపడతాడు"

"ఇంతకూ, మా గురించిన నిజం చెప్పకపోవడం వాళ్ల చట్టాలకు సంబంధించిన అంశమా? మేమెవరమో తెలిస్తే, అది వాళ్లు చట్టాలను ఉల్లంఘించినట్లవుతుందా?'

"అవును"

"ఏ చట్టమది?"

"అయోధ్య రాజవంశీయులకు ఎటువంటి సహాయం చేయకూడదన్న వారి చట్టం ఉల్లంఘన అవుతుంది. అది ఎందుకో నాకూ తెలీదు. అసలు వాళ్లకైనా దానికి కారణం తెలుసో లేదో. కానీ ఈ చట్టం మాత్రం కొన్ని శతాబ్దులుగా వాళ్ల అమలులో ఉంది. దాని వల్ల ఇప్పుడు ఏ ప్రయోజనమూ లేదుకానీ వాళ్లు అమలు చేస్తూనే ఉన్నారు. నేను ఎక్కడినుంచి వచ్చానో కూడ వారికి తెలీదు. ఒక్కోసారి అనిపిస్తుంది తెలుసుకోవాలని కూడ వాళ్లకు లేదేమో అని. నా పేరు వశిష్ఠుడని తప్ప వాళ్లకు ఇంకేమీ తెలీదు.

రాముడిలో ఆందోళన పెరిగింది. "మరి మనమిక్కడ క్షేమమేనంటారా?"

"వాళ్ల గురుకులంలోకి ఆహ్వానించిన వ్యక్తుల సంక్షేమం వాళ్ల కర్తవ్యం. అది కూడ వాళ్ల చట్టమే. మనల్ని ఆమోదించారు కనక, మనకు హాని చేయలేరు. అయితే, మీ నలుగురు ఎవరో తెలిస్తే, మనల్ని బహిష్కరించవచ్చు. కనీసం మనకు హాని చేయగల ఇతర శత్రువుల నుంచి ఇక్కడ భద్రంగా ఉన్నాం". రాముడు దీర్ఘాలోచనలో పడ్డాడు.

"కనక, నేను అబద్ధం చెప్పలేదు సుదాసా. నిజం చెప్పలేదంతే. రెండిటికీ తేడా ఉంది"

అధ్యాయం 6

తొలిజాము అయిదో ఘడియలో పక్షుల కిలకలరావాలతో సూర్యోదయం అయింది. రాత్రి పూట సంచరించే జీవులు తమ నీడలకు చేరుకోగా, ఇతరులు మరో రోజును ఎదుర్కోవడానికి సిద్ధమవుతున్నారు. అయోధ్య రాకుమారులు నలుగురు మాత్రం నిద్రలేచి చాలాసేపయింది. గురుకులంలో చెత్త ఊడ్చి, స్నానం చేసి, వంట చేసి, ప్రాత:కాల పూజలు కూడ ముగించారు. నలుగురూ వశిష్టుడి చుట్టూ నేలమీద, చేతులు జోడించి, పద్మాసనంలో కూర్చున్నారు. గురువుగారు కూడ వేపచెట్టు కింద అరుగుమీద పద్మాసనంలో కూర్చునివున్నాడు.

సంప్రదాయం ప్రకారం, నలుగురూ పాఠం ప్రారంభించడానికి ముందు గురుస్తుతి చేస్తున్నారు.

ప్రార్థన పూర్తికాగానే, నలుగురూ లేది గురువుగారికి పాదాభివందనం చేసారు. వాళ్లందరికీ ఆయన ఒకే దీవెన ఇచ్చాడు " నా జ్ఞానం నీలో వృద్ధి చెందనీ; ఒకనాడు నీవు నా గురువు కానీ'.

రామభరతలక్ష్మణశత్రుఘ్నులు తమతమ స్థానాల్లో ఆసీనులయ్యారు. రావణుడితో భయంకరమైన యుద్ధం జరిగి అప్పటికి పదమూడేళ్లు. రాముడికి పదమూడేళ్లు; అతను, భరతుడి కంఠస్వరాలు మెల్లిగా మగతనాన్ని సంతరించుకుంటున్నాయి. ఇద్దరికి నూనూగు మీసాలు ఆరంభమయ్యాయి. ఇద్దరూ పొడుగ్గా ఎదుగుతున్నారు.

లక్ష్మణ శత్రుఘ్నులు యుద్ధవిద్య శిక్షణ ప్రారంభించారు. వారి చిన్న శరీరాలు యుద్ధం చేయడానికి కాస్త ఇబ్బందిపడుతున్నమాట నిజమే. నలుగురూ తత్వశాస్త్రం, గణితం, విజ్ఞానశాస్త్రాల మౌలికాంశాలు అధ్యయనం చేసారు. దైవభాష సంస్కృతాన్ని సంపూర్ణంగా నేర్చుకున్నారు. అంటే పునాదులు సిద్ధమయ్యాయి. ఇక విత్తనం నాటడమే తరువాయని గురువుగారికి తెలుసు.

"మీకు మన నాగరికత మూలాలు తెలుసా?" అడిగాడు వశిష్టుడు

సరిగ్గా చదువుకోకపోయినా, అన్నిటికీ సమాధానాలు చెప్పాలని తహతహపడే లక్ష్మణుడు తను సమాధానం చెప్తానని చేతులెత్తాడు. "ఈ విశ్వం ఎలా ప్రారంభమైందంటే.."

"లేదు పౌరవా' వశిష్టుడు ఆశ్రమనామంతో అతని సంబోధిస్తూ అన్నాడు "నా ప్రశ్న విశ్వం గురించి కాదు; మన గురించి, ఈ యుగంలోని వేద ప్రజల గురించి"

రామభరతులు ఒక్కసారిగా శత్రుఘ్నుడి కేసి తిరిగారు.

"గురుదేవా. అది పాండ్య వంశానికి చెందిన మనువు నుంచి వేల యేళ్ల క్రితం ప్రారంభమైంది" చెప్పాడు శత్రుఘ్నుడు.

"గురువుగారి ప్రియశిష్యుడు" గుసగుసలాడాడు భరతుడు. శత్రుఘ్నుడు పుస్తకాల పురుగని రోజూ అతన్ని ఏడిపిస్తూనే ఉన్నా, భరతుడికి అతని అపరిమిత జ్ఞానమంటే గౌరవమే.

వశిష్టుడు భరతుడికేసి తిరిగాడు.

"నువ్వు ఇంకేమైనా చెప్పాలనుకుంటున్నావా?"

"లేదు గురుదేవా" వెంటనే అన్నాడు భరతుడు.

'అయితే సరే. నలతర్దకా" అంటూ తల తిప్పి శత్రుఘ్నుడి కేసి తిరిగాడు వశిష్టుడు. " ఊ. కొనసాగించు"

"చాలా వేల యేళ్ల క్రితం భూభాగమంతా మంచుతో కప్పబడివుందని నమ్ముతాం. పెద్ద మొత్తం నీళ్లు ఘనీభవించివున్నందువల్ల సముద్రమట్టం కూడ ఇప్పటికంటే తక్కువలో ఉంది"

"సరిగ్గా చెప్పావు' అన్నాడు వశిష్టుడు 'ఒక్క విషయం తప్ప. ఈ మంచు యుగం ఒక నమ్మకం కాదు. అది వాస్తవం"

'నిజమే గురుదేవా. సముద్రమట్టం తక్కువ ఉన్నందువల్ల, భారతదేశ భూభాగం సముద్రంలో చాలా వరకు చొచ్చుకుపోయింది. రాక్షసరాజు రావణుడి రాజ్యం లంక కూడ ఈ భూబాగంలో కలిసిపోయింది. గుజరాత్,కొంకణ్ కూడ సముద్రంలో భాగమయ్యాయి."

"ఇంకా?'

"ఇంకా ఏం నమ్మేవారంటే.." వశిష్టుడి తీవ్రమైన చూపుతో శత్రుఘ్నుడు ఆగాడు. నవ్వుతూ గురువుగారికి నమస్కరించి "క్షమించండి గురుదేవా. నమ్మడం కాదు; నిజంగా జరిగింది"

వశిష్టుడు కూడ నవ్వాడు.

"భారతదేశంలో ఈ మంచుయుగంలో రెండు గొప్ప నాగరికతలుండేవి. ఒకటి భారతదేశం నైరుతిదిశలో ఉన్న సంగమ్ తమిళ దేశం. ఇందులో లంక భూభాగం ఉండేది. అది కాక ఇప్పుడు సముద్రగర్భంలో ఉన్న అప్పటి భూభాగం కూడ. అప్పుడు కావేరీ నదీప్రవాహం కూడ ఎంతో విస్తీర్ణం కలిగుండేది. ఈ సుసంపన్నమైన, శక్తిమంతమైన రాజ్యాన్ని పాండ్యులు పరిపాలించేవారు"

'ఇంకా?

"రెండో నాగరికత ద్వారక. ఇది ఎక్కువ భూభాగం మీదే ఇప్పటి గుజరాత్, కొంకణ ప్రాంతాల్లో ఉండేది. ఇప్పుడు ఇది కూడ సముద్రగర్భంలోకి వెళ్లిపోయింది. దీన్ని యదు వంశీయులైన యాదవులు పరిపాలించేవారు."

"ఇంకా చెప్పు"

"మంచుయుగాంతానికి సముద్రమట్టం గణనీయంగా పెరిగింది; సంగమ్ తమిళ, ద్వారక నాగరికతలు ధ్వంసమయ్యాయి. వారి గుండెకాయవంటి భూభాగం సముద్రంలో నిక్షిప్తమైపోయింది. ఈ ఘోరకలిని తప్పించుకుని ప్రాణాలతో బయటపడ్డవారు, మన దేశపిత మనువు నాయకత్వంలో ఉత్తర దేశానికి పారిపోయి కొత్తగా జీవితం ప్రారంభించారు. వాళ్లు తమని తాము విద్యాసంతానమని, వేద ప్రజలనీ చెప్పుకున్నారు. మనమంతా వాళ్ల సగర్వవారసులం"

"చాలాబాగచెప్పావు నలతర్దకా" అన్నాడు వశిష్టుడు "ఇంకొక్క విషయం. భూమాత కాలమానం ప్రకారం మంచుయుగం అకస్మాత్తుగఅంతమైపోయింది. మానవ కాలమానం ప్రకారం మాత్రం కాదు. మనకు దశాబ్దాలు, శతాబ్దాల ముందు నుంచే హెచ్చరికలున్నాయి. అయినా మనమేమీ చెయ్యలేదు"

అన్నదమ్ములు అత్యంత ఏకాగ్రతతో వింటున్నారు.

"ఎంతో నాగరికం అని చెప్పుకుంటున్న సంగమ్ తమిళ, ద్వారక ప్రజలు ఎందుకు సమయానికి అవసరమైన చర్యలు తీసుకోలేదు? వాళ్లకు రాబోయే ఉపద్రవం గురించి తెలుసని చెప్పడానికి సాక్ష్యాలున్నాయి. భూమాత వాళ్లకు ఎన్నో సంకేతాలిచ్చింది ఉత్పాతం గురించి. వాళ్లకు దాన్ని నిరోధించేందుకు లేదా తమని తాము కాపాడుకునేందుకు అవసరమైన సాంకేతిక పరిజ్ఞానం కూడ ఉంది. అయినా వాళ్ళేమీ చేయలేదు. మనువు సమర్థ నాయకత్వంలో కొందరే బతికారు. ఎందుకు?'

"వాళ్లు బద్ధకస్తులు" లక్ష్మణుడు, ఎప్పటిలాగే అత్యుత్సాహంతో తొందరపడి అన్నాడు.

వశిష్టుడు నిట్టూర్చాడు. " పౌరవా, నువ్వు సమాధానం చెప్పేముందు కాస్త ఆలోచిస్తే బాగుంటుంది"

ఈ మందలింపుతో ఊరుకున్నాడు లక్ష్మణుడు.

"నీకు ఆలోచించడం చాతకాక కాదు. తొందరపాటు. అంతే. ఒకటి గుర్తుపెట్టుకో. త్వరగా సమాధానం చెప్పడం కంటే సరైన సమాధానం చెప్పడం ముఖ్యం" అన్నాడు వశిష్టుడు.

లక్ష్మణుడు "అలాగే గురుదేవా" అన్నాడు కళ్లుదించుకుని. అంతలో మళ్లీ చేయ్యెత్తి " ఆ ప్రజలు నీతిమాలిన వాళ్లా? నిర్లక్ష్యంగా ఉండేవాళ్లా?' అని అడిగాడు.

"ఇక ఇప్పుడు ఊహించడం మొదలుపెట్టావు. గది తలుపులు వేలి గోళ్లతో తీయడానికి ప్రయత్నించకు. తాళాన్ని ఉపయోగించు"

లక్ష్మణుడు అవాక్కయ్యాడు.

"సరైన సమాధానం కోసం తొందరపడకు. తాళమంటే సరైన ప్రశ్న అడగడం" అన్నాడు వశిష్టుడు

"గురుదేవా?' నేనో ప్రశ్న అడగనా" రాముడు అన్నాడు.

"తప్పకుండా, సుదాసా"

"మీరింతకు ముందు వారికి కొన్ని దశాబ్దాలు, శతాబ్దాల హెచ్చరిక ఉందని అన్నారు. అంటే ఆ శాస్త్రవేత్తలు ఆ సంకేతాలన్నిటినీ అర్థం చేసుకోగలిగారనేగా?"

"అవును"

"మరి తాము అర్థం చేసుకున్నవాటిని అందరికీ, ముఖ్యంగా రాజ కుటుంబానికి తెలిపారా?'

"అవును. చెప్పారు"

"అప్పటికి మనువు పాండ్యరాజా, రాకుమారుడా? నేను విరుద్ధమైన విషయాలు విన్నాను దీనిగురించి"

వశిష్టుడు ప్రశంసాపూర్వకంగా దరహాసం చేసాడు "మను చిన్న రాకుమారుడు"

"అయినప్పటికీ, ప్రజలను అతను రక్షించాడు గానీ, రాజుగారు కాదు"

"అవును"

"ప్రజల రక్షణభారం మరొకరు వహించాల్సి వచ్చిందంటే రాజు తన కర్తవ్యం నెరవేర్చలేదని అర్థమవుతుంది. అంటే లోపభూయిష్టమైన నాయకత్వమే సంగమ్ తమిళ్, ద్వారకల వినాశనానికి కారణం"

"చెడ్డ ప్రభువు చెడ్డ మనిషి కూడ అవుతాడని అనుకుంటున్నావా?'

"లేదు' భరతుడన్నాడు. "ఒక్కోసారి ఉదాత్తులైన వారు కూడా ఘోరమైన నాయకులు కావచ్చు. అదే విధంగా, సరైన వర్తనం లేని వాళ్లు కూడ దేశానికి అవసరమైన గొప్ప పాలకులు కావచ్చు"

"సరిగ్గా చెప్పావు. ఏ రాజునైనా అతను తన ప్రజలకు ఏం చేసాడన్న దాని మీదే మూల్యాంకనం చేయాలి. అతని వ్యక్తిగత జీవితంతో మనకు పనిలేదు. అతని బహిరంగ జీవితం మాత్రం ఒకే లక్ష్యంతో ఉండాలి. తన ప్రజలకు అన్నీ సమకూరాలి; వారి జీవితాలు మెరుగుపడాలి"

"నిజమే" అన్నాడు భరతుడు

వశిష్టుడు దీర్ఘ శ్వాస విడిచాడు. ఇదే అడగాల్సిన సమయం. "అయితే, రావణుడు ప్రజారంజకుడైన ప్రభువేనా?"

ఒక్క క్షణం భయంకరమైన నిశ్శబ్దం.

రాముడు సమాధానం చెప్పలేదు. అతనికి రావణుడంటే ద్వేషం. అతను అయోధ్యను మాత్రమే కాదు; రాముడి భవిష్యత్తునూ నాశనం చేసాడు. అతని జన్మదినం ఎప్పటికీ రావణుడి చేతిలో అయోధ్య పరాజయంతో ముడిపడే ఉంటుంది. తను ఏం చేసినా, తన తండ్రికీ, అయోధ్య ప్రజలకూ అశుభం కలిగించినవాడిగానే పరిగణిస్తారు.

చివరకు భరతుడు అన్నాడు. "మనకు ఒప్పుకోవడం ఇష్టం లేకున్నా, రావణుడు మంచి రాజు; తన ప్రజల ప్రేమను పొందిన ప్రభువు. అతను పరిపాలనాదక్షుడు; సముద్ర వర్తకంద్వారా ప్రజలకు సంపదలు సమకూర్చాడు; తన దేశంలోని సముద్రరేవులను కూడ బాగా నిర్వహిస్తాడు. రాజధాని వీధుల్లో బంగారం రాశులు పోసివుంటాయిట. అందుకే అ దేశానికి 'స్వర్ణలంక' అనే పేరు వచ్చిందంటారు. అవును. అతను మంచి రాజు"

"మరి ఎంతో మంచి మనిషి, మంచి రాజు మనోవ్యాకులతలో మునిగిపోవడాన్ని మీరేమంటారు? ఆయన తన వ్యక్తిగత బాధను ప్రజల బాధగా చేసాడు. అతను బాధపడుతున్నాడు కనక వాళ్లు కూడ బాధపడుతున్నారు. మరి ఇలాంటి మనిషి మంచి ప్రభువా?'

వశిష్టుడు ఎవరి గురించి మాట్లాడుతున్నాడో అర్థమవుతూనే ఉంది. శిష్యులు సమాధానం చెప్పడానికి భయపడి, మౌనంగఉండిపోయారు.

చివరకు భరతుడు చెయ్యి ఎత్తాడు. "లేదు. అతను మంచి రాజు కాదు"

వశిష్టుడు తలపంకించాడు. *"పుట్టుకతో తిరుగుబాటుదారుడు మరి'*

"ఇవాల్టికిది చాలు" అకస్మాత్తుగా పాఠం ఆపేసాడు వశిష్టుడు. "ఎప్పటిలాగే మీరు ఇంటి దగ్గర చదవాల్సిన పాఠాల్లో ఈరోజు చేసిన చర్చ మీద దృష్టి పెట్టాలి"

"నా వంతు, అన్నయ్యా" కంఠస్వరం తగ్గించి అన్నాడు భరతుడు, రాముడి భుజం మీద తడుతూ.

రాముడు వెంటనే తన సంచీని నడుముకు కట్టేసుకున్నాడు "మన్నించు' అంటూ.

భరతుడు కింద వున్న గాయపడిన కుందేలు వద్దకు వెళ్లాడు. ముందు ఆ కుందేలుకు మత్తుమందిచ్చి, తర్వాత దాని మునుగాళ్లలో ఇరుక్కుపోయిన చెక్కముక్కను బయటకు తీసాడు. అప్పటికే గాయం బాగా తీవ్రమైంది ; కానీ ఇంకా హాని జరగకుండా అతని మందు ఆపగలుగుతుంది. కొన్ని నిమిషాల తర్వాత కుందేలు మత్తు నుంచి లేవగలుగుతుంది. క్రమంగఆరోగ్యం చక్కబడుతుంది.

భరతుడు తన చేతులు కడుక్కుంటూ ఉండగా, రాముడు నెమ్మదిగా కుందేలును చేతిలోకి తీసుకుని చెట్టు మొదల్లో ఉంచాడు. దాన్ని ఇతర జంతువుల బారినుంచి కాపాడ్డానికి చాటుగా ఉంచాల్సివచ్చింది. భరతుడి కేసి చూసాడు. "కాస్సేపటికి లేస్తుందిలే. జీవిస్తుంది"

"రుద్రదేవుడి దయవల్ల" అన్నాడు భరతుడు చిరునవ్వుతో.

రామభరతలక్ష్మణశత్రుఘ్నులకు పక్షం రోజులకొకసారి అడవుల్లోకి వెళ్లి గాయపడిన జంతువులకు శుశ్రూష చేయడం అలవాటు. క్రూరజంతువుల వేటలో వాళ్లెప్పుడూ జోక్యం చేసుకోరు. ఎందుకంటే అది వాటి సహజ ప్రవర్తన. కానీ ఎక్కడైనా గాయపడి పడివున్న జంతువు కనిపిస్తే మాత్రం తమకు చేతనైన వైద్యం చేస్తారు.

'అన్నయ్యా" శత్రుఘ్నుడు కొంత దూరంలో , తన అన్నలను ఏకాగ్రతతో చూస్తూ పిలిచాడు. రామభరతులిద్దరూ తిరిగి చూసారు. శత్రుఘ్నుడి కంటే వెనగ్గా ఉన్నాడు లక్ష్మణుడు. పరధ్యాన్నంగా చెట్టు పైకి రాళ్లు విసురుతున్నాడు.

"లక్ష్మణా. నువ్వంత వెనగ్గా ఉండకు. ఇది ఆశ్రమం కాదు; అడవి. ఇక్కడ ఒంటరిగా ఉండడం క్షేమం కాదు"

లక్ష్మణుడు చికాగ్గా నిట్టూర్చి, వాళ్ల వద్దకు వచ్చాడు.

'ఏమైంది శత్రుఘ్నా" రాముడు, తన చిన్న తమ్ముడి కేసి తిరిగి అన్నాడు.

"భరతన్నయ్య జత్యాది నూనె పెట్టాడు కుందేలు దెబ్బ మీద. దాని మీద వేపాకు పెట్టాలి. లేకపోతే మందు పని చెయ్యదు"

"అయ్యో. అవును శత్రుఘ్నా' అంటూ నుదురు కొట్టుకున్నాడు రాముడు.

రాముడు కుందేలును చేతిలోకి తీసుకోగా, భరతుడు తన నడుముకు కట్టుకున్న సంచీలోంచి వేపాకు తీసాడు. భరతుడు శత్రుఘ్నుడి కేసి చూసి నవ్వాడు. "ఈ ప్రపంచంలో నీకు తెలీనిదేమన్నా ఉందా శత్రుఘ్నా"

శత్రుఘ్నుడు మందహాసం చేసాడు "లేదనుకుంటా"

భరతుడు వేపాకులను కుందేలు గాయం పైన పెట్టి, మళ్లీ కట్టు కట్టి, చెట్టు తొర్రలో దాన్ని ఉంచాడు.

"మనం నిజంగా ఈ జంతువులకు మేలు చేస్తున్నామా లేక మన అంతరాత్మలను సంతృప్తి పరుస్తున్నామా ఇలాంటి పనుల వల్ల అని నా అనుమానం" అన్నాడు రాముడు.

"మన అంతరాత్మలను సంతృప్తిపరచుకుంటున్నామనే నా అభిప్రాయం. కనీసం అదైనా చేస్తున్నాం కదా" అన్నాడు భరతుడు అదోలా నవ్వుతూ.

రాముడు తల అడ్డంగా ఆడించాడు "నువ్వు ఎందుకంత అవిశ్వాసంతో మాట్లాడతావు?'

'నువ్వసలు అవిశ్వాసంగా ఎందుకు మాట్లాడవు?'

రాముడు కనుబొమ్మలు ఎగరేసి, ముందుకు నడిచాడు.

భరతుడు అతన్ని అందుకున్నాడు. లక్ష్మణశత్రుఘ్నులు కొంత వెనగ్గా నడుస్తున్నారు.

"మానవజాతి గురించి తెలిసి కూడా నీకు అవిశ్వాసం ఎందుకు కలగదు?"

"బాగుంది భరతా. మనకు ఉన్నతిని సాధించే లక్షణం ఉంది. కావలసిందల్లా ఒక స్ఫూర్తినిచ్చే నాయకుడు."

"అన్నయ్యా. మనుషుల్లో మంచితనం లేదని నేననడం లేదు. అది ఉంది; దానికోసం పోరాడాలి కూడ. కానీ అదే సమయంలో ఎంత క్రౌర్యం ఉందంటే ఒక్కోసారి అనిపిస్తుంది; ఈ గ్రహం మీద మానవజాతి అనేది లేకపోతేనే బాగుండేదేమో అని"

'నువ్వు మరీ దారుణంగా అంటున్నావు. మనం అంత దుర్మార్గులమేమీ కాదు"

భరతుడు మెత్తగా నవ్వాడు " నేనంటున్నదేమిటంటే మనుషుల్లో లోలోపల ఉదాత్తత, మంచితనం ఉండగల సామర్థ్యం ఉంది. కానీ అది వాస్తవంలోకి రాలేదు"

"అంటే నీ ఉద్దేశం?'

"నియమాలు ఉన్నాయి కాబట్టి అందరూ దాన్ని పాటించాలి అనుకోవడం దురాశే అవుతుంది. నియమనిబంధనలు ఎలా ఉండాలంటే వ్యక్తుల స్వప్రయోజనాలకు కూడ పనికివచ్చేలా ఉండాలి. అలా రూపొందించినపుడే వాళ్లు సత్ప్రవర్తన వైపు మొగ్గు చూపుతారు"

"ప్రజలు మహనీయతకు కూడ స్పందిస్తారు"

"లేదన్నయ్యా. ఎవరో ఒకరిద్దరు స్పందించవచ్చుగానీ, ఎక్కువమంది తమకు ప్రయోజనం ఉంటేనే స్పందిస్తారు. "

"రుద్రదేవుడు నిస్వార్థంగా సేవచేయలేదూ?'

"అవును' అన్నాడు భరతుడు. " కానీ ఆయన్ని అనుసరించిన వాళ్లంతా స్వప్రయోజనాలకోసం చేసిన వాళ్లే. అద్వైతే వాస్తవమే" రాముడు తల అడ్డంగా తిప్పాడు " ఈ విషయంలో మనిద్దరం ఏకీభవించం"

భరతుడు చిరునవ్వు నవ్వాడు "ఏకీభవించమేమో. అయినా నాకు నువ్వంటే ఎంతో ప్రేమ"

రాముడు కూడ మందహాసం చేసాడు, కానీ విషయం మార్చాడు "నీ సెలవురోజులు ఎలా గడిచాయి? మనం అక్కడ ఉన్నప్పుడు నాకు నీతో మాట్లాడ్డానికే కుదరదు"

"అదెందుకో నీకూ తెలుసు" గొణిగాడు భరతుడు"కానీ ఈసారి మరీ ఘోరంగా లేవులే సెలవులు"

భరతుడికి తన అమ్మ తరఫు బంధువులు అయోధ్యకు వస్తే చాలా ఇష్టం. వాళ్ళుంటే కఠినాత్మురాలైన తన తల్లిని తప్పించుకోవడం సులభం. కైకేయికి భరతుడు తన అన్నదమ్ములతో సమయం గడపడం ఇష్టం ఉండదు. వీలైతే, భరతుడు సెలవుల్లో అనునిత్యమూ తనతోనే ఉంటే ఆమె ఎంతో సంతోషిస్తుంది. అంతే కాక, తన తల్లి ఆకాంక్షలు తీర్చడంకోసం తను గొప్ప ఉన్నతుడు కావడం గురించి నిర్విరామంగా సంభాషిస్తుంది. ఒక్క తన రక్తసంబంధీకులతో మాత్రమే భరతుడి సమయాన్ని పంచుకోడానికి ఆమెకు అభ్యంతరం ఉండదు. కైకేయి తల్లిదండ్రులు, మేనమామ సెలవుల్లో వస్తే

భరతుడికి తల్లి నుంచి విముక్తి లభిస్తుంది. ఈసారి మొత్తం సెలవులు తనను ఎంతో ముద్దు చేసే వాళ్లతోనే గడిపాడు.

రాముడు సరదాగా భరతుడి కడుపులో గుద్దాడు. "ఆమె నీ తల్లి భరతా. నీకు ఏది మంచిదో ఆమెకు అదే కావాలి"

"అన్నయ్యా. దానికంటె నామీద కాస్త ప్రేమ చూపిస్తే ఆనందిస్తాను. ఒకసారి ఏం జరిగింది తెలుసా? అక్కడ ఉన్నప్పుడు పొరబాటున పాలలోటా కింద పడేసాను. అమ్మ నన్ను చెంపమీద కొట్టింది. తన చెలికత్తెలందరి ముందూ చాచి గట్టిగా కొట్టింది"

"అయితే అక్కడ జరిగినవి నువ్వు గుర్తు పెట్టుకుంటావన్న మాట. ఇంకా నేనొక్కణ్ణే అలాంటివి గుర్తుపెట్టుకుంటాననుకున్నాను. "

"నేనెలా మరవగలను? నేనేమో చిన్న పిల్లవాణ్ని. నా చేతిలో లోటా చాలా పెద్దది. బరువు కూడ. అందుకే కింద పడిపోయింది. అంతే. దానికి నన్నెందుకు కొట్టాలి?"

రాముడికి తన సవతితల్లి బాగానే అర్థమైంది. ఆమెకు ఏవేవో నిస్పృహలు. తన కుటుంబంలో అందరికంటె తెలివైంది ఆమెనే. కానీ తండ్రి ఆమె తెలివితేటలను పెద్దగా గౌరవించలేదు. అంతే కాక, తన కుమారుడు యుధాజిత్‌ని తన కూతురు మించిపోవడం ఆయన హర్షించలేదు. సమర్థులైన స్త్రీలను సమాజం ఆమోదించలేక పోవడం రాముడికి విపరీతంగా అనిపించింది. అందుకే తన ఆశలు, ఆకాంక్షలు కుమారుడు భరతుడి ద్వారా తీర్చుకోవాలని కైకేయి అనుకుంటుంది.

కానీ రాముడు ఈ విషయాలు భరతుడితో అనలేదు. తనలోనే దాచుకున్నాడు.

"నాకు నీకులాంటి అమ్మే ఉంటే ఎంత బాగుండేది. బేషరతుగా నన్ను ప్రేమించేది. నా తల తినేది కాదు" అన్నాడు భరతుడు ఆశగా.

రాముడు ఏమీ అనలేదు. కానీ భరతుడి మనసును ఏదో తొలిచేస్తోందని అర్థం చేసుకున్నాడు.

"ఏమైంది, భరతా" అడిగాడు, తనకేసి చూడకుండానే.

లక్ష్మణశత్రుఘ్నులకు వినబడకుండా ఉండేందుకు భరతుడు గొంతు తగ్గించాడు.

"రామన్నయ్యా. ఇవాళ గురుదేవులు అన్న విషయం గురించి ఆలోచించావా?"

రాముడు ఊపిరి బిగపట్టాడు.

'అన్నయ్యా?' మళ్లీ రెట్టించాడు భరతుడు

రాముడు నిటారుగా అయ్యాడు. "అది రాజద్రోహం. నేనటువంటి విషయాలు ఆలోచించను"

"రాజద్రోహమా? మనదేశం మేలు గురించి ఆలోచించడం రాజద్రోహమా?'

"ఆయన మన తండ్రి.. మనం చేయవలసిన విధులు.."

'నీ దృష్టిలో అతను మంచి రాజా?'

"మనుస్మృతిలో చెప్తాడు ఒక రాజుగారి కొడుకు విధిగా.."

'చట్టం ఏం చెబుతుందో నాకు చెప్పొద్దన్నయ్యా. ' చేయి విసురుతూ మనుస్మృతి చట్టాలను తోసిపుచ్చేసాడు భరతుడు "మనుస్మృతి నేనూ చదివాను. కానీ నువ్వేమనుకుంటున్నావని అడిగాను"

"చట్టాన్ని ఆచరించాలని అనుకుంటాను"

'అంతేనా? నువ్వు చెప్పాల్సింది ఇదేనా?"

'కావాలంటే మరికొంత కలుపుతాను"

"కలుపు మరీ"

"చట్టాన్ని ఎల్లప్పుడూ పాటించాలి"

భరతుడు విసుగ్గా ముఖం పెట్టాడు.

"అది కొన్ని అసాధారణ పరిస్థితుల్లో తప్ప సంభవం కాదనుకో. కానీ ఎట్టి పరిస్థితుల్లోనూ చట్టాన్ని మనం పాటిస్తూంటే, కొంతకాలం తర్వాత సమాజం మెరుగుపడడం ఖాయం' అన్నాడు రాముడు.

"ఈ అయోధ్యలో చట్టం గురించి అంతగా పట్టించుకునేవారెవ్వరూ లేరన్నయ్యా. మనది వినాశనానికి సమీపంలో ఉన్న ఆధునిక నాగరికత. ఈ భూమి మీద మనంత ద్వంద్వనీతి ఆచరించే వాళ్లు లేరు. ఇతరుల్లో అవినీతిని మనం తిట్టిపోస్తాంగానీ, మనలో ఉన్న నిజాయితీ రాహిత్యం గురించి మాట్లాడం. తప్పుడు పనులు, నేరాలు చేసిన వారిని మనం అసహ్యించుకుంటాం; మనం చేసే తప్పులు, చిన్నవీ, పెద్దవీ కూడ అసలు పట్టించుకోం. మన కష్టాలన్నిటికీ రావణుణ్ని తిడతాం గానీ, మనమే ఈ విధ్వంసాన్ని చేతులారా కొనితెచ్చుకున్నామని ఒప్పుకోం."

"మరైతే ఇది ఎలా మారుతుంది?"

"ఇది మనుషుల మౌలిక గుణం. మనకు జరిగే హానికంతా ఎదుటి వాళ్లే కారణమనుకోవడం; మన వేపు వేలెత్తయినా చూపించుకోకపోవడం. ఇది వరకు చెప్పాను. ఇప్పుడు మళ్లీ చెబుతున్నాను. మనకు ఎలాంటి రాజు

కావాలంటే వ్యవస్థలను స్థాపించి, వాటి ద్వారా స్వార్థపరులను కూడ సమాజానికి మేలు చేసే విధంగా మార్చి, అమలు చేయగల రాజు"

"అర్థం పర్థం లేదు. మనకు కావలసింది, తన ప్రవర్తన ద్వారా ప్రజలలో స్ఫూర్తిని నింపి నడిపించే నాయకుడు. తమలో ఉన్న మంచిని తామే గుర్తించేలా ప్రజలను ప్రేరేపించగల నాయకుడు. ప్రజలు స్వేచ్ఛగా ఉండి, తమకిష్టం వచ్చినట్లు ప్రవర్తించేలా చేసే నాయకుడు మనకవసరం లేదు"

"లేదన్నయ్యా. వివేకంతో ఉపయోగిస్తే, స్వేచ్ఛ మనకు మేలు చేస్తుంది"

"స్వేచ్ఛ చట్టంతో ఎప్పటికీ మైత్రి చేయలేదు. ఏదైనా ఒక సమాజాన్ని వదలేయాలా, లేక చట్టం మేరకు నడిచే ఆ సమాజంలో ఉండాలా అని ఎంచుకునే హక్కయితే నీకు ఉంటుంది. కానీ సమాజంలో నివసించాలని నిర్ణయించుకున్న తర్వాత చట్టాన్ని బట్టి నడుచుకోవాల్సిందే"

"చట్టం ఎప్పుడూ గాడిదలాంటిదే. అది ఒక లక్ష్యం కోసం పనికి వచ్చే పరికరం మాత్రమే" అన్నాడు భరతుడు.

రాముడు ఒక నవ్వుతో ఈ చర్చకు స్వస్తి చెప్పాడు. భరతుడు కూడ నవ్వి అన్న వీపు తట్టాడు.

"అయితే నువ్వంటున్నావే. ఒక గొప్ప నాయకుడు స్ఫూర్తినివ్వాలి; ఇతరుల్లోని దైవత్వాన్ని మేల్కొలపాలి వంటివి... ఇవన్నీ మన నాన్నలో ఉన్నాయంటావా?"

రాముడు తమ్ముడికేసి నిందాపూర్వకంగా చూసాడు; తన చేత ఏదో చెప్పించడానికి కుట్ర చేస్తున్నాడని గ్రహించి.

భరతుడు మళ్లీ నవ్వి, రాముడి భుజాన్నితట్టాడు "వదిలేయ్. అన్నయ్యా."

రాముడిలో సంఘర్షణ ప్రారంభమైంది. కానీ విధేయుడైన కొడుకులా, మనసులోకూడ తండ్రిని వ్యతిరేకించే ఆలోచనలను రానివ్వడానికి అతనిష్టపడలేదు.

కొన్ని అడుగుల వెనగ్గా నడుస్తున్న లక్ష్మణుడు అడవిలోని విశేషాలను చూస్తున్నాడు. శత్రుఘ్నుడు మాత్రం అన్నల సంభాషణను విన్నాడు. ***"రామన్నయ్య మరీ ఆదర్శవంతుడు; భరతన్నయ్య వాస్తవికవాది; ఆచరణవాది"***

అధ్యాయం 7

"మరో అమ్మాయా?' రాముడు తన ఆశ్చర్యాన్ని కప్పిపుచ్చడానికి ప్రయత్నిస్తూ, తన అభిప్రాయాన్ని దాచుకుంటూ అనుకున్నాడు. **'ఇప్పటికి అయిదవ ప్రియురాలు"**

దశరథుడు కరచాప యుద్ధంలో ఓడిపోయి పదిహేడేళ్లు గడిచాయి. తన పదహారవ యేట భరతుడు ప్రేమలోని ఆనందాన్ని గుర్తించాడు. ఆకర్షణీయంగా, కలుపుగోలుగా ఉండే భరతుడికి అమ్మాయిలంటే ఇష్టం. అమ్మాయిలకు కూడ అంతే. గిరిజన సంప్రదాయంలో ప్రేమ సంబంధాల్లో ఉన్న స్వేచ్ఛ వల్ల ఆశ్రమంలోని అమ్మాయిలతో కలిసిమెలిసి వుండడం భరతుడికి సులభమైంది.

ఇప్పుడతను, ఒక దివ్యమైన సౌందర్యంతో వెలుగుతున్న, తనకంటే వయసులో పెద్దదైన అమ్మాయి చేయి పట్టుకుని రాముడి వద్దకు వచ్చాడు.

"ఎలా ఉన్నావు భరతా?"

"బ్రహ్మాండంగా ఉన్నాను అన్నయ్యా" నవ్వుతూ అన్నాడు భరతుడు "ఇంతకంటే బాగుంటే ఇక అది పాపంలో కూరుకుపోవడమే అవుతుంది"

రాముడు చిరునవ్వు నవ్వి, అమ్మాయి కేసి సగౌరవంగా చూసాడు.

"అన్నయ్యా, ఈమెను పరిచయం చేస్తానుండు. రాధిక. నాయకుడు వరుణుడి కుమార్తె"

"మీ పరిచయభాగ్యం కలగడం అదృష్టం' రాముడు తలవంచి నమస్కరిస్తూ అన్నాడు.

రాధిక కళ్లలెగరేసింది, వినోదంగా చూస్తూ. "భరతుడు మీ గురించి నిజమే చెప్పాడు. మీరు ఇంత పద్ధతిగా మాట్లాడ్డం హాస్యాస్పదంగా ఉంది" అంది.

ఆమె మొహమాటం లేని మాటలకు రాముడు కళ్లు పెద్దవి చేసి చూసాడు.

"హాస్యాస్పదం అనే మాట నేనసలు వాడనే లేదు" భరతుడు అభ్యంతరం చెప్పాడు. ఆమె చెయ్యి వదిలేసాడు. "అన్నయ్య గురించి అలాంటి పదం నేనెందుకు వాడతాను?"

రాధిక భరతుడి జుట్టును ప్రేమగా చెరిపింది. 'సరేలే. హాస్యాస్పదం అన్న మాటను నేనే చేర్చాను. అయినా నీ లాంఛనమైన పద్ధతి నాకు నచ్చింది రామా. ఆ మాటకొస్తే భరతుడికి కూడ ఇష్టమే. ఆ విషయం నీకు తెలిసే ఉంటుందిలే"

'ధన్యుణ్ని' రాముడు, తన అంగవస్త్రం సరిచేసుకుంటూ అన్నాడు.

రాముడు అసౌకర్యంగా భావిస్తున్నాడని గ్రహించిన రాధిక అల్లరిగా నవ్వింది. సాధారణంగా స్త్రీల ఆకర్షణకు అతీతుడైన రాముడు కూడ ఆ అమ్మాయి నవ్వు, అప్సరసల నవ్వులా రమ్యంగా ఉందని అనుకున్నాడు.

రాముడు భరతుడితో, రాధికకు అర్థం కాకూడదని ప్రాచీన సంస్కృత భాషలో అన్నాడు "సా వర్తతే లావణ్యవతి"

భరతుడికి ప్రాచీన సంస్కృతం అంతగా రాకపోయినా, రాముడన్నది మామూలు ప్రశంసా వాక్యమే కనక అర్థం చేసుకున్నాడు "ఈ అమ్మాయి అద్భుతసౌందర్యరాశి' అన్నాడు రాముడు.

భరతుడు సమాధానం చెప్పేలోగా, రాధిక అంది "అహమ్ జానామి" నాకు తెలుసు' అని.

రాముడు కళవళపడుతూ, "మీ సంస్కృతం చాలా బాగుంది"

రాధిక నవ్వింది " ఈరోజున మనం కొత్త సంస్కృతం మాట్లాడుతున్నాం గానీ, ప్రాచీన గ్రంథాలు అర్థం చేసుకోవాలంటే ఆ సంస్కృతం రావాల్సిందే"

తను జోక్యం చేసుకోవలసిన సమయం వచ్చిందని భరతుడు భావించాడు. "ఆమె తెలివి తేటలు చూసి మోసపోవద్దన్నయ్యా. ఆమె చాలా అందగత్తె కూడ"

రాముడు నవ్వి, మళ్లీ ఆమెకు చేతులు జోడించి నమస్కరించాడు. "మీకు ఏ విధంగానైనా బాధ కలిగించివుంటే నన్ను మన్నించండి"

రాధిక నవ్వుతూ, తల అడ్డంగా తిప్పింది. "మీరేం బాధపెట్టలేదు. ఏ ఆడపిల్లకైనా తన సౌందర్యాన్ని ప్రశంసిస్తే ఎందుకు నచ్చదు?'

"నా తమ్ముడు అదృష్టవంతుడు"

"నేను కూడ దురదృష్టవంతురాలిని కానులే' అంది రాధిక, మరోసారి భరతుడి జుట్టు చెరిపేస్తూ.

భరతుడు ఆ అమ్మాయికి దాసుడైపోయాడని రాముడు గ్రహించాడు. ఈ సారి ఇదివరకటి కంటె భిన్నంగా ఉంది పరిస్థితి. ఇదివరకటి అమ్మాయిల కంటే రాధిక మీద భరతుడికి ఎక్కువ ప్రేమ ఉన్నట్టు తెలుస్తోంది. అయితే అతనికి గిరిజనుల సంప్రదాయాలు కూడ తెలుసు. అక్కడి అమ్మాయిలు స్వేచ్ఛ కలిగుంటారు గానీ, తమ జాతికి చెందని వారిని వివాహం చేసుకోరు. వారి చట్టం దాన్ని అనుమతించదు. రాముడికి దీనికి కారణం తెలియలేదు. బహుశా అటవీజాతుల వారిలోని స్వచ్ఛతను కాపాడుకోడానికా, లేక నగరజీవులు ప్రకృతికి దూరమైనందువల్ల తమకంటె తక్కువ జాతివారని వాళ్ల నమ్మకమా? ఏమైనా ఈ విషయంలో తన తమ్ముడి హృదయం భగ్నం కాకూడదని రాముడు కోరుకున్నాడు.

"ఇంకా ఎంత వెన్న తింటావు?" రాముడు భరతుణ్ని అడిగాడు. భరతుడికి వెన్న పిచ్చి. జాము చివరి ఘడియ అది. ఆ సాయంత్రం, రాముడు, భరతుడు గురుకులంలో ఒక చెట్టు కింద విశ్రమించారు. లక్ష్మణ శత్రుఘ్నులు ఈ విరామసమయాన్ని గుర్రపుస్వారీ శిక్షణకు ఉపయోగించుకుంటున్నారు. ఇద్దరూ బహిరంగ స్థలంలో పోటీ పడుతున్నారు. నలుగురిలోనూ గుర్రపు స్వారీలో నిష్ణాతుడైన లక్ష్మణుడు శత్రుఘ్నుడిని ఓడిస్తున్నాడు.

"నాకు వెన్న ఇష్టమన్నయ్యా" అన్నాడు భరతుడు, తన మూతి చుట్టూ వెన్నతో.

"కానీ అది ఆరోగ్యానికి మంచిది కాదు; లావెక్కుతావు కూడ"

భరతుడు ఛాతీ విరుచుకుని, కండరాలు చూపిస్తూ నించున్నాడు. 'నేను నీకు లావుగా కనిపిస్తున్నానా?"

రాముడు నవ్వాడు. "ఆడపిల్లలకు నువ్వు అనాకారిగా కనిపించవనుకో. కనక నా అభిప్రాయానికి ఎలాంటి విలువా లేదు"

"అదే కదా' ఫక్కున నవ్వాడు భరతుడు. మళ్లీ గిన్నెలోకి చేయి పెట్టి వెన్న తీసుకుని నోట్లో పెట్టుకుంటూ.

రాముడు నెమ్మదిగా భరతుడి భుజం పై చెయ్యి వేసాడు. భరతుడు అతని ముఖంలో ఆందోళన చూసి, తినడం ఆపాడు.

"భరతా.. నీకు తెలుసు కదూ.."

భరతుడు మధ్యలోనే అందుకున్నాడు "అన్నయ్యా. నన్ను నమ్ము. నాకు ఆడపిల్లల గురించి నీకంటే ఎక్కువ తెలుసు"

"నాయకుడు వరుణ్ ప్రజలు .."

"అన్నయ్యా. నాకు ఆమె మీద ఎంత ప్రేమో ఆమెకూ అంతే. రాధిక నాకోసం తమ చట్టాన్ని ఉల్లంఘిస్తుంది. నన్ను తను వదిలిపెట్టదు. నన్ను నమ్ము"

'అంత ఖచ్చితంగా ఎలా చెప్పగలవు?"

"నాకు తెలుసు"

"కానీ భరతా.."

"అన్నయ్యా. నా గురించి ఆందోళన పడ్డం మానెయ్. నాకోసం ఆనందించు'

రాముడు ఇక ఆ విషయం వదిలేసి, భరతుడి భుజం తట్టాడు "సరే అయితే. అభినందనలు"

భరతుడు నాటకీయంగా తల వంచాడు. "ధన్యవాదాలు, కరుణాస్పదుడా?'

రాముడు ఫక్కున నవ్వాడు.

"నీకు నేను అభినందనలు తెలిపే సమయం ఎప్పుడొస్తుంది అన్నయ్యా?"

రాముడు భరతుడి కేసి చూసి ముఖం చిట్లించాడు.

"నీకు ఏ అమ్మాయి పట్లా ఆకర్షణ కలగలేదూ? ఇక్కడ గానీ, అయోధ్యలోగానీ? ఎందరినో కలిసివుంటావు వార్షిక సెలవుల్లో.."

"ఎవరూ అంత అర్హులుగా అనిపించలేదు"

"ఎవ్వరూ?" "లేదు"

"నువ్వసలు ఆడపిల్లలో దేనికోసం చూస్తున్నావు?"

రాముడు సుదూరంగా చూస్తూ అన్నాడు "నాకు అమ్మాయి వద్దు. స్త్రీ కావాలి"

"ఆహా. నాకు ఎప్పుడో తెలుసు. ఆ గంభీరమైన ఆచ్ఛాదన వెనక ఒక అల్లరి అబ్బాయి దాగున్నాడని"

రాముడు కళ్లు తేలేసి, భరతుణ్ని సరదాగా కడుపులో పొడిచాడు.

"నా ఉద్దేశం అది కాదు. నీకు తెలుసా విషయం"

'మరైతే నీ ఉద్దేశం ఏమిటి?"

'నాకు అపరిపక్వత ఉన్న అమ్మాయి వద్దు. ప్రేమ అన్నది అంతముఖ్యం కాదు. నేను గౌరవించగల అమ్మాయి కావాలి నాకు"

'గౌరవమా?. విసుగ్గా ఉండదూ"

"అనుబంధమంటే కేవలం సరదా కోసంకాదు. దానివెనక నమ్మకం, మన భాగస్వామిని మనం విశ్వసించగలమన్న భావన ఉండాలి. కేవలం ప్రేమోద్రేకం, మోహాల మీద ఏర్పడిన అనుబంధాలు ఎక్కువ కాలం ఉండవు"

"నిజమా?"

రాముడు వెంటనే తనని తాను దిద్దుకున్నాడు "రాధిక విషయం వేరనుకో' అన్నాడు

"అవును కదూ" నవ్వుతూ అన్నాడు భరతుడు.

"నా ఉద్దేశం ఏమిటంటే నాకంటే ఉన్నతమైన స్త్రీ నాకు కావాలి. ఆమె ముందు నేను ఆరాధనతో తలవంచి నమస్కరించాలి"

"నువ్వు పెద్దల ముందు, తల్లిదండ్రుల ముందు తలవంచుతావు అన్నయ్యా. భార్యంటే నీ జీవితాన్ని, ప్రేమను పంచుకునేదని అర్థం" వెక్కిరింతగా నవ్వాడు భరతుడు. "బ్రహ్మదేవుడి సాక్షిగా, నిన్ను ఎవరు చేసుకుంటారోగానీ, నాకామె అంటే జాలేస్తోంది. మీ ఇద్దరి అనుబంధం ప్రపంచ చరిత్రలోనే అత్యంత నిస్తేజమైన అనుబంధంగా మిగిలిపోతుంది"

రాముడు గట్టిగా నవ్వాడు, భరతుణ్ని తోసేస్తూ. భరతుడు వెన్న కుండను పడేసి రాముణ్ని వెనక్కి తోసాడు. తర్వాత అక్కడినుంచి పరిగెత్తి పోయాడు.

"నువ్వు నాతో పరిగెత్తలేవు, భరతా" అంటూ వేగంగా పరిగెత్తాడు రాముడు.

"నీకు ఎవ్వరు ఎక్కువ ఇష్టం?' అడిగాడు ఆ అతిథి.

గురుకులంలోకి ఒక ఆగంతకుడు ఎవ్వరూ చూడకుండా వచ్చాడు. వశిష్టుడు తన పర్యటనను రహస్యంగా ఉంచమన్నందున రాత్రి పొద్దుపోయాక ప్రవేశించాడు. అయితే, ఎప్పుడూ ఆశ్రమ నియమాలు పాటించని లక్ష్మణుడు ఆ రాత్రివేళ నిబంధన ఉల్లంఘించి గుర్రపు స్వారీ అభ్యాసం చేస్తున్నాడు. అలా తిరిగి వస్తూండగా. అతనికి ఒక అజ్ఞాత అశ్వం చెట్టుకు కట్టి వేసి కనిపించింది.

తన అశ్వాన్ని నిశ్శబ్దంగా శాలలోకి తీసుకువెళ్లి కట్టేసాడు. వెళ్లి, గురువు గారికి ఆశ్రమంలోకి అజ్ఞాత వ్యక్తి చొరబడ్డాడని చెప్దామని అనుకున్నాడు. కానీ అక్కడికి వెళ్లేసరికి వశిష్ఠుడి గది ఖాళీగా ఉంది. లక్ష్మణుడికి అనుమానం కలిగింది. ఏం జరుగుతోందో విచారిద్దామని బయల్దేరాడు. చివరికి వంతెన కింద వశిష్టుడు, ఒక అజ్ఞాత వ్యక్తితో గొంతు తగ్గించి మాట్లాడుతూ ఉండడం

చూసాడు. లక్ష్మణుడు వాళ్లకి దగ్గరగా వచ్చి, పొదల వెనకనుంచి వారి సంభాషణ వినసాగాడు.

"నేనింకా ఏమీ నిర్ణయించుకోలేదు' అంటున్నాడు వశిష్టుడు

"మీరు త్వరగా నిర్ణయించుకోవాలి, గురుదేవా"

'ఎందుకు?" ఆ వ్యక్తిని లక్ష్మణుడు స్పష్టంగా చూడలేకపోయినా, అతనిలో భయం మొదలైంది. సాయం సంధ్య అంతరిస్తున్న వెలుగులో కూడ అతని అసహజమైన తెల్లని రంగు, అత్యున్నతమైన శరీరాకృతి, కండలు తిరిగిన దేహం కనిపిస్తూనే ఉన్నాయి. అతని ఒళ్లంతా జుట్టుతో నిండివుంది; అతని వీపు వెనక భాగంలో ఏదో తాడులాగా వేళ్లాడుతోంది. ఇతను ఖచ్చితంగా ఆ భయంకరమైన, వికలాంగ నాగజాతికి చెందినవాడే అయ్యుంటాడు. సప్తసింధు అంతటా వీళ్లంటే విపరీతమైన భయ. అతను ఇతర నాగజాతివాళ్లలా తన ముఖానికి ముసుగు వేసుకోలేదు. అతని దేహంపై ధోవతి ఉంది, భారతీయ సంప్రదాయానికనుగుణంగా.

"ఎందుకంటే **వాళ్ల** దృష్టి నీ మీద పడింది" అన్నాడు ఆ నాగ, అర్థవంతంగా గురువుగారి కేసి చూస్తూ.

"అయితే?"

"నీకు భయం వెయ్యడం లేదా?" వశిష్టుడు భుజాలెగరేసాడు. "ఎందుకు భయపడాలి?"

ఆ నాగా నెమ్మదిగా నవ్వాడు. "ధైర్యానికీ, మూర్ఖత్వానికీ మధ్య రేఖ చాలా సన్ననిది"

"ఆ సన్నని రేఖ అంతా జరిగిపోయాకే బయటపడుతుంది, మిత్రమా. నేను విజయం సాధిస్తే, జనం నన్ను ధైర్యవంతుడని అంటారు. నేను విఫలమైతే మూర్ఖుణ్ని అంటారు. ఏది మంచిదో నన్నే తేల్చుకోనివ్వు. తీర్పును భవిష్యత్తుకే వదిలేస్తాను"

ఆ నాగుడు అయిష్టంగా ముఖం పెట్టాడు కానీ, ఇంక చర్చించి లాభం లేదనుకున్నట్టున్నాడు. "ఇప్పుడు నన్నేం చేయమంటారు?"

"ప్రస్తుతానికి ఏమీ వద్దు. వేచిచూద్దాం' అన్నాడు వశిష్టుడు

'రావణుడి గురించి తెలిసిందా.."

"తెలుసు"

'అయినా మీరు ఇక్కడే ఏం చేయకుండా కూర్చుంటారా?"

"రావణుడు...' గొణిగాడు వశిష్టుడు "అతని వల్ల ఉండే ప్రయోజనాలు ఉన్నాయి"

లక్ష్మణుడు నిర్ఘాంతపోయాడు. కానీ సమయస్ఫూర్తితో మౌనంగఉండిపోయాడు.

"కొందరు మీరు దశరథుడిపై తిరుగుబాటుకు సన్నాహాలు చేస్తున్నారని అనుకుంటున్నారు" అన్నాడు, అపనమ్మకం ఉట్టిపడుతున్న కంఠంతో నాగుడు.

వశిష్టుడు చిన్నగా నవ్వాడు. "అతని మీద తిరుగుబాటు చెయ్యాల్సిన అవసరం లేదు. రాజ్యం ఎలాగూ ఆయన చేజారిపోయింది. అతను మంచి వాడే కానీ మనోవ్యాకులతకు, పరాజయభావనకు బానిసయ్యాడు. నా లక్ష్యం అంతకంటే పెద్దది"

"మన లక్ష్యం అనండి' సరిదిద్దాడు నాగుడు

"అవును' నవ్వుతూ అతని భుజం చరిచాడు విశిష్టుడు. "మన్నించు. అది మన సమిష్టి లక్ష్యం. కానీ మామూలు జనం మన లక్ష్యం అయోధ్యకే పరిమితమని అనుకుంటే అనుకోనివ్వు"

'అవును. అదీ నిజమే"

'ఇక నాతో రా. నీకొకటి చూపించాలి' వశిష్టుడు అన్నాడు.

లక్ష్మణుడు దీర్ఘంగా నిట్టూర్చాడు. వాళ్లిద్దరూ అటుగా వెళ్లిపోయారు. అతని గుండెలు దడదడా కొట్టుకుంటున్నాయి.

"గురువుగారు ఏం చేస్తున్నారు? మాకిక్కడ భద్రత ఉందా?"

అటూ ఇటూ ఎవరైనా ఉన్నారా అని చూసి, లక్ష్మణుడు మెల్లిగ అక్కడినుంచి బయల్దేరి రాముడి గదికి వెళ్లాడు.

"లక్ష్మణా, నిద్రపోరా" విసుక్కున్నాడు రాముడు. అంతకుముందే లక్ష్మణుడు లోపలికి వచ్చి, గగ్గోలు పెడుతూ ఏమిటేమిటో చెప్పాడు. నిద్రమత్తులో ఉన్న రాముడు ఎప్పటిలాగే లక్ష్మణుడు కుట్రల సిద్ధాంతాలు తయారు చేసాడని అనుకున్నాడు.

"అన్నయ్యా. నేను చెప్పేది విను. అయోధ్యలో ఏదో జరుగుతోంది. మన గురువుగారికి కూడ అందులో పాత్ర ఉంది' గట్టిగచెప్పాడు లక్ష్మణుడు.

"భరతుడికి చెప్పావా?"

"ఎందుకు చెప్తాను? లేదు. వాడు కూడా కుట్రలో ఉండే వుంటాడు"

రాముడు లక్ష్మణుడి కేసి కోపంగా చూసాడు. 'అతను కూడ నీకు అన్నయ్యే, లక్ష్మణా"

"అన్నయ్యా నువ్వు మరీ అమాయకుడివి. అయోధ్య ఒక కుట్రల కూడలిగతయారైందని నువ్వు గ్రహించవు. గురువుగారికి అది తెలుసు. ఇంకా కొందరికి అందులో పాత్ర ఉంది. నేను నిన్ను తప్ప ఎవ్వరినీ విశ్వసించను. నువ్వే మమ్మల్ని రక్షించాలి కనకే నేను నీకిదంతా చెప్పాను. ఇక దీనిపై దర్యాప్తు జరిపే బాధ్యత నీదే"

"ఇందులో దర్యాప్తు చేయడానికి ఏమీ లేదు లక్ష్మణా. నీ గదిలోకి వెళ్లి నిద్రపో"

"అన్నయ్యా.."

"నీ గదిలోకి వెళ్లమన్నానా? వెళ్లు. ఇప్పుడే"

అధ్యాయం 8

'ఆదర్శవంతమైన జీవన విధానమంటే ఏమిటి?" వశిష్టుడు ప్రశ్నించాడు.

ప్రాతఃకాలసమయంలో ఆశ్రమంలో గురుస్తుతి ముగిసిన తర్వాత నలుగురు అన్నదమ్ములు ఆయన ముందు కూర్చునివున్నారు.

"చెప్పండి" మళ్లీ అడిగాడు వశిష్టుడు, ఎవరూ నోరు విప్పకపోవడంతో.

లక్ష్మణుడి కేసి చూసాడు, ఎప్పటిలాగే అందరికంటే ముందు నోరు విప్పుతాడని. కానీ లక్ష్మణుడు అయిష్టాన్ని, ఉద్వేగాన్ని వ్యక్తంచేస్తూ, కదలకుండా కూర్చున్నాడు. వశిష్ఠుడు ఆశ్చర్యపోయాడు.

"ఏం జరిగింది పౌరవా?' అడిగాడు

లక్ష్మణుడు రాముడి కేసి నిందాపూర్వకంగా చూసి, తిరిగి నేలమీద చూపులు నిలిపాడు. "లేదు గురుదేవా. ఏమీ జరగలేదు"

"సమాధానం చెప్పడానికి ప్రయత్నిస్తావా?"

"నాకు సమాధానం తెలీదు, గురుదేవా?"

వశిష్టుడు గంభీరంగచూసాడు. తెలీకపోవడమన్నది ఎప్పుడూ ఇంతకు ముందు లక్ష్మణుడిని ఆపలేదు. భరతుడి కేసి చూసాడు.

"వాసూ, నువ్వు ప్రయత్నిస్తావా సమాధానానికి?"

"ఆదర్శ జీవనమంటే గురుదేవా – ఎక్కడైతే మనుషులందరూ తమ లక్ష్యసిద్ధికి అనుగుణంగా జీవిస్తూ ఆరోగ్యంతో, ఐశ్వర్యంతో, ఆనందంతో ఉంటారో అది"

"ఈ స్థితిని సమాజం ఎలా సాధించగలుగుతుంది?"

'బహుశా అది అసాధ్యమేమో. ఒకవేళ సాధ్యమంటూ అయితే, అది స్వేచ్ఛ వల్లే సాధ్యమవుతుంది. మనుషులకు తమ మార్గం తామే ఎన్నుకునే స్వేచ్ఛ ఇవ్వాలి. వాళ్లంతట వాళ్లే కావలసింది సాధిస్తారు"

"కానీ స్వేచ్ఛ వల్ల ప్రతి ఒక్కరూ తమ కలల్ని సాధించుకోగలరా? ఒకరి స్వప్నం మరొకరి స్వప్నంతొ సంఘర్షిస్తే అప్పుడెలా?'

భరతుడు ఈ మాటల్ని గురించి కొంత సేపు ఆలోచించాడు. తర్వాత 'మీరు చెప్పింది నిజమే. బలవంతుడి ప్రయత్నం బలహీనుడి ప్రయత్నాన్ని వమ్ము చేసితీరుతుంది."

"కనక?"

"కనక ప్రభుత్వం బలహీనులను రక్షించడానికి చర్యలు తీసుకోవాలి. ఎప్పుడూ బలవంతులే గెలవడం అభిలషణీయం కాదు. సామాన్యుల్లో అది అసంతృప్తిని రగిలిస్తుంది"

'ఎందుకన్నయ్యా?' శత్రుఘ్నుడు అడిగాడు. 'నన్నడిగితే బలవంతుడినే నెగ్గనివ్వమంటాను. సమాజానికి ఎప్పటికైనా అదే మంచిది కదా?'

"అదే జరిగితే అది ఆటవిక న్యాయం కాదా" అన్నాడు వశిష్టుడు. "క్రమంగా బలహీనులు అంతరించిపోతారు"

"మీరు దాన్ని ఆటవిక న్యాయం అంటే, నేను ప్రకృతిన్యాయం అంటాను, గురుదేవా. ప్రకృతిని ప్రశ్నించడానికి మనమెవ్వరం? బలహీనమైన జింకను పులి చంపకపోతే, జింకల సంఖ్య విపరీతంగా పెరిగిపోతుంది. అవి అడవిలో ఉన్న గడ్డినంతా తినేస్తే కొన్నాళ్లకు అడవే ఉండదు. బలవంతుడు మిగిలివుండడమే అడవికి మంచిది. ఆ రకంగా ప్రకృతిలో సమతూకం నిలబడుతుంది. ఇటువంటి సహజప్రక్రియ విషయంలో ప్రభుత్వాలు జోక్యం చేసుకోకూడదు. బలహీనులకు తమ ఉనికిని కాపాడుకోవడానికి న్యాయంగఇవ్వాల్సిన అవకాశం ఇచ్చే వ్యవస్థను నెలకొల్పి ఊరుకోవాలంతే. ఆ తర్వాత సమాజానికే మార్గం వెతుక్కునే బాధ్యత వదిలేయాలి. అందరూ తమ కలల్ని సాకారం చేసుకునేందుకు సాయపడ్డం ప్రభుత్వం పని కాదు"

"అలాంటప్పుడు ప్రభుత్వం మాత్రం ఎందుకు?"

"వ్యక్తులు సమకూర్చలేని కొన్నింటిని సమకూర్చడానికి ప్రభుత్వం అవసరం. బాహ్య శక్తుల దాడిని ఎదుర్కోడానికి సైన్యాన్ని సమకూర్చాలి; అందరికీ మౌలిక విద్యను అందించాలి; మనకు, జంతువులకు ఉన్న ముఖ్యమైన తేడాల్లో ఒకటి మనం మనలో ఉన్న బలహీనుల్ని చంపకపోవడం. అయితే ప్రభుత్వం తన జోక్యం ద్వారా బలహీనులను పైకి తీసుకువచ్చి, బలవంతులను అణచేస్తే, కొంత కాలానికి సమాజమే ధ్వంసమవుతుంది. ఏ సమాజమైనా, తనలో ఉన్న ప్రతిభావంతుల వల్లే తను వృద్ధి చెందుతుందని

గుర్తుంచుకోవాలి. సమాజంలోని బలవంతుల విషయంలో రాజీపడిపోయి, బలహీనులను ఎక్కువగా మోసుకు తిరిగితే, క్రమంగా సమాజమే కుప్పకూలిపోతుంది"

వశిష్టుడు మందహాసం చేసాడు. "భరత చక్రవర్తి తర్వాత భారతదేశంలో వచ్చిన పతనానికి కారణాలను బాగా అధ్యయనం చేసావు కదూ?' అన్నాడు.

శత్రుఘ్నుడు అవునన్నట్టు తల వూపాడు. భరతుడు కొన్ని వేల యేళ్ల క్రితం ఈ భూమిని ఏలిన ప్రఖ్యాత చంద్రవంశపు రాజు. దేవాధిదేవుడు ఇంద్రుడి అనంతరం భూమిపై చెప్పుకోదగ్గ చక్రవర్తుల్లో అతను ముఖ్యుడు. మొత్తం భారతదేశాన్ని తన ఏకఛత్రం కిందికి తీసుకువచ్చాడు. అతని పాలన దయాధర్మాలతో కూడిందిగా ప్రసిద్ధి చెందింది.

"అలాంటప్పుడు, అంటే తమ పద్ధతులు సత్ఫలితాలనివ్వడం లేదని గ్రహించినపుడు, భరతుడి అనంతర రాజులు ఎందుకు చర్యలు తీసుకోలేదు?' వశిష్టుడు అడిగాడు.

"ఏమో నాకుతెలీదు" అన్నాడు శత్రుఘ్నుడు

"ఎందుకంటే భరత మహారాజు అవలంబించిన సిద్ధాంతం, అంతకు ముందు విజయవంతంగా నడిచిన మరొక సిద్ధాంతానికి వ్యతిరేకమైన ధోరణిలో ఉంది. భరతుడి సిద్ధాంతం స్త్రీత్వంతో కూడినదని చెప్పవచ్చు. అందుకే స్వేచ్ఛ, ప్రేమ, సౌందర్యం వంటి భావనలు అక్కడ ముఖ్యమయ్యాయి. అందులోని సుగుణాలు దయ, సృజనాత్మకత, బలహీనుల పట్ల అపేక్ష. అయితే ఈ స్త్రీత్వ నాగరికతలు పతనమయ్యే కొద్దీ వాటిలో అవినీతి, బాధ్యతారాహిత్యం, శిథిలావస్థ ఏర్పడతాయి"

"గురుదేవా" రాముడు అడిగాడు "మీరు చెబుతున్నదేమిటి? మరో రకమైన జీవన విధానం ఉందనా? అది పురుష స్వభావం కలిగినదా?"

"అవును. పురుషస్వభావం కలిగిన జీవన విధానంలో సత్యం, కర్తవ్యం, ప్రతిష్ట ముఖ్యమవుతాయి. ఉన్నత స్థితిలో ఉన్నప్పుడు ఈ నాగరికతలు సమర్థతతో, న్యాయంతో, సమభావంతో ఉంటాయి. కానీ, పతనావస్థ చేరుకునేటప్పుడు ఇవి బలహీనుల పట్ల ద్వేషభావంతో, కాఠిన్యంతో, మూర్ఖత్వంతో నిండిపోతాయి"

"అంటే స్త్రీ స్వభావ నాగరికతలు పతనమయ్యేకొద్దీ పురుష స్వభావ నాగరికత అవసరమౌతుంది. మళ్లీ పురుష స్వభావ నాగరికత పతనావస్థకు చేరుకుంటే స్త్రీ స్వభావ నాగరికత దాని స్థానాన్ని ఆక్రమించుకుంటుంది. అంతేనా?' అన్నాఢు రాముడు.

"అవును. జీవితం ఒక వలయం' అన్నాడు గురుదేవుడు.

"అలాగైతే ఇప్పటి భారతదేశం పతనావస్థకు చేరుతున్న స్త్రీస్వభావ నాగరికత అని చెప్పవచ్చా?" అడిగాడు భరతుడు.

వశిష్టుడు భరతుడికేసి చూసాడు. " నిజం చెప్పాలంటే ఇప్పటి భారతదేశం అయోమయంలో ఉంది. దాని స్వభావం దానికే అర్థం కావడం లేదు. కొంత పురుష, కొంత స్త్రీ స్వభావ వ్యవస్థ నడుస్తోంది. అయితే, ఏదో ఒకటి ఖచ్చితంగా కనిపిస్తోందని చెప్పాలీ అంటే. అవును. స్త్రీ స్వభావ వ్యవస్థ పతనావస్థలో ఉందని అంటాను"

"అయితే ఇప్పుడు మరో ప్రశ్న. మనం ఇప్పుడు ఈ దేశాన్ని పురుష స్వభావ జీవన విధానం వైపుకు మళ్లించడానికి సమయం ఆసన్నమైందంటారా? ' వాదిస్తున్నట్టుగా అన్నాడు భరతుడు. "భారతదేశం స్వేచ్ఛ లేకుండా బతగ్గలదని నేననుకోను. మనది తిరుగుబాటుదార్ల దేశం. మనం ప్రతి దానికీ వాదిస్తాం; పోట్లాడతాం. కనక మనం స్త్రీ స్వభావ పథంలోనే, అంటే స్వేచ్ఛా పథంలోనే ముందుకు వెళ్లగలుగుతాం. పురుషస్వభావ పద్ధతి కొంతకాలం పని చేయవచ్చేమో. కానీ ఎక్కువకాలానికి పనికిరాదు. ఈ రకమైన జీవితవిధానానికి కట్టుబడివుండేంత వినయవిధేయతలు మనలో లేవు"

'ఇప్పుడలాగే అనిపిస్తుంది' అన్నాడు వశిష్టుడు. 'కానీ ఒకప్పుడు అలా లేదు. గతంలో భారతదేశం పురుషస్వభావ పద్ధతిలోనే నడిచింది"

భరతుడు సాలోచనగా మౌనం వహించాడు.

కానీ రాముడు కుతూహలం ఆపుకోలేకపోయాడు. "గురుదేవా, భరత మహారాజు స్థాపించిన స్త్రీస్వభావ జీవన విధానాన్ని అవసరమైనప్పుడు కూడ మార్చుకోలేకపోయారని అన్నారు. ఎందుకంటే అంతకుముందున్నపురుష స్వభావ సంస్కృతిపై తిరుగుబాటుగా అది వచ్చింది; అంటే ఈ విధానాన్ని పాపంగా ముద్ర వేసారు కదూ"

"అవును, సుదాసా" అన్నాడు వశిష్టుడు, రాముణ్ని గురుకుల నామంతో సంబోధిస్తూ.

"అయితే ఈ పురుషస్వభావ వ్యవస్థ ఎలా ఉండేదో తెలపగలరా? అప్పుడు రాజ్యం ఎలా ఉండేది? ఈకాలం నాటి సమస్యలకు ఆ వ్యవస్థలో ఏమైనా సమాధానాలు లభిస్తాయా?"

"అది చాలా వేల యేళ్ల క్రితం ఉనికిలో ఉన్న సామ్రాజ్యం. అప్పుడు దాదాపు భారతదేశాన్నంతటినీ అతి వేగంగా స్వాధీనపరచుకుంది. ఆ

జీవితం విభిన్నంగా ఉండడమే కాదు. అత్యున్నత స్థాయిలో ఉన్నపుడు ఎంతో ఉత్కృష్టంగా ఉంది"

ఇంతకూ ఆ పాలకులెవరు?"

'వారి పునాదులు ఇక్కడివే. ఇది జరిగి ఎంత కాలమైందంటే చాలా మంది ఈ ఆశ్రమం ఒకప్పుడు ఎంత ప్రసిద్ధమో మరచిపోయారు"

" ఇక్కడా?"

"అవును. ఇక్కడే ఆ మహా సామ్రాజ్య నిర్మాతలు తమ గురుదేవుడి నుంచి విద్యను అందుకున్నారు. ఆయన వాళ్లకు ఉత్కృష్టమైన పురుషస్వభావ వ్యవస్థను గురించి నేర్పాడు. ఇది అతని ఆశ్రమమే"

"ఎవరా మహర్షి?"

వశిష్టుడు దీర్ఘంగా నిట్టూర్చాడు. తన సమాధానం వారిని దిగ్భ్రాంతికి గురి చేస్తుందని ఆయనకు తెలుసు. ఆ మహర్షి పేరు ఈనాటికి భయం గొలిపేదే; ఎవరూ ఆపేరును బయటకు ఉచ్చరించడానికి ఇష్టపడరు. రాముడి మీద దృష్టి నిలుపుతూ అన్నాడు. " ఆయన మహర్షి శుక్రాచార్యుడు"

భరతుడు లక్ష్మణుడు, శత్రుఘ్నుడు నిశ్చేష్టులయ్యారు. శుక్రాచార్యుడు రాక్షస గురువు. ఈ రాక్షసులు వేల యేళ్ల క్రితం మొత్తం భారత భూభాగాన్ని తమ అదుపులో ఉంచుకున్నారు. ఎన్నో ఏళ్ల యుద్ధాల అనంతరం వారిని దేవతలు ఓడించారు. ఇప్పుడు ఆ దేవతలను ప్రజలు పూజిస్తున్నారు. అసుర సామ్రాజ్యం ధ్వంసమైనప్పటికీ, దాని ప్రభావం భారతదేశ ప్రజలపై ఎక్కువగానే ఉంది. లక్షల కొద్దీ ప్రజలు మరణించారు ఈయుద్ధాల్లో. తిరిగి నాగరికతను స్థాపించడానికి చాలా కాలం పట్టింది. దేవతల రాజు ఇంద్రుడు, అసురులు పూర్తిగా భారతదేశం నుంచి బహిష్కృతులయ్యేలా చర్యలు తీసుకున్నాడు. అలా శుక్రాచార్యుడి పేరు చివరికి మట్టిలో కలిసిపోయింది; అతని స్మృతులను కూడ ధర్మాగ్రహంతో, నిష్కారణ భయంతో జనం అణిచేసారు.

తక్కిన ముగ్గురు దిగ్భ్రాంతితతో మౌనం వహించగా, రాముడు మాత్రం కుతూహలంగా చూసాడు గురువు కేసి.

వశిష్టుడు రాత్రి పొద్దుపోయిన తర్వాత తన శిష్యులు ఏం చేస్తున్నారో చూద్దామని బయటకు వచ్చాడు. తనతో సంభాషణ వల్ల కలిగిన అలజడితో

వాళ్లు మాట్లాడుకుంటూ ఉంటారని ఆయన ఊహించాడు. లక్ష్మణ శత్రుఘ్నులు తమ గదుల్లో నిద్రపోతూ ఉన్నారు. రాముడు, భరతుడు తమ గదుల్లో లేరు. వెన్నెల కాంతిలో వాళ్లిద్దరినీ వెతుకుతూ వెళ్లాడు వశిష్టుడు. నెమ్మదిగా మాట్లాడుతున్న కంఠస్వరాలు విని, వశిష్టుడు ఆగాడు. భరతుడు ఆందోళనగా కనిపిస్తున్నాడు. అతని పక్కన ఒక యువతి ఉంది.

భరతుడు ప్రాధేయపడుతున్నాడు “ కానీ ఎందుకు?...'

“క్షమించు, భరతా' ఆ అమ్మాయి మృదువుగా అంది. “మా ప్రజల చట్టాలను నేను ఉల్లంఘించలేను'

“కానీ నేను నిన్ను ప్రేమిస్తున్నాను, రాధికా. నువ్వు కూడ నన్ను ప్రేమిస్తున్నావని నాకు తెలుసు; ఇతరులు ఏమనుకుంటారో మనకెందుకు?”

వశిష్టుడు చటుక్కున వెనక్కి తిరిగి వేరే దిక్కు నడవసాగాడు. ఇటువంటి ఆంతరంగిక సంభాషణను రహస్యంగవినడం అనుచితమైన పని.

“ఇంతకూ రాముడెక్కడ?”

అప్పటికప్పుడు ఎందుకో తన మార్గాన్ని మార్చి, రాళ్లున్న మార్గంపై వెళ్తూ చిన్న చిన్న ఆలయాలున్న ప్రాంతానికి ఆయన వెళ్లారు. అసురులను నిర్జించిన ఇంద్రదేవుడి గుడిలోకి ప్రవేశించాడు. శుక్రాచార్య వారసత్వాన్ని విధ్వంసం చేసిన సురాధిపతి ఇంద్రుడి ఆలయం ఈ గుళ్ల మధ్యలో కేంద్రస్థాయిలో ఉంది.

ఎత్తుగా ఉన్న ఆయన విగ్రహం వెనక నుంచి మెత్తని శబ్దం వినిపించి వశిష్టుడు అటుగా వెళ్లాడు. విగ్రహం వెనక ఉన్న స్థలం నలుగురైదుగురు కూర్చుందుకు వీలుగా ఉంది. గోడ మీద ఉన్న కాగడా జ్వాలల కాంతుల్లో వశిష్టుడు, విగ్రహాల నీడలు మెరిసాయి.

వశిష్టుడి దృష్టి విగ్రహం వెనకగా ఉన్న స్థలంపై నిలిచింది. అక్కడ రాముడు మోకాళ్ల మీద కూర్చుని, బరువుగా ఉన్న ఒక రాయిని తొలగిస్తూ, దానిపై ఉన్నశాసనాన్ని చదువుతున్నాడు. అలా చదువుతున్న రాముడికి వశిష్టుడి అలికిడి వినిపించింది. వెంటనే తన చేతిలో ఉన్నఫలకాన్ని జారవిడుస్తూ నించున్నాడు “గురుదేవా' అని పిలుస్తూ.

వశిష్టుడు రాముడి వద్దకు వెళ్లి, భుజం చుట్టూ చెయ్యి వేసి, అతనితో పాటు కూర్చుని శాసనం చదివాడు.

“ఇందులో ఏముందో చదవగలవా?' అని అడిగాడు వశిష్టుడు

ఎందుకంటే అది ఎప్పటిదో, చాలా ప్రాచీనమైనలిపి.

“నేనీ లిపిని ఇంతకుముందు ఎప్పుడూ చూడలేదు' అన్నాడు రాముడు.

"ఇది చాలా పురాతనమైంది; పైగా అసురులు వాడారు కనక, ఇప్పుడు నిషేధంలో ఉంది కూడ"

"అసురులు అంటే భారతదేశాన్ని పాలించిన అత్యుత్తమమైన పురుష సామ్రాజ్యం కదూ?'

"అంతే కదా మరి" అన్నాడు.

రాముడు శాసనం కేసి వేలు చూపుతూ అడిగాడు "ఇందులో ఏం వుంది గురుదేవా?"

వశిష్టుడు శిలాశాసనం మీది అక్షరాలను తడుముతూ అన్నాడు. "ఈ విశ్వం శుక్రాచార్యుడి పేరును ఎలా ఉచ్చరించగలదు? విశ్వం చాలా చిన్నది. శుక్రాచార్యుడు మహోన్నతుడు"

రాముడు మృదువుగా శాసనాన్ని స్పృశించాడు.

"ఈ శిలనే ఆయన తన ఆసనం చేసుకున్నాడని అంటారు. బోధిస్తున్నపుడు దీని మీదే కూర్చునేవాడట" అన్నాడు వశిష్టుడు.

రాముడు వశిష్టుడి కేసి చూసాడు. "నాకు ఆయన గురించి చెప్పండి గురుదేవా?"

"ఈ భూమి మీద నడిచే వారిలో అతను బహుశా అతి గొప్పవాడని కనీసం కొంతమందైనా అంటారు. అతని బాల్యం గురించి పెద్దగా తెలీదు. అతను ఈజిప్టులోని ఒక బానిస కుటుంబానికి జన్మించాడని, శిశువుగా ఉన్నపుడే తల్లిదండ్రులు వదిలేసారనీ అంటారు. అప్పుడు అతన్ని అక్కడ పర్యటనకు వచ్చిన అసుర రాకుమార్తె కాపాడి, భారతదేశానికి తీసుకువచ్చి, స్వంత బిడ్డలా పెంచిందంటారు. అయితే అతనికి సంబంధించిన ఫలకాలను కావాలనే నాశనం చేసారు. మిగిలిన సమాచారాన్ని కూడ అప్పటి సంపన్న వర్గాలు తెలివిగా మార్చేసారు. ఏమైనా, అతను చాలా అసామాన్య తెలివితేటలు కలవాడు; ఆకర్షణీయమైన వ్యక్తిత్వం కలవాడు. ఉపాంతీకరణకు గురైన భారతీయ రాజవంశీయులను విశ్వవ్యాప్తంగా విజేతలుగా తయారు చేసాడు." "ఉపాంతీకరణ చెందిన *భారతీయ* రాజవంశీకులా? అదేమిటి? అసురులు విదేశీయులు కాదూ?" రాముడు అడిగాడు.

"ఏం కాదు. ఇది కావాలనే వాళ్ల మీద జరిగిన ప్రచారం. అసురుల్లో చాలా మంది దేవతలకు బంధువులే. నిజానికి దేవతలు, అసురులు ఒకే వంశం, అంటే మానసకులం నుంచి వచ్చారు. కానీ వీళ్లలో అసురులు బలహీనులుగా, తక్కువ స్థాయివారిగా, చిన్నచూపుకు గురయ్యారు. శుక్రాచార్యుడు వీళ్లందరినీ

కలిపి కష్టపడ్డం, క్రమశిక్షణ, ఐక్యత, తోటి అసురుల ప్రయోజనాల పట్ల విధేయత ఇవన్నీ వారిలో నింపి శిక్షణ ఇచ్చాడు"

"కానీ దానివల్ల తమపై పెత్తనం చేస్తున్న వారిని ఓడించడం సాధ్యమయ్యేది కాదు కదా? అంత గొప్పగా విజయాలు ఎలా సాధించారు?'

"వాళ్లను అసహ్యించుకునే వాళ్లు, వారి పైశాచిక యుద్ధం వల్లే సాధించగలిగారని అంటారు"

"కానీ మీరది ఒప్పుకోరనుకుంటాను"

"నిజానికి, దేవతలు కూడ పిరికిపందలేమీ కాదు. అది క్షత్రియయుగం. పరాక్రమమే అన్నిటికీ గీటురాయని అనుకునే కాలం. వీరు యుద్ధ విద్యలో అసురులతో సమానమే కాదు; ఒక్కోసారి వారి కంటే మెరుగుకూడా. అసురులు గెలవడానికి కారణం వారి ఐక్యతే; దేవతల్లో విభజనలు చాలా ఎక్కువ. "

"అలాంటప్పుడు చివరికి అసురులు ఎందుకు నశించినట్లు? వాళ్లు మెతగ్గా అయిపోయారా? దేవతలు వారిని ఎలా ఓడించగలిగారు?"

"చాలా సార్లు ఏం జరుగుతుందంటే, మనకు విజయం తెచ్చిపెట్టిన లక్షణాలే కొంత కాలం తర్వాత మన పతనానికి కూడ కారణమౌతాయి. శుక్రాచార్యుడు అసురులకు ఒకే దేవుడు అనే భావనపై నమ్మకం కలిగించాడు. అలా తనను ఆరాధించే వారందరూ భగవంతుడి దృష్టిలో సమానులే' రాముడు ముఖం చిట్లించాడు.

"కానీ భగవంతుడొక్కడే అన్నది కొత్త ఆలోచనేమీ కాదు కదా. రుగ్వేదంలో 'ఏకం' అన్న భావన ఉంది. ఈరోజుకూ మనం 'పరమాత్ముడు' అనే భావనను నమ్ముతాం. ఆదిశక్తిని నమ్మే దేవతలు కూడ 'ఏకం' అన్న భావనను విశ్వసిస్తారు."

"ఇక్కడ ఒక సూక్ష్మమైన విషయాన్ని విస్మరిస్తున్నావు, సుదాసా. రుగ్వేదం ఏం చెబుతుందంటే ఏకం అంటే ఒకే దేవుడు కావచ్చుగానీ, ఆయన అనేక రూపాల్లో మనకు దర్శనమిస్తాడు; తద్వారా మనం ఆధ్యాత్మికంగా ఎదగడానికి తోడ్పడతాడు; దీని ద్వారా క్రమంగా మనం ఆయనలోని ఏకత్వాన్ని అర్థం చేసుకోగలగుతామని. అందుకంటే మనచుట్టూ ప్రకృతి అంతటా ఉన్నది వైవిధ్యమే. మనం దాన్ని అర్థం చేసుకోగలం. కానీ శుక్రాచార్య ఆలోచనలు వేరుగా ఉండేవి. ఏకం ఒకటే సత్యమనీ, వివిధ రూపాలుండడం అన్నది భ్రాంతి, మాయ మాత్రమేననీ ఆయన అనేవాడు. అంటే ఏకం ఒకటే వాస్తవం, నిత్యసత్యం. ఆ కాలానికి అది విప్లవాత్మకమైన భావనే. ఒక్కసారిగా జ్ఞానికి,

అజ్ఞానికీ మధ్య తేడా పోయింది. వేదాలు చదువుకున్నవాడు, చదువుకోనివాడూ కూడ ఏకంలో విశ్వాసం ఉంచినందువల్ల, ఒక్కటే అయ్యారు”

“దీని ప్రకారం మానవులందరూ సమానులే”

‘అవును. కొంతకాలం పాటు ఈ నమ్మకం మేలే చేసింది; ఎందుకంటే దీనితో రాక్షసుల్లో ఉన్న వేర్వేరు వర్గాల భావన నశించింది. అంతేకాక, దేవతల్లో అణచివేతకూ, వివక్షకూ గురైన వాళ్ళంతా రాక్షసులలో చేరడం మొదలైంది. దీనితో రాక్షసుల హోదా పెరిగింది. అయితే, నేను ఎప్పుడు చెప్తుండేటట్టు, ప్రతి సంఘటన లోనూ ఒక మంచీ, ఒక చెడూ ఉంటాయి. అసురులు, తమలాగా ఏకంను విశ్వసించేవారంతా సమానులని అనుకున్నారు. అంటే ఏకంను నమ్మని వారి గురించి వారు ఏమనుకున్నారు?”

‘తమతో సమానులు కారనా?’ రాముడు, అనుమానంగానే అడిగాడు.

“ఏకత్వం అంగీకరించమని బలవంతం చేయడం వల్ల అసహనం పెరగక తప్పదు. ఉపనిషత్తులలో ఈ హెచ్చరిక ఉంది కూడా”

“అవును. నాకు ఆ శ్లోకం గుర్తుంది. ‘పసిబాలుడికి ఖడ్గం ఇవ్వడం ఔదార్యంకాదు; అవివేకం’ అని దాని అర్థం. అసురుల విషయంలో జరిగింది అదేనా?”

“అవును. శుక్రాచార్యుడు ఎంపిక చేసిన కొందరు విద్యార్థులు మేధాశక్తిలో, ఆధ్యాత్మికతలో అగ్రగణ్యులు కనక ఏకం భావనను అర్థం చేసుకోగలిగారు. కానీ అసురుల్లో అనేక రకాల వారున్నారు. రోజులు గడిచేకొద్దీ ఏకంని విశ్వసించేవారు తమ నమ్మకంలో ఎంత కూరుకుపోయారంటే ఇతర దేవతలను అబద్ధాలుగా కొట్టి పారేసారు. క్రమంగా ఏకంను నమ్మనివారి పట్ల ద్వేషం పెంచుకుని వారిని చంపడం ప్రారంభించారు”

“ఏమిటీ?’ రాముడు నిర్ఘాంతపోయాడు. “ఇది దారుణం. ఏకమ్ గురించి చెప్పే శ్లోకం దాన్ని సంపూర్ణంగా విశ్వసించేవారు ఎవ్వరినీ ద్వేషించకూడదనీ, ఒకవేళ ఇతరులను ద్వేషిస్తే అది ఏకాన్ని కూడ ద్వేషించడమే అవుతుందనీ చెప్తుంది కదా?”

“అవును నిజమే. దురదృష్టవశాత్తు అసురులు తాము చేస్తున్నది సరైనదేనని నమ్మారు. వారి సంఖ్య పెరిగేకొద్దీ దేశంలో ఉత్పాతాన్ని సృష్టించారు. ఇతర దేవుళ్ళని కొలిచే వారి ఆలయాలను, ప్రతిమలను ధ్వంసం చేస్తూ, వాటిని పూజించే వారిని వధిస్తూ బీభత్సం సృష్టించారు. “

రాముడు తల అడ్డంగా తిప్పుతూ అన్నాడు “ఈ లెక్కన వాళ్లు అందరినీ శత్రువులను చేసుకునివుంటారు”

"సరిగ్గా అదే జరిగింది. తర్వాత పరిస్థితులు మారే దశ వచ్చేసరికి, అసురులకు మిత్రులంటూ ఎవరూ మిగల్లేదు. దీనికి విరుద్ధంగా దేవతలు ఎప్పుడూ అనైక్యంగానే ఉన్నారు కనక, ఎవరి మీదా ఏదీ రుద్దలేదు. ఎలా రుద్దగలరు? అసలు తమ మార్గమేమిటన్న విషయంలో వాళ్లకు స్పష్టత ఉంటేగా? అదృష్టవశాత్తు, వారికి దీనివల్ల వద్దన్నా మిత్రులు దొరికారు. అసురేతరులందరికీ అప్పటికే అసురులు తమపై జరుపుతున్న హింస, దమనకాండ ఆగ్రహాన్ని కలిగించాయి. అందుకే వాళ్ళంతా దేవతలతో చేతులు కలిపారు. నిజానికి చాలామంది అసురులు కూడ తమ హింసాత్మక పద్ధతులను అసహ్యించుకునేవారు. వీరు కూడ దేవతల పక్షంలో చేరారు. ఇంత జరిగాక అసురులు ఓడిపోవడంలో ఆశ్చర్యమేముంది?"

రాముడు తల అడ్డంగా తిప్పాడు. "పురుషస్వభావ విధానంలో ఉన్న ప్రమాదమిదే అనుకుంటా. తమ ఆలోచనలు, సిద్ధాంతాలే సరైనవన్న మూర్ఖపు పట్టుదల వల్ల అసహనం, పట్టూ విడుపూ లేని మూర్ఖత్వం అనివార్యంగా అలవడతాయి. అదే స్త్రీ స్వభావ విధానంలో అసలు ముందే కలిసివుండరు కనక, ఏ చర్య తీసుకోవడానికైనా ఏకం కావడమన్నది జరగదు"

అప్పటికే అప్పటి భారతీయ జీవన విదానంలో స్త్రీస్వభావ విధానం తెచ్చిపెట్టిన విభజనలు, అసమర్థతలు నిత్యం చూస్తూనే ఉన్నాడు కనక, పురుష స్వభావ విధానం పట్ల అతనికి కుతూహలంగా ఉంది. "పురుషస్వభావ విధానాన్ని పునరుద్ధరించడం అవసరమనుకుంటా. అసురుల విధానమే ఈనాటి భారతదేశ సమస్యలకు పరిష్కారం. అయితే అసురుల విధానానికి పూర్తి నకలుగా ఇది ఉండకూడదు. కొన్ని మార్పులు, చేర్పులు అవసరం. ప్రశ్నించే సంప్రదాయాన్ని ప్రోత్సహించాలి. అది కూడ మన ప్రస్తుత పరిస్థితులకు అనుగుణంగా ఉండాలి".

"స్త్రీ స్వభావ విధానం ఎందుకు వద్దంటున్నావు?" గురుదేవులు అడిగారు.

"స్త్రీస్వభావ వ్యవస్థలో నాయకులు బాధ్యతలను తప్పించుకుంటారని నాకనిపిస్తుంది. తమ అనుయాయులకు వారిచ్చే సందేశం ఏమిటంటే ' మీ నిర్ణయం మీరే తీసుకోండి'. అలా అన్నప్పుడు ఏదైనా తప్పు జరిగితే, ఎవ్వరికీ బాధ్యత ఉండదు. అదే పురుషస్వామ్యంలో నైతే, నాయకుడు బాధ్యత వహిస్తాడు. అలా నాయకులు బాధ్యత స్వీకరించినపుడే సమాజం సవ్యంగా పనిచేయగలుగు తుంది. అప్పుడే సమాజానికి సక్రమమైన దిశ, లక్ష్యం ఏర్పడతాయి. లేకుంటే అంతా అంతులేని చర్చ, విశ్లేషణ. చివరికి అది నిస్తబ్దతగా మారిపోతుంది"

వశిష్టుడు చిరునవ్వు నవ్వాడు. "నువ్వు మరీ తేలిగ్గా తీర్పులు చెప్పేస్తున్నావు. అయితే, ఏదైనా త్వరితగతిని మెరుగుపడాలంటే, పురుషస్వభావవిధానమే బాగా పనిచేస్తుందని నేనూ అంగీకరిస్తాను. స్త్రీస్వభావ విధానంలో పనులు కొంత నెమ్మదిగా జరగవచ్చు. కానీ అంతిమంగా అందులోనే స్థిరత్వం, కలకాలం నిలిచే గుణం ఉంటాయి"

"చరిత్రనుంచి పాఠాలు నేర్చుకుంటే పురుషస్వభావ విధానం కూడ స్థిరత్వం సాధించగలదు"

"అటువంటి కొత్త దారిని నువ్వు ఏర్పరచగలవా?"

"తప్పక ప్రయత్నించగలను' రాముడు నిజాయితీగా ఉన్నాడు. "నా మాతృభూమి పట్ల నాకా బాధ్యత ఉంది. ఈ మహత్తరమైన దేశం పట్ల నావిధి అది"

"నువ్వు పురుషస్వభావ విధానాన్ని పునరుద్ధరిస్తానంటే సంతోషమే. కాకపోతే దానికి అసుర విధానమని పేరుపెట్టొద్దు. ఆ పదం వింటేనే అందరిలో ఎంత ద్వేషం ఉందంటే, నీ ప్రయత్నాలకు పురిట్లోనే సంధి కొడుతుంది"

"మరైతే నాకు మీ సలహా ఏమిటి?"

"ఇప్పుడు పేర్లతో పనిలేదు. వాటి వెనక ఉన్న తత్వం మనకు అవసరం. ఒకప్పుడు అసురులు పురుషస్వభావ విధానానికి ప్రాతినిధ్యం వహిస్తే, సురలు స్త్రీ స్వభావ విధానానికి ప్రాతినిధ్యం వహించారు. ఆ తర్వాత అసురులు నశించారు; దేవతలు మాత్రమే మిగిలారు. సూర్యవంశీయులు, చంద్రవంశీయులు దేవతల వారసులు; ఇద్దరూ స్త్రీ స్వామ్య విధానానికి ప్రతినిధులు. అయితే, నువ్వు నేను నమ్ముతున్నట్టుగా నీ లక్ష్యంలో విజయం సాధిస్తే, సూర్యవంశీయులు పురుష స్వామ్య విధానాన్ని అనుసరిస్తారు; చంద్రవంశీయులు తమ పూర్వవంశీకులైన దేవతల విధానాన్ని అనుసరిస్తారు. నేనిందాక అన్నట్టు, ఇక్కడ పేర్లతో పనిలేదు" రాముడు మళ్లీ ఆ శాసనం కేసి చూసాడు. చాలా కాలం క్రితం చెక్కిన ఈ సందేశాన్ని ఎవరు రాసారో అనుకున్నాడు. అది ఒక కీలకమైన తిరుగుబాటును సూచిస్తోంది. శుక్రాచార్యుడి పేరు ఇప్పుడు దేశమంతటా నిషిద్ధం. అతని విధేయ అనుచరగణం అతని పేరు పలకడానికి కూడ వీల్లేదు. బహుశతమ గురువును బహిరంగంగా గౌరవించుకోలేని అసమర్థతకు వాళ్లు తమకు తామే ఈ శిక్ష విధించుకున్నారేమో.

వశిష్టుడు రాముడి భుజం మీద చెయ్యేసాడు. "నేను నీకు శుక్రాచార్యుడి గురించి, అతని జీవితం, సిద్ధాంతాల గురించి ఇంకా వివరంగా చెప్తాను.

అతను గొప్ప మేధావి. అతని నుంచి నేర్చుకుంటే నువ్వు గొప్ప సామ్రాజ్యాన్ని నెలకొల్పగలవు. గొప్ప వాళ్ల నుంచి నువ్వు ఎంతో నేర్చుకోగలవన్న మాట నిజమేగానీ, వాళ్ల వైఫల్యాలు, పొరపాట్ల నుంచి మరింత ఎక్కువగా నేర్చుకోగలవు"

"అలాగే గురుదేవా?"

అధ్యాయం 9

"ఈ రోజు తర్వాత మనం చాలా రోజుల వరకూ కలుసుకోవడం లేదు, గురుదేవా" అన్నాడు నాగా.

వశిష్టుడు, రాముడు శుక్రాచార్యుడి గురించి ఇంద్ర దేవాలయంలో సంభాషణ జరిపి అప్పటికి కొన్ని నెలలు గడిచాయి. గురుకులంలో బాలల చదువు పూర్తయింది; వాళ్లు ఇక మరుసటిరోజే శాశ్వతంగా ఇంటికి వెళ్లనున్నారు. ఆ రాత్రి ఆఖరిసారి తనకిష్టమైన గుర్రపుస్వారీకి లక్ష్మణుడు బయల్దేరాడు. తిరిగి వస్తూండగా, నాగా, అతని గురువుల సంభాషణ చాటునుంచి విన్నాడు.

ఈసారి కూడ వాళ్లు వంతెన కింద కలుసుకున్నారు.

"నిజమే. కలుసుకోవడం కష్టంగానే ఉంది. అయోధ్య ప్రజలకు నా రెండోజీవితం గురించి ఏమీ తెలీదు. అయినా ఎలాగోలా నీకు నా సందేశం అందించడానికి ఏర్పాట్లు చేస్తాను"

అతని తోక ఊగుతూండగా నాగా అన్నాడు. "నీ పూర్వ మిత్రుడికి రావణుడితో స్నేహం దినదినప్రవర్థమానమవుతోందని విన్నాను"

వశిష్టుడు కళ్లు మూసుకుని, దీర్ఘంగా నిట్టూర్చి నెమ్మదిగా అన్నాడు "అతను ఎప్పటకీ నా స్నేహితుడుగానే ఉంటాడు. నేను ఒంటరినైనపుడు అతనే నాకు సహాయం చేసాడు".

నాగా కళ్లు చికిలించాడు, ఆసక్తిని కనబరుస్తు. "గురుదేవా మీరు నాకు ఎప్పుడైనా ఈ కథ చెప్పాలి. ఏం జరిగింది?'

వశిష్టుడు మందహాసం చేసాడు "కొన్ని కథలు చెప్పకపోతేనే బాగుంటుంది"

తను అడుగుపెట్టకూడని చోట తలదూర్చాడని అర్థమై నాగా ఇక రెట్టించకూడదని నిర్ణయించుకున్నాడు.

"కానీ నువ్వు దేనికోసం వచ్చావో నాకు తెలుసు' అన్నాడు వశిష్టుడు, మాట మారుస్తూ.

నాగా నవ్వాడు "నేను తెలుసుకోవలసింది.."

"రాముడు' అన్నాడు వశిష్టుడు

నాగుడు ఆశ్చర్యంగా చూసాడు. "నేనింకా భరతుడి పేరు చెప్తారనుకున్నాను"

"లేదు. రాముడు. రాముడే కావాలి"

నాగా తలవూపాడు. "సరే, యువరాజు రాముడు. మా మద్దతు ఎల్లప్పుడూ ఉంటుందని మీకు తెలుసు"

"అవును. నాకు తెలుసు"

లక్ష్మణుడు, గుండె వేగంగా కొట్టుకుంటూండగా, నిశ్శబ్దంగా వాళ్ల సంభాషణ వింటున్నాడు

"అన్నయ్యా. నీకు నిజంగా ఈ ప్రపంచం అర్థం కాలేదు' అన్నాడు లక్ష్మణుడు.

"ఇక్ష్వాకు ప్రభువు సాక్షిగా, లక్ష్మణా దయచేసి నిద్రపో.' రాముడు విసుగ్గా అన్నాడు. "నీకు ఎక్కడ చూసినా కుట్రలే కనిపిస్తాయి"

"కానీ..."

"లక్ష్మణా"

"వాళ్లు నిన్ను చంపాలని నిర్ణయించుకున్నారు, అన్నయ్యా. నాకు తెలుసు"

"నన్నువెవరూ చంపడం లేదని నువ్వు ఎప్పటికైనా నమ్ముతావా? గురుదేవుడు నా చావుని ఎందుకు కోరుకుంటారు? ఆ మాటకొస్తే అసలు ఎవరైనా నా చావును ఎందుకు కోరుకుంటారో చెప్పు' అరిచాడు రాముడు. "మనం ఆ రోజు గుర్రం మీద వెళ్తున్నపుడు నన్నెవరూ చంపాలనుకోలేదు. అలాగే ఇప్పుడు కూడ ఎవరూ నన్ను చంపాలని అనుకోవడం లేదు. నేనంత ముఖ్యుడిని కాను, తెలుసా. ఇక చాలు. పడుకో"

'అన్నయ్యా. నీకసలు ఏమీ తెలీదు. నువ్విలాగే చేసావంటే నేను నిన్ను ఎలా కాపాడగలనో నాకర్థం కావడం లేదు?'

రాముడు ప్రేమగా నవ్వాడు "ఎలాగోలా నన్ను కాపాడతావులే. ఇంక పడుకో'

"అన్నయ్యా"

"లక్ష్మణా"

"స్వాగతం, కుమారా" అంది కౌసల్య ఉద్వేగంగా

తల్లి బహిరంగంగా ఇలా నీళ్లు నిండిన కళ్లలో ఆనందం వ్యక్తపరచడం రాముడికి ఇబ్బందిగా, సిగ్గుగా అనిపించింది. మొహమాటపడుతు రాముడు ఆమె చేతిని అందుకున్నాడు. పద్ధెనిమిదేళ్ల రాముడు కూడ తల్లిలా నీలవర్ణంలో, మచ్చలేని వర్చస్సు కలిగున్నాడు. అతని శరీర ఛాయపై తెల్లని ధోవతి, అంగవస్త్రం ఎంతో అందంగా ఉన్నాయి. విశాలమైన భుజాలు, శక్తిని సూచించే వీపు, సన్నని దేహం అతని విలువిద్యానైపుణ్యాన్ని చెప్పకనే చెబుతున్నాయి. అతను జుట్టును ముడిగా వేసుకున్నాడు; చెవులకు దుద్దులున్నాయి. మెడలో రుద్రాక్షల గొలుసు. దుద్దులు సూర్యుడి ఆకారంలో కిరణాల ఆకృతితో నిండి వున్నాయి. అది సూర్యవంశ రాజులకు ప్రతీక. రుద్రాక్ష పూసలు కొన్ని వేలయేళ్ల క్రితం భారతదేశాన్ని పాపం నుంచి రక్షించిన రుద్రదేవుడికి ప్రతినిధులు.

తన తల్లి ఎట్టకేలకు ఆనందబాష్పాలు రాల్చడం మానివేసాక, రాముడు ఆమెకు దూరంగా జరిగాడు. తండ్రి ఎదట మోకాలి మీద కూర్చుని అభివాదం చేసాడు. ఎంతో పవిత్రమైన ఈ సన్నివేశంలో సభాప్రాంగణం కిటకిటలాడుతోంది. అందరూ ఒక్కసారిగా నిశ్శబ్దమైపోయారు. గత రెండు దశాబ్దాల్లో ఈ అజేయుల సభాప్రాంగణంలో ఇంత మంది సమావేశం కావడాన్ని చూడలేదు. ఈ భవనాన్ని రాముడి ముత్తాత రఘు నిర్మించాడు. అతని విజయపరంపరల వల్ల అయోధ్య కోల్పోయిన ప్రశస్తిని తిరిగి గడించింది. అందువల్లే అంతకు పూర్వం ఇక్ష్వాకు వంశంగా చెప్పబడ్డ జాతి ఆ తర్వాత రఘువంశంగా పేరుగాంచింది. కానీ రాముడికి ఈ మార్పు నచ్చలేదు. అతని ఉద్దేశంలో అది తమ వంశవారసత్వాన్ని అవమానించడమే. ఒక్కొక్కరి విజయాలు ఎంత గొప్పవైనా, వారి పూర్వీకుల కంటే గొప్పవి మాత్రం కాలేవు. రాముడికి తన వంశాన్ని ఇక్ష్వాకువంశంగా చెప్పుకోవడమే ఇష్టం. కానీ రాముడి అభిప్రాయం పట్ల ఎవరికీ ఆసక్తి లేదు.

రాముడు ఇంకా మోకాలిమీదే కూర్చునివున్నాడు; కానీ రాజుగారి అధికారికమైన ఆశీర్వాదం ఇంకా రాలేదు. రాజగురువు వశిష్టుడు రాజుకేసి అసంతృప్తిగా చూసాడు.

దశరథుడు శూన్యంలోకి చూస్తూ కూర్చునివున్నాడు. అతని చేతులు సింహాకారంలో ఉన్న బంగారు సింహాసనం చేతులపై ఆన్చి ఉన్నాయి. సింహాసనంపై అమూల్యమైన ఆభరణాలుపొదిగిన స్వర్ణవర్ణపు షామియానా వంటిది వేలాడుతొంది. అద్భుతమైన అ రాజ ప్రాసాదం, ఆ సింహాసనం అయోధ్య రాజుల శక్తిపరాక్రమాలకు ప్రతీకలుగా ఉన్నాయి. కనీసం అయోధ్య ఒకప్పటి వైభవానికి గుర్తులుగా ఉన్నాయి. ఒకనాటి ఆ వైభవం నశిస్తోందనడానికి పెచ్చులూడుతున్న కొసలు, మసకబారుతున్న రంగులే నిదర్శనం. సింహాసనంలోని విలువైన ఆభరణాలను తొలగించారు. బహుశా చెల్లింపులు చేయడానికైవుంటుంది. ఆ వెయ్యి స్తంభాల గది ఇప్పటికీ వైభవోపేతంగానే ఉంది గానీ దాని అసలు వైభవం గతంలోనే ఉండేదని కాస్త అనుభవజ్ఞుడికి తెలియనే తెలుస్తుంది. ఆ రోజుల్లో పట్టు వస్త్రాలు పైనుంచి వేళ్లాడుతూ, చెక్కిన మహర్షుల శిల్పాల మధ్య అద్భుతమైన తెరల్లా కనిపించేవి. ఇప్పుడు ఆ ప్రతిమలు మాసిపోయి వెలవెలబోతున్నాయి.

రాముడు అలా తండ్రి తన అభివాదాన్ని స్వీకరించడం కోసం వేచివుండడం అక్కడున్న వారందరికీ అదోలా అనిపించింది. రాముడు ఆయన అభిమానపుత్రుడు కాడన్న విషయం స్పష్టమవుతూనే ఉంది. రాముడు మాత్రం నిశ్చలంగా, ప్రశాంతంగా అలాగే కూర్చున్నాడు. తండ్రి నిరసన, నిర్లక్ష్యం అతనికి కొత్తకాదు. గురుకులం నుంచీ ఇంటికి వచ్చిన ప్రతిసారి అతనికి చిత్రహింసలాగే ఉండేది. ఏదో పథకం ప్రకారం జరిగినట్టు, ఎవరో ఒకరు అతని జన్మ ఎలాంటి దురదృష్టాన్ని తెచ్చి పెట్టిందో అతనికి గుర్తు చేస్తూనే ఉంటారు. మనువు కాలమాన పట్టిక ప్రకారం రాముడి జన్మసంవత్సరమైన "7023 ఒక మాయని మచ్చ'లా వారి దృష్టిలో మిగిలిపోయింది. బాల్యంలో రాముడికి ఇది చాలా బాధ కలిగించేది. ఇప్పుడు అది తలచుకుంటే తన పితృసమానుడైన వశిష్టుడు ఒకసారి ఏమన్నాడో గుర్తుకొచ్చింది.

"కుమతి ను జనా: వదిష్యంతి. తదేవ కార్యం జనానామ్'

"జనం చెత్త మాట్లాడతారు. ఎందుకంటే అదే వాళ్ల పని మరి"

కైకేయి తన భర్త వద్దకు వెళ్లి మోకాలి మీది కూర్చుని, పాక్షికంగా పక్షవాతానికి గురైన కుడి కాలిని నేల మీద ఆనించింది. అలా భర్త పట్ల విధేయత,

అనురాగం చూపుతున్నట్టుగా ప్రేక్షకులకు భ్రమకల్పిస్తూ,లోగొంతుకలో తీవ్ర స్వరంతో ఆజ్ఞాపించింది. "రాముడు అభివాదాన్ని స్వీకరించు. గుర్తుపెట్టుకో. అతను వంశీకుడు మాత్రమే; రక్షకుడు కాడు"

మహారాజుగారి ముఖంలో ఒక్క క్షణం తెలివి మెరిసింది. గడ్డం ఎత్తి రాజఠీవితో అన్నాడు "లే, రామచంద్రా. రఘు వంశీకుడా".

వశిష్టుడు అసమ్మతిగా కళ్లు చికిలించి చూస్తూ, రాముడికేసి ఓరగా చూసాడు.

అక్కడున్న జనసమూహం మొదటి వరసలో, స్వర్ణాభరణాలతో, రాజరిక దుస్తులతో మెరుస్తూ ఉంది తెల్లగా ఉన్న ఒక గూని స్త్రీ. ఆమె ముఖం ఏదో అనారోగ్యం వల్ల మచ్చలతో నిండివుంది. గూనితో పాటు, ఆ ముఖంవల్ల కూడా ఆమె భయం గొల్పేలా ఉంది. తన పక్కనున్న ఒక పురుషుడి కేసి తిరిగి చిన్న గొంతుకతో అంది "గమనించావా దృహ్యు? వంశీకుడే, రక్షకుడు కాడు"

దృహ్యుడు, సప్త సింధులోనే అతి సంపన్నురాలైన ఈ వర్తకశిఖామణి ఎదట తలవంచుతూ అన్నాడు 'అర్ధమైంది, మంథరగారూ"

దశరథుడు ఎప్పుడైతే 'రక్షకుడు' పదం వాడలేదో, అప్పుడే అక్కడున్న వారందరికీ, ఈ ప్రథమ సంతానానికి హక్కుగా రావలసిన రాజ్యాధిపత్యం రావడం లేదని అర్థమైపోయింది. రాముడు మాత్రం లేచి నించుంటున్నపుడు ముఖంలో ఎలాంటి అసంతోషమూ కనిపించనివ్వలేదు. రెండు చేతులతో తండ్రికి నమస్కరిస్తూ, "సకల దేవతలూ నిన్ను రక్షించు గాక, తండ్రీ' అన్నాడు. తర్వాత తన సోదరుల వరసలోకి వెళ్లి నిల్చున్నాడు.

రాముడి పక్కన నించున్న భరతుడు అతని కంటే పొట్టిగా ఉన్నా, బరువు మాత్రం ఎక్కువే. అతని కండబలం అతని శిక్షణ తీవ్రతను చెప్పకనే చెబుతోంది. అతని ఒంటి మీది గాయం మచ్చలు ఒకేసారి భయం, ఆకర్షణ కలిగిస్తున్నాయి. తల్లినుంచి సంక్రమించిన తెల్లటి శరీరచ్ఛాయ మెరిసేలా నీల వర్ణం ధోవతి, అంగవస్త్రం ధరించాడు. అతని పొడవాటి శిరోజాలను కట్టిఉంచిన గట్టి దారం మీద రంగులీనే బంగారు నెమలి పింఛం ఉంది. అతని ఆకర్షణంతా కళ్లలోనూ, ముఖం లోనూ ఉంది; చక్కగా కొనదేలిన ముక్కు, గట్టిదనం సూచించే గడ్డం, అల్లరిగా కదలాడే చూపులు అతని ప్రధాన ఆకర్షణలు. ఇప్పుడు మాత్రం ఆ కళ్లలో కనిపిస్తున్నది విషాదం. అన్న రాముడి కేసి ఆందోళనగా చూసి, తండ్రి దశరథుడి కేసి ఆగ్రహంతో చూపు తిప్పాడు.

అనంతరం భరతుడు ముందుకు నడిచి, తండ్రి ముందు మోకరిల్లాడు. అయితే, తలవంచి అభివాదం చేయ్యకపోవడంతో సభికులందరూ దిగ్భ్రాంతి చెందారు. తండ్రి కేసి సూటిగా, అయిష్టంగా చూసాడు.

కైకేయి ఆ సమయంలో దశరథుడి పక్కనే నించుని వుంది. కొడుకుకేసి గదమాయిస్తున్నట్టు చూసింది. కానీ భరతుడు అలాంటి బెదిరింపులకు లొంగే దశ ఎప్పుడో దాటిపోయాడు. ఎవరూ గమనించకుండా కైకేయి కొద్దిగా తలవంచి భర్త చెవిలో ఏదో చెప్పింది. దశరథుడు ఆమె అన్న మాటలనే ఉచ్చరించాడు.

"లెమ్ము భరతా. రఘు వంశీకుడా"

భరతుడు ఆనందంగా మందహాసం చేసాడు, తనకు కూడ తండ్రి వంశరక్షకుడు అన్న బిరుదు ఇవ్వనందుకు. లేచి నించుని యధాలాపంగా అన్నాడు "దేవాధిదేవుడు ఇంద్రుడు, వరుణదేవుడు నీకు వివేకాన్నిచ్చుగాక, తండ్రీ'

తిరిగి వెనక్కివస్తూ రాముడి కేసి చూసి కన్ను గీటాడు భరతుడు. రాముడు ముఖం భావరహితంగా పెట్టుకున్నాడు.

ఇక లక్ష్మణుడి వంతు వచ్చింది. అతను ముందుకు అడుగుపెట్టగానే, ఆ దీర్ఘకాయాన్ని చూసి జనం అచ్చెరువు చెందారు. మామూలుగా దుస్తుల పట్ల శ్రద్ధగా ఉండని లక్ష్మణుడిని ఈరోజు తల్లి సుమిత్ర కొంత శ్రద్ధగా తయారు చేసి పంపింది. తన ప్రియతమ సోదరుడు రాముడిలా, లక్ష్మణుడు కూడ పెద్దగా ఆభరణాలు ఇష్టపడడు. చెవులకు పోగులు, మెడలో రుద్రాక్ష మాల మాత్రమే ధరించాడు. తండ్రికి అతను అభివాదం చేయడం మామూలుగ, ఏ విశేషం లేకుండజరిగిపోయింది. తర్వాత శత్రుఘ్నుడు వచ్చాడు. పొట్టిగా ఉండే శత్రుఘ్నుడు ఎప్పుడూ చెక్కు చెదరకుండా తయారవుతాడు. అతని జుట్టు శ్రద్ధగా దువ్వుకుంటాడు; ధోవతి, అంగవస్త్రం ఇస్త్రీ చేసి వుంటాయి; ఆభరణాలు సీదాసాదాగా అతి తక్కువగా ఉంటాయి. అతన్ని కూడ రఘువంశీకుడని మాత్రమే తండ్రి ప్రకటించడంతో ఆనాటి ఉత్సవం ముగిసింది.

చక్రవర్తి కొలువు ముగిసిందని ప్రతీహారి గట్టిగా ప్రకటించాడు. కైకేయి, చక్రవర్తి పక్కనున్న సేవకుడికి సైగ చేస్తూ, దశరథుడికి సాయపడడానికి ముందుకు వచ్చింది. దశరథుడు సేవకుడి భుజం మీద చెయ్యి వేసి నడవబోతూ, ఎదురుగా తన స్థానం నుంచి లేచి నించున్న వశిష్టుడిని చూసాడు. వెంటనే చేతులు జోడించి నమస్కరిస్తూ 'గురుదేవా' అన్నాడు.

వశిష్టుడు చేయి ఎత్తి ఆశీర్వదిస్తూ అన్నాడు "మహేంద్రుడు నీకు దీర్ఘాయుష్షు ఇచ్చుగాక'.

దశరథుడు తలపంకించి, కలిసి నించున్న తన కుమారులకేసి చూసాడు. రాముడి మీద అతని చూపు నిలిచింది. చికాగ్గా చూసి, సహాయకుడి వెంట వెళ్లిపోయాడు. కైకేయి దశరథుడి వెంటే వెళ్లింది.

చక్రవర్తి సభను వదిలి వెళ్లిపోయారని ప్రతీహారి ప్రకటించాడు. వెంటనే ఇతర రాజోద్యోగులు బయటకు బయల్దేరారు. మంథర మాత్రం కూర్చున్న చోటే ఉండిపోయింది; రాకుమారులు నలుగురినీ చూస్తూ.

"ఏమైంది, దేవీ" అడిగాడు ద్రుహ్యుడు. అతని మాట తీరు, ఆమె అంటే అతనికి చాలా భయమని చెప్పకనే చెబుతోంది. మంథర మహారాజుకంటే సంపన్నురాలని చాలా మంది అనుకుంటూ ఉంటారు. అది చాలదన్నట్టు, దేశంలోకెల్ల శక్తిమంతురాలైన రాణి కైకేయికి ఆమె విశ్వాసపాత్రురాలు. నగరంలోని కొందరు దుండగులు, రాక్షసరాజు లంకేయుడు రావణాసురుడు కూడ ఆమెకు మిత్రుడేనని అంటూంటారు. అయితే వివేకం కలవారు దీన్ని కొట్టిపారేస్తూంటారు.

"ఈ అన్నదమ్ములు చాలా అపేక్షగా ఉంటారు" గుసగుసగా అంది మంథర

'అవును. అలాగే కనిపిస్తున్నారు"

'ఇది ఆసక్తికరంగా ఉంది; ఊహించంది కాదనుకో..కానీ ఆసక్తికరం.."

ద్రుహ్యుడు వీపు మీంచి వెనక్కి చూసి, గొంతు తగ్గించి "మీరు ఏదో ఆలోచిస్తున్నట్టున్నారు, దేవీ' అన్నాడు.

"నేను ఈ విషయం గురించి కొన్ని రోజులుగా ఆలోచిస్తున్నాను. రాముణ్ని కొట్టి పారేయొచ్చునని నేననుకోను. పద్దేనిమిదేళ్లుగా ఎంతో ద్వేషాన్ని, అవమానాలను ఎదుర్కొన్నా, అతనింకా బలవంతుడిగానే ఉన్నాడు. అంటే అతని వ్యక్తిత్వాన్ని తక్కువగా అంచనా వేయలేం. పైగా, భరతుడు పూర్తిగా తన అన్న కనుసన్నల్లో నడిచేవాడిలా ప్రవర్తిస్తున్నాడు"

"అయితే మనం ఏం చేయాలంటారు?"

"ఇద్దరూ యోగ్యులే. ఎవరి మీద పందెం కాయాలో నిర్ణయించుకోవడం కష్టం"

"కానీ భరతుడు రాణి కైకేయి.."

అతని వాక్యాన్ని మధ్యలోనే ఖండిస్తూ అంది మంథర "ఎలాగోలా రోషనీని వాళ్లిద్దరినీ కలిసి మాట్లాడమని చెప్తాను. ఈ రాకుమారుల శీలం గురించి నేను తెలుసుకుని తీరాలి"

ద్రుహ్యుడు నిర్ఘాంతపోయాడు. "దేవీ, నన్ను క్షమించు కానీ నీ కూతురు ; కన్యాకుమారి వంటిది; ఆమె వల్ల కాకపోవచ్చు.."

"మనకు కావలసింది ఆ అమాయకత్వమేరా మూర్ఖుడా. బలవంతులైన పురుషులను అమాయకంగా, పవిత్రంగా ఉండే ఆడపిల్లలే మెప్పించగలరు. కన్యాకుమారి వంటి స్త్రీ అయితే గౌరవించి, కాపాడాలని అలాంటి మగవాళ్లు కోరుకుంటారు"

అధ్యాయం 10

"ధన్యవాదాలు' అన్నాడు భరతుడు, తన కుడి చేతికి కట్టిన బంగారు దారపు రాఖీని చూసుకుంటూ. పక్కనే కోమలంగా ఉన్న ఒక అమ్మాయి నించుని వుంది. ఆమె పేరు రోషనీ.

అయోధ్యలో రాకుమారుల పరిచయకార్యక్రమం జరిగి కొన్ని వారాలు గడిచింది. లక్ష్మణుడు, శత్రుఘ్నుడు అప్పటికే రాఖీ కట్టుకునివున్నారు. సంప్రదాయాన్ని భగ్నం చేస్తూ, రోషనీ అందరికంటే చిన్నవాడితో రాఖీ కట్టడం మొదలుపెట్టి పెద్ద అన్నల వద్దకు వెళ్లింది. అయోధ్య నగరం రాజభవనంలోని అద్భుతమైన ఉద్యానవనంలో వాళ్లు ఉన్నారు. కొండమీద ఉన్న ఆ భవనంనుంచి చూస్తే నగరదృశ్యం, దాని వెనగ్గా అతి పెద్ద కాలువ అతి సుందరంగా కనిపిస్తుంది. ఈ ఉద్యానవనం వృక్ష సంపదకు నెలవుగా ఉంది; కేవలం సప్తసింధులోని వృక్షాలే కాక, ప్రపంచ వ్యాప్తంగా ఉన్న అనేక మొక్కలతో దాన్ని నింపారు. ఇందులోని విభిన్నత సప్తసింధు ప్రజల్లోని వైవిధ్యానికి ప్రతీక. అయితే, అయోధ్యలో నిధుల కొరత వల్ల, ఇంత సుందరమైన ఉద్యానవనం కూడ నెమ్మదిగా పాడుబడే స్థితికి చేరుకుంటోంది.

రోషనీ భరతుడి నుదుటి మీద శాస్త్రోక్తంగా గంధంతో బొట్టు పెట్టింది. మంథర కూతురైన రోషనీకి తల్లి తెల్లటి రంగు వచ్చింది గానీ, మిగిలిన అన్ని విషయాల్లోనూ తను చాలా వేరుగా ఉంది. సన్నగా, నాజూగ్గా, మృదువైన స్వరంతో, పసిపిల్లలా ఉంది తను. తన కుటుంబం ఐశ్వర్యాన్ని ధిక్కరిస్తున్నట్టుగా ఉంది ఆమె నిరాడంబరమైన వస్త్రాలంకరణ. లేతపసుపు రంగు ధోవతీ మీద తెల్లని పై వస్త్రం వేసుకుంది. తన నిడుపాటి శిరోజాలను పైకి గుర్రం తోకలా కట్టుకుంది. చెవులకు చిన్న దుద్దులు, చేతికి కంకణం వేసుకుంది. అన్నిటికంటే ఆమెలో అత్యంత ఆకర్షణీయమైనవి ఆమె కళ్లు.

అవి అమాయకపు ప్రేమతో, దయతో, నిజమైన యోగిని నేత్రాలలా, అంటే భగవంతుడితో ఐక్యం పొందిన వ్యక్తి కళ్లలా ఉంటాయి.

భరతుడు తన మొలలో చుట్టిన సంచీలోంచి బంగారు నాణాలు తీసి "ఇదిగో సోదరీ' అని ఇచ్చాడు.

రోషనీ ముఖం అప్రసన్నంగా పెట్టింది. రాఖీ పండగనాడు సోదరులు అక్కచెల్లెళ్లకు డబ్బులివ్వడం ఇటీవల ఒక ఆనవాయితీగా మారింది. రోషనీ వంటి కొందరికి ఇది నచ్చలేదు. తాము కూడ బ్రాహ్మణుల్లా, వైశ్యుల్లా, శూద్రుల్లా జ్ఞానాన్ని పంచగలమనీ, వర్తకం చేయగలమనీ, శరీరశ్రమ చేయగలమనీ వీళ్లు నమ్ముతారు. ఎపుడైనా కష్టమైన పనంటూ వాళ్లకు ఏదైనా అనిపిస్తే అది క్షత్రియులు చేసే పనే. దానికి అవసరమైన శారీరక బలంగానీ, హింసాత్మక ప్రవృత్తిగానీ వారికి లేవు. ప్రకృతి వారికి వేరే లక్షణాలు సమకూర్చింది. రాఖీ సమయంలో తమకు భౌతికమైన భద్రత తప్ప మరే రకమైన బహుమానం ఇచ్చినా, స్త్రీలను చులకన చేసినట్లేనని వారి భావన. అయినా, రోషనీకి భరతుడితో కరకుగా ఉండడం ఇష్టం లేకపోయింది.

"భరతా. నేను నీకంటే పెద్దదాన్ని" చిరునవ్వుతో అంది. " నువ్వు నాకు డబ్బులివ్వడం ఉచితం కాదు. అయితే నాకు రక్షణ కల్పిస్తానన్న వాగ్దానం చేస్తే మాత్రం ఒప్పుకుంటాను".

"ఓ. నా తెలివి తెల్లారినట్టే ఉంది' భరతుడు నాణాల సంచీని తిరిగి దోపుకున్నాడు. "నువ్వు మంథర కూతురివి. నీకు నా డబ్బుల అవసరమేమిటి?"

రోషనీ మౌనంగా ఉండిపోయింది. ఆమె బాధపడుతోందని రాముడికి అర్థమైంది. తన తల్లి సంపద ఆమెకు అయిష్టమైన విషయమని రాముడికి తెలుసు. ఈ దేశప్రజలు చాలా మంది పేదరికంలో మగ్గడం ఆమెకు ఆందోళన కలిగించే విషయం. తన తల్లి ఏర్పాటు చేసే డాబుసరి విందులను వీలైనప్పుడల్లా ఆమె ఎగ్గొడుతూంటుంది. అదే విధంగా ఆ అమ్మాయి ఎప్పుడూ అంగరక్షులను వెంటేసుకుని తిరగదు. అంతే కాక ఆమె బాలల విద్యకు, ఆరోగ్యానికి నిరంతరం దానధర్మాలు చేస్తూంటుంది, మైత్రేయీ స్మృతిలో చెప్పిన విధంగా. వైద్యురాలిగా తన సామర్థ్యాన్ని కూడ అవసరమైనపుడు ఉపయోగిస్తూంటుంది.

"అసలు భరతన్నయ్య నీ చేత రాఖీ కట్టించుకోవడమే ఒక అద్భుతం అక్కా' అన్నాడు శత్రుఘ్నుడు భరతుణ్ని ఆటపట్టిస్తూ.

"అవును. మన అన్నయ్యగారు ఆడపిల్లల్ని చాలా ప్రేమిస్తాడు. కానీ అక్కచెల్లెళ్లుగా కాదు' అన్నాడు లక్ష్మణుడు.

"అవును. తెలుసు. నేను విన్నదేమిటంటే ఆడపిల్లలు కూడ అతన్ని అంతగానూ ప్రేమిస్తారని. "భరతుడి కేసి ప్రేమగా చూస్తూ అంది రోషనీ. "ఇంతకూ నీ కలలరాణి దొరికిందా లేదా? జీవితాంతం ఈమెతో గడపాలని అనిపించే వ్యక్తి'

"ఆహా. నాకు కలల్లో వస్తూంటుంది ఆవిడ. ఎటొచ్చీ నేను నిద్రలేవగానే అదృశ్యమైపోతుంది' శత్రుఘ్నుడు, లక్ష్మణుడు, రోషనీ పగలబడి నవ్వారు. కానీ రాముడు మాత్రం నవ్వలేదు. భరతుడు తన మనోవేదనను ఈ ఛలోక్తి వెనక దాచిపెట్టాడని అతనికి తెలుసు. భరతుడు రాధికను ఇంకా మరిచిపోలేదు. భరతుడు ఎల్లకాలమూ ఆ బాధలో ఉండిపోడని రాముడి ఆశ.

'ఇక నా వంతు' అంటూ రాముడు ముందుకు వచ్చి కుడి చేయి చాచాడు.

లక్ష్మణుడు దూరంగా వస్తున్న వశిష్టుడిని చూసాడు. తను చాటుగా విన్న సంభాషణలు గుర్తుకొచ్చి ఏవైనా ప్రమాదాలున్నాయేమోనని చుట్టూ పరికించి చూసాడు.

"నిన్ను ఎల్లప్పుడు రక్షిస్తానని మాటిస్తున్నాను, చెల్లీ' అన్నాడు రాముడు, రోషనీ కట్టిన రాఖీకేసి, ఆమె కేసి గంభీరంగా చూస్తూ.

రోషనీ మందహాసం చేసి, రాముడి నుదుటి మీద గంధం బొట్టు పెట్టింది. వెనక్కి తిరిగి ఒక బల్ల వద్దకు వెళ్లి ఆరతి పళ్లాన్ని దాని మీద పెట్టింది.

"అన్నయ్యా" పెద్దగా కేక వేస్తూ లక్ష్మణుడు ఒక్క ఉదుటున దూకి, రాముణ్ని పక్కకు నెట్టాడు. లక్ష్మణుడి అధిక బలం వల్ల రాముడు తూలాడు. అదే సమయంలో అంతకు ముందు రాముడు నించుని వున్న భూభాగంపైకి ఒక పెద్ద చెట్టు కొమ్మ అకస్మాత్తుగా విరిగి పడింది. పడే వేగంలో అది లక్ష్మణుడి భుజం మీద పడడంతో అతని భుజం పై భాగాన ఉన్న ఎముక రెండుగా విరిగింది. అతని భుజం నుంచి రక్తం చిప్పిల్లింది.

"లక్ష్మణా' సోదరులందరూ ఒక్క కేకతో అతని దగ్గరికి పరిగెత్తారు.

"అతను కోలుకుంటాడు" అంది రోషనీ, శస్త్ర చికిత్స గది నుంచి బయటకు వస్తూ. ఆయురాలయం బయటి గదిలో వశిష్టుడు, రాముడు, భరతుడు, శత్రుఘ్నుడు ఆందోళనగా నించుని ఉన్నారు. సుమిత్ర అక్కడున్న ఒక కుర్చీ మీద కూర్చుని కన్నీళ్లు పెట్టుకుంటోంది. ఆమె వెంటనే లేచి రోషనీని కౌగలించుకుంది.

"శాశ్వతమైన హాని ఏమీ జరగలేదు, మహారాణీ అతనికి" రోషనీ అనునయంగా అంది. "అతని ఎముకను సరిచేసాం. పూర్తిగా కోలుకుంటాడు. అదృష్టవశాత్తు ఆ కొమ్మ అతని తల మీద పడలేదు"

"లక్ష్మణుడు మహిషుడంత బలవంతుడు కావడం కూడ అదృష్టమే" అన్నాడు వశిష్టుడు. "మరో మానవుడైతే దీన్ని తట్టుకోగలిగేవాడు కాదు'

—— ——

లక్ష్మణుడు కళ్లు తెరిచి చూసేసరికి, రాజులు ఉపయోగించే పడక గదిలో ఉన్నాడు. పడక పెద్దగానే ఉందిగానీ, మరీ మెత్తగా లేదు. తన గాయపడిన భుజానికి అవసరమైనంత మృదువుగా మాత్రమే ఉంది. చీకట్లో అంత బాగా కనిపించడం లేదుగానీ ఏదో మెత్తని శబ్దం వినిపించింది. కాస్సేపటికి కళ్లు చీకటికి అలవాటుపడి, ఎర్రని కళ్లతో నించుని ఉన్న రాముడు కనిపించాడు.

"నేను అన్నయ్యను నిద్ర లేపినట్టున్నాను' అనుకున్నాడు లక్ష్మణుడు.

ముగ్గురు వైద్యసహాయకులు లోపలికి పరిగెత్తుకు వచ్చాడు. లక్ష్మణుడు తల అడ్డంగా తిప్పడంతో వాళ్లు ఆగిపోయారు.

రాముడు లక్ష్మణుడి తలను మృదువుగా స్పృశించాడు. "తమ్ముడూ"

"అన్నయ్యా, ఆ చెట్టు.."

ఆ కొమ్మ కృశించిపోయింది లక్ష్మణా. అందుకే విరిగిపోయింది. కేవలం దురదృష్టం. నువ్వు మళ్లీ నా ప్రాణాలను రక్షించావు.'

"అన్నయ్యా.. గురుదేవులు..'

"నా బదులు నువ్వు ప్రమాదంలో పడ్డావు తమ్ముడూ..విధి నాకు ఉద్దేశించిన ప్రమాదాన్ని నువ్వు స్వీకరించావు' అంటూ రాముడు వంగి లక్ష్మణుడి నుదుటి మీద మృదువుగా తాకాడు.

లక్ష్మణుడి కంటి నుంచి కన్నీటి చుక్క రాలిపడింది. 'అన్నయ్యా.."

"ఇక మాట్లాడొద్దు. నిద్రపోవడానికి ప్రయత్నించు' అంటూ రాముడు వెనక్కి తిరిగి వెళ్లిపోయాడు.

—— ——

రోషనీ మందులతో ఆయురాలయం గదిలోకి అడుగుపెట్టింది. లక్ష్మణుడికి ప్రమాదం జరిగి వారం రోజులయింది. లక్ష్మణుడు ఇప్పుడు బలం పుంజు కుంటున్నాడు; అశాంతిగా ఉన్నాడు.

"అందరూ ఎక్కడికి వెళ్లారు?'

"వైద్యసహాయకులు ఇక్కడే ఉన్నారు" చిరునవ్వుతో అంది. మందులు గిన్నెలో కలిపి లక్ష్మణుడికి అందించింది. "నీ సోదరులు స్నానం చెయ్యడానికి రాజభవనానికి వెళ్లారు. త్వరగానే వస్తారు"

మందులు మింగగానే లక్ష్మణుడు చేదు తిన్న ముఖం పెట్టుకున్నాడు. "వాక్' అన్నాడు.

"ఎంత వాక్ అనిపిస్తే, అంత బాగా మందు పని చేస్తుందని అర్థం"

"మీ వైద్యులు రోగులనెందుకు ఇలా చిత్రహింసలు పెడతారు?"

"కృతజ్ఞురాలిని' మందహాసంతో తన చేతిలో గిన్నెను వైద్యసహాయకురాలికి అందించింది రోషనీ. తిరిగి లక్ష్మణుడి కేసి చూస్తూ, "ఇప్పుడెలా ఉంది?' అడిగింది.

"ఎడమ భుజం ఇంకా స్పర్శ లేనట్టుగా ఉంది.'

"నొప్పి మందుల వల్ల అలా ఉంటుందిలే'

"నాకింక ఆ మందులు వద్దు"

"నువ్వు ఎంత నొప్పయినా భరించగలవని తెలుసులే కానీ, నా దగ్గర రోగిగా ఉన్నంతకాలం అలా ఉండనివ్వను"

లక్ష్మణుడు నవ్వాడు "అచ్చం అక్కగారిలా మాట్లాడావు"

"వైద్యురాలిలా మాట్లడాను" మందలింపుగా అంది రోషనీ. ఆమె చూపు లక్ష్మణుడి చేతికి ఉన్న రాఖీపై పడింది. బయటకు వెళ్లబోతూ ఆగింది.

"ఏమైంది' అన్నాడు లక్ష్మణుడు.

రోషనీ తక్కినవాళ్లను బయటకు వెళ్లమంది. తర్వాత లక్ష్మణుడి మంచం వద్దకు వచ్చింది. "నీ సోదరులు ఎక్కువ సమయం ఇక్కడే గడిపారు. మీ అమ్మ, సవతి తల్లులు కూడా. రోజూ నిన్ను చూడ్డానికి వచ్చారు. రాత్రికి రాజభవనానికి వెళ్లేవాళ్లు. అదంతా నేనూహించిందే. అయితే నీకు తెలియాల్సిందేమిటంటే రాముడు మాత్రం ఈ వారం రోజులూ అసలు ఇంటికి వెళ్లడానికే ఒప్పుకోలేదు. ఈ గదిలోనే పడుకున్నాడు. మామూలుగా మా వైద్య సిబ్బంది చేయాల్సిన పనులు చాలా వాటిని రాముడే చేసాడు"

"నాకు తెలుసు. తను నా అన్నయ్య...."

రోషనీ మందహాసం చేసింది " నేనొక రోజు రాత్రి ఇక్కడికి వచ్చినపుడు అతను నిద్రలో మాట్లాడుతున్నాడు. "నా తప్పులకు నా తమ్ముడిని శిక్షించకు, నన్ను శిక్షించు, నన్ను శిక్షించు'.

"తను అన్నిటికీ తనదే తప్పని అనుకుంటాడు" అన్నాడు లక్ష్మణుడు. "అందరూ కలిసి అతని జీవితాన్ని నరకం చేసారు'

రోషనీకి లక్ష్మణుడు దేని గురించి మాట్లాడుతున్నాడో అర్థమైంది.

"ఆ ఓటమికి ఎవరైనా అన్నయ్యను ఎలా బాధ్యుణ్ని చేస్తారు? అన్నయ్య ఆరోజున పుట్టాడంతే. మనం లంక చేతుల్లో ఓడిపోయామంటే దానికి కారణం వాళ్లు మనకంటే బాగా పోరాడారని"

"లక్ష్మణా ఇప్పుడివన్నీ.."

"అపశకునమట. శాపగ్రస్తుడట; అపవిత్రుడట. తనను అవమానించ డానికి ఇంకా ఏమైనా పదాలు మిగిలున్నాయా? అయినప్పటికీ అతను స్థిరంగా, స్తిమితంగా ఉంటాడు. ఎవర్నీ నిందించడు; ద్వేషించడు. జీవితాంతం అందర్నీ ద్వేషించాల్సిన వాడు. కానీ ఎంత గౌరవంతో జీవిస్తున్నాడో. ఎప్పుడూ అబద్ధం చెప్పడు. అది గమనించావా? అసత్యం చెప్పడు. 'లక్ష్మణుడు ఏడుస్తున్నాడు. "అలాంటివాడు నాకోసం ఒక్కసారి అబద్ధం చెప్పాడు. ఒకరోజు రాత్రి నేను గుర్రపు స్వారీకి వెళ్లాను, రాత్రి పూట వెళ్లకూడదని తెలియక. కిందపడి గాయపడ్డాను కూడ. అమ్మకు ఎంత కోపం వచ్చిందో. కానీ అన్నయ్య నాకోసం అబద్ధం చెప్పాడు. నేను తనతో గుర్రం శాలలో ఉంటే, ఒక గుర్రం నన్ను తన్నిందని. అన్నయ్య ఎప్పుడూ అబద్ధం చెప్పడు కనక అమ్మ కూడ నమ్మింది. తను పాపం చేసాడు; కేవలం నన్ను అమ్మ ఆగ్రహం నుంచి రక్షించడానికి. అయినా జనం ఆయన్ని...."

రోషనీ లక్ష్మణుడి ముఖం తాకుతూ, అతని కన్నీళ్లు తుడిచింది. లక్ష్మణుడు కొనసాగిస్తూనే ఉన్నాడు, కన్నీళ్లు చెక్కిళ్లను తడుపుతూండగా. "ఎప్పటికైనా అన్నయ్య ఎంత మహోన్నతుడో ఈ లోకం గుర్తించే రోజు వస్తుంది. ఎంత గాఢమైన మేఘాలైనా సూర్యుణ్ని కలకాలం ఆపలేవు. ఏదో ఒక రోజు మేఘాలు తొలగక తప్పదు. సూర్యకిరణాలు వెలుగు ప్రసరించడం తథ్యం. అప్పుడు అందరికీ తెలుస్తుంది, మా అన్నయ్య ఎంత గొప్పవాడో"

"నాకా విషయం ఇప్పుడే తెలుసు" అంది మృదువుగా రోషనీ.

మంథర తన రాజభవనంవంటి గృహంలో అధికార విభాగంలో ఉన్న కార్యాలయంలో కిటికీ వద్ద నించుంది. చక్రవర్తి ఉద్యానవనం కంటే ఆమె ఉద్యానవనం నిడివి తక్కువ కావచ్చుగానీ, అది కూడా చాలా అందమైంది. అది కూడ ఒక కొండపైనే ఉంది. ఆమె గృహం ఆమె సామాజిక హోదాను స్పష్టంగా చెబుతోంది.

మంథర గొప్ప తెలివితేటలు గల వ్యాపారవేత్త; అదే సమయంలో లౌకికంలో కూడ మూర్ఖురాలేం కాదు. ఎంత సంపాదనాపరురాలైనా సప్తసింధులోని వర్తక వ్యతిరేక వాతావరణంలో తన స్థాయి తక్కువేనని ఆమె ఎరుగును. ఎవరికీ ఆమె ముఖాన ఏమీ అనే దమ్ములు లేవుగానీ, వెనకేం మాట్లాడుకుంటారో ఆమెకు తెలుసు: "విదేశీ దయ్యం రావణుడి నుంచి లాభాలు పొందుతున్న అధమురాలిగా' ఆమెకు పేరు. నిజం చెప్పాలంటే, సప్తసింధు నుంచి జరిగే ఎగుమతుల వ్యాపారంపై రావణుడికి గుత్తాధిపత్యం ఉండడం వల్ల, అక్కడి వర్తకులకు ఆయనతో వాణిజ్య సంబంధాలు పెట్టుకోక తప్పదు. ఈ ఒప్పందాలను చేసుకున్నది వర్తకులు కాదు; ఆ రాజులే. అయినా తాము ఈ ఒప్పందం నిబంధనలు పాటిస్తున్నందుకు తిట్లు తింటున్నదీ వర్తకులే. అత్యున్నత శ్రేణి వర్తకురాలు కావడం వల్ల, ఈ వర్తక వ్యతిరేక ప్రచారాలకు లక్ష్యం అవుతున్నది కూడ ఎక్కువగమంథరే.

కానీ బాల్యం నుంచి ఎన్నో రకాల అవహేళనలకు గురైన మంథరను ఇటువంటివి పెద్దగా బాధించవు. పేదకుటుంబంలో జన్మించిన ఆమెకు చిన్నప్పుడే అమ్మవారు వ్యాధి రావడంతో ముఖమంతా మచ్చలతో నిండి అందవికారంగా తయారయింది. అది చాలదన్నట్టు, పదకొండేళ్ల వయసులో పోలియో వ్యాధి సోకింది. క్రమంగా ఆరోగ్యవంతురాలైనా ఆమె కుడికాలు వంకరగా ఉండి, ఆమె నడకలో అవిటిదనం ఏర్పడింది. ఇరవయ్యవ యేట ఈ కుంటి కాలి వల్ల స్నేహితురాలి ఇంటి మీద నుంచి జారిపడి వీపుకు శాశ్వతగాయం అయింది. ఆమెకు రోజూ అవహేళనలే ఎదురయ్యేవి; అయితే ఇప్పుడు మాత్రం ఎవరూ ఎదటపడి ఆమెను ఏమీ అనరు; వెనక మాత్రం వెక్కిరించుకుంటారు. కోసల రాజ్యమేకాక, మరికొన్ని రాజ్యాల ఖర్చును మొత్తం భరించగల స్థితిలో ఆమె ఉంది. అదే ఆమెకు బలాన్ని, పరపతిని తెచ్చిపెట్టింది.

"దేవీ, మీరు ఏం మాట్లాడ్డానికి పిలిపించారు నన్ను" ద్రుహ్యుడు గౌరవసూచకంగా ఆమెకు కొన్ని అడుగుల దూరంలో నిలబడి అడిగాడు. మంథర కుంటుకుంటూ తనకోసం ప్రత్యేకంగా చేయించిన

ఆసనంలో కూర్చుంది. ఆమె వేలితో చేసిన సైగకు ద్రుహ్యుడు బల్ల చుట్టూ వెళ్లి ఆమె ముందు మోకరిల్లాడు. ఇప్పుడు వాళ్లిద్దరూ ఒంటరిగా ఉన్నారు. వాళ్లిద్దరూ ఏం మాట్లాడుకున్నా ఎవ్వరికీ వినబడదు. అయినా ఆమె మౌనాన్ని కూడ అతను అర్థం చేసుకోగలడు. అందుకే ఆమె మాట్లాడ్డం కోసం వేచివున్నాడు. కాస్సేపటికి ఆమె అంది, 'నాకు తెలియాల్సిందంతా తెలిసింది. నా చిట్టితల్లి రోషనీ అసంకల్పితంగానే రాకుమారుల వ్యక్తిత్వాలను తేటతెల్లం చేసింది. నేను బాగా ఆలోచించి నిర్ణయించుకున్నాను. భరతుడు దౌత్యవ్యవహారాలు చూసుకుంటాడు; రాముడు నగర రక్షణ వ్యవస్థను అజమాయిషీ చేస్తాడు"

ద్రుహ్యుడు ఆశ్చర్యపోయాడు. "మీకు రాముడి పట్ల ఇష్టం పెరిగిందని అనుకున్నాను, దేవీ"

దౌత్యవ్యవహారాలు చూసుకునే అయోధ్య రాకుమారుడికి ఇతర రాజ్యాలతో సంబంధాలు పెంపొందించుకోవడానికి, తద్వారా పటిష్టమైన రాజ్యాన్ని ఏర్పరచుకోవడానికి అవకాశాలు లభిస్తాయి. ఇప్పటికీ సప్తసింధులో అగ్రరాజ్యం ఆయోధ్యే అయినా, ఇదివరకటి వైభవం తాలూకు ఛాయలుకూడ ఇప్పుడు లేవు. ఈ దశలో ఇతర రాజ్యాలతో సంబంధాలు వృద్ధి చేసుకోవడం చాలా అవసరం.

దీనికి విరుద్ధంగా, రక్షణ అధికారిగా ఉండడం ఏ రాకుమారుడికీ లాభసాటి కాదు. నగరంలో నేరాలు అత్యధికం; శాంతిభద్రతలు మృగ్యం; చాలామంది సంపన్నులు తమ స్వంత భద్రతాధికారులను నియమించుకున్నారు. దీనివల్ల బాధపడుతున్నదంతా పేదప్రజలే. అయినా ఈ విషయాన్ని ఇంత తేలిగ్గా వ్యాఖ్యానించడం సాధ్యంకాదు. చాలావరకు ప్రజలే ఈ సంక్షోభాలకు కారకులవుతున్నారు. గురుదేవుడు వశిష్టుడు ఒకసారి అన్నట్టు, కొంతమంది పౌరులు చట్టవిరుద్ధంగా ప్రవర్తిస్తే కొద్దో గొప్పో శాంతభద్రతలను కాపాడవచ్చు గానీ, అధిక శాతం పౌరులు చట్టాలని అతిక్రమిస్తే ఎవరు మాత్రం చేయగలిగింది ఏమీ ఉండదు. అయోధ్యలో ఇలా అన్ని చట్టాల అతిక్రమణ జరుగుతోంది.

భరతుడుగనక దౌత్య సంబంధాలని బాగా నిర్వహించగలిగితే, అతను దశరథుడి వారసుడయ్యే అవకాశాలు ఎక్కువ; రాముడు ఎవరి గుర్తింపూ పొందని పని చేసి తృప్తి చెందాల్సివుంటుంది. అతను గనక కఠినంగా ఉండి, నేరాలను అరికట్టగలిగితే, ప్రజలు అతని నిర్దయకు ఆడిపోసుకుంటారు. అలా కాక, అతను దయతో ప్రవర్తిస్తే, నేరాలు నిరాటంకంగా సాగుతాయి; అప్పుడు

కూడ ప్రజలు అతను మరీ మెతక అని తిట్టిపోస్తారు. ఒక వేళ, ఏదో అద్భుతం జరిగి, అతను నేరాలను అరికట్టి, ప్రజాదరణ కూడ పొందినా, దాని వల్ల అతనికి ఒరిగేదేమీ లేదు. ఎందుకంటే చక్రవర్తి వారసుణ్ని ఎంచుకోవడంలో ఆ ప్రజల అభిప్రాయం ఎవరూ అడగరు కనక.

"ఓ. నాకు రాముడంటే ఇష్టమే' అంది మంథర. " కానీ నాకు లాభాలంటే ఇంకా ఎక్కువ ఇష్టం. మనం గెలిచే గుర్రంపై పందెం కాయడం మంచిది. ఇది రాముడు, భరతుడు మధ్య ఎంచుకోవడం కాదు. కౌసల్య, కైకేయిల మధ్య ఎంచుకోవడం. కైకేయి గెలవడం నిశ్చయం. రాముడు సమర్థుడు కావచ్చుగానీ, కైకేయిని తట్టుకోవడం అతని వల్ల కాదు"

"అవును, దేవీ"

"అదీ కాక, రాముడంటే రాజవంశీకులకు ద్వేషమన్న విషయం మరవద్దు. కరచాప యుద్ధంలో ఓటిమికి వాళ్లు రాముడినే నిందిస్తున్నారు. కనక, మనం రాముడి కోసం వాళ్లకు ఇంకా ఎక్కువ మొత్తం లంచాలివ్వాల్సివస్తుంది. అదే భరతుణ్ని దౌత్యసంబంధాల అధికారిగా ఒప్పించడానికి వాళ్లకు అంత ఎక్కువ మొత్తం చెల్లించనవసరం రాదు"

"మన ఖర్చులు తగ్గుతాయన్నమాట" నవ్వుతూ అన్నాడు ద్రుహ్యుడు.

"అవును. మన వ్యాపారానికి అది మంచిది కదా"

"అదీ కాక, కైకేయి కూడ మన పట్ల కృతజ్ఞత కలిగుంటుంది, దేవీ"

"అది కూడా మనకు మంచిదే కదా"

"అలాగైతే, ఈ విషయాన్ని నేను చూసుకుంటాను దేవీ. రాజగురువు వశిష్టుడు ప్రస్తుతం అయోధ్యలో లేరు కనక, మన పని మరింత సులువవుతుంది. అతను రాకుమారుడు రాముడిని చాలా సమర్థిస్తాడు"

ద్రుహ్యుడు రాజగురువు పేరు చెప్పగానే తొందరపడ్డందుకు నాలిక కరుచుకున్నాడు.

"అంటే గురుదేవుడు ఎక్కడ ఉన్నాడో నువ్వింకా కనిపెట్టలేదన్నమాట.' చికాకుపడింది మంథర. "ఇన్నిన్ని రోజులు ఆయన ఎక్కడికి వెళ్లినట్టు? ఎప్పుడు తిరిగి వస్తున్నాడు? నీకు ఏమీ తెలీదు"

"లేదు, దేవీ' తల వంచుకున్నాడు ద్రుహ్యుడు. 'నన్ను మన్నించండి"

"ఒక్కోసారి నీకు ఇంత వేతనం ఎందుకు చెల్లిస్తానా అని ఆలోచిస్తూంటాను"

ద్రుహ్యుడు మౌనంగా ఉండిపోయాడు. ఏమంటే ఏమవుతుందో అన్న భయంతో. మంథర చేయి విసిరి, అతన్ని వెళ్లిపొమ్మనట్టు సైగ చేసింది.

అధ్యాయం 11

"నువ్వు గొప్ప భద్రతాధికారివవుతావు" ఉత్సాహంగా అంది రోషనీ. ఆమె కళ్లు చిన్నపిల్ల కళ్లలా వెలుగుతున్నాయి. "నేరాలు తగ్గుతాయి; ఎంతో బాధలు పడుతున్న ప్రజలకు ఊరట లభిస్తుంది'

రోషనీ ఉద్యానవనంలో నిరాశ నిండిన రాముడితో కూర్చుని ఉంది. తనను కనీసం సైన్యానికి ఉపదళాధిపతిగానైనా నియమిస్తారని ఆశించిన రాముడికి నిరాశ కలిగినా, అతను బయటకు చూపించుకోలేదు.

"నేనీ పని బాగచేయగలనని అనుకోను' అన్నాడు రాముడు "మంచి భద్రతాధికారి ప్రజల సహకారం ఉంటేనే పని చేయగలుగుతాడు"

"నీకు అది లభించదని అనుమానమా?'

రాముడు నిస్తేజంగా నవ్వాడు " రోషని, నువ్వు అసత్యం ఆడవని నాకు తెలుసు. నిజంగా ప్రజలు నన్ను సమర్థిస్తారంటావా? ఇప్పటికీ 7032 లో ఓటమికి నన్నే బాధ్యుడిగఅనుకుంటారు"

రోషనీ ముందుకువంగి అంది "నువ్వు ఇంతవరకూ సంపన్నులను మాత్రమే కలిసావు. అంటే మనలాంటి ఉన్నతవంశీకులను. వాళ్లకు నువ్వంటే ఇష్టం లేని మాట నిజమే. కానీ మరొక అయోధ్య కూడ ఉంది రామా. వాళ్లంతా మనలా 'గొప్పవాళ్లుగా' పుట్టినవారు కాదు. వారికీ, ఈ ఉన్నతవంశీకులకీ మధ్య స్నేహం లేదు. అందుకే వాళ్లు సంపన్నులు వెలివేసే వాళ్లను గౌరవించగలరు. వాళ్లకు నువ్వంటే ఇష్టం లేదన్న కారణంగానే సామాన్య ప్రజలు నిన్ను ఇష్టపడతారు. ఆ కారణంగానే వాళ్లు నిన్ను అనుసరించవచ్చు కూడా".

రాముడు మొదటినుంచీ కూడా రాజవంశీకుల మధ్య జీవితాన్నే చూసాడు. ఈ మాటలతో అతనికి కొత్త ఆలోచన వచ్చింది.

'మనలాంటి మనుషులం వాస్తవప్రపంచంలోకి అడుగుపెట్టం. అక్కడేం జరుగుతోందో మనకు తెలీదు. నేను సామాన్య ప్రజలతో మాట్లాడాను.

వాళ్లను కొంతవరకూ అర్థం చేసుకోగలిగానని అనుకుంటున్నాను. ఈ సంపన్నులు నిన్ను ద్వేషించి నీకు మేలే చేసారు. ఆ విధంగా నువ్వు సామాన్యులకు చేరువయ్యే అవకాశం కల్పించారు. సామాన్యలు నీ మాట వింటారన్న నమ్మకం నాకుంది. ఈ రాజ్యంలో నేరాలను నువ్వు అదుపులోకి తీసుకురాగలవని నేననుకుంటున్నాను. మామూలుగా కాదు. చాలా ఎక్కువగా. నీలో నాకున్నంత విశ్వాసం నీకు కూడ ఉండాలి, అన్నయ్యా"

ఒక సంవత్సరం గడిచేలోగా రాముడు ప్రారంభించిన సంస్కరణలు సత్ఫలితాల నివ్వడం ఆరంభమైంది. ఈ సమస్యను అతను నేరుగానే ఎదుర్కొన్నాడు. చాలా మందికి అసలు ఏం చట్టాలున్నాయో కూడ తెలీదు. ఎంతో మందికి చట్టానికి సంబంధించిన గ్రంథాలు, స్మృతులు ఉన్నట్టు కూడ తెలీదు. దానికి కారణం అవి అసంఖ్యాకంగా ఉండడం; పరస్పర విఘాతమైన వ్యాఖ్యానాలు కొన్ని శతాబ్దాలుగా అందులో చేరడం. మనుస్మృతి సుప్రసిద్ధమే కానీ దానికి వేర్వేరు రూపాలున్నాయన్న విషయం అందరికీ తెలీదు. బృహత్ మనుస్మృతి. ఇంకా ఇతర గ్రంథాలు కూడ ఉన్నాయి యాజ్ఞవల్క్య స్మృతి, నారస స్మృతి, ఆపస్తంబ స్మృతి, అత్రి స్మృతి, వ్యాస స్మృతి మొదలైనవి. అక్కడి భద్రతాదళాలు తమకు తోచిన విధంగా, తోచిన చట్టాలను అమలు చేస్తున్నారు. న్యాయమూర్తులు కూడ తమ తమ కులాలను బట్టి, తమకు తెలిసిన స్మృతుల ఆధారంగా తీర్పులు చెప్పేవారు. ఒక్కోసారి భద్రతాదళాలు ఒక స్మృతి చెప్పిన చట్టం కింద అదుపులోకి తీసుకుంటే, ఆ నేరస్థుడికి న్యాయమూర్తి మరో స్మృతి ఆధారంగా శిక్ష వేసినప్పుడు అయోమయం ఏర్పడేది. దీనివల్ల నేరస్థుడు చట్టంలోని సందిగ్ధాలను, వైరుధ్యాలను అవకాశంగా తీసుకుని శిక్ష తప్పించుకునేవాడు. మరెందరో అమాయకులు అజ్ఞానంతో ఏళ్ల తరబడి కారాగారాల్లో మగ్గుతూ ఉంటారు. దీనితో కారాగారాలు కూడ నిండిపోయాయి.

చట్టాలను మరింత సరళం చేయాల్సిన అవసరాన్ని రాముడు గుర్తించాడు. స్మృతులను బాగా అధ్యయనం చేసి, ఉచితంగా, న్యాయంగా, స్పష్టంగా, సరళంగా ఉన్న వాటిని ఎంచుకున్నాడు. ఇక నుంచీ ఈ చట్టాలే అయోధ్యలో అమలవు తాయనీ, తక్కినవన్నీ కాలదోషం పట్టినవిగా భావించాలనీ ప్రకటించాడు. ఈ చట్టాలను రాతిఫలకాలపై చెక్కించి అన్ని ఆలయాల్లోనూ ఉంచాడు. ఇక నుంచీ చట్టం తెలియదనే వీలు లేదు. రోజూ ఉదయం ఆ

నగర ప్రతీహారులు చట్టాలన్నిటినీ పైకి బిగ్గరగా చదవాలి. దీనితో కొంత కాలానికి చట్టాలన్నీ అందరికీ తెలిసివస్తాయి.

క్రమంగా రాముడికి నగర ప్రజలే కొత్త పేరుపెట్టారు – న్యాయప్రదాత అని. అతని రెండవ సంస్కరణ మరింత విప్లవాత్మకమైంది. నగర భద్రత అధికారులు ఎవరికీ భయపడకుండా, ఎవరి పక్షం వహించకుండా చట్టాన్ని అమలు చేసే హక్కు, బాధ్యత వారికి అప్పగించాడు. రాముడికి ఒక విషయం అర్థమైంది; భద్రతా దళాలకు సమాజం నుంచి గౌరవం లభించాలి. ఇంతకు పూర్వం ఇలా గౌరవం అందుకునే అవకాశాలే వారికి లభించలేదు. చట్టాన్ని ఎంతటి వాడు ఉల్లంఘించినా వాళ్లు చర్యలు తీసుకున్నపుడే, ప్రజల్లో వారి పట్ల భయం, గౌరవం ఏర్పడతాయి. చట్టమన్నది అందరికీ సమానంగా వర్తిస్తుందని రాముడు తన విషయంలోనూ ఎన్నోసార్లు నిరూపించి చూపాడు.

రాముడు, చీకటి పడ్డాక, అంటే కోట ద్వారాలు మూసిన తర్వాత నగరం చేరుకున్న ఘట్టం ఒకటి జనం పదేపదే చెప్పుకున్నారు. ద్వారపాలకుడు రాకుమారుడి కోసం తలుపులు తెరిచాడు. అయితే అతను చట్టాన్ని అతిక్రమించినందుకు రాముడు మందలించాడు; చట్టం ప్రకారం రాత్రిపూట ఎవరికోసమూ ద్వారం తెరవకూడదు. ఆ రాత్రి ద్వారం బయటే రాముడు నిద్రపోయి తెల్లవారిన తర్వాత లోపలికి వచ్చాడు. ఈ సంఘటన గురించి సామాన్య ప్రజలు నెలరోజులపాటు కథలుగా చెప్పుకున్నారు; ఉన్నత వర్గాలు మాత్రం దాని ప్రస్తావనే చేయలేదు.

అయితే భద్రతాధికారులు తమని ఏదైనా సంఘటనలో పట్టుకున్నప్పుడు తమ పరపతి ఉపయోగించుకుని తప్పించుకోవాలనుకున్న ఈ రాజవంశీకులు, అది కుదరకపోవడంతో అతలాకుతలమైపోయారు. తమకు శిక్ష పడడమేమిటని విస్తుపోయారుగానీ, ఇకపై ఎవరికీ మినహాయింపులుండవని అర్థం చేసుకున్నారు. రాముడిపై వాళ్ల ద్వేషం ద్విగుణీకృతమైంది. అతన్ని నిరంకుశుడనీ, ప్రమాదకారి అనీ అభివర్ణించడం ప్రారంభించారు. కానీ, అయోధ్య ప్రథమ రాకుమారుడిపై సామాన్యుల ప్రేమ ఇనుమడించింది. నేరస్థులు కారాగారానికి వెళ్ళడంగానీ, మరణశిక్షకు గురవడం కానీ జరగడంతో, నేరాలసంఖ్య క్రమంగా తగ్గింది. నిరపరాధులకు రక్షణ ఏర్పడింది. క్రమంగా నగరంలో భద్రత పెరిగింది. స్త్రీలు రాత్రుళ్లు ఒంటరిగా బయటకు వెళ్లగలుగుతున్నారు. వారి జీవితంలో భద్రత రాముడి వల్లే సాధ్యమేందని ప్రజలు న్యాయంగా అనుకున్నారు.

రాముడి పేరు ఒక అద్భుతగాథగా మారడమన్నది కొన్ని దశాబ్దుల తర్వాత జరిగింది. కానీ దానికి పునాది ఇప్పుడు పడింది. క్రమంగా ప్రజల భావవీథిలో ఒక ధ్రువతార బయల్దేరింది.

"నువ్వు చాలామందిని శత్రువులను చేసుకుంటున్నావు, కుమారా" అంది కౌసల్య. "చట్టం అమలులో నువ్వు ఇంత నిరంకుశంగా ఉండకూడదు"

ఉన్నత వర్గం నుంచి అనేక సార్లు ఫిర్యాదులు అందిన తర్వాత ఈరోజు కౌసల్య రాముణ్ని తన మందిరానికి పిలిపించుకుంది. తన కుమారుడు అత్యుత్సాహానికి లోనై, తనకున్న కొద్దిమంది స్నేహితులను కోల్పోతున్నాడని ఆమె ఆందోళన చెందింది.

"చట్టమన్నాక కొందరికే వర్తించడం సాధ్యం కాదమ్మా" అన్నాడు రాముడు. "చట్టం అందరికీ ఒకేలా వర్తిస్తుంది. నీ రాజవంశీకులకు అది ఇష్టం లేకపోతే, వాళ్లు చట్టాన్ని ఉల్లంఘించకూడదు మరి"

"నేను చట్టం గురించి చర్చించడం లేదు, రామా. మృగాస్యుడి ప్రధాన అనుచరుడికి శిక్ష విధించడం వల్ల మీ నాన్న సంతోషిస్తాడనుకుంటే పొరపాటే. ఆయన పూర్తిగా కైకేయి విధేయుడిగా ఉన్నాడు"

దశరథుడు మనోవేదనలో కూరుకుపోయే కొద్దీ, సేనాధిపతి మృగాస్యుడి ప్రాముఖ్యం పెరుగుతూ వచ్చింది. కైకేయి ప్రాధాన్యాన్ని వ్యతిరేకించే వారందరికీ అతనే పెద్ద దిక్కు. అందుకే తన విధేయులు ఎంతటి అసమర్థులైనా, అవినీతిలో కూరుకుపోయినవారైనా, అతను వారిని కాపాడ్డం ద్వారా వారి సంపూర్ణ మద్దతును సంపాదించాడు. కైకేయికి అతనంటే తీవ్రమైన అయిష్టం; ఆమె వ్యతిరేకత అతనిపట్ల దశరథుడి అభిప్రాయాన్ని కూడ ప్రభావితం చేసింది.

ఇటీవలే, మృగాస్యుడి అనుచరుడు పేదల నించి బలవంతంగా లాక్కున్న భూములను తిరిగి చట్టం ద్వారా స్వాధీనం చేసుకున్నాడు రాముడు. అంతటితో ఆగక, అతను ఎంతో శక్తిమంతుడైన సేనాధిపతి అనుయాయుడన్న విషయాన్ని కూడ లెక్కపెట్టక, అతను చేసిన పనికి జరిమానా కూడ విధించాడు రాముడు.

"దండనాయకుడు మృగాస్యుడికి, కైకేయి మాతకు మధ్య ఏం రాజకీయాలు నడిచినా నాకనవసరం. అతని అనుయాయుడు చట్టాన్ని అతిక్రమించాడు. నాకు దానితోనే పని"

"ఉన్నత వర్గాల వారు తమకు ఇష్టం వచ్చినట్టు చేయడం ఆనవాయితీ, రామా"

"నేనున్నంతకాలం కాదు"

"రామా..'

"ఉన్నతవర్గాలంటే ఉదాత్తంగా ప్రవర్తించేవారని అర్థమమ్మా. అదే ఆర్యుల జీవన విధానం. నువ్వు ఎక్కడ పుట్టావని కాదు; ఎలా నడుచుకుంటున్నావన్నది ముఖ్యం. ఉన్నతం కావడం నీ జన్మహక్కు కాదు; ఒక గురుతర బాధ్యత"

"రామా. నీకు ఎంతకీ అర్థం కావడం లేదెందుకు? మృగాస్యుడు మనకున్న ఏకైక మద్దతుదారుడు. తక్కిన ఉన్నతవర్గాల వారంతా కైకేయి శిబిరంలో ఉన్నారు. అతనొక్కడే కైకేయిని ఎదిరించి నిలవగలిగినవాడు. మృగాస్యుడు, అతని అనుచరులు మన పక్షాన ఉన్నంతకాలం మాత్రమే మనం భద్రంగా ఉంటాం"

"దానికీ, చట్టానికీ ఏమిటి సంబంధం?'

కౌసల్య తన అసహనాన్ని చూపించకుండా ఉండేందుకు ప్రయత్నించింది. "నీకు మద్దతు కూడగట్టడం నాకెంత కష్టంగా ఉందో తెలుసా? లంక ఓటమికి అందరూ నిన్నే తప్పు పడుతున్నారు"

ఆమె వ్యాఖ్యకు రాముడి నించి ఎటువంటి స్పందనా రాకపోయేసరికి, కౌసల్య నచ్చజెప్పడం ప్రారంభించింది. 'అది నీ తప్పని నేనెప్పుడూ అనను, నాన్నా. కానీ ఇది వాస్తవం. మనం వాస్తవికతను అర్థం చేసుకోవాలి. నీకు రాజు కావాలని ఉందా లేదా?"

"నాకు మంచి రాజు కావాలని ఉంది. ఆ అవకాశం లేకపోతే, అసలు రాజు కాకపోవడమే నయం"

కౌసల్య అసహనంతో కళ్లు మూసుకుంది. "రామా. నువ్వు నీ సైద్ధాంతిక ప్రపంచంలోనే బతుకుతున్నట్టున్నావు. వాస్తవ ప్రపంచంలోకి రావడం నేర్చుకో. నాకు నువ్వంటే ప్రేమ అనీ, నీకు సాయం చెయ్యడానికే ప్రయత్నిస్తున్నాననీ అర్థం చేసుకో"

"నీకు నిజంగా నా మీద ప్రేమే ఉంటే నేను ఎలాంటి వాడినో తెలుసుకో' రాముడు మృదువుగానే అన్నా, అతని కళ్లలో చెక్కు చెదరని సంకల్పం కనిపించింది. "ఇది నా జన్మభూమి. దీన్ని నేను వదిలివెళ్లేటప్పుడు మరింత మెరుగైన ప్రాంతంగా చేసి వెళ్లాలి. దానికోసం నా కర్మ పరిపూర్తికి నేను రాజును కావచ్చు; భద్రతా అధినేతను కావచ్చు; లేక కేవలం ఒక గ్రామీణుడినీ కావచ్చు"

"రామా నువ్వు..."

కౌసల్య మాట పూర్తి కాకముందే గట్టగా ప్రకటన వినిపించింది. "మహారాణి కైకేయి. అయోధ్య రాణి'

రాముడు, కౌసల్య ఒక్కసారిగా లేచి నించున్నారు. రాముడు చాటుగా తల్లికేసి చూసాడు. ఆమె కళ్లలో నిస్సహాయతతో కూడిన ఆగ్రహం. కైకేయి రెండు చేతులతో నమస్కారం చేస్తూ, చిరునవ్వుతో కౌసల్యను సమీపించింది. "నమస్కారమక్కా. నీ కొడుకుతో అంతరంగిక సంభాషణలో ఉండగా, మధ్యలో భగ్నం చేసినందుకు నన్నుక్షమించు" అంది.

"ఫర్వాలేదులే, కైకేయీ" కౌసల్య, మర్యాదగా అంది. "ఏదో ముఖ్యమైన విషయమే అయ్యుంటుందిలే"

"అవును. ముఖ్యమే. 'అంటూ రాముడి కేసి తిరిగింది కైకేయి. "మీ నాన్న వేటకు వెళ్లాలని అనుకుంటున్నాడు, రామా"

"వేటా?' ఆశ్చర్యపోయాడు రాముడు.

రాముడికి జ్ఞాపకం ఉన్నంతవరకూ దశరథుడు ఎప్పుడూ క్రూరజంతువుల వేటకు వెళ్లలెదు. ఒకప్పుడు గొప్ప వేటగాడైన దశరథుడు యుద్ధంలో తగిలిన గాయాల వల్ల వేట మానుకోవలసివచ్చింది.

"అవును. నేను ఆయనతో భరతుణ్ని పంపేదాన్నే. నాకెంతో ప్రియమైన జింక మాంసం కావాలని నాకూ కోరికగానే ఉంది. కానీ భరతుడు దౌత్య పనులపై బ్రంగా వెళ్లిన విషయం నీకు తెలిసిందేగా. అందుకే ఈ పవిత్ర బాధ్యత నీ భుజస్కంధాలపై వేద్దామనుకుని వచ్చాను"

రాముడు చిరుదరహాసం చేసాడు. కైకేయి, దశరథుడి వెంట తనను వెళ్లమంటున్నది తనకిష్టమైన మాంసం కోసం కాదనీ, ఆయన భద్రతను దృష్టిలో పెట్టుకునేననీ రాముడికి తెలుసు. అయితే కైకేయి దశరథుడిని ఎప్పుడూ బహిరంగంగా అగౌరవపరచదు. ఆమె దృష్టిలో రాజకుటుంబం కూడ బహిరంగ సమూహమే. రాముడు నమస్కారం చేసాడు. "పిన్నమ్మా. నీ సేవ చేయడం నాకు గౌరవంగా భావిస్తాను" అన్నాడు.

కైకేయి మందహాసం చేసింది "ధన్యవాదాలు, రామా"

కౌసల్య భావరహితంగా రాముడి కేసి చూసింది.

"ఆవిడ ఇక్కడేం చేస్తోంది?' దశరథుడు కటుస్వరంతో అన్నాడు.

రాజభవనంలో కైకేయి అంతఃపురం బయట కాపలాదారు కౌసల్య పేరు ప్రకటించడంతో దశరథుడు ఇలా అన్నాడు. దశరథుడు, కైకేయి పాన్పు మీద ఉన్నారు. కైకేయి దశరథుడి పొడుగాటి జుట్టును అతని చెవి వెనక్కి తోస్తూ "ఆ పనేమిటో త్వరగా చూసుకుని వెనక్కి వచ్చెయ్యండి' అంది.

"నువ్వు కూడ లేవాల్సివస్తుంది, ప్రియా' అన్నాడు దశరథుడు.

కైకేయి విసుగ్గా నిట్టూర్చి పడకమీద నుంచి లేచింది. తన అంగవస్త్రాన్ని భుజంమీద వేసుకుని రెండో కొసని కుడి మణికట్టుమీద చుట్టింది. దశరథుడి వద్దకు వెళ్లి మంచంమీద అతన్ని కూర్చోబెట్టింది. అతని ధోవతిని సరిచేసింది. చివరకు దశరథుడి అంగవస్త్రాన్ని తీసి భుజం మీద కప్పింది. అతన్ని లేపి అతిథులను కలిసే గదిలోకి తీసుకువెళ్లి కూర్చోబెట్టింది.

"మహారాణిని లోనికి పంపండి' ఆజ్ఞాపించింది కైకేయి.

కౌసల్య ఇద్దరు అనుచరులు వెంటనడివగ లోపలికి వచ్చింది. వారిలో ఒకడి చేతిలో బంగారుపళ్లెం ఉంది; దాని మీద దశరథుడు యుద్ధంలో ఉపయోగించే ఖడ్గం ఉంది. రెండో అనుచరుడు పూజాద్రవ్యాలున్న పళ్లెం పట్టుకు వచ్చాడు. కైకేయి ఆశ్చర్యంగా చూసింది. దశరథుడు ఎప్పటిలాగే అయోమయంగా ఉన్నాడు.

"అక్కా' చేతులు జోడిస్తూ అంది కైకేయి. "ఒకేరోజు నిన్ను రెండు సార్లు చూడగలగడం ఎంత అదృష్టం' అంది.

"అదృష్టమంతా నాది, కైకేయీ' అంది కౌసల్య. "మహారాజు వేటకు వెళ్తున్నారని అన్నావు కదా. దానికి పద్ధతి ప్రకారం సిద్ధం చేయాలని వచ్చాను"

యుద్ధానికి వెళ్తున్న యోధుడికి అతని పట్టపురాణి ఖడ్గాన్ని శాస్త్రోక్తంగా అందించడం చిరకాలం నుంచి వస్తున్న ఆచారం.

"నేను మహారాజుకు ఖడ్గం అందివ్వనప్పుడల్లా ఏదో ఒక అరిష్టం జరుగుతూనే ఉంది' అంది కౌసల్య.

దశరథుడి భావరహిత వదనం హటాత్తుగా మారిపోయింది. ఆమె మాటల్లోని ద్వంద్వార్థం అర్థమైనట్టు ఆయన ముఖం చిట్లించాడు. ఆయన కరచాప యుద్ధానికి వెళ్తున్నపుడు కౌసల్య ఖడ్గం అందించలేదు. అతను అందులో ఓడపోయాడు. మెల్లిగా తన మొదటిభార్య వైపు అడుగులు వేసాడు.

కౌసల్య పూజాద్రవ్యాలున్న పళ్ళెం తీసుకుని దశరథుడి ముఖం ముందు ఏడుసార్లు హారతిలా తిప్పింది. తర్వాత కుంకుమ తీసుకుని దశరథుడి నుదుటి మీద పూసింది. "విజయులై తిరిగి రండి' అంది.

కైకేయి కిసుక్కుమని నవ్వింది. "ఆయన యుద్ధానికి వెళ్ళడం లేదక్కా" అంది.

దశరథుడు కైకేయిని పట్టించుకోలేదు. "నీ వాక్యాన్ని పూర్తి చెయ్యి, కౌసల్యా" అన్నాడు.

కౌసల్య గుటక వేసింది, తను తప్పు చేస్తున్నానేమో అన్న అనుమానంతో. తను అసలు సుమిత్ర మాటలు వినకుండా ఉండాల్సిందేమో. కానీ చివరికి వాక్యాన్ని పూర్తి చేయనే చేసింది. "విజయుడివై తిరిగి రా. లేదంటే తిరిగి రానేవద్దు'.

దశరథుడి కళ్ళలో, యువకుడైనప్పటి జ్వాల ఒక్క క్షణం మెరవడం కౌసల్యకు కనిపించింది.

"నా ఖడ్గమేది?' దశరథుడు అడుగుతూ, చేయి చాపాడు.

కౌసల్య పూజా ద్రవ్యాల పళ్ళేన్ని సహాయకుడికి ఇచ్చేసి, రెండో పళ్లెంలోని ఖడ్గాన్ని రెండు చేతులతో తీసుకుని, భర్త వేపుకు తిరిగి, ఆయనకు అభివాదం చేసి, ఖడ్గాన్ని అందించింది. దశరథుడు దాన్ని గట్టిగా, దాని నుంచి శక్తిని పుంజుకుంటున్నాడా అన్నట్టు పట్టుకున్నాడు.

కైకేయి దశరథుడి కేసి, కౌసల్య కేసి మార్చి మార్చు, సాలోచనగా చూసింది.

"ఇది తప్పక సుమిత్ర ఆలోచనై ఉంటుంది. కౌసల్యకు ఇంతటి ఆలోచనలు రావు. దశరథుడితో రాముణ్ని వెళ్లమని కోరి నేను పొరబాటు చేసానేమో' అనుకుంది కైకేయి.

రాజుల వేటలు చాలా ఆర్భాటంతో కూడుకుని వుంటాయి. అయోధ్యకు ఉత్తరంలో అడవి చిట్టచివరి ప్రాంతంలో ఉన్న మృగయాగృహం వద్దకు రాజుగారి కార్యాలయం మారుతుంది. ఒక్కోసారి వేట వారాల తరబడి కొనసాగుతుంది. రాజుతో పెద్ద పరివారం వెళ్తుంది. ఈసారి వాళ్లు వచ్చిన రోజునే కార్యరంగంలోకి దిగారు. దీనికి ఒక వ్యూహం రూపొందించారు. దాని ప్రకారం దాదాపు యాభై కిలోమీటర్ల పరిధివరకూ సైనికులు ఒక పెద్ద వృత్తంలో వేర్వేరు చోట్ల నియమితులయ్యారు. వాళ్లు డప్పులు గట్టిగా వాయిస్తూ క్రమంగా వృత్తం మధ్యలోకి వచ్చారు. ఈ శబ్దానికి జంతువులు

వారి దగ్గరికి రావడం పరిపాటి. అవి పూర్తిగా సమీపించాక, రాజుగారి పరివారం వాటిని వేటాడుతుంది.

దశరథుడు మదగజాన్నెక్కి నించున్నాడు. రామలక్ష్మణులు ఆయన వెనగ్గా కూర్చున్నారు. చక్రవర్తికి పులి గాండ్రుమంటున్న శబ్దం వినిపించినట్టె, ఏనుగును ముందుకు తీసుకువెళ్లమని మావిటివాడిని ఆదేశించాడు. కాస్సేపటికల్లా రాజుగారు పరివారానికి దూరమయ్యారు. ఇద్దరు కుమారులు మాత్రమే ఆయనతో మిగిలారు. వారి చుట్టుపక్కల దట్టమైన చెట్లు చేమలూ ఉన్నాయి. చాలా చెట్లు ఎంత పొడుగ్గా ఉన్నాయంటే, అవి ఏనుగుకంటే ఎత్తున ఉండి, సూర్యరశ్మిని పూర్తిగా అడ్డుకుంటున్నాయి. చుట్టూ మూసుకుంటున్న చీకటిలో చెట్ల పై కొమ్మలు కనిపించడం కూడ కష్టంగానే ఉంది.

లక్ష్మణుడు ముందుకు వంగి రాముడితో గుసగుసగా అన్నాడు "అన్నయ్యా. అసలు పులి ఇక్కడెక్కడైనా ఉందని నేననుకోను"

రాముడు, తన ముందు నించుని వున్న తండ్రిని గమనిస్తూ, లక్ష్మణుడిని మౌనంగా ఉండమని సైగచేసాడు. దశరథుడు ఉత్సాహాన్ని ఆపుకోలేకుండా ఉన్నాడు. ఆయన శరీరం బరువునంతా ఆరోగ్యంగా ఉన్న ఎడమ పాదంపై మోపాడు. ఆయన దెబ్బతిన్న కుడికాలు లోపల చర్మంతో చేసిన ఒక పరికరం ఆధారం వల్ల నిలకడగా ఉంది. ఈ చర్మపు పరికరం మోకాలిదాకా విస్తరించింది కనక, బాణం వేసేటప్పుడు కాలు నిలకడగా ఉండి, ఏ వైపుకైనా కదలడానికి అనుకూలత ఏర్పడింది. అయినప్పటికీ వింటినారిని లాగి బాణం వదులుతున్నప్పుడు దశరథుడు వీపు నొప్పిని మాత్రం తప్పించుకోలేకపోతున్నాడు.

తండ్రి ఇలా తన శరీరాన్ని బాధించడం రాముడికి ఇష్టం లేదు. అయినా, ఆయన పట్టుదలను ప్రశంసించకుండా ఉండలేకపోయాడు.

"అక్కడేమీ లేదు. నేను చెప్పేది విను అన్నయ్యా' అంటున్నాడు లక్ష్మణుడు.

"హూష్' అన్నాడు రాముడు.

లక్ష్మణుడు మౌనం వహించాడు. అకస్మాత్తుగా దశరథుడు తన కుడి భుజాన్ని వెడల్పు చేసి విల్లు లాగాడు. తండ్రి భంగిమను చూసి రాముడు ముఖం చిట్లించాడు. దశరథుడి మోచెయ్యి ఉండాల్సిన స్థితిలో లేదు. దీనివల్ల భుజం మీద వత్తిడి పెరిగి నొప్పి ఎక్కువవుతుంది. చక్రవర్తి నుదుటి మీద చిరుచెమటలు పట్టాయి. అయినా తట్టుకున్నాడు. ఒక్క క్షణం అనంతరం బాణం వదిలిన శబ్దంతో పాటు వినిపించిన పెద్ద గాండ్రింపు భాణం లక్ష్యాన్ని

ఛేదించిందని నిరూపించింది. తన తండ్రి పాతవైభవాన్ని గుర్తు చేస్తూ విజేతగా నిలిచినందుకు రాముడు ఎంతో ఆనందించాడు.

దశరథుడు తను నించున్న అంబారీపై ఇబ్బందిగా కదులుతూ లక్ష్మణుడి కేసి ఎగతాళిగా చూసాడు. "నన్ను తక్కువగఅంచనా వేయొద్దు, చిట్టి తండ్రీ"

లక్ష్మణుడు అభివాదం చేస్తూ తల వంచాడు. "నన్ను మన్నించు, నాన్నా. నా ఉద్దేశం అది కాదు.."

"పులి కళేబరాన్ని తీసుకురమ్మని సైనికులను పంపు. కంట్లో గుచ్చుకున్న బాణం మెదడులో నిలిచిపోయివున్న పులి కళేబరం కోసం చూడమని చెప్పు'

"అలాగే నాన్నా.. నేను.."

"నాన్నా' పెద్దగా కేకవేస్తూ ముందుకు ఉరికాడు రాముడు, తన మొలలో దాచిన కత్తిని బయటకు క్షణంలో తీస్తూ.

అంబారీ పై నుంచి వేలాడుతున్న కొమ్మల వెనకనుంచి ఒక చిరుత లంఘించడంతో ఆకుల గలగలలు వినిపించాయి. జిత్తులమారి చిరుత వెనక నుంచి దాడి చేయడానికి చక్కని ప్రణాళిక వేసుకుంది. దశరథుడు, చిరుత ఎగిరే సమయానికి పరధ్యాన్నంగా ఉన్నాడు. అదృష్టవశాత్తు రాముడు సరిగ్గా సమయానికి స్పందించాడు. అతను ఒక్క క్షణంలో గాలిలోకి ఎగిరి చిరుత గుండెల్లోకి కత్తిని దింపాడు. అయితే ఆకస్మికంగా పొడవడం వల్ల కొద్దిగా గురి తప్పింది. కత్తి చిరుత గుండెకు పక్కగా దిగింది. ఆ జంతువు గాయపడిందే గానీ మరణించలేదు. ఆగ్రహంతో గాండ్రిస్తూ పంజాను రాముడిపై విసిరింది. రాముడు చిరుతతో చేతులతో పోరాడుతున్నాడు. దాని గుండెల్లోకి దిగిన కత్తిని తీసి మళ్లీ పొడుద్దామన్న అతని ప్రయత్నం ఫలించడం లేదు. చిరుత వెనక్కి వంగి తన పంజాను రాముడి ఎడమ మోచేతిపై విసిరింది. రాముడు నొప్పితో అరుస్తూ దాన్ని అంబారీ నుంచి తోసెయ్యడానికి ప్రయత్నించాడు. చిరుత రాముడి చేతుల్ని తప్పించుకుంటూ అతని మెడమీద పంజా విసరడానికి సన్నద్ధమైంది. రాముడు కుడి పిడికిలి బిగించి చిరుత తలమీద గట్టిగా మోదాడు.

ఈలోగా లక్ష్మణుడు, తండ్రిని దాటుకుని అన్న వద్దకు రావడానికి గట్టియత్నం చేస్తున్నాడు. అయితే దశరథుడి స్థానం కదలికకు ఆస్కారం లేకుండా ఉండడంతో అది సాధ్యం కావడం లేదు. లక్ష్మణుడు ఒక్కసారిగా ఎగిరి, మరో కొమ్మను పట్టుకుని అంబారీ నుంచి బయటకు వచ్చి చిరుత వెనకగా వాలాడు. అది రాముడిపై మరోసారి లంఘించే లోగా తన కత్తిని దాని కంటిలోకి దింపాడు. కంట్లోంచి రక్తం కారుతూండగా చిరుత పెద్దగా

కేక వేసింది. లక్ష్మణుడు పట్టు విడవకుండా కత్తి దాని మెదడులోకి దిగేవరకూ నొక్కాడు. చిరుత కొన్ని క్షణాలు చలించి, చివరకు నిశ్చలమైపోయింది.

లక్ష్మణుడు తన చేతులతోనే చిరుత దేహాన్ని ఎత్తి కింద పడేసాడు. ఈలోగా రాముడు తన గాయాలనుంచి కారిన రక్తంతో నీరసించి స్పృహకోల్పోయాడు.

"రామా' దశరథుడు గట్టిగా అరిచాడు; పరికరానికి అతుక్కుపోయిన తన కుడి కాలిని విడిపించడానికి విఫలయత్నం చేస్తూ.

లక్ష్మణుడు మావటివాడి కేసి తిరిగి 'శిబిరానికి పద' అని ఆదేశించాడు.

మావటివాడు, క్షణంలో జరిగిన సంఘటనకు నివ్వెరపోయి నిశ్చేతనంగనిలబడగా, దశరథుడు, రాజసం ఉట్టిపడే కంఠంతో 'శిబిరానికి పద; వెంటనే" అని అరిచాడు.

వేటకోసం ఏర్పాటు చేసిన శిబిరంలో ఆ రాత్రంతా దీపాలు వెలుగుతూనే ఉన్నాయి. గాయపడిన అయోధ్య యువరాజు చక్రవర్తిగారి అధునాతనమైన గదిలో పడుకునివున్నాడు. నిజానికి అతను వైద్య శిబిరంలో ఉండాలి. కానీ దశరథుడు అతను రాజశిబిరంలోనే ఉండి, చికిత్స పొందాలని పట్టుబట్టాడు. రాముడికి రక్త స్రావం అధికంగా జరగడం వల్ల ఒళ్లంతా కట్లతో నిండివుంది.

"రాకుమారా రామా" గొంతు తగ్గించి పిలుస్తున్నాడు వైద్యుడు, అతని మీదికి వంగుతూ.

'నువ్వు ఇప్పుడు అతన్ని లేపి తీరాలా" అన్నాడు దశరథుడు, మంచం పక్కనే వేసిన కుర్చీలో కూర్చుని.

"అవును, మహారాజా" అన్నాడు వైద్యుడు 'అతను ఇప్పుడు మందు వేసుకోవాలి"

వైద్యుడు మరోసారి తన పేరు పిలిచేసరికి, రాముడు కళ్లు చికిలిస్తూ తెరిచాడు. వైద్యుడు తన ముందు మందు గిన్నె ఉంచడం చూసి, నోరు తెరిచి, ఆ చేదు మందును మింగాడు. వైద్యుడు వెనుదిరిగి, చక్రవర్తికి అభివాదం చేసి బయటకు వెళ్లిపోయాడు. రాముడు మళ్లీ నిద్రావస్థలోకి జారుకోబోతూ, ఆకస్మికంగా తన పడకపైన ఉన్న బంగారు గొడుగును చూసాడు. దాని మధ్య భాగంలో చక్కని అల్లిక ఉంది; అందులోంచి సూర్యకిరణాలు ప్రసరిస్తున్నాయి. అది సూర్యవంశరాజుల చిహ్నం. రాముడు నిర్ఘాంతపోయి

లేచి కూర్చోబోయాడు. తను చక్రవర్తి పరుపు మీద పడుకోవడం ఉచితం కాదు.

"పడుకో' దశరథుడు ఆజ్ఞాపించాడు, చెయి ఎత్తుతూ.

లక్ష్మణుడు పడక దగ్గరికు వచ్చి, అన్నగారిని ఆపడానికి పూనుకున్నాడు.

'సూర్యుడిపై ఆన, పడుకో రామా' ఆదేశించాడు దశరథుడు.

రాముడు పడకమీద వెనక్కి వాలి పడుకుంటూ ' నాన్నా. నన్ను మన్నించు. నేను నీ పడకమీద ఉండకూడదు.."

దశరథుడు అతని వాక్యం మధ్యలోనే ఆపేసాడు ఒక చేతి విసురుతో. తండ్రిలో ఒక ఇదీ అని చెప్పలేని మార్పును రాముడు గమనించాడు. ఆయన కళ్లలో ఒక చమక్కు, కంఠస్వరంలో ఒక నిశ్చయం, దశరథుడు ఇంతకుపూర్వం ఎలా ఉండేవాడో తన తల్లి చెప్పిన విషయాలన్నీ గుర్తుకు తెస్తున్నాయి. ఇలాంటి దశరథుడు తన మాటను ఎవరూ తోసిపారేయడాన్ని సహించడు. రాముడు తండ్రి ఈ రూపాన్ని ఎప్పుడూ చూసివుండలేదు.

దశరథుడు తన అనుచరుల కేసి చూసాడు "మమ్మల్ని ఒంటరిగా ఉండనివ్వండి". లక్ష్మణుడు కూడా వెళ్లబోయాడు.

"నువ్వు కాదు, లక్ష్మణా' అన్నాడు దశరథుడు.

లక్ష్మణుడు ఆగిపోయి, తదుపరి ఆదేశాలకోసం నించున్నాడు. దశరథుడు గదిలో ఒక మూలగా పరిచివున్న పులి, చిరుతపులి కళేబరాల కేసి చూసాడు. తన కుమారులు వేటాడిన జంతువులివి.

"ఎందుకు?' అన్నాడు దశరథుడు

"నాన్నా?' అయోమయంగా అన్నాడు రాముడు.

"నువ్వు నీ జీవితాన్ని నా ప్రాణం కోసం ఎందుకు పణంగా పెట్టావు?'

రాముడు ఏమీ మాట్లాడలేదు.

దశరథుడు కొనసాగించాడు "నేను నా ఓటమికి నిన్ను నిందించాను. యావత్తు సామ్రాజ్యం నిన్ను నిందించింది. శపించింది. జీవితాంతం బాధపడ్డావు. కానీ ఎప్పుడూ తిరగబడలేదు. నువ్వు బలహీనుడివి కనక అలా ఉన్నావని అనుకున్నాను. కానీ బలహీనులైన వాళ్లు తమను బాధించినవారు విధివశాత్తు కష్టాల్లో పడితే ఆనందిస్తారు. కానీ నువ్వు నన్నురక్షించడానికి నీ ప్రాణాలొడ్డావు. ఎందుకు?'

రాముడు ఒకే వాక్యంతో సమాధానమిచ్చాడు "ఎందుకంటే అది నాధర్మం, నాన్నా"

దశరథుడు ప్రశ్నార్థకంగా చూసాడు కొడుకు కేసి. తన పెద్దకుమారుడితో దశరథుడి తొలి సంభాషణ ఇది. "అదొక్కటే కారణమా?'

"ఇంకేం కారణం ఉండగలదు?'

"ఏమో. నాకు తెలీదు' దశరథుడు అపనమ్మకంతో అన్నాడు. 'ఏమో. నా యువరాజుగా పట్టాభిషిక్తుడవు కావాలనేమో"

రాముడు చిరునవ్వు దాచుకోలేకపోయాడు. "నేను నిజంగా మిమ్మల్ని ఒప్పించగలిగినా, మన రాజవంశీకులు నన్ను ఆమోదించరు, నాన్నా. అయినా అలాంటి ఆలోచనలు నాకు లేవు. నేను ఈరోజు చేసింది, నేనెప్పుడూ చేసేదే. నా ధర్మాన్ని పాటించడం. నాకు ధర్మం కంటే ముఖ్యమైంది ఏదీ లేదు"

"అంటే, రావణుడి చేతిలో నా ఓటమికి నువ్వు కారకుడు కావని నువ్వనుకుంటున్నావా?'

"నేనేం అనుకుంటానన్నది అనవసరం, నాన్నా"

"అది నా ప్రశ్నకు సమాధానం కాదు"

రాముడు మౌనం వహించాడు.

దశరథుడు ముందుకు వంగాడు "నాకు సమాధానం చెప్పు, రాకుమార"

"ఈ విశ్వం మన అనేక జన్మల కర్మల గురించిన చిట్టా ఎలా గుర్తుపెట్టుకుంటుందో నాకు తెలీదు, నాన్నా. నువ్వు ఆ యుద్ధం ఓడిపోవడానికి నేను ఈ జన్మలో ఏ కర్మ చేసివుండే అవకాశం లేదు. బహుశా నా పూర్వజన్మ కర్మ దానికి కారణమేమో"

దశరథుడు మృదువుగా నవ్వాడు, కుమారుడి సంయమనానికి అచ్చెరువు చెందుతూ.

"నేను నిజంగా ఎవర్ని నిందిస్తానో తెలుసా?' అడిగాడు దశరథుడు "నేను నిజాయితీగా ఉండివుంటే, నాగుండెలోతుల్లోకి చూసుకునే ధైర్యమే నాకుండివుంటే, దీనికి సమాధానం అందరెరిగినదే. అది నా తప్పిదం. కేవలం నా తప్పిదమే. నేను అజాగ్రత్తగా, నిర్లక్ష్యంగా వ్యవహరించాను. ఒక ప్రణాళిక లేకుండా కేవలం ఉద్రేకంతో దాడి జరిపాను. దానికి ఫలితం అనుభవించాను. అవునా కాదా? నా తొలి ఓటమి.. నా చివరి యుద్ధం.."

"నాన్నా.. ఇంకా ఎన్నో..."

"నన్ను అడ్డగించకు, రామా. నా మాటలింకా పూర్తి కాలేదు" రాముడు మౌనం వహించాడు. దశరథుడు కొనసాగించాడు. "అది నా తప్పిదమే. కానీ పసివాడివైన నిన్ను నిందించాను. అలా నిందించడం చాలా సులభం.

నేను ఒక్కసారి అంటే చాలు; అందరూ దాన్నే వల్లెవేసారు. నువ్వు పుట్టినప్పటినుంచీ నీ జీవితాన్ని నరకం చేసాను. నువ్వు నన్ను ద్వేషించాలి. నన్నే కాదు. అయోధ్యను ద్వేషించాలి"

"నేను ఎవ్వరినీ ద్వేషించను, నాన్నా"

"దశరథుడు కొడుకు కేసి సుదీర్ఘకాలం చూసాడు. ఎట్టకేలకు ఆయన ముఖం మీద దరహాసం విరిసింది. "నువ్వు నీ నిజమైన అనుభూతులను అణచేసుకున్నావో, లేక నిజంగానే ప్రజలు నీపై కురిపించిన అవమానాలను నువ్వు పట్టించుకోవో నాకు తెలీదు. నిజం ఏదైనా, నువ్వు చాలా స్థిరంగా, దృఢంగా ఉన్నావు. యావత్తు విశ్వం నిన్ను ముక్కలు చేయడానికి కుట్ర చేసింది. కానీ ఇదిగో, నువ్వు ఇలా చెక్కు చెదరకుండా ఉన్నావు. నిన్ను ఏ లోహంతో తయారు చేసారు, కుమారా?'

రాముడి కళ్లు భావోద్వేగంతో చెమ్మగిల్లాయి. తన తండ్రి నుంచి అగౌరవం, అలక్ష్యం అతను ఎదుర్కోగలడు. దానికి అలవాటుపడ్డాడు. కానీ గౌరవం ఎదుర్కోవడం కష్టంగఉంది. 'నేను నీ లోహంతోనే తయారయ్యాను నాన్నా"

దశరథుడు నెమ్మదిగా నవ్వాడు. తన కొడుకును ఎట్టకేలకు అయన అర్థం చేసుకోగలుగుతున్నాడు.

"మృగాస్యుడితో నీకున్న విభేదాలేమిటి?' అడిగాడు దశరథుడు

తండ్రి ఆస్థాన వ్యవహారాలు పట్టించుకుంటున్నాడని అర్థమై, ఆశ్చర్య పోయాడు రాముడు. "అతనితో నాకేం గొడవల్లేవు, నాన్నా"

"మరి అతని అనుచరుడొకణ్ని ఎందుకు శిక్షించావు?"

'అతను చట్టాన్ని అతిక్రమించాడు"

"మృగాస్యుడు ఎంత శక్తిమంతుడివో నీకు తెలీదా? అతనంటే భయం లేదా నీకు?'

'ఎవరూ చట్టానికి అతీతులు కారు, నాన్నా. ధర్మం కంటే శక్తిమంతులెవరూ లేరు"

దశరథుడు నవ్వాడు. 'నేను కూడానా?'

"ఒక మహారాజు ఎప్పుడో చాలా మంచిమాట ఒకటి అన్నాడు. ధర్మం రాజు కంటె కూడ ఉన్నతమైంది. ధర్మం దేవుడి కంటె గొప్పది"

దశరథుడు ముఖం చిట్లించాడు "ఎవరన్నారు?'

'నువ్వే నాన్నా. దశాబ్దాల క్రితం పట్టాభిషేక ప్రమాణం చేస్తున్నపుడు. నువ్వు మన వంశ స్థాపకుడు ఇక్ష్వాకుడి మాటలనే ఉల్లేఖిస్తూ ఈ మాటన్నావని చెప్పారు"

దశరథుడు తన జ్ఞాపకశక్తిని తిరిగి తెచ్చుకుంటూ రాముడి కేసి చూసాడు. తను ఒకప్పుడు ఎంత శక్తిమంతుడిగఉండేవాడో అతనికి గుర్తుకు వచ్చింది.

"నిద్రపో, కుమారా" అన్నాడు "నీకు విశ్రాంతి అవసరం"

అధ్యాయం 12

ఆ రాత్రి రెండో జాము సమయానికి వైద్యుడు రాముణ్ని మందు వేసుకోవడానికి నిద్రలేపాడు. గది చుట్టుపక్కలా చూసేసరికి, ధోవతి, అంగవస్త్రం ధరించి, ఎంతో ఆనందంగా కనిపిస్తున్న లక్ష్మణుడు కనిపించాడు. కాషాయరంగు అంగవస్త్రం మీద సూర్యవంశ చిహ్నమైన సూర్యుడి రూపు ఉంది.

“కుమారా?’

రాముడు ఎడమ వైపుకు తిరిగేసరికి, పూర్తిగా రాజదుస్తులలో ఉన్న తండ్రి కనిపించాడు. ఆయన ప్రయాణాల్లో ఉపయోగించే సింహాసనంపై కూర్చుని వున్నాడు. ఆయన తలమీద సూర్యవంశ కిరీటం ఉంది.

“నాన్నా. శుభోదయం’ అన్నాడు రాముడు.

దశరథుడు తలవూపాడు. “ఇది తప్పక శుభోదయమే అవుతుంది. అనుమానం లేదు’ అన్నాడు.

తర్వాత ద్వారంవైపు చూసి ‘ఎవరక్కడ?’ అని అరిచాడు. ద్వారపాలకుడు లోనికి వచ్చి, అభివాదం చేసాడు.

“ సంస్థానాధిపతులను పిలు”

ద్వారపాలకుడు మళ్ళీ అభివాదం చేసి వెనక్కి వెళ్లాడు. కొన్ని నిమిషాల్లోనే నవాబులందరూ ఒకే వరసలో లోనికి వచ్చారు. చక్రవర్తి చుట్టూ అర్ధవృత్తాకారంలో నించున్నారు. “ నాకు నా కొడుకుని కనిపించనివ్వండి’ అన్నాడు దశరథుడు.

సంస్థానాధిపతులు, చక్రవర్తి కంఠస్వరంలో అధికారదర్పం కనిపించి, ఆశ్చర్యపోతూ పక్కకు తొలిగారు.

దశరథుడు రాముడి కేసి చూసాడు “లేచి నించో’ అన్నాడు. లక్ష్మణుడు రాముడికి సాయం చేద్దామని పరిగెత్తాడుగానీ దశరథుడు అతన్ని ఆపాడు. అందరూ కదలకుండా నించుని చూస్తూండగా, ఎంతో బలహీనంగా ఉన్న

రాముడు నెమ్మదిగా లేచి, తడబడుతూ తండ్రి వద్దకు వచ్చిన నించుని అభివాదం చేసాడు.

దశరథుడు కొడుకు కళ్లలో కళ్లు కలిపి, గాఢంగా నిట్టూర్చి, "మోకాలి మీద కూర్చో' అన్నాడు.

రాముడు దగ్గరున్న బల్లను ఆసరా చేసుకుంటూ, విపరీతమైన భావోద్వేగానికి గురయ్యాడు. అతి కష్టం మీద మోకాలి మీద కూర్చుని, విధి నిర్ణయం కోసం వేచివున్నాడు.

దశరథుడు గంభీరస్వరంతో, తన మాటలు బయట కూడ ప్రతిధ్వనించేంత స్పష్టంగా "లే రామచంద్రా. రఘు వంశసంరక్షకుడా". అన్నాడు. శిబిరమంతటా ఒక్కసారిగా గతుక్కుమన్న ధ్వని. దశరథుడు తలెత్తి చూసేసరికి సంస్థానాధీశులందరూ నిశ్శబ్దమైపోయారు.

రాముడి తల ఇంకా అవనతమై ఉంది. తన శత్రువులు తన కన్నీటిని చూడకుండా ఉండేందుకు, మరి కొంత సేపు నేలకేసి చూస్తూ కూర్చున్నాడు. చివరకు తలెత్తి తండ్రికేసి చూస్తూ, 'ఈ భూమిని సంరక్షించే దేవతలందరూ మిమ్మల్ని కాపాడుదురుగాక, తండ్రీ" అన్నాడు.

దశరథుడి కళ్లు తన పెద్దకొడుకు అంతరాంతరాలలోకి చూస్తున్నాయి. తిరిగి సంస్థానాధీశుల కేసి చూసి చిరునవ్వుతో 'మమ్మల్ని ఏకాంతంగా వదిలి వెళ్లండి' అన్నాడు.

సైన్యాధిపతి మృగాస్యుడు ' మహాప్రభూ, మీరు..'

దశరథుడు ఉరిమినట్టుగా అతని కేసి చూసాడు. "ఏకాంతంగా వదిలి వెళ్లండి అంటే అర్థం తెలీదా మృగాస్యా?' అని అడిగాడు.

"క్షమించండి, మహాప్రభూ" అంటూ అభివాదం చేస్తూ, తక్కినవారితో సహా బయటకు దారితీసాడు.

కాస్సేపటికి రామలక్ష్మణులు, దశరథుడు మాత్రమే ఆ శిబిరంలో మిగిలారు. దశరథుడు లేవడానికి అతి ప్రయాస పడ్డాడు. లక్ష్మణుడు ఆసరా ఇస్తానంటే తీసుకోలేదు. లేచిన తర్వాత, లక్ష్మణుడిని పిలిచి, అతని విశాలమైన భుజం మీద చేయివుంచి, రాముడి వద్దకు వెళ్లాడు. రాముడు, మెల్లిగా లేచి నిటారుగా నించున్నాడు. అతని ముఖం భావరహితంగఉంది; కళ్లలో మాత్రం ఉద్వేగం ఉన్నప్పటికీ ప్రశాంతతతో వెలుగుతున్నాయి.

దశరథుడు రాముడి భుజం మీద చెయ్యి వేసాడు. "నేను ఎలాంటి వ్యక్తిని కావాలనుకున్నానో అది నువ్వు కావాలి. నేను అలాంటి వ్యక్తిని కాగలిగి కూడ కాలేకపోయాను"

రాముడు గొంతు తగ్గించి అన్నాడు, 'నాన్నా..."

"నేను గర్వించేలా జీవించు' అన్నాడు దశరథుడు, కళ్లలో ఎట్టకేలకు నీళ్లు చిమ్మగా.

"నాన్నా.."

"నేను గర్వించేలా చెయ్యి, కుమారా' అన్నాడు.

దశరథుడు అయోధ్య నగర రాజప్రాసాదంలో అప్పటివరకూ ఉన్న కైకేయి అంతఃపురం నుంచి కౌసల్య అంతఃపురానికి తన నివాసాన్ని మార్చుకోవడంతో, రాజకుటుంబంలో మౌలిక మార్పుకు సంబంధించి తలెత్తిన సందేహాలన్నీ నివృత్తి అయ్యాయి. తను అకస్మాత్తుగా రాముడిని యువరాజుగా ఎందుకు ప్రకటించాడని కైకేయి పదే పదే అడిగిన ప్రశ్నలకు దశరథుడు సరిగ్గా సమాధానం చెప్పలేక పోయాడు. తన వ్యక్తిగత సిబ్బందితో సహకౌసల్య నివాసానికి మారిపోయాడు. ఈ పరిణామానికి నిర్ఘాంతపోయిన పట్టపురాణి కౌసల్య ఆకస్మికంగా తన హోదాను తిరిగి సంపాదించుకుంది. అయినా కౌసల్య తనకు దక్కిన ఈ గౌరవాన్ని వినయంగా, బెరుకుగానే స్వీకరించింది. ఈ ఆకస్మిక వైభవం కలకాలం ఉంటుందో లేదోనన్న అనుమానంతోనో, భయంతోనో మొత్తానికి ఆమె తన నివాసంలో పెద్దగా మార్పులేమీ చేసుకోలేదు.

రాముడి సోదరులు మాత్రం ఆనందభరితులైపోయారు. అప్పుడే బ్రంగా నుంచి తిరిగి వచ్చిన భరతశత్రుఘ్నులు ఈ వార్త తెలియగానే రాముడి వద్దకు పరుగుతీసారు. రోషనీ కూడ వారితో చేరింది.

"అభినందనలు, అన్నయ్యా" భరతుడు ఎంతో సంతోషంతో రాముణ్ని కౌగలించుకున్నాడు.

"నువ్వు దీనికి పూర్తిగా అర్హుడివి' శత్రుఘ్నుడు అన్నాడు.

"అవును' రోషనీ అంది, ముఖం ఆనందంతో విప్పారగా. "ఇక్కడికి వస్తూండగా గురుదేవులు వశిష్టుడు కలిసారు. అయోధ్యలో నేరాలను తగ్గించడం రాముడు చేయగలిగిన గొప్ప ఘనకార్యాల్లో ఒక చిన్న రేణువు మాత్రమే అన్నారాయన"

"అవును మరి" అన్నాడు లక్ష్మణుడు, ఉత్సాహంగా

"సరే. సరే. ఇక ఆపండి. నన్ను ఇబ్బంది పెడుతున్నారు' అన్నాడు రాముడు

"ఆహా. మా లక్ష్యం అదే కదా మరి' నవ్వుతూ అన్నాడు భరతుడు.

"నాకు తెలిసినంతవరకూ, సత్యం చెప్పడం ఏ స్మృతిలోనూ నిషిద్ధం కాదు' అన్నాడు శత్రుఘ్నుడు.

'మనం వీణ్ని నమ్మక తప్పదన్నయ్యా' అన్నాడు లక్ష్మణుడు గట్టిగా నవ్వుతూ. 'నాకు తెలిసినంతవరకూ ప్రతి వేదం, ప్రతి ఉపనిషత్తు, బ్రాహ్మణం, ఆరణ్యకం, వేదాంగం, స్మృతి, ఇలా మానవ జాతికి తెలిసిన ప్రతి జ్ఞాన సంగ్రహాన్నీ చదివిన వాడు వీడొక్కడే"

"అవును. వీడి మెదడు వీటన్నిటితో నిండి ఎంత బరువైపోయిందంటే, వీడి శరీరం ఆ భారంతో ఎత్తుకు ఎదగలేకపోయింది' అన్నాడు భరతుడు.

శత్రుఘ్నుడు లక్ష్మణుడి బొజ్జ మీద సరదాగా దెబ్బ వేసాడు, నవ్వుతూ.

లక్ష్మణుడు కూడా నవ్వుతూ "నువ్వు కొట్టే చిరుదెబ్బలు నిజంగా నన్ను బాధిస్తాయనుకున్నావా శత్రుఘ్నా. అమ్మ కడుపులో ఉండగా జీవం పోసుకున్న మెదడు కణాలన్నీ నీలోనే ఉన్నాయేమోగానీ, శక్తి కణాలు మాత్రం నాకే వచ్చాయి"

అన్నదమ్ములందరూ పగలబడి నవ్వారు. అయోధ్య ఆస్థానంలో ఎన్ని రాజకీయ కుతంత్రాలున్నా, అన్నదమ్ముల మధ్య ఇంత స్నేహం ఉన్నందుకు రోషనీ ఆనందించింది. చూడబోతే ఆ భగవంతుడు అయోధ్య భవిష్యత్తును జాగ్రత్తగా కాపాడుతున్నట్టున్నాడని అనుకుంది.

రాముడి భుజంమీద తడుతూ అంది రోషనీ "నేనిక వెళ్తాను"

"ఎక్కడికి?' అడిగాడు రాముడు

"సరయ్యూకు. నీకు తెలుసు కదా నెలకోసారి నేను చుట్టు పక్కల గ్రామాల్లో వైద్య శిబిరం పెడతానని? ఈసారి సరయ్యూలో నిర్వహించాలి'

రాముడికి ఎందుకో ఆందోళనగా అనిపించింది. "నేను నీ వెంట రక్షక భటులను పంపుతాను. సరయ్యూ చుట్టు పక్కల ప్రాంతాలు అంత భద్రమైనవి కావు'

రోషనీ మందహాసం చేసింది. "నీ పుణ్యమాని నేరాలు ఇప్పుడు చాలా తక్కువ స్థాయిలో ఉన్నాయి. నీ భద్రతా చర్యలు మంచి ఫలితాలనిస్తున్నాయి. నువ్వు ఆందోళన చెందాల్సిన పనేమీ లేదు"

"నేను సంపూర్ణంగా శాంతిభద్రతలు సాధించలేకపోయాను. ఆ విషయం నీకూ తెలుసు. అయినా, ముందు జాగ్రత్తగా ఉండడంలో తప్పేమీ లేదు కదా"

తను చాలా కాలం క్రితం కట్టిన రాఖీని రాముడు ఇంకా తొలగించలేదని గమనించి, చిరునవ్వు నవ్వింది రోషనీ. "నువ్వేం ఆందోళన పడవద్దు రామా.

నేను వెళ్తున్నది పగలే. చీకటి పడేలోగా వెనక్కి వచ్చేస్తాను. పైగా ఒంటరిగా వెళ్లడంలేదు. నా సహాయకులు నాతోనే ఉంటారు. అవసరమైతే గ్రామీణులకు ఉచితంగా మందులు, చికిత్స అందించివచ్చేస్తాం. అయినా ఎవరికైనా నన్ను గాయపరచాల్సిన అవసరమేం ఉంది?"

ఈ సంభాషణంతా వింటున్న భరతుడు ముందుకు వచ్చి రోషనీ భుజం చుట్టూ చేయి వేసాడు "నువ్వు చాలా మంచి దానివి రోషనీ' అంటూ.

రోషనీ చిన్నపిల్లలా నవ్వింది "అవును. నిజమే"

మిట్టమధ్యాహ్నపు ఎండ గుర్రపుస్వారీలో దేశంలోకెల్ల నిపుణుడైన లక్ష్మణుడిని ఏ మాత్రం భయపెట్టలేదు. యుద్ధం జరుగుతున్నపుడు అకస్మాత్తుగా ఆగాల్సి రావడంలో రౌతు నైపుణ్యంతో వ్యవహరించాల్సి వుంటుంది కనక అది అభ్యసించేందుకు నగరంనుంచి కొంత దూరంలో సరయూ నది సమీపంలో ఒక ప్రాంతాన్ని ఎంచుకున్నాడు.

"పద పద' అని తన అశ్వాన్ని తొందరపెడుతూ వెళ్తున్నాడు లక్ష్మణుడు.

శిఖరం కొసదాకా వెళ్లి హటాత్తుగా కళ్ళెంలాగి, గుర్రాన్ని ఆపాడు. అది వెంటనే యజమాని ఉద్దేశం గ్రహించి ఆగింది. ముందరి కాళ్లను పైకెత్తి నించుంది. లక్ష్మణుడు కిందికి దిగి, అభినందన పూర్వకంగా దాని మెడను నిమిరాడు.

"చక్కగా చేసావు..' అన్నాడు. గుర్రం కృతజ్ఞతా పూర్వకంగా తోక ఆడించింది.

"మళ్లీ చేద్దామా' అన్నాడు

ఇక చాల్లే, వద్దన్నట్టు తల తిప్పించి గుర్రం. లక్ష్మణుడు నవ్వి, గుర్రాన్ని ఎక్కాడు. 'సరేలే. ఇంక ఇంటికి వెళ్దాం'

అడవుల్లో అతను వెళ్తూండగా, కొద్దిదూరంలోనే ఒక చిన్న సమావేశం జరుగుతోంది. లక్ష్మణుడికి ఆ విషయం తెలిసుంటే, చాటుగా వినేవాడే. అక్కడ గురుదేవులు వశిష్టుడు, నాగాతో సంభాషిస్తున్నాడు.

"అదంతా సరే. కానీ నా బాధ ఏమిటంటే.."

".. విఫలమైనందుకా?' వశిష్టుడు ఆ వాక్యాన్ని పూరించాడు. గురుదేవులు చిరకాలం అయోధ్యనుంచి చెప్పాపెట్టకుండా వెళ్లిపోయి అప్పుడే తిరిగివచ్చాడు. "విఫలమన్నంత పెద్ద మాట నేను వాడను గురుదేవా" '

"అదే సరైన పదం. కానీ అది కేవలం మన వైఫల్యమే కాదు... అది మరొకరి.."

వశిష్టుడు ఏదో ధ్వని వినిపించి ఆగిపోయాడు. "ఏమిటి?' అన్నాడు నాగా

"నీకు ఏదో శబ్దం వినిపించడం లేదూ?' అడిగాడు వశిష్టుడు.

నాగకొద్ది క్షణాలు చెవి యొగ్గి విని, తల అడ్డంగా తిప్పాడు. "ఇంతకూ రాముడి సంగతేమిటి?' సంభాషణ కొనసాగిస్తూ అన్నాడు. "మీ మిత్రుడు అతన్ని వెతుకుతూ ఇటే వస్తున్నాడన్న విషయం మీకు తెలుసా?'

"ఆ. తెలుసు"

'ఆ విషయంలో మీరేం చేయదలుచుకున్నారు?"

"నేను చేయగలిగింది ఏముంది?' వశిష్టుడు నిస్సహాయంగా చేతులెత్తేసాడు. "రాముడే దాన్ని చూసుకోవాల్సివుంటుంది"

ఇంతలో వాళ్లకు చెట్టు కొమ్మ విరిగిన శబ్దం వినిపించింది. ఏదో జంతువయ్యుంటుంది. నాగా మెల్లిగా అన్నాడు "నేనిక వెళ్లడం మంచిదేమో"

"అవును' అంగీకరించాడు వశిష్టుడు.

నాగా గుర్రం ఎక్కి, వశిష్టుడి కేసి చూసి 'మీ అనుమతితో' అన్నాడు.

వశిష్టుడు చిరునవ్వుతో నమస్కరిస్తూ "రుద్రదేవునితో ఉండు మిత్రమా' అన్నాడు.

నాగా కూడ నమస్కరిస్తూ 'రుద్రదేవుడిలో విశ్వాసముంచు, గురుదేవా" అన్నాడు. అలా అంటూ గుర్రాన్ని అదిలించి దౌడుతీసాడు.

"కాలు మడతపడిందంతే. ఒకటి రెండు రోజుల్లో బాగైపోతుంది' రోషనీ, ఒక బాలుడి కాలికి కట్టు కడుతూ అంది.

"తగ్గుతుందంటారా?' బాలుడు తల్లి ఆందోళనగా అడిగింది.

సరయ్యా గ్రామమధ్యంలో వందలాదిమంది గ్రామీణులు పోగయ్యారు. రోషనీ అందరినీ ఓపిగ్గా చూసింది; ఈ బాలుడే ఇవాళ్టికి చివరి రోగి.

"అవును' అంది రోషనీ, పిల్లవాడి తల మీద తట్టుతూ. "నేను చెప్పేమాట కొంచెం విను" బాలుడి గడ్డం పట్టుకుని అంది "కొన్నిరోజులు చెట్లెక్కడం, పరిగెట్టడం కుదరదు. కాలి నొప్పి తగ్గేవరకూ.. సరేనా?'

తల్లి అందుకుంది "వాడు ఇంట్లోనే ఉండేలా నేను చూసుకుంటాలెండి"

"మంచిది' అంది రోషనీ.

"రోషనీ అక్కా. ఇంతకూ నా తాయిలం ఏదీ?'

రోషనీ నవ్వి, తన సహాయకుడిని పిలిచింది. అతను తన సంచీలోంచి తీపి తాయిలం తీసి ఇవ్వగా రోషని బాలుడికి అందించింది. ఆనందంగా ఉన్న బాలుడి తల నిమిరి లేచింది. గ్రామాధికారి కేసి తిరిగి

"నాకిక సెలవిప్పిస్తే, వెళ్తాను" అంది

"ఇప్పుడు వెళ్తారా అమ్మా? ఆలస్యమైంది. చీకటి పడేలోగా అయోధ్య చేరుకోలేరు. నగర ద్వారాలు కూడ మూసేసివుంటాయి"

'లేదు లెండి. నేను సమయానికి చేరుకోగలుగుతాను. మా అమ్మ నన్ను ఈ రాత్రికి అయోధ్య చేరుకోమంది. ఏదో సంబరం ఉంది ఇంట్లో, నేనుండి తీరాలి"

'సరేనమ్మా. మీఇష్టం. మీకు మరోసారి ధన్యవాదాలు. మీరే లేకపోతే మేమేమైపోతామో'

'మీరు ధన్యవాదాలు చెప్పుకోవలసింది బ్రహ్మదేవుడికి. ఆయనే మీకు ఉపయోగపడే నేర్పు నాకిచ్చాడు"

గ్రామాధికారి ఎప్పటిలాగే ఆమెకు పాదాభివందనం చేయబోయాడు. ఆమె కూడ ఎప్పటిలాగే కాళ్లు వెనక్కి లాక్కుంది. "నా పాదాలు తాకి, నన్నుమొహమాట పెట్టకండి. నేను మీకంటే చిన్నదాన్ని' అంది రోషనీ.

గ్రామాధికారి చేతులు జోడించి అన్నాడు "రుద్రదేవుడు మిమ్మల్ని కాపాడుగాక, తల్లీ"

"ఆయన మనందర్నీ ఆశీర్వదించుగాక' అంటూ బయల్దేరి , గుర్రం ఎక్కింది రోషనీ. ఆమె సహాయకులు అప్పటికే తమ గుర్రాలెక్కారు. ముగ్గురూ గ్రామం బయటకు దారితీసారు.

కొన్ని క్షణాల అనంతరం ఎనిమిది మంది అశ్వారూఢులు గ్రామాధికారి ఇంటి వద్దకు వచ్చారు. వాళ్లందరూ సమీపంలో ఉన్న ఇస్లా గ్రామ వాస్తవ్యులు. కొద్దిసేపటి క్రితం వాళ్లు రోషనీ వద్ద మందులు తీసుకున్నారు. వారి గ్రామంలో ఒక అంటుజాడ్యం వ్యాపించింది. ఆ ఆశ్వికుల్లో ఒకడు ధేనుకుడు, గ్రామాధికారి కుమారుడు.

"సోదరులారా. మీకు కావలసింది అంతా తీసుకున్నారా?' అడిగాడు గ్రామాధికారి.

"ఆ. ఇంతకూ రోషనీ ఎక్కడ? ఆమెకు కృతజ్ఞతలు చెప్పుకోవాలి' అన్నాడు ధేనుకుడు.

గ్రామాధికారి ఆశ్చర్యపోయాడు. ధేనుకుడు అమర్యాదగా, మొరటుగా ప్రవర్తిస్తాడనే పేరుంది. బహుశఇవాళ మొదటిసారి రోషనీని చూడ్డం వల్ల కొద్దో గొప్పో ఆమె పట్ల గౌరవం కలిగిందెమో. ఆమె మంచితనం ఇలాంటి దుష్టుడిని కూడ మెప్పించివుంటుంది. "ఆమె బయల్దేరిపోయింది. రాత్రిలోగా అయోధ్యకు వెళ్లాలిట" అన్నాడు.

"సరే' అంటూ ధేనుకుడు బయటకు వెళ్లాడు. నవ్వుతూ గుర్రాన్ని దౌడు తీయించాడు.

"మీకేమైనా సాయం కావాలా, దేవీ?' అడిగాడు ధేనుకుడు.

రోషనీ తిరిగి చూసింది, ఈ ఆగంతకుడు ఎవరని. వాళ్లు వేగంగా ప్రయాణించి, సరయూ నది చేరుకుని కొంతసేపు విశ్రమించారు. ఇంక గంటలో అయోధ్య చేరుకుంటారు.

మొదట్లో ఆమె అతన్ని గుర్తించలేదు. ఇంతలో గుర్తుకు వచ్చి, చిరునవ్వు నవ్వింది.

"ఏమీ అవసరం లేదు ధేనుకా. మా గుర్రాలకు కాస్త విశ్రాంతి అవసరమైంది. మా సహాయకులు మీవాళ్లకు మందులు ఎలా వేసుకోవాలో చెప్పారనుకుంటాను" అంది.

"ఆ. చెప్పారు' అన్నాడు ధేనుకుడు విచిత్రంగా నవ్వుతూ.

రోషనీకి ఏదో అలజడిగా అనిపించింది. తను వెంటనే వెళ్లడం మంచిదని తోచింది. "మీ గ్రామప్రజలందరూ త్వరలో కోలుకుంటారని ఆశిస్తాను"

తన అశ్వం వద్దకు వెళ్లింది. ధేనుకుడు తన గుర్రం దిగి, గబుక్కున వెళ్లి ఆమె చెయ్యి పట్టుకుని లాగాడు.

"అంత తొందరేముంది, దేవీ?' అన్నాడు.

రోషనీ వెనక్కి తిరిగి నడవసాగింది. ఇంతలో ధేనుకుడి పరివారం కూడా గుర్రాలు దిగారు. అందరూ ఆమె సహాయకుల వైపు నడిచారు.

రోషనీ ఒళ్లు జలదరించింది. "నేను.. మీ వాళ్లకు సాయ పడ్డాను"

ధేనుకుడు భయంకరంగా నవ్వాడు. "అవును తెలుసు. నాక్కూడా సహాయం చేస్తావేమోనని"

రోషనీ వెనక్కి తిరిగి పరిగెత్తసాగింది. ముగ్గురు మగవాళ్లు ఆమె వెంట పరుగెత్తి పట్టుకున్నారు. వారిలో ఒకడు ఆమె చెంప ఛెళ్లుమనిపించాడు.

రోషనీ పెదాలనుంచి రక్తం వస్తూండగా, రెండో వాడు ఆమె చేతుల్ని వెనక్కి విరిచిపట్టుకున్నాడు.

ధేనుకుడు మెల్లిగా ఆమె దగ్గరికి వచ్చి, "రాజవంశీకురాలు.. ఇది నిజంగా సరదాగా ఉంటుంది"

అతని ముఠాలోని అందరూ పగలబడి నవ్వారు.

"అన్నయ్యా' లక్ష్మణుడు గట్టిగా అరుస్తూ రాముడి కార్యాలయంలోకి పరిగెత్తాడు.

రాముడు తన బల్ల మీద ఉన్న పత్రాలు చూస్తూ తలెత్తి కూడ చూడలేదు. రెండో జాములో మొదటి గంట అది. అప్పుడైనా తను ప్రశాంతంగా పని చేసుకోవచ్చుననుకున్నాడు.

లక్ష్మణుడు రాగానే, చాలా నిరాసక్తిగా "ఇప్పుడేమైంది లక్ష్మణా" అన్నాడు.

'అన్నయ్యా' ఉద్వేగంతో నోట మాట రావడం లేదు లక్ష్మణుడికి.

"లక్ష్మణా...' తలెత్తి చూసేసరికి కళ్ల నుండి ఏకధారగా నీళ్లు కారుతున్న లక్ష్మణుడి ముఖం చూసి ఆగిపోయాడు. 'ఏమయింది?'

"అన్నయ్యా... రోషనీ అక్క..".

రాముడు వెంటనే లేచాడు. కుర్చీని వెనక్కి తన్నాడు. "ఏమైంది రోషనీకి?'

"అన్నయ్యా"

"ఎక్కడుంది తను?'

అధ్యాయం 13

భరతుడు నిర్ఘాంతపోయి, నిశ్చేష్టుడయ్యాడు. లక్ష్మణ శత్రుఘ్నులు గుండెలవిసేలా ఏడుస్తూ ముందుకు వంగివున్నారు. మంథర కుమార్తె తలను తన ఒడిలో పెట్టుకుని, వాచిన కళ్లతో శూన్యంలోకి చూస్తోంది. ఆమె కన్నీళ్లు ఆవిరైపోయాయి. రోషనీ శరీరం తెల్లటి దుప్పటితో కప్పబడివుంది. సరయూ నది ఒడ్డున మానభంగానికి గురై, వివస్త్ర అయి పడివుండగా ఆమె మృతదేహాన్ని మంథర అనుచరులు కనుగొన్నారు. ఆమె సహాయకుడిలో ఒకడిని కొట్టి చంపారు. రెండో సహాయకుడు తీవ్రంగా గాయపడ్డాడు కానీ, సజీవంగానే ఉన్నాడు. రాముడు పక్కన నిలబడగా, వైద్యులు అతనికి చికిత్స చేసారు. రాముడి ముఖం భావరహితంగా ఉంది కానీ, చేతులు ఆగ్రహంతో వణుకుతున్నాయి. రోషనీ సహాయకుడిని అడగాల్సిన ప్రశ్నలెన్నో ఉన్నాయి.

రోషనీ మరుసటి రోజు వరకూ ఇంటికి రాకపోయేసరికి మంథర తన అనుచరులను వెతకమని పంపింది. వాళ్లు అయోధ్య నగరద్వారాలు తెరవగానే బయల్దేరారు. నగరం నుంచి గంట ప్రయాణించగానే రోషనీ మృతదేహం వారి కంటపడింది. ఆమెపై పాశవికంగా మూకుమ్మడి అత్యాచారం జరిపారు. ఆమె తలను పదేపదే గట్టి నేలపై కొట్టారు. ఆమె మణికట్టు మీద, వీపు మీద ఉన్న గుర్తులను బట్టి, ఆమెను చెట్టుకు కట్టేసినట్టు అర్థమవుతోంది. ఆమె శరీరమంతా దెబ్బలతో, కొరికిన చిహ్నాలతో ఉంది. ఆమె శరీరంపై చర్మాన్ని కూడ కొన్ని చోట్ల ఆ కిరాతకులు కొరికివేసారు. ఆమె శరీరంపై మొద్దుబారిన వస్తువుతో ఇష్టం వచ్చినట్లు కొట్టిన గుర్తులున్నాయి. ముఖం చించేసినట్టుగా ఉంది; ఈ చిత్రహింస పర్యంతం ఆమె సజీవంగానే ఉన్నట్టు సూచనలున్నాయి. ఆమె శరీరమంతటా వీర్యం ఉంది. ఆమె గొంతులోకి ఎవరో ఆసిడ్‌కూడ పోసినట్టుంది. అత్యంత దారుణమైన హింసకు గురై మరణించింది ఆమె.

సహాయకుడు బాధగా కళ్లు విప్పాడు. రాముడు అతని మీదికి వంగి అడిగాడు "వాళ్ళెవరు?'

"అతను మాట్లాడలేడు, యువరాజా' అన్నాడు వైద్యుడు.

రాముడు అతని మాటలు పట్టించుకోకుండా అతని పక్కన మోకాలి మీద కూర్చుని మళ్లీ అడిగాడు 'ఎవరు వాళ్లు?'

రోషనీ సహాయకుడు అతి కష్టమ్మీద ఒక్క పేరు చెప్పి స్పృహ కోల్పోయాడు.

రోషనీ ఒక అపూర్వవ్యక్తి. ఆమె పట్ల సామాన్యలకు, ఉన్నత వర్గాలవారికీ కూడ సమానంగా గౌరవం ఉండేది. ఆమె జీవితమంతా వదాన్యతకే ధారపోసింది. మచ్చలేని వ్యక్తిత్వంతో, ఎప్పుడూ హుందాగా ఉండేది. చాలామంది ఆమెను కన్యాకుమారి అని పిలిచేవారు. ఈ దారుణ హత్య ప్రజల్లో భయంకరమైన ప్రతీకారాగ్నిని జ్వలింపజేసింది. నగరం యావత్తు పగను కోరింది.

నేరస్తులందరూ ఇస్లా గ్రామం వదిలి పారిపోబోతూండగా, పట్టుబడ్డారు. ఇస్లా గ్రామాధికారి తన కొడుకును రక్షించాలని ప్రయత్నించగా గ్రామ స్త్రీలు అతన్ని పట్టుకుని చావతన్నారు. అంతకు ముందే వాళ్లు ధేనుకుడి పైశాచికత్వాన్ని చిరకాలంగా సహిస్తూ వచ్చారు. రాముడి నాయకత్వంలో మెరుగుపడిన భద్రతా దళాల సామర్థ్యాన్ని నిరూపిస్తూ, చాలావేగంతో నేరస్థుల గుర్తింపు, న్యాయస్థానంలో విచారణ, శిక్ష ప్రకటన జరిగాయి. వారం రోజులలోగా నేరస్థులకు శిక్ష అమలు జరపడానికి ఏర్పాట్లు ప్రారంభమయ్యాయి. వాళ్ళందరికీ మరణశిక్ష విధించారు. అందరికీ, ఒక్కడికి తప్ప. అతనే ధేనుకుడు. అందరికంటే ఎక్కువగా ఈ దారుణానికి కారకుడైన ధేనుకుడు, వయస్సు తక్కువన్న సాంకేతికత కారణంగా మరణశిక్ష తప్పించుకోవడం రాముణ్ని హతాశుణ్ని చేసింది. కానీ చట్టాన్ని ఉల్లంఘించకూడదు. అందులోనూ రాముడు భద్రతాదళాధిపతిగా ఉన్నపుడు. న్యాయపాలకుడైన రాముడు తన విధి నిర్వహించక తప్పదు. కానీ, రోషనీ రాఖీ సోదరుడైన రాముడు, తన సోదరి మరణానికి పగతీర్చుకోలేకపోతున్నందుకు అపరాధభావనతో కుళ్లిపోతున్నాడు. తనకు తాను శిక్ష విధించుకోవాలని నిర్ణయించుకున్నాడు. దానికి ఒకటే మార్గం. తనని తాను గాయపరచుకోవడం.

రాముడు తన గదిలో ఒంటరిగా కూర్చుని ఉద్యానవనంకేసి చూస్తున్నాడు. అక్కడే రోషనీ తనకు రాఖీ కట్టింది. బయటకు చూస్తూండగా అతని కళ్లు

చెమ్మగిల్లాయి. మిట్ట మధ్యాహ్నపు తీవ్రమైన ఎండ, పై పంచ వేసుకోని రాముడి దేహాన్ని కాల్చేస్తోంది. అతను కళ్లకు చేయి అడ్డంగా పెట్టుకుని సూర్యుడిని చూసాడు. గాఢంగా నిట్టూర్చి తన గాయపడిన కుడి చేతికేసి చూసాడు. తన పక్కన బల్ల మీద ఉన్న చెక్కముక్కని చేతిలోకి తీసుకున్నాడు. చెక్క ముక్క కొస పేలిపోతు ఉంది.

ఆకాశం కేసి చూసి గొణుగుతున్నట్టుగా 'నన్ను క్షమించు, రోషనీ'అన్నాడు. కాలుతున్న చెక్క ముక్కను తన కుడి చేతి లోపలి భాగంలో ఉంచాడు. అక్కడే తను రోషనీని కాపాడుతానని వాగ్దానం చేసిన సందర్భాన్ని గుర్తుకు తెచ్చే రాఖీ ఉంది. ఆ నొప్పికి అరవలేదు; కళ్లు కూడ కదపలేదు. చర్మం కాలుతున్న వాసన గాలిలో నిండింది.

"నన్ను క్షమించు.."

రాముడు కళ్లు మూసుకున్నాడు; కన్నీళ్లు చెంపలపై ధారలు కట్టాయి.

కొన్ని గంటల తర్వాత రాముడు తన కార్యాలయంలో కూర్చున్నాడు. అతని గాయపడిన చేయిమీద విలుకాండ్రు వేసుకునే తాడు గాయాన్ని కప్పెడుతూ ఉంది.

'ఇది తప్పు, అన్నయ్యా" లక్ష్మణుడు రాముడి కార్యాలయంలోకి ఆగ్రహంగా ప్రవేశించాడు. రాముడు తలెత్తి చూసాడు; అతని కళ్లల్లో బాధ వెనక దాగివున్న ఆగ్రహాన్నికప్పిపెడుతూ.

"అది చట్టం లక్ష్మణా' శాంతంగా అన్నాడు రాముడు. "చట్టాన్ని ఉల్లంఘించలేం. అది అత్యున్నతమైంది; నీ కంటే, నా కంటే గూడా.. తన కంటే ముఖ్యమైనది..."

రాముడుఆమె పేరు ఉచ్చరించలేక,గొంతుకేదో అడ్డంపడ్డట్టుఆగిపోయాడు.

"నీ వాక్యాన్ని పూర్తి చెయ్యి, అన్నయ్యా" భరతుడు తలుపు దగ్గర్నుంచి కటువుగా అన్నాడు.

రాముడు తలెత్తాడు. భరతుడి వైపు చేయి చాపాడు; ఆ కదలిక వల్ల చేతికి కలిగిన నొప్పి ముఖంలో ప్రతిఫలిస్తూండగా. 'భరతా...."

భరతుడు లోపలికి వచ్చాడు. అతని కళ్లు బాధాతప్తమై ఉన్నాయి; శరీరం బిగుసుకుపోయివుంది; వేళ్లు వణుకుతున్నాయి; కానీ తన మనసులో చెలరేగే

తుఫానును అవి వ్యక్తం చేయలేకపోతున్నాయి. "నువ్వు చెప్తున్నది పూర్తి చెయ్యి, అన్నయ్యా" అన్నాడు.

"భరతా, సోదరా. నా మాట విను..."

"ఊ. చెప్పు. నీ చచ్చిన చట్టం రోషనీ కంటే గొప్పదని చెప్పు" ఆగ్రహంతో కన్నీళ్లు వచ్చాయి భరతుడికి. ' ఆ చట్టమే నీ చేతికి కట్టిన రాఖీ కంటే నీకు విలువైనదని చెప్పు. ' వంగి రాముడి కుడి చేతిని లాగాడు. రాముడు ముఖంలో ఎలాంటి బాధా వ్యక్తం చేయలేదు. "ఆ చట్టమే మనం మన రోషనీకి చేసిన వాగ్దానం కంటే ముఖ్యమైనదని చెప్పు"

'భరతా' రాముడు, తన తమ్ముడి చేతిలోంచి చేతిని తీసుకుంటూ అన్నాడు. "చట్టం స్పష్టంగా ఉంది. యుక్తవయస్సు రాని వారిని ఉరితీయకూడదని. ధేనుకుడు ఇంకా బాలుడే. చట్టం ప్రకారం అతనికి ఉరిశిక్ష అమలు చేయకూడదు".

"నీ చట్టం గంగలో దూకనీ.' అరిచాడు భరతుడు. "ఇది చట్టం గురించి కాదు. ఇది న్యాయం గురించి. ఈ రెండిటికీ తేడా నీకర్థం కావడం లేదా, అన్నయ్యా. ఆ రాక్షసుడు చచ్చి తీరాలి".

"నిజమే. చావాల్సిందే' అన్నాడు రాముడు. "కానీ అయోధ్య చట్టాల ప్రకారం యుక్తవయస్సురాని వాళ్ళకు మరణశిక్ష విధించకూడదు"

"అన్యాయం అన్నయ్యా' భరతుడు బల్ల మీద గుద్దుతూ అన్నాడు.

వారి వెనక నుంచి కంఠం వినిపించింది 'భరతా'

ముగ్గురు అన్నదమ్ములు తలెత్తి చూసేసరికి తలుపు వద్ద వశిష్టుడు నించునివున్నాడు. భరతుడు వెంటనే నమస్కారం చేసాడు. లక్ష్మణుడు మాత్రం చలించలేదు; ఇప్పుడతని ఆగ్రహం గురువుగారి మీదకు మళ్లింది.

వశిష్టుడు నెమ్మదిగా అడుగులు వేస్తూ లోనికి వచ్చాడు "భరతా, లక్ష్మణా, మీ అన్న చెప్పిందే సరైంది. ఎటువంటి పరిస్థితుల్లోనైనా చట్టాన్ని గౌరవించాలి, ఆచరించాలి"

"అలాగైతే మేము రోషనీకి ఇచ్చిన మాట సంగతేమిటి? దానికేం విలువలేదా?' భరతుడు అడిగాడు."మేం తనకి మాటిచ్చాం, కాపాడతామని. మాకు తన పట్ల కూడ బాధ్యత ఉంది; కానీ విఫలమయ్యాం. ఇప్పుడు కనీసం తనకు జరిగిందానికి ప్రతీకారం తీర్చుకోవాలి"

"మీరిచ్చిన మాట చట్టం కంటే ఉన్నతమైంది కాదు"

"గురుదేవా, రఘువంశీకులు తాము ఆడిన మాటను ఎప్పుడూ తప్పరు' తమ కుటుంబ ప్రమాణాన్ని గుర్తు చేస్తూ అన్నాడు భరతుడు.

"ఒకవేళ మీ వాగ్దానం చట్టంతో విభేదిస్తే, మీరు మీ వాగ్దానాన్ని భగ్నం చేసి, దాని ద్వారా వచ్చే అప్రతిష్టను ఆమోదించాలి. అదే ధర్మం' అన్నాడు వశిష్టుడు.

"గురుదేవా" లక్ష్మణుడు అరిచాడు, సహనాన్ని, సంయమనాన్ని కోల్పోతూ.

"ఇది చూడండి' వశిష్టుడు రాముడు దగ్గరకు వెళ్లి, అతని చేతి మీద కట్టిన వస్త్రాన్నిలాగేసి ఆ చేతిని ఎత్తి అందరికీ చూపించాడు. రాముడు చెయ్యి లాగేసుకోవాలన్న ప్రయత్నం ఫలించలేదు.

భరతలక్ష్మణుడు హతాశులయ్యారు. రాముడి చెయ్యి లోభాగం బాగా కాలిపోయింది. గాయం చుట్టూ ఉన్న చర్మం కందిపోయి, రంగు కోల్పోయివుంది.

"ధేనుకుడు పిన్న వయస్కుడైన కారణంగా చట్టం రీత్యా శిక్ష తప్పించుకుంటాడని న్యాయమూర్తి ప్రకటించిన నాటినుంచీ ప్రతిరోజూ తను ఇలా కాల్చుకుంటూనే ఉన్నాడు. నేను ఆపుదామని ఎంత ప్రయత్నించినా ఆపడం లేదు. తను రోషనీకి ఇచ్చిన మాట నిలబెట్టుకోనందుకు ఇది తనకు తాను విధించుకున్న శిక్ష. అంతే తప్ప, చట్టాన్ని మాత్రం అతను ఉల్లంఘించడు' చెప్పాడు వశిష్టుడు.

రాముడు ఏడుగురు అత్యాచార నేరస్థుల మరణశిక్షను చూడడానికి రాలేదు.

ప్రధాన నిందితుడికి కేవలం చట్టంలోని ఒక సాంకేతిక నిబంధన కారణంగా తాము శిక్ష విధించలేకపోయామన్న కోపంతో, న్యాయమూర్తులు ఈ ఏడుగురి మరణశిక్ష ఏ విధంగా అమలు జరగాలో ప్రతి అంశమూ వివరంగా తమ తీర్పులో పేర్కొన్నారు. రాముడు చేసిన కొత్త చట్టం ప్రకారం మరణశిక్ష త్వరితంగా అమలు జరగాలి. ఉరికంబమెక్కిన తర్వాత కొద్ది క్షణాల్లోనే మరణం సంభవించాలి. మరణశిక్ష అమలు జరిపే ప్రదేశం కూడా కారాగారంలో ఒక నిర్దేశిత ప్రదేశమై ఉండాలి. అయితే, ఏ రకంగా అమలు చేయాలన్న విధివిధానాల విషయంలో న్యాయమూర్తులకు స్వేచ్ఛ ఇవ్వాలని చట్టంలో ఉంది. ఈ అధికరణను సాకుగా తీసుకుని, ఆగ్రహంతో ఉన్న ఆ న్యాయమూర్తులు ఈ హంతకులకు విధి విధానాలు ప్రకటించారు. మరణశిక్ష బహిరంగ ప్రదేశంలో అమలు కావాలి; వీళ్ళందరూ చాలా నెమ్మదిగా రక్త స్రావం జరగడం ద్వారా మరణించాలి; అది ఎంత బాధ కలిగిస్తే

అంత మంచిది. ఇలాంటి విధివిధానాల వల్ల ఇంకెవరూ ఇటువంటి నేరం చెయ్యడానికి సాహసించరని న్యాయమూర్తుల అభిప్రాయం. ఇలా చేయడం ద్వారా ప్రజలందరి ధర్మాగ్రహానికి ఉపశమనం కలుగుతుందని కూడ వారు వ్యక్తిగత సంభాషణల్లో వ్యాఖ్యానించారు. న్యాయమూర్తుల ఆజ్ఞలను భద్రతాదళాలు శిరసావహించక తప్పలేదు.

మరణశిక్ష అమలు జరిపే స్థలం ఊరి బయట ద్వారానికి అవతల నిర్మింపబడింది. ఆ స్థల నిర్మాణం దూరం నుంచీ చూసే ప్రేక్షకులకు కూడ అక్కడ జరిగేది కనిపించేలా ఉంది. నేల మీద నుంచి నాలుగడుగుల ఎత్తు వేదిక నిర్మించారు. వేలాదిమంది ఆ పరిసరాలకు చేరుకున్నారు ఈ సంఘటనను తిలకించేందుకు. చాలామంది గుడ్లు, కుళ్లిన పళ్లు తీసుకుని వచ్చారు నేరస్థుల మీద విసరడానికి.

ఆ ఏడుగురు నేరస్థులనూ వాహనాలలోంచి భద్రతాదళాలు దింపుతూండగా, గుంపులోంచి పెద్ద పెట్టున ఆగ్రహంతో కూడిన అరుపులు వెల్లువెత్తాయి. వాళ్ల శరీరాలమీద గాయాల్ని బట్టి చూస్తే, అప్పటికే కారాగారంలో వాళ్లను నిర్దాక్షిణ్యంగా కొట్టారని తెలుస్తూనే ఉంది. రాముడు ఎంత ప్రయత్నించినా వాళ్లపై కారాగార దళాల దాడులను, తోటి ఖైదీల దాడులను అరికట్టలేకపోయాడు. వాళ్లలో దాదాపు అందరూ ఎప్పుకో ఒకప్పుడు రోషనీ దయకు పాత్రమైనవారే. పగ తీర్చుకోవాలని వారికి చాలా తీవ్రంగా ఉంది.

నేరస్థులు వేదిక మెట్లను ఎక్కారు. వాళ్లను ముందుగా ఒక స్తంభం వద్దకు తీసుకువెళ్లారు. దానికి మధ్యలో ఉన్న కన్నంలో వాళ్లు తలలు, చేతులు దూర్చాలి. సంప్రదాయానుసారం అలా ఉన్నప్పుడు ప్రజలందరూ వాళ్లను తిడుతూ, శాపనార్థాలు పెడతారు. నేరస్థులను అలా స్తంభాలకు కట్టేసాక, భద్రతా అధికార్లు వెళ్లిపోయారు.

ఇదే గుంపుకు సంకేతం. వెంటనే వాళ్ల నుంచి చెత్తా చెదారం వచ్చి నేరస్థులను క్షిపణివేగంతో తాకాయి. అదే సమయంలో వాళ్ల బూతులు, తిట్లు, ఉమ్మి వరదలా వచ్చి ముంచెత్తాయి. గుంపులో ఎవ్వరూ కూడ మొనదేలిన వస్తువులు విసరకూడదు. అలా చేస్తే నేరస్థులు త్వరగా చనిపోయే ప్రమాదం ఉంది. వాళ్లు క్షణక్షణం బాధపడుతూ, చిత్రహింసల అనంతరం చనిపోవాలని వాళ్ల నిర్ణయం.

గుంపు తిట్టడం, విసరడం ఒక అరగంట సేపు కొనసాగింది. తలారి, ఇక చాలని చెప్పడంతో జనం కూడ, అప్పటికే అలసిపోయినందువల్ల, విరమించు

కున్నారు. తలారి మెట్లు దిగి తొలి నేరస్థుడి వద్దకు వెళ్లాడు. అతని కళ్లు భయోత్పాతంతో బెదురుతున్నాయి. తలారి మేకు తీసుకుని సుత్తితో మేకును అతని పాదంలోకి దించాడు. నేరస్థుడు ఆక్రందిస్తూంటే, జనం హర్షం వ్యక్తం చేసారు. ఆ తర్వాత అతని రెండో కాలి వద్దకు వెళ్లాడు. ఇదే దారుణాన్ని అతను తక్కిన ఆరుగురు నేరస్థులకూ చేసాడు. నేరస్థులు నొప్పితో అరిచినపుడల్లా జనం ఆనందంతో అరిచారు. ఆ తర్వాత మళ్లీ మొదటి నేరస్థుడి వద్దకు వెళ్లాడు. అతను నొప్పికి మూర్ఛపోయాడు. కానీ అతనిపై నీళ్లు చల్లి, స్పృహ తెప్పించి "నువ్వు దీన్ని "ఇష్టపడాలి కదా. స్పృహలో లేకపోతే ఎలా?' అన్నాడు తలారి.

"నన్ను దయచేసి చంపెయ్యి' ఏడ్చాడు నేరస్థుడు. ఆ తలారి భార్యకు నాలుగు నెలల క్రితం రోషనీ ప్రసవం చేసింది. దానికి బదులుగా వాళ్లింట్లో భోజనం చేయడం తప్ప ఒక్క పైసా తీసుకోలేదు.

"నువ్వు రోషనీ దేవి మీద దయ చూపావురా కుక్కా? "

"క్షమించు, క్షమించు. నన్ను చంపెయ్యి" అలా మూడు గంటలు నేరస్థులను చిత్రహింసలు పెట్టిన తర్వాత, వాళ్ల చేతుల మీద కత్తితో నరాన్ని కోసాడు. అలా కోయడం వల్ల వెంటనే మరణించక, క్రమంగా రక్తస్రావం జరిగి మరణిస్తారు. అలా అందరికీ కత్తితో గాటు పెట్టిన తర్వాత, తలారి ఇక తన పని అయిపోయినట్టు వెళ్లిపోయాడు. ఒక్కొక్క నేరస్థుడికీ కత్తితో గాటు పెట్టి వెళ్లినపుడల్లా జనం ఆనందంతో కేరింతలు కొట్టారు.

తలారి తన పని పూర్తయినట్లు సైగ చేసి వెళ్లగానే జనం మళ్లీ బూతులు తిట్టడం మొదలుపెట్టారు. చివరికి రెండున్నర గంటల తర్వాత చివరి నేరస్థుడు కూడ మరణించాడు. అందరూ అతి నెమ్మదిగా, తీవ్రమైన నొప్పిని భరిస్తూ ఎట్టకేలకు మరణించారు.

అందరూ చనిపోయినట్టు అధికారులు ప్రకటించగానే, జనం 'రోషనీ దేవి ఆత్మకు శాంతి కలుగుగాక' అని అరిచారు.

మంథర వేదికకు దగ్గరగా ఆసనంపై కూర్చునివుంది. ఆమె కళ్లలో ఇంకా ద్వేషం, ఆగ్రహం అలాగే ఉన్నాయి. తలారి తనంతటతానే ఆ నేరస్థులను ఇలా చిత్రహింసలు పెట్టి ఉండేవాడు; వాళ్లందరికీ రోషనీ అంటే అంత ప్రేమ. కానీ వాస్తవానికి వాళ్లనలా చంపడానికి తనే అతనికి ఉదారంగా డబ్బులిచ్చింది. ఇంత సుదీర్ఘంగా జరిగిన చిత్రహింస చావులను ఆమె కన్నార్పకుండా చూసింది; వాళ్లు ఎంత బాధపడితే అంత సంతోషించింది.

అదంతా పూర్తయింది; అయినా ఆమెలో సంతృప్తి లేదు; విముక్తి లభించిన నిశ్చింత లేదు. ఆమె హృదయం బండబారిపోయింది.

ఆమె చేతిలో ఉన్న రోషనీ అస్థికల పాత్రను గుండెలకు అదుముకుంది. ఆమె ఒక కంట్లోంచి కన్నీటి చుక్క రాలింది. ఆ పాత్రపై పడింది. "నీకు వాగ్దానం చేస్తున్నా, తల్లీ. ఆఖరి వాడికి కూడ ఇంత దారుణమైన శిక్ష విధిస్తాను. ధేనుకుడు కూడ ధర్మాగ్రహాన్ని ఎదుర్కొంటాడు"

అధ్యాయం 14

“ఇది పాశవికం’ అన్నాడు రాముడు. రోషనీ ఎటువంటి విలువలకు కట్టుబడి జీవించిందో దానికి ఇది పూర్తిగా వ్యతిరేకం’

రాముడు, వశిష్టుడు రాకుమారుడి కార్యాలయంలో ఉన్నారు.

“ఎందుకు పాశవికం? అత్యాచారం చేసిన వారికి మరణశిక్ష పడకూడదంటావా?’

“వాళ్లకు మరణశిక్ష అమలు జరపాల్సిందే. అలాగని చట్టం కూడ చెబుతోంది. కానీ దాన్ని అమలు చేసిన తీరు.... కనీసం న్యాయమూర్తులు ఆగ్రహానికి అతీతులుగా ఉండాలి కదా. ఆ వైనం పాశవికంగా, హింసాత్మకంగా, అమానుషంగా ఉంది..”

“అవునా. అయితే మానవీయమైన హత్యలు కూడ ఉంటాయా?’

“మీరు వాళ్ల ప్రవర్తనను సమర్థిస్తున్నారా, గురుదేవా?”

“నిజం చెప్పు; ఇక నుంచీ అత్యాచారాలు చేసే వాళ్లు, హంతకులు ఆ పనులు చేయడానికి బెదిరిపోతారా లేదా?”

రాముడు బలవంతంగా ఒప్పుకోవాల్సివచ్చింది “అవుననుకోండి”

“అయితే ఈ శిక్ష ఆశించిన ప్రయోజనం సాధించినట్టే”

“కానీ రోషనీ ఈ శిక్షను సమర్థించేది కాదు...”

“ఒక సిద్ధాంతం ఉంది రామా. పాశవికమైన చర్యలను పాశవికమైన చర్యలతోనే అణచేయాలని. అగ్నిని అగ్నితోనే సమసింపచేయాలి కదా”

“కానీ రోషనీ అనేది కన్నుకు కన్ను సిద్ధాంతం ప్రపంచం మొత్తాన్ని అంధుల్ని చేస్తుందని”

“అహింస గొప్పదని నేనూ ఒప్పుకుంటాను. కానీ క్షత్రియ పాలనా యుగంలో కాదు. ఈ యుగంలో కన్నుకు కన్ను సిద్ధాంతం అందర్నీ అంధుల్ని చేస్తుందని నమ్మే అతి కొద్దిమందిలో నువ్వు కూడ ఒకడివి కావచ్చు;

కానీ ఎక్కువమంది మరోలా విశ్వసిస్తారు. అప్పుడు నువ్వొకడివే అంధుడిగా మిగులుతావు. మారుతున్న ప్రపంచంతో పాటు సార్వకాలీన సూత్రాలు కూడ మారాల్సివస్తుంది.."

రాముడు తల అడ్డంగా తిప్పాడు "ఒక్కోసారి అసలు ఇలాంటి ప్రజల కోసం నేను పోరాటం జరపడం అవసరమా అనిపిస్తుంది"

"మంచి నాయకుడు అర్హులకు మాత్రమే నాయకత్వం వహించడు. దాని బదులు అందరూ తమ సంపూర్ణ సామర్థ్యాన్ని గుర్తించేలా ఆ నాయకుడు వాళ్లకు మార్గదర్శనం చేస్తాడు. నిజమైన నాయకుడు రాక్షసుడిని సమర్థించడు; రాక్షసుడిని దేవుడిలా మార్చడానికి ప్రయత్నిస్తాడు. రాక్షసుడిలోనూ దాగివున్న భగవంతుడిని వెలికి తీయడానికి పూనుకుంటాడు. ధర్మసంకట భారాన్ని తనపై వేసుకుని, తన ప్రజలు మంచి మానవులుగా తయారవడానికి అతను దోహదం చేస్తాడు"

"మీరు పరస్పర విరుద్ధ వ్యాఖ్యలు చేస్తున్నారు, గురుదేవా. మీరు చెప్పిందాన్ని బట్టి ఇప్పుడు నేరస్థులకు విధించిన శిక్ష సమర్థనీయమేనా?"

'నా అభిప్రాయం ప్రకారమైతే, కాదు. కానీ ఈ సమాజంలో నీలాంటి, నాలాంటి వ్యక్తులు తక్కువ. ఎన్నోరకాల అభిప్రాయాలతో ఎందరో ఉన్నారు. మంచి పాలకుడు తన ప్రజలను, ధర్మపథంవైపు నెమ్మదిగా తీసుకువెళ్లాలి. సమాజంలో ఆగ్రహం పెరిగి, హింసకు దారితీస్తే, సమాజ సుస్థిరతవైపుకు దాన్ని తీసుకు వెళ్లాల్సినవాడు నాయకుడు. అలాగే సమాజం దేనికీ స్పందించకుండా, నిమ్మకు నీరెత్తినట్టుగా అన్నిటినీ సహిస్తూ కూర్చుంటే ప్రజల్లో చురుకుదనాన్ని, అవసరమైతే ఆగ్రహాన్నీ కలిగించడం కూడ నాయకుడి బాధ్యతే. ఈ విశ్వంలో ప్రతి అనుభూతికీ ఒక ప్రయోజనం ఉంటుంది. ప్రకృతి ప్రణాళికలో వ్యర్థమైనదేదీ లేదు. అలాగే ప్రతి అనుభూతికీ వ్యతిరేక అనుభూతి కూడ ఉంటుంది. ఆగ్రహానికి, శాంతంలా. చిట్టచివరకు సమాజానికి కావాల్సింది ఈ రెండిటి మధ్య సమతుల్యత. కానీ, రోషనీ హంతకుల పట్ల ఈ ఆగ్రహప్రకటన అన్యాయానికి సరైన సమాధానమా అంటే నేను అవుననీ, కాదనీ చెప్పలేను. కొన్ని దశాబ్దాలలో మనకు దీనికి సమాధానం దొరకవచ్చు. ప్రస్తుతానికి ఇది వత్తిడిని తగ్గించే సాధనంగా పనికివచ్చిందంతే"

రాముడు ఆందోళనగా కిటికీ నుంచీ బయటకు చూస్తూ కూర్చున్నాడు.

వశిష్టుడు ఇంక ఆలస్యం చేయదలుచుకోలేదు. అతనికి ఇంక ఎక్కువ సమయం లేదు. 'రామా. నా మాటలు విను' అన్నాడు.

"చెప్పండి గురుదేవా' అన్నాడు రాముడు.

"నీ కోసం ఒకాయన వస్తున్నాడు. అతను చాలా గొప్పవాడు. నిన్ను ఇక్కడినుంచి తీసుకువెళ్తాడు. దాన్ని నేను ఆపలేను. అది నా శక్తికి మించిన పని"

"ఎవరది..?"

వశిష్టుడు మధ్యలోనే అందుకున్నాడు "నీకు ఏ ప్రమాదమూ లేదని మాత్రం నిశ్చయంగా చెప్పగలను. అయితే నా గురించి నీకు కొన్ని విషయాలు చెప్పే అవకాశం ఉంది. కానీ నువ్వు నాకు కొడుకువంటి వాడివని గుర్తుపెట్టుకో. నువ్వు నీ స్వధర్మాన్ని, అంటే నీ నిజమైన లక్ష్యాన్ని నిర్వర్తించాలన్నదే నా ధ్యేయం. నా చర్యలన్నీ ఆ లక్ష్యం దిశగా చేపట్టినవే.."

"గురుదేవా? నా కర్థం కావడం లేదు.."

"నా గురించి నువ్వు వినబోతున్నవి నువ్వు నమ్మకు. నువ్వు నా స్వంత కొడుకు వంటివాడివి. ఇప్పటికి ఇంతే నేను చెప్పదలుచుకున్నది"

రాముడు అయోమయంగా చూస్తూ చేతులు జోడించి నమస్కరించాడు. 'అలాగే గురుదేవా"

"మంథరా. అర్థం చేసుకో, దయచేసి. చట్టం ప్రకారమే నడుచుకోవాలి' అంది కైకేయి.

మంథర రెండవ రాణిని కలుసుకోవడంలో ఏమాత్రం సమయం వ్యర్థం చేయలేదు. కైకేయి ఆమెతో ఉపాహారం సేవించడానికి పిలిపించింది. కానీ మంథర తినడానికి నిరాకరించింది; తనకు న్యాయం చెయ్యమని కోరింది. తనకు రాముడి వద్దకానీ, ఆ మాటకొస్తే దశరథుడి వద్దగానీ ఎటువంటి పరపతీ లేదని ఎవరి వద్దా ఒప్పుకోవడం కైకేయికి ఇష్టం లేదు. అందుకని చట్టాన్నితిడుతూ కూర్చుంది. ఆమె వంటి అహంభావులకు, తన ఓటమిని అంగీకరించే కంటే, చట్టాన్ని గౌరవిస్తానన్న సాకే క్షేమమైన పద్ధతిగా అనిపిస్తుంది.

కానీ మంథర ఆమెతో ఏకీభవించడానికి సిద్ధంగా లేదు. ధేనుకుడిని అత్యధిక భద్రత గల కారాగారంలో ఉంచారని ఆమెకు తెలుసు. తను వేసుకున్న పథకం పారాలంటే రాజభవనంలోని ఎవరో ఒకరి సహాయం తీసుకోక తప్పదు. 'మహారాణీ. నా దగ్గర రాజ్యంలోని సంస్థానాధీశులందరినీ

కొనగల డబ్బుంది. నీకా విషయం తెలుసు. వాళ్లందరినీ నీ సేవకోసం వినియోగిస్తాను. ఇది నా వాగ్దానం"

కైకేయి గుండె ఝల్లుమంది. మంథర పరపతితో భరతుడిని గద్దె ఎక్కించడం సాధ్యమవుతుందేమో? కానీ ఇప్పుడు జాగ్రత్తగా, తటస్థంగమాట్లాడడం మంచిదని అనుకుంది. "నీ వాగ్దానానికి ధన్యవాదాలు. కానీ అది రేపటి సంగతి. ఇంతకూ రేపు ఏం జరుగుతుందో ఎవరికి తెలుసు?"

మంథర తన అంగవస్త్రంలోపలికి చేయిపెట్టి తన అధికారచిహ్నం ఉన్న పత్రాన్నితీసింది. దాన్ని చూపిస్తే నిర్దిష్టమైన మొత్తం నగదు లభిస్తుంది. మంథర సంతకంఉన్న ఏ పత్రం చూపించినా సప్తసింధులో ఎక్కడైనా నగదు లభిస్తుంది. కనక ఇప్పుడు మంథర తనకు ఇస్తున్నది కేవలం పత్రం కాదనీ, నగదేననీ కైకేయికి తెలుసు. కైకేయి దాన్ని తీసుకుని ఒక్క చూపు నగదు మొత్తం మీద వేయగా ఆ మొత్తం ఆమెను అవాక్కును చేసింది. అది పదేళ్ల అయోధ్య నగర ఆదాయంతో సమానం. అంటే ఒక్క క్షణంలో ఆమె తనని అయోధ్య చక్రవర్తి కంటే ఐశ్వర్యవంతురాలిని చేసింది. ఈ స్త్రీ సంపద కైకేయికి ఊహాతీతంగా అనిపించింది.

"ఇంత పెద్ద మొత్తానికి నగదు అడగడం చాలామంది వర్తకులకు సాధ్యమయ్యే పని కాదు దేవీ. కనక, మీకు ఎప్పుడు కావాలన్నా, నాకు చెప్పండి. నేనే వీటిని మార్చి, బంగారు నాణాలు మీకు తెచ్చిస్తాను"

కైకేయికి మరో చట్టం కూడ తెలుసు. ఇటువంటి పత్రంపై నగదును ఎవరైనా నిరాకరిస్తే అనేక సంవత్సరాలు ఋణగ్రస్తుల కారాగారంలో ఉండాల్సివస్తుంది.

మంథర తన అవకాశాన్ని గమనించి మళ్లీ అంది "ఇలాంటి పత్రాలు నా వద్ద చాలా ఉన్నాయి. అన్నీ మీ సేవ కొరకే"

కైకేయి ఆ పత్రాన్ని గట్టిగా పట్టుకుంది. ఇటీవలి కాలంలో దూరమైపోయిన తన కల, తన కొడుకును చక్రవర్తిని చేయాలన్న స్వప్నం, మళ్లీ చేరువవుతున్నట్టు గ్రహించింది.

మంథర కష్టంగా కుర్చీలోంచి లేచి, కైకేయి పక్కన నిలబడి వంగి అంది "వాడు బాధపడాలి. నా కూతురు ఎంత హింస అనుభవించిందో అంతా వాడూ అనుభవించాలి. వాడికి సులభమరణం లభించడం నా అభిమతం కాదు"

కైకేయి మంథర చేతిని గట్టిగా పట్టుకుంది "ఇంద్రదేవుడి మీద ఆన. వాడికి న్యాయం అంటే ఏమిటో తెలిసి వచ్చేలా చేస్తాను"

మంథర కైకేయి కేసి కరడు గట్టిన చూపులతో చూసింది. ఆమె శరీరం ఆగ్రహంతో వణుకుతోంది.

'అతను హింసననుభవిస్తాడు' వాగ్దానం చేసింది కైకేయి. 'రోషనీకి చేసిందానికి ప్రతీకారం తీర్చుకుంటాం. అయోధ్య మహారాణి నీకు చేస్తున్న వాగ్దానమిది"

'అమ్మా, నన్ను నమ్ము. ఆ రాక్షసుడిని నా చేతులతో చంపడానికి నేను సిద్ధంగా ఉన్నాను' భరతుడు అన్నాడు. 'అలా చేస్తే నేను న్యాయం చేస్తున్నట్టే లెక్క. అయితే రామన్నయ్య కొత్త చట్టం దాన్ని చట్ట విరుద్ధంగా చెబ్తోంది"

మంథర వెళ్లగానే కైకేయి భరతుడి ఆంతరంగిక మందిరంలోకి వెళ్లింది. తను ఏం చెయ్యాలో, ఎలా చెయ్యాలో స్పష్టంగా పథకం వేసుకుంది. తన కొడుకుకు రాజ్యకాంక్ష కల్పించాలని చూడడం వలన ప్రయోజనం లేదు. అతను తన తల్లికంటే సవతి అన్నయ్యకే విధేయుడు. కనక అతని న్యాయబద్ధత, రోషనీ పట్ల అతనికున్న ప్రేమ, అతని ధర్మాగ్రహం వీటినే దృష్టిలో ఉంచుకోవాలి.

'నాకు ఈ కొత్త చట్టం అర్థం కావడం లేదు, భరతా. దాని వల్ల న్యాయం ఎలా జరుగుతుంది? 'కైకేయి ఉద్విగ్నంగా అడిగింది. 'స్త్రీలను గౌరవించని భూమిని దేవుడి కూడ వదిలేస్తాడని మనుస్మృతి చెప్పడం లేదూ?'

'నిజమే అమ్మా. కానీ ఇది చట్టం. యుక్తవయస్సు పూర్తి కాని బాలలకు మరణశిక్ష విధించకూడదు"

'ధేనుకుడికి ఇప్పుడు యుక్తవయస్సు వచ్చింది కూడ. అతను నేరం చేసేనాటికి చిన్నవాడు కానీ ఇప్పుడు యుక్తవయస్కుడు" అంది కైకేయి.

"నాకు తెలుసమ్మా. ఈ విషయంలో నాకు అన్నయ్యతో పెద్ద గొడవే అయింది. చట్టం తాలూకు సాంకేతికతల కంటే న్యాయం ఇంకా ముఖ్యమైందని నేనూ ఒప్పుకుంటాను. కానీ అన్నయ్య అది అర్థం చేసుకోవడం లేదు"

"అవును. అతనికర్థం కాదు"'

"అన్నయ్య ఒక ఆదర్శ రాజ్యంలో నివసిస్తూంటాడు, తన చుట్టూ ఉన్న వాస్తవ రాజ్యంలో కాదు. ఒక ఆదర్శ సమాజంలో ఉండే విలువలు పాటించా లంటాడు గానీ, అయోధ్యలో ఆదర్శ సమాజం లేదన్న విషయం గుర్తించడు. మనం ఆదర్శానికి ఆమడదూరంలో ఉన్నాం. అందుకే ధేనుకుడువంటి వారు

చట్టంలో లొసుగుల్ని అవకాశంగా తీసుకుని శిక్ష నుంచి తప్పించుకుంటారు. అతని నుంచీ ఇతరులు ఇదే నేర్చుకుంటారు. ఏ నాయకుడైనా ముందు సమాజాన్ని సంస్కరించిన తర్వాతే అటువంటి చట్టాలను అమలు చేయవలసివుంటుంది"

'అలాంటప్పుడు నువ్వెందుకు..."

"నేను చేయలేను. నేను చట్టాన్ని ఉల్లంఘించినా, ప్రశ్నించినా, అన్నయ్య విశ్వాసాన్ని వమ్ముచేసినవాడినవుతాను. స్వంత తమ్ముడినైన నేనే అతని చట్టాన్ని గౌరవించకపోతే బయటివాళ్లు ఎందుకు గౌరవిస్తారు?'

"నీకు అసలు విషయం అర్థం కావడం లేదు. ఇంతవరకూ రాముడి చట్టానికి భయపడిన వాళ్లంతా, ఇప్పుడు దానిలోని లొసుగులను తెలుసుకుని, వాటిని అవకాశంగా తీసుకోవడం ప్రారంభిస్తారు. వయసు వచ్చిన వాళ్లు వేసిన నేరపథకాలను బాలల చేత చేయిస్తారు. కొన్ని నాణాలు పారేస్తే నేరాలు చేయడానికి వచ్చే నిస్పృహ, నిరాశలతో ఉన్న బాలలకు ఈ దేశంలో కొరతేమీ లేదు"

"అది నిజమే"

"కనకే ధేనుకుడి విషయం ఒక నిదర్శనంగా చూపాలి. ఇతరులకు అది గుణపాఠం కావాలి"

భరతుడు కైకేయి కేసి ప్రశ్నార్థకంగా చూసాడు. 'దీనిలో నీకింత ఆసక్తి ఎందుకమ్మా?'

"రోషనీకి న్యాయం చెయ్యాలని. అంతే?'

"నిజంగానా?'

'ఆ అమ్మాయి ఉత్తమురాలు, భరతా. నీ రాఖీ సోదరి ఒక దిక్కుమాలిన గ్రామీణుడి చేతిలో అత్యాచారానికి గురైంది' కైకేయి అంది.

"నాదొక సందేహమమ్మా. ఒకవేళ ఒక ఉన్నతవంశజుడు ఒక గ్రామీణ స్త్రీపై ఇలాంటి అత్యాచారమే చేస్తే నువ్వు ఇదే విధంగా న్యాయం కోరేదానివా?"

కైకేయి మౌనంగా ఉంది. తను అవునని చెప్పినా, భరతుడు నమ్మేవాడు కాదని ఆమెకు తెలుసు.

"నా మటుకు నాకు, ఒక వేళ ఉన్నతవంశీకుడు ఈ పని చేసినా, అతన్ని కూడ చంపాలనే అనిపిస్తుంది. ధేనుకుడిని చంపాలని అనిపించినట్టే. అదే నిజమైన న్యాయం' అన్నాడు భరతుడు.

'మరైతే, ధేనుకుడు ఇంకా ఎందుకు బతికున్నాడు?"

"తక్కిన నేరస్థులంతా శిక్ష పొందారు కదా?'

'కానీ ఇది పాక్షిక న్యాయమే. ప్రపంచంలో ఎక్కడైనా పాక్షిక న్యాయం జరగడం ఉంటుందా? ఇస్తే సంపూర్ణమైన న్యాయం ఇవ్వాలి. లేదంటే మానేయాలి"

"అమ్మా"

'అందరిలోకీ పాశవికంగా ప్రవర్తించిన వాడు బతికే ఉన్నాడు. అంతేకాదు. అయోధ్య అతిథిగా ఉన్నాడు. అతని వసతి, భోజనం రాజఖజానా నుంచి లభిస్తాయి. నీ రాఖీ సోదరి హంతకుడిని నువ్వే తిండి పెట్టి మరీ పోషిస్తున్నావు"

భరతుడు మౌనంగా ఉండిపోయాడు.

"రాముడికి రోషనీ అంటే అంత ప్రేమ లేదేమో' అంది కైకేయి.

"రుద్రుడిమీద ప్రమాణం... అంత మాట ఎలా అనగలిగావమ్మా? రామన్నయ్య తనని తాను శిక్షించుకుంటున్నాడు..."

"అందులో ఏమైనా అర్థం ఉందా? దాని వల్ల ఆమెకు న్యాయం ఎలా జరుగుతుంది?"

భరతుడు మళ్లీ మౌనం వహించాడు.

"నీలో కేకయరాజు రక్తం పారుతోంది. అశ్వపతి రక్తం నీ నరనరాల్లో ప్రవహిస్తోంది. మన ప్రాచీన సూత్రం విస్మరించావా? 'రక్తానికి రక్తమే సమాధానం'. అప్పుడు మాత్రమే ఇతరులు నిన్ను చూసి భయపడతారు"

"నాకా విషయం గుర్తుండకేం, అమ్మా. కానీ నేను రామన్నయ్య విశ్వసనీయతను దెబ్బతీయను"

'నాకో మార్గం తెలుసు....."

భరతుడు విస్మయంతో తల్లి కేసి చూసాడు.

'నువ్వు ఏదైనా దౌత్య విధి పై అయోధ్య వదిలి వెళ్లాలి. నువ్వు లేవన్న విషయం నేను ప్రచారం చేస్తాను. మారువేషంలో అయోధ్యకు తిరిగిరా. నువ్వు నమ్మదగ్గ కొందరు అనుచరులతో కారాగారంలోకి ప్రవేశించి, ధేనుకుడిని బయటకు తీసుకెళ్లు. వాడినేం చెయ్యాలో నీకు తెలుసు. వాడితో పని అయిపోయాక నీ దౌత్యవిధులు కొనసాగించు. ఎవరికీ ఏ అనుమానమూ రాదు; నగరంలోని ప్రతి ఒక్కరికీ వాడి చావు కావాలి కనక, ఎవరైనా ఈ పని చేసివుండవచ్చు. అందుకే దీన్ని ఎవరు చేసారో రాముడికి తెలియడం కష్టం. నీకు దానితో సంబంధం ఉన్నట్టు ఎవరికీ తెలీదు కనక, తన సోదరుడిని కాపాడాడన్న నింద రాముడు కూడ మోయాల్సిన అవసరం రాదు. ఈ ఒక్కసారికి మాత్రం రాముడు ఒక హంతకుడిని పట్టుకోలేకపోయాడన్న అపకీర్తి వస్తుందేమో. అన్నిటికంటే ముఖ్యంగా, న్యాయం జరుగుతుంది."

"నువ్వు దీనిపై నిజంగానే లోతుగా పరిశీలన చేసావు' అన్నాడు భరతుడు. 'ఇంతకూ ఏ రాజ్యం నుంచీ ఆహ్వానం లేకుండా, నేను దౌత్య పనులపై ఎలా వెళ్లడం? నా అంతటా నేను వెళ్తానని రాజు అనుమతి కోరితే, అనుమానం వచ్చే ప్రమాదం ఉంది"

"నీకు నిజంగానే కేకయ రాజ్యం నుంచి దౌత్య సంబంధమైన ఆహ్వానం ఉంది"

"లేదే"

"అవును. ఉంది" కైకేయి అంది. రోషనీ మరణానంతరం ఏర్పడిన గందరగోళంలో ఎవరూ దీన్ని గమనించలేదు" నిజానికి తనే కొత్తగా చేజిక్కిన డబ్బులను వాడి, పాత తేదీతో ఒక ఆహ్వానాన్ని అక్కడినుంచి తెప్పించిన విషయం కైకేయి భరతుడికి చెప్పలేదు. "ఈ ఆహ్వానాన్ని ఆమోదించు. నీ సోదరి స్మృతికి న్యాయం చెయ్యి"

భరతుడు నిశ్చలంగా, గడ్డకట్టిన మంచులా కూర్చున్నాడు. తన తల్లి చెప్పిన దాని గురించి ఆలోచిస్తున్నాడు.

"భరతా?'

ఆమె కంఠస్వరం విని అదిరిపోయినట్టు, తల్లికేసి చూసాడు.

"చేస్తావా, చెయ్యవా?"

భరతుడు గొణిగాడు "ఒక్కోసారి న్యాయం చెయ్యడానికి చట్టాన్ని ఉల్లంఘించాల్సివుంటుంది"

కైకేయి తన అంగవస్త్రం మడతల నుంచీ ఒక రక్తసిక్తమైన వస్త్రాన్ని తీసింది. రోషనీ పై కప్పిన వస్త్రమది. "ఈమెకు న్యాయం జరగడానికి సహకరించు' అంది.

భరతుడు ఆ వస్త్రాన్ని చేతిలోకి తీసుకుని, దాని కేసి, తన చేతికి రోషనీ కట్టిన రాఖీ కేసి చూసాడు. కన్నీళ్లు కారుతుండగా, కళ్లు మూసుకున్నాడు.

కైకేయి కొడుకు వద్దకు వచ్చి, గట్టిగా ఆలింగనం చేసుకుంది. 'శక్తిమాత దయ నీపై ఉంది, కుమారా. ఒక స్త్రీపై ఇంత అమానుషమైన దాడి చేసిన వాడిని శిక్షించకుండా వదిలిపెట్టడం నువ్వు సహించకూడదు. గుర్తు పెట్టుకో"

శక్తిమాతంటే భారతీయులందరికీ అమితమైన గౌరవం: భయం కూడ.

రక్తానికి ఎల్లప్పుడూ రక్తమే సమాధానం.

రాజకీయఖైదీలుండే కారాగారంలో ఉన్న ధేనుకుడు తలుపు మెల్లిగా తెరుచుకుంటున్న శబ్దం విని నిద్ర లేచాడు.

పైన కిటికీ ఉన్నా, ఆ చంద్రుడు లేని రోజున ఒక్క రవ్వ వెలుతురు కూడ లోపలికి ప్రసరించడం లేదు. అతను ప్రమాదాన్ని పసికట్టాడు. తన శరీరాన్ని తలుపు వైపు తిప్పి, నిద్రపోతున్నట్టు నటించాడు. కానీ పిడికిలి బిగించి, తలపడ్డానికి సిద్ధంగా ఉన్నాడు. కళ్లు అరవిచ్చి చూసాడు కానీ, చీకట్లో ఏమీ కనిపించలేదు.

తన పై నుంచి ఈల వినిపించింది. ధేనుకుడు ఉలిక్కిపడి ఎగిరిపడ్డాడు. కానీ ఎవరూ లేరక్కడ. ఈల శబ్దం మాత్రం బయటినుంచే వచ్చింది. అయోమయంతో చూపును గదంతా తిప్పాడు కానీ ఏమీ కనిపించలేదు. హటాత్తుగా దెబ్బ తగలడంతో, అది ఎక్కడినుంచి వచ్చిందో కూడ అర్థం కాలేదు.

తల మీద బలంగా ఎవరో మోదడం, ఒక చేత్తో జుట్టు పట్టుకుని ముందుకు తోయడం, ఒక తడి గుడ్డను ముక్కు వద్ద పెట్టడం చకచకా జరిగాయి. ధేనుకుడు ఆ తియ్యటి వాసనను గుర్తించాడు. తనే ఎంతో మంది బాధితులపై దాన్ని ప్రయోగించాడు. దాన్ని తను వదిలించుకోలేడని అతనికి తెలుసు. కొన్ని క్షణాల్లో అతను స్పృహ కోల్పోయాడు.

ముఖాన చల్లటి నీళ్లు తగలడంతో ధేనుకుడు లేచి కూర్చున్నాడు. శాపనార్థాలు పెడుతూ తల అడ్డంగా తిప్పాడు.

ఎంతో మృదువుగా ఒక కంఠస్వరం వినిపించింది. 'ఇదిగో..."

నిర్ఘాంతపోయినా, అప్రమత్తంగా ఉన్న ధేనుకుడు చుట్టూ చూసాడు. తను గడ్డిని మోసుకుపోయే ఎడ్లబండమీద ఉన్నట్టు గుర్తించాడు. తనమీద పడ్డ కొంచెం గడ్డిని తోసేసాడు. అతనికి ఎవరో చేతినందించగా దిగాడు. ఇంకా చిమ్మ చీకటిగా ఉంది. కానీ కొన్ని కాగడాలు వెలిగించివున్నాయి. చుట్టూ చూసాడు. మత్తుమందు ప్రభావం పూర్తిగా దిగలేదు. తడబడుతున్న అడుగులతో ఆసరాకోసం బండిని పట్టుకున్నాడు.

"ఇది తాగు' అన్నాడెవరో పక్కనుంచి అకస్మాత్తుగా.

ధేనుకుడు చిన్న గిన్నె తీసుకున్నాడు గానీ, దానిలో ఏముందోనని జాగ్రత్తగా చూసాడు.

"నిన్ను చంపాలనే అనుకుంటే ఎప్పుడో చంపేసేవాణ్ని'. 'అన్నాడతను. ఇది నీ మత్తును వదిలిస్తుంది. తర్వాత జరగబోయేదానికి నువ్వు తెలివిగా ఉండడం అవసరం"

ధేనుకుడు ఆ ద్రవాన్ని తాగాడు. దాని ప్రభావం వెంటనే తెలిసింది. అతని మెదడు చురుగ్గా అయింది. అతనికి ప్రవహిస్తున్న నది సవ్వడి వినిపించింది.

'బహుశా నేనొక నది దగ్గరున్నానేమో. తెల్లవారగానే ఈదుకుంటూ భద్రమైన చోటు చేరుకుంటాను. కానీ నాన్నెక్కడ? ఆయనే నేను ఇలా కారాగారం నుంచి తప్పించుకోడానికి ఏర్పాట్లు చేసివుంటాడు" అనుకున్నాడు.

'ధన్యవాదాలు. ఇంతకూ మా నాన్న ఎక్కడ?' అన్నాడు ధేనుకుడు. ఆ మనిషి గిన్నె తీసుకుని చీకట్లో కలిసిపోయాడు. 'హే. ఎక్కడికి వెళ్తున్నావు?' అరిచాడు ధేనుకుడు.

అతను వెళ్లిపోయిన వైపునుంచి ఒక ఆజానుబాహుడు బయటకు వచ్చాడు. అతని తెల్లటి ఛాయ కాగడా వెలుతుర్లో మెరుస్తోంది. అతను గాఢమైన పచ్చని ధోవతి, అంగవస్త్రం ధరించాడు. దీర్ఘమైన శిరోజాలను దారంతోకట్టాడు. దాని మీద బంగారు నెమలి పింఛం అతికించివుంది. మామూలుగా అల్లరిగా ఉండే కళ్లు, ఇప్పుడు మంచుగడ్డల్లా ఉన్నాయి.

"భరతరాకుమారా" అంటూ మోకాలి మీద కూర్చుని అభివాదం చేసాడు.

భరతుడు సమాధానం చెప్పకుండా ధేనుకుడి దగ్గరికి వెళ్లాడు.

ధేనుకుడు భరతుడు ఆడపిల్లలకు ఎంత ఇష్టుడో వినివున్నాడు. "మీరు నన్ను అర్థం చేసుకోగలరని నాకు తెలుసు. ఆ పవిత్రుడైన మీ అన్నయ్య ఇంతకంటే ఏం చేయగలడులే"

భరతుడు నిశ్చలంగా నించున్నాడు, గట్టిగా ఊపిరి పీలుస్తూ.

"ఆడవాళ్లను మగవాళ్ల వినోదం కోసమే సృష్టించారని మీరు అర్థం చేసుకోగలరని నాకు తెలుసు రాకుమారా. ఆడవాళ్లంటేనే మగవాడి అనుభవం కోసం పుట్టారు" నవ్వుతూ అన్నాడు ధేనుకుడు, తలవంచి భరతుడు అంగవస్త్రం కొసలను భక్తిపూర్వకంగా స్పృశిస్తూ. భరతుడు హటాత్తుగా కదిలాడు. ధేనుకుడి చేతిని తొలగించి, అతని మెడ పట్టుకుని, పళ్ల బిగువున అన్నాడు "ఆడవాళ్లున్నది అనుభవించడానికి కాదు. ప్రేమించడానికి"

ధేనుకుడి ముఖంమీది భావం ఒక్కసారిగా భయోత్పాతాన్ని ప్రతిబింబించింది. ఒక్కసారిగా ఎక్కడినుంచో తెలీకుండ ఇరవైమంది యోధులు ప్రత్యక్ష మయ్యారు. రాకుమారుడు అతని గొంతు పిసుకుతూండగా, తప్పించుకోడానికి ప్రయత్నించాడు.

“రాకుమారా' వెనక నుంచి ఒకతను అన్నాడు.

భరతుడు గట్టిగా ఊపిరి పీల్చి, ధేనుకుడి మెడ వదిలేసాడు. ‘నువ్వింత సుళువుగా చావకూడదు”

తన ఊపిరిని తిరిగి తెచ్చుకుంటూ ధేనుకుడు దగ్గుతున్నాడు. అకస్మాత్తుగా పక్కకి తిరిగి పారిపోబోయాడు. ఇద్దరు వ్యక్తులు అతన్ని పట్టి, కాళ్లు కొట్టుకుంటూ అరుస్తూండగా, తిరిగి ఎద్దుబండి వద్దకు తీసుకువచ్చారు.

“చట్టం.. నన్ను మీరు తాకడానికి వీల్లేదు.. నేను బాలుడిని” అరిచాడు.

మూడో వ్యక్తి ముందుకు వచ్చి, ధేనుకుడి గడ్డం మీద లాగితన్నాడు. “నువ్వు ఇప్పుడు బాలుడివి కావు”

‘కానీ యువరాజు రాముడి చట్టం....”

ధేనుకుడి మాటలను అడ్డుకుంటూ అతను ఈసారి ముక్కుమీద కొట్టాడు. “నీకు ఎక్కడైనా రాముడు కనిపిస్తున్నాడా?'

“వాణ్ని కట్టేయండి” అన్నాడు భరతుడు.

కొందరు కాగడాలు ఎత్తి పట్టుకోగా తక్కన వాళ్లు ధేనుకుడిన లాక్కు వచ్చి చెట్టుకు కట్టేసారు. అతని చేతులు వెడల్పుగా చేసి తాడుతో చెట్టు మొదలుకు కట్టారు. కాళ్లను కూడ విప్పార్చి కట్టారు. “సిద్ధంగఉన్నాడు, రాకుమార' అన్నారు.

భరతుడు తన పక్కనున్న వ్యక్తి కేసి చూసాడు. “చివరిసారి చెబ్తున్నాను, శత్రుఘ్నా. నువ్వు ఇక్కడుండొద్దు. నువ్వు ఉండాల్సిన అవసరం కూడ లేదు”

శత్రుఘ్నుడు మధ్యలోనే అందుకున్నాడు “నేనెప్పుడు నీ పక్కనే ఉంటానన్నయ్యా”

భరతుడు శత్రుఘ్నుడి కేసి భావరహితమైన కళ్లతో చూసాడు.

‘ఇది చట్ట వ్యతిరేకమైతే కావచ్చుగానీ, న్యాయమైంది' అన్నాడు శత్రుఘ్నుడు.

భరతుడు తలవూపి ముందుకు నడిచాడు. అతను ధేనుకుడిని సమీపిస్తూ, తన నడికట్టు నుంచి రక్తసిక్తమైన వస్త్రాన్ని తీసి, తన రాఖీ పైన కట్టాడు.

ధేనుకుడు స్తంభానికి కట్టిన బలిపశువు గొర్రెలా కేకలు వేసాడు. “రాకుమారా. నన్ను వదిలెయ్యి. నేనింకెప్పుడూ ఏ ఆడదాన్నీ తాకను”

భరతుడు అతని చెంప ఛెళ్లుమనిపించాడు "ఈ ప్రాంతాన్ని గుర్తుపట్టావా?'

ధేనుకుడు చుట్టూ చూసాడు. అప్పటికి విషయం అర్థమైంది. ఇక్కడే తను, తన సహచరులు రోషనీపై అత్యాచారం జరిపి, హత్యచేసారు.

భరతుడు చేయి చాపాడు. ఒక సైనికుడు అతనికి ఒక ఇనుపసీసానిచ్చాడు. దాని మూతను తీసి, ధేనుకుడి ముక్కు దగ్గర ఉంచాడు భరతుడు. "నొప్పి అంటే ఏమిటో నీకు త్వరలోనే తెలుస్తుంది'

ధేనుకుడు ఆసిడ్ వాసన తగలగానే ఘొల్లుమన్నాడు "నన్ను క్షమించు, రాకుమారా. నన్ను వెళ్లనివ్వు... దయచేసి"

"రోషనీ అక్క వేడుకోళ్లు గుర్తు తెచ్చుకో, కుక్కా' అన్నాడు శత్రుఘ్నుడు.

"రోషనీ దేవి చాలా మంచిది, రాకుమారా నేను రాక్షసుణ్ని.. నన్ను క్షమించండి.. ఆమెకు మీరిలా చేయడం ఇష్టం ఉండదు కూడా.."

భరతుడు సీసాను మరో సైనికుడికి అందించాడు. ఇంకొక సైనికుడు ఒక మెలితిప్పిన రంధ్రాలు చేసే పరికరం ఇచ్చాడు. దాని చూపుగఉన్న చివరిభాగాన్ని భరతుడు ధేనుకుడి వీపు మీద ఉంచాడు. "నువ్వు చెప్పింది నిజమే కావచ్చు. ఆమె ఎంత మంచిదంటే నీలాంటి రాక్షసుడిని కూడ క్షమించేదేమో. కానీ నేను అంత మంచి వాణ్ని కాను"

ఒక సైనికుడు సుత్తి తెచ్చి ఇవ్వడం చూసి, భోరుమన్నాడు ధేనుకుడు.

"ఎంత కావాలంటే అంత గట్టిగా అరువు, నీచుడా. ఎవ్వరూ నిన్ను వినలేరు" అన్నాడు సైనికుడు.

'వద్దు... దయుంచండి..."

భరతుడు చేయత్తి సుత్తిని ఎక్కువ ఎత్తులో ఉంచాడు. ధేనుకుడి భుజంపై వీలైనంత పెద్ద కన్నం చేసి దానిలోకి ఆమ్లం పోయాలి. అదే త్వరగా చంపేస్తే వాడు త్వరగా బాధ నుంచి విముక్తుడవుతాడు.

"రక్తానికి సమాధానం రక్తమే" గొణిగాడు భరతుడు.

సుత్తి కిందికి వచ్చింది. భుజంపై కన్నం పడింది. ఇక అక్కడి నుంచి వినిపించిన అతని కేకలు సరయూ నదీ ప్రవాహ శబ్దంలో కలిసిపోయాయి.

అధ్యాయం 15

సూర్య కిరణాలు చీకటి తెరలను ఛేదిస్తున్న తొలి ఘడియల్లో కైకేయి సరయూ నదికి అవతల భరతశత్రుఘ్నులను కలుసుకోవడానికి బయల్దేరింది. ధేనుకుడి శవం పడివున్న స్థలానికి కనీసం రెండుగంటల ప్రయాణదూరం నుంచి ఆమె బయల్దేరింది.

సోదరులిద్దరూ అక్కడ ఉన్న రక్తాన్ని తుడిపించేసారు. వారి రక్త సిక్త దుస్తులను కూడ కాల్చేసారు. శుభ్రంగఉన్న కొత్త దుస్తులను ధరించారు. కైకేయి భరతుడి అంగరక్షకులతో కలిసి వచ్చింది.

తన రథం నుంచి దిగుతూ ఆమె కొడుకులిద్దరినీ కౌగలించుకుంది.

"ఇప్పటికి న్యాయం చేసారు నా కుమారులు' అంది.

భరతశత్రుఘ్నులు ఏమీ మాట్లాడలేదు. వాళ్ల లోలోపల రగులుతున్న క్రోధాగ్నిని భావరహితంగఉన్న ముఖాలు దాస్తున్నాయి. న్యాయం చెయ్యడానికి ఆగ్రహం అపుడపుడు అవసరమే. కానీ ఆగ్రహంతో వచ్చిన చిక్కేమిటంటే అది అగ్ని లాంటిది. దానికి ఆజ్యం వేసే కొద్దీ అది పెరుగుతుంది. ఆగ్రహాన్ని ఎక్కడ ఆపాలో తెలియడం కష్టం. ఇంకా యువకులైన ఈ రాకుమారులకు ఆ పరిణతి పట్టుబడలేదు.

"ఇంక మీరు వెళ్లాలి' అంది కైకేయి.

భరతుడు రోషనీ పై నుంచి తీసిన రక్తసిక్త వస్త్రాన్ని తల్లికి అందించాడు.

"నేను దీన్ని స్వయంగా వెళ్లి మంథరకు ఇస్తాను' అంది కైకేయి. "

భరతుడు తల్లికి పాదాభివందనం చేసాడు. 'వస్తానమ్మా". శత్రుఘ్నుడు మౌనంగా అన్నను అనుసరించాడు.

ధేనుకుడి కళేబరం కొందరు గ్రామీణులకు దొరికింది. అటుగా వెళ్తున్నపుడు కాకుల అరుపులు విని అటు వెళ్లారు. మృతదేహానికి కట్టివున్న తాళ్లను కోసి, శరీరాన్ని కింద పెట్టారు. ఆ దెబ్బలను బట్టి చూస్తే శరీరంపై ఎన్నో రంధ్రాలు సజీవంగా ఉన్నప్పుడే చేసారనీ, వాటిలో ఆమ్లం పోసారనీ తెలుస్తోంది. ఆ తర్వాత అతని కడుపులోకి కత్తిని దింపారు, చెట్టు మొదట్లోకి వెళ్లేంత లోతుగా. అతను నెమ్మదిగా రక్తస్రావమై మరణించాడు, బహుశా కాకులు చుట్టుముట్టేవరకూ బతికే ఉన్నాడేమో.

ఒక గ్రామీణుడు ధేనుకుడిని గుర్తించాడు. "మనం వెళ్లిపోదామా?' అడిగాడు.

"వద్దు. వేచి చూద్దాం' అన్నాడు వాళ్ల నాయకుడు, ఒక కన్నీటి చుక్కను తుడిచేస్తూ. అతనికి కూడ రోషనీ అంటే చాలా అభిమానం. ధేనుకుడికి ఒక సాంకేతికత కారణంగా మరణశిక్ష విధించలేదని తెలిసి బాధపడ్డ వారిలో అతనూ ఉన్నాడు. ఈ రాక్షసుడిని చంపింది తనే అయితే ఎంత బాగుండేదని అనుకున్నాడు. అతను సరయూ నదికేసి తిరిగి, నదిమతల్లికి ధన్యవాదాలు తెలుపుకున్నాడు.

శవం వైపుకు తిరిగి, దాని మీద ఉమ్మేసాడు.

మంథర రథంపై ఉత్తరద్వారం నుంచి, తన సహాయకుడు ద్రుహ్యుడు, మరికొందరు అంగరక్షకులతో బయటకు వచ్చింది. వాళ్లు పెద్ద కాలవను దాటి వెళ్తూ చివరకు నదీతీరాన ఉన్న శ్మశానవాటిక చేరుకున్నారు. ఆ నదికి చివరి భాగాన యముడి ఆలయం ఉంది. ఆసక్తికరమైన విషయం ఏమిటంటే, యమదేవుడిని ఏకకాలంలో మృత్యుదేవతగానూ, ధర్మదేవతగానూ కూడ పరిగణిస్తారు. ప్రాచీనుల అభిప్రాయంలో మృత్యువుకు, ధర్మానికీ సన్నిహితసంబంధం ఉంది. ఒకరకంగా చెప్పాలంటే ప్రతి మనిషి జీవితాంతంలో వారి మంచిచెడ్డల లెక్కలు రాయడం జరుగుతుంది. వీటిలో సమతుల్యత లేని పక్షంలో ఆ ప్రాణి మళ్లీ జన్మ ఎత్తాల్సివుంటుంది. అలాకాక, సమతుల్యత సాధించినట్లున్నట్టయితే, ఆ ప్రాణికి మోక్షం లభిస్తుంది. అంటే పునర్జన్మ నుంచి విముక్తి లభించి, ఆ పరమాత్ముడితొ ఈ ఆత్మ లీనమవుతుంది.

మంథర అస్థికల పాత్ర పట్టుకుని నిలబడగా, యముడి ఆలయంలో ఏడుగురు బ్రాహ్మణపండితులు కర్మకాండ నిర్వహించారు. రెండవ పాత్రలో ఆమె రోషనీ రక్తసిక్త వస్త్రాన్ని ఉంచింది.

ద్రుహ్యుడు నది ఒడ్డున కూర్చుని, తన జీవితంలో అతి తక్కువ కాలంలో వచ్చిన పెను మార్పులను గురించి ఆలోచిస్తున్నాడు. అతని యజమానురాలు చాలా మారిపోయింది. కొన్ని రోజుల్లో ఆమె చేసిన కొన్నిపనులు ఇది వరకు ఎప్పుడూ చేయలేదు. ఆమె వ్యాపారానికీ, ఆమె వ్యక్తిగత జీవితానికీ హాని కలిగించే పనులు. ప్రతీకారం కోసం ఆమె తన జీవితాంతం పడిన శ్రమను వృథా చేస్తోంది. ఇటీవల ఆమె ఖర్చుపెట్టిన ధనం గురించి తన అసలు యజమానికి తెలిస్తే కోపోద్రిక్తు డవుతాడు. మంథర ఆమెకిచ్చిన డబ్బులో చాలా భాగం అలా ఇచ్చేసే అధికారం ఆమెకు లేదు. అతనికి తన బాగోగుల గురించి కూడ చింత పట్టుకుంది. ఇంతలో ఆలయం తలుపు దగ్గర కదలిక అతని దృష్టిని ఆకట్టుకుంది.

మంథర నదీ తీరానికి నడుస్తున్నపుడు ఆమె అవిటితనం మరింత పెరిగినట్టుగా, వీపు మరింత వంగినట్టుగా అనిపించింది. ఆమె అంగరక్షకులు మౌనంగా ఆమె వెనక నడుస్తున్నారు. ఆ వెనక పండితులు మంత్రాలు చదువుతూ నడుస్తున్నారు. ఆమె మెల్లిగా నది మెట్లు దిగుతూ, చివరి మెట్టు మీద కూర్చుంది. నదీ ప్రవాహం ఆమె పాదాలను తాకుతోంది. అంగరక్షకులను వెళ్లిపొమ్మని సైగ చేసింది. పండితులు వైతరణి దాటి ఆత్మ ప్రయాణించడం గురించి సంస్కృత మంత్రాలు పఠిస్తున్నారు. వాళ్లు తమ మంత్రాలను ఈశావ్యాసోపనిషత్తు లోని శ్లోకంతో ముగించారు.

వాయు; అనిలమ్ అమృతమ్ అథేదమ్ భాస్మంతమ్ శరీరమ్

ఈ పార్థివ దేహం కాలి బూడిదగుగాక; కానీ జీవిత శ్వాస మరొకచోటికి చెందింది; ఈ శరీరం అమరశ్వాసను చేరుగాక"

ద్రుహ్యుడు ఈ తంతునంతా దూరం నుంచి చూస్తున్నాడు; అతని దృష్టి అంతా ఒకప్పుడు ఎంతో చురుగ్గా ఉండి, ఇప్పుడు పేలవంగా ఉన్న తన యజమానురాలి మీదే ఉంది. అతని మనసులో ఒకే ఒక ఆలోచన సుళ్లు తిరుగుతోంది.

"ఈ ముసలామె పని అయిపోయింది. మా యజమానికి ఈమె ఇంక పనికిరాదు. నా సంగతి నేను చూసుకోవలసిందే"

మంథర అస్థికల పాత్రను గుండెకు అదుముకుంది. గట్టిగా శ్వాస పీల్చి, ఎట్టకేలకు శక్తి పుంజుకుని పాత్ర మూత తీసి, తన కుమార్తె అస్థికలను

నదీజలాల్లోకి వంపేసింది. రక్తసిక్త వస్త్రాన్ని ముఖానికి దగ్గరగా తీసుకుని, గుసగుసలాడింది "ఈ వికృతమైన ప్రపంచానికి తిరిగి రాకు, బిడ్డా. ఈ లోకం నీవంటి పవిత్రమైన వారి కోసం కాదు"

మంథర తన కుమార్తె శకలాలను కనిపిస్తున్నంతమేరా చూసింది. తర్వాత ఆకాశం కేసి చూసింది, ఆగ్రహంతో వక్షం ఎగిరిపడుతూండగా.

"రామా..."

ఆమె కళ్లు మూసుకుంది. 'నువ్వు ఆ రాక్షసుడిని కాపాడావు. ఆ ధేనుకుడిని కాపాడావు. నేను గుర్తుంచుకుంటాను.

"ఎవరు దీనికి బాధ్యులు" రాముడు అడిగాడు, శరీరమంతా వత్తిడితో బిగుసుకుపోగా. అతని చుట్టూ భద్రతాధికారులు

ధేనుకుడి దారుణహత్య గురించి వర్తమానం అందగానే రాముడు నేరస్థలానికి వెళ్ళాడు. ఎప్పుడూ సంయమనంతో ఉండే రాముడిలో ఆగ్రహం చూసి అధికారులు మౌనంగా ఉండిపోయారు.

"ఇది చట్ట ఉల్లంఘనం; న్యాయాన్ని తలకిందులు చేయడం. ఎవరు చేసారీ పని?"

"నాకు తెలీదు, యువరాజా" అన్నాడు ఒక అధికారి.

రాముడు ఆ అధికారికి సమీపంగా వచ్చాడు.

"నీకు తెలీదని నిజంగా నమ్మమంటావా?'

వెనక నుంచి పిలుపు వినిపించింది 'అన్నయ్యా"

రాముడు పైకి చూసేసరికి లక్ష్మణుడు గుర్రం మీద వస్తూ కనిపించాడు.

"అన్నయ్యా. నువ్వు వెంటనే నాతో రావాలి' అన్నాడు.

"ఇప్పుడు కాదు, లక్ష్మణా' వెళ్లమన్నట్టు సైగ చేస్తూ అన్నాడు. "నేను పనిలో ఉన్నాను"

"అన్నయ్యా. గురుదేవులు వశిష్టుడు నీ కోసం అడుగుతున్నారు"

లక్ష్మణుడు కేసి చికాగ్గా చూసాడు రాముడు "నేను త్వరగా వస్తానని చెప్పు గురువుగారికి. .."

లక్ష్మణుడు మధ్యలో అందుకున్నాడు "అన్నయ్యా, మహర్షి విశ్వామిత్రుడు ఇక్కడున్నారు. నీకోసం, ప్రత్యేకంగా నీకోసమే అడుగుతున్నారు.'

రాముడు నిర్ఘాంతపోయి లక్ష్మణుడి కేసి చూసాడు.

విశ్వామిత్రుడు పరశురామదేవుడు వదిలివెళ్లిన నిగూఢమైన గిరిజన జాతి మలయపుత్రుల నాయకుడు. వీళ్లు ఆరో విష్ణువుకు ప్రతినిధులు, ఆయన లక్ష్యాన్ని కొనసాగించడానికి భూమి పైకి వచ్చారు. మలయపుత్రుల శక్తి సామర్థ్యాలు సప్తసింధు ప్రజలకు ఎప్పుడూ అద్భుతంగానే అనిపించేవి. దానికి విశ్వామిత్రుడి భయంకరశక్తి యుక్తులను గురించిన కథనాలు తోడయ్యాయి. ఆయన గాధిరాజు పుత్రుడు. క్షత్రియుడిగా కౌశికుడనే పేరుతో పుట్టాడు. యౌవనంలో ఎంతో పరాక్రమవంతుడిగా పేరుపొందినా, రుషి కావాలని ఆకాంక్షించాడు. అనేక కష్టాలకోర్చి రుషి అయ్యాడు. అనంతరం మలయపుత్రుల గురుదేవుడై, బ్రాహ్మణుడి స్థాయిని పొందాడు. అలా గురుస్థానం పొందిన తర్వాత తన పేరును విశ్వామిత్రుడిగా మార్చుకున్నాడు. మహదేవుడు మరలా జన్మనెత్తినపుడు తాము తిరిగి అతనికి సాయం చేయాలని నిర్ణయించారు. వాళ్లకు తెలిసినంతవరకూ తమ ఉనికికి సార్థక్యం తర్వాతి విష్ణువు భూమి మీదికి వచ్చినపుడు అతన్ని కొలవడమే.

రాముడు ధేనుకుడి శరీరం కేసి చూసి, తర్వాత తమ్ముడి వైపు చూసాడు. రెండు కర్తవ్యాల మధ్య మనసు ఊగిసలాడుతోంది. లక్ష్మణుడు గుర్రం దిగి అన్నయ్య మోచేయి పట్టుకున్నాడు.

“అన్నయ్యా. దీనికి తర్వాత రావచ్చు. కానీ మహర్షి విశ్వామిత్రను ఆగమనడం భావ్యం కాదు. ఆయన కోపిష్టి అన్న విషయం ఇంతకుముందే విన్నాం కదా’ అన్నాడు.

రాముడు అంగీకరించాడు. ‘నా అశ్వం’ అని ఆదేశించాడు.

అధికారి తీసుకొచ్చిన అశ్వాన్ని ఎక్కాడు రాముడు. ఇద్దరూ వెళ్తూండగా, కొద్ది రోజుల క్రితం తనకు వశిష్టుడితో జరిగిన సంభాషణ గుర్తుకొచ్చింది.

“ఎవరో ఇక్కడికి వస్తున్నారు.. నేను దాన్ని ఆపలేను...”

‘విశ్వామిత్ర మహర్షికి నాతో ఏం పని?’ అనుకున్నాడు రాముడు.

“నువ్వు అతని ప్రయోజనాలకు అవసరం కూడ’

రాముడు మళ్లీ ప్రస్తుతంలోకి వచ్చి, గుర్రాన్ని వేగంగా వెళ్లమని అదిలించాడు.

“నీకు కుదరదని చెబుతున్నావా, మహారాజా” విశ్వామిత్రుడు మృదుస్వరంతో అన్నాడు. కానీ ఆ మాటల వెనక హెచ్చరిక అర్థమవుతూనే ఉంది.

ఆయన కీర్తి, స్థాయి చాలవన్నట్టు, విశ్వామిత్రుడి రూపం కూడ అసాధారణమైనదే. దాదాపు ఏడడుగుల ఎత్తు. పెద్ద కడుపు. బలం సూచించే చేతులు. కిందివరకు వేళ్లాడుతున్న తెల్లటి గడ్డం; తల మీద వెంట్రుకలు లేకున్నా, బ్రాహ్మణ మర్యాదననుసరించి నెత్తి మీద ముడి; యజ్ఞోపవీతం; ఇవన్నీ ఒక యెత్తు; యుద్ధాలలో తిన్న గాయాల చిహ్నాలు మరో ఎత్తు. అతని నీలవర్ణాన్ని కాషాయరంగు ధోవతి, అంగవస్త్రం ఎత్తి చూపుతున్నాయి.

చక్రవర్తి దశరథుడు, అతని ముగ్గురు రాణులు రాజుగారి మందిరంలో విశ్వామిత్రుణ్ణి కలుసుకున్నారు. మహర్షి రాగానే తను ఎందుకు వచ్చిందీ చెప్పాడు. తన ఆశ్రమాల్లో ఒకటి ప్రమాదం ఎదుర్కొంటోంది. దాన్ని సంరక్షించడానికి రాముడి సహాయం ఆయనకు అవసరం. అంతే. ఇంతకూ ఆ ప్రమాదం ఎటువంటిది, ఎంతో శక్తిమంతులైన, భీతిని కలిగించే మలయపుత్రులను ఈ రాకుమారుడు ఎలా రక్షిస్తాడు అన్నది ఆయన చెప్పలేదు. మలయపుత్రుల మహానాయకుడిని ప్రశ్నించడం, నిరాకరించడం కుదరదు.

దశరథుడు గుటకలు మింగాడు. తను ఎంతో శక్తిమంతుడిగా ఉన్నప్పుడే విశ్వామిత్రుడిని కాదనే ధైర్యం ఉండేది కాదు; ఇక ఇప్పుడు భయంతో వణికి పోతున్నాడు. గత కొన్నినెలలుగా రాముడంటే ఎంతో అభిమానం పెరిగిన దశరథుడికి రాముడు తనకు దూరంగా వెళ్లడం మనస్కరించడం లేదు. “మహానుభావా. అతన్ని మీతో పంపించనని నేననడం లేదు. కానీ నా ఉద్దేశం ఏమిటంటే ఈ పనికి దండనాయకుడు మృగాస్యుడు రాముడితో సమానంగా సమర్థుడని అంటున్నానంతే. నా యావత్తు సైన్యం మీ అధీనంలో ఉంటుంది..”

“నాకు రాముడు కావాలి’ అన్నాడు విశ్వామిత్రుడు, అతని కళ్లు దశరథుడి కళ్లలోకి తీక్షణంగా చూస్తూండగా. ‘నాకు లక్ష్మణుడు కూడ కావాలి’

కౌసల్యకు విశ్వామిత్రుడి మాటలను ఎలా అర్థం చేసుకోవాలో తెలియలేదు. ఒకవైపు, ఇంత గొప్ప వ్యక్తికి దగ్గరయ్యే అవకాశం రాముడికి కలుగుతుందని ఆనందం కలిగినా, మరో వైపు ఇతను రాముడిని తన అవసరం కోసం వినియోగించుకుని ఆ తర్వాత పక్కన పెట్టేస్తాడేమోనని అనుమానంగా ఉంది. అంతే కాక, రాముడు ఇక్కడ లేని సమయాన్ని అవకాశంగా తీసుకుని, కైకేయి తన కుమారుడు భరతుణ్ని యువరాజు గద్దె ఎక్కించే ప్రయత్నం కూడ చేసే

ప్రమాదం ఉంది. ఇటువంటి పరిస్థితులు వచ్చినపుడల్లా ఎలా స్పందిస్తుందో అలాగే స్పందించింది కౌసల్య. మౌనంగా కన్నీరు కార్చింది.

కైకేయికి అలాంటి సంఘర్షణేమీ లేదు. ఆమె అప్పటికే మంథర కుట్రలో తను భాగస్వామి అయినందుకు పశ్చాత్తాపపడుతోంది. ఇప్పుడు తన కొడుకు ఇక్కడ ఉంటే బాగుండేదని అనుకుంది. "మహర్షిగారూ. నా కుమారుడు భరతుణ్ణి మీరు తీసుకు వెళ్తే చాలగౌరవంగా భావిస్తాను. కేవలం మాకు..."

'కానీ భరతుడు అయోధ్యలో లేడు కదా" అన్నాడు విశ్వామిత్రుడు. ఆయనకు తెలియనిది ఏదీ లేదని అనిపించింది.

"అవును, మహర్షీ. అదే చెప్పబోయాను. కొన్నివారాలు వేచివుండాల్సి ఉంటుంది. నేను భరతుణ్ణి వెనక్కి రమ్మని వెంటనే సందేశం పంపగలను"

విశ్వామిత్రుడు కైకేయి కళ్లలోకి తీక్షణంగా చూసాడు. కైకేయి, తన రహస్యాలన్నీ అతనికి తెలిసిపోయాయన్నట్టు గాభరాపడి కళ్లు దించుకుంది. కాస్సేపు అస్థిరమైన మౌనం రాజ్యమేలింది. తర్వాత విశ్వామిత్రుడి గంభీరస్వరం ప్రతిధ్వనించింది. "నాకు రాముడు కావాలి, మహారాజా. అలాగే లక్ష్మణుడు కూడ. ఇంకెవరూ అవసరం లేదు. వాళ్లను పంపుతున్నారా లేదా?'

"గురుదేవా. మీ సంభాషణ మధ్యలో వచ్చినందుకు మన్నించండి' అంది సుమిత్ర. "కానీ రాజ సభ లాంఛనానికి సంబంధించి ఒక పెద్ద పొరబాటు జరిగిందని నేను భావిస్తున్నాను. మీరు ఇక్కడికి వచ్చి చాలా సేపయింది కానీ, మా రాజగురువు వశిష్టుడు మిమ్మల్ని ఇప్పటిదాకా కలవలేదు. ఆయన్ని కూడా ఇక్కడికి రమ్మంటే బాగుంటుందేమో. ఆయన వచ్చాక మన చర్చను కొనసాగిద్దాం'

విశ్వామిత్రుడు నవ్వాడు. "హూ. నేను విన్నది నిజమే. చివరి, మూడో రాణి అందరి కంటే తెలివైనదని రుజువైంది"

"నేను అందరికంటే తెలివైన దాన్నేమీ కాను, మహర్షీ' మొహమాటంగా, ముఖం ఎర్రబడగా అంది సుమిత్ర. ' కేవలం సభా లాంఛనాల గురించి..."

'అవునవును' అన్నాడు విశ్వామిత్రుడు "మీ లాంఛనాలను పాటించాల్సిందే. రాజగురువును పిలిపించండి. ఆ తర్వాతే రాముడి గురించి మాట్లాడదాం"

మహారాజు, రాణులు వేగంగా గది నుంచి బయటకు వెళ్లారు; మహర్షి, భయభయంగా నించున్న సహాయకులతో ఒంటరిగా మిగిలాడు.

వశిష్టుడు లోపలికి వచ్చి, సహాయకులను బయటకు పంపేసాడు. వాళ్లు వెళ్లగానే విశ్వామిత్రుడు వెక్కిరింతగా చూసాడు వశిష్టుడి కేసి.

"ఇక నానుంచి అతన్ని దూరంగా ఉంచడానికి ఏం కారణాలు చూపుతావు, దివోదాసు?"

విశ్వామిత్రుడు కావాలనే వశిష్టుడి గురుకులం పేరుతో అతన్ని సంబోధించాడు. వశిష్టుడు చిన్నప్పటి పేరు అది.

"నేను చిన్నపిల్లాణ్ని కాను, విశ్వామిత్ర మహర్షి" అన్నాడు వశిష్టుడు, తెచ్చిపెట్టుకున్న మర్యాదతో. "నా పేరు వశిష్టుడు. నన్ను వశిష్ట మహర్షీ అని పిలిస్తే బాగుంటుంది"

విశ్వామిత్రుడు దగ్గరికి వచ్చాడు. "దివోదాసూ, ఇంతకూ నీ వాదనలేమిటి? మీ రాజవంశం విడిపోయే ఉంది ఎలాగూ. దశరథుడికి తన కొడుకులను విడిచి వుండడం ఇష్టం లేదు. కౌసల్య అయోమయంలో ఉంది; కైకేయికి భరతుడు నాతో వస్తే బాగుంటుందని ఉంది; సుమిత్ర తెలివైంది; కనక ఏ రాకుమారుడు వెళ్లినా వాళ్లతో తన కొడుకుల్లో ఒకడు తప్పక వెళ్తాడని ఆమెకు తెలుసు. ఇక్కడ గొప్ప పనే చేసావు కదూ రాజగురూ?"

వశిష్టుడు ఈ వ్యంగ్యాన్ని పట్టించుకోలేదు. తను ఎంత వాదించినా, రామలక్ష్మణులు అతనితో వెళ్లక తప్పదని ఆయనకు తెలుసు.

"కౌశికా" విశ్వామిత్రుడి బాల్యనామంతో సంబోధించాడు వశిష్టుడు "నువ్వు మరోసారి, అన్యాయమని తెలిసినా, ఇక్కడ చొరబడ్డావు కదూ"

విశ్వామిత్రుడు వశిష్టుడి వైపుకు అంగలేస్తూ వచ్చాడు. ఆయన ఎదుట భీకరంగా ఉంది విశ్వామిత్రుడి ఆకృతి. "అలాగే నువ్వు మరోసారి పారిపోతావు. ఇంకా పోరాటమంటే భయం పోలేదు కదూ నీకు, దివోదాసూ?"

వశిష్టుడు పిడికిలి బిగించాడు. కానీ ముఖం భావరహితంగఉంది. "నేను ఏది ఎందుకు చేసానో నీకు ఎప్పటికీ అర్థం కాదు. నేను చేసిందంతా...."

"లోకకల్యాణం కోసం కదూ' కిసుక్కున నవ్వాడు విశ్వామిత్రుడు. "నిజంగా నన్ను నమ్మమంటావా? తమ పిరికితనాన్ని ఉదాత్తమైన ప్రయోజనాలనే అబద్ధం వెనక దాచుకునే వాళ్లకంటే నికృష్టులు ఈ ప్రపంచంలో ఎవరూ లేరు."

"నువ్వసలు ఇప్పటికీ నీ అహంభావ క్షత్రియ గుణాలను వదిలించుకోలేదు కదూ. నువ్వు క్షత్రియ అహంకారాన్ని అణచివేసిన పరశురామదేవుడి ప్రతినిధివని చెప్పుకునే సాహసం ఎలా చేసావో నాకు వింతగా ఉంటుంది"

"నా గతం అందరికీ తెలుసు, దివోదాసూ. కనీసం నేనేమీ దాచుకోలేదు" విశ్వామిత్రుడు తనకంటె పొట్టిగా ఉన్న వశిష్టుడి కేసి కోపంగా చూసాడు. "నీ ప్రియమైన పిల్లవాడికి నీ పుట్టుకను గురించి చెప్పమంటావా? నేనేం చేసానో తనకి..."

"నువ్వు నాకే సహాయం చేయలేదు' అరిచాడు వశిష్టుడు, నిగ్రహం కోల్పోతూ.

'ఇప్పుడు చేస్తానేమో' నవ్వాడు విశ్వామిత్రుడు.

వశిష్టుడు వెనక్కి తిరిగి గదిలోంచి బయటకు వెళ్లిపోయాడు. ఇంతకాలం గడిచినా, ఈ అహంభావి విశ్వామిత్రుడు ఒకప్పుడు తనకు మిత్రుడిగా ఉన్నందుకు కొద్దిపాటి గౌరవం చూపించాలన్న ఆలోచన వశిష్టుడిది.

అధ్యాయం 16

వారం రోజుల తర్వాత మలయపుత్రుల నాయకుడి నౌకపై నించుని ఉన్నారు రామలక్ష్మణులు. గంగానదీ తీరాన ఉన్న విశ్వామిత్రుని అనేక ఆశ్రమాల్లో ఒకదానికి వాళ్లు పయనమయ్యారు.

"అన్నయ్యా. ఈ పెద్ద నౌక, ఇంకా మన వెనగ్గా వస్తున్న రెండు నౌకలూ విశ్వామిత్రుడివే" అన్నాడు లక్ష్మణుడు. "వాటి మీద కనీసం మూడు వందలమంది సుశిక్షితులైన యుద్ధ వీరులున్నారు. ఆయన రహస్య రాజధానిలో ఇంకా ఎన్నో వేలమంది యోధులున్నట్టు విన్నాను. అలాంటప్పుడు ఆయనకు మనమిద్దరం దేనికీ?'

"నాకు తెలీదు' రాముడన్నాడు, చుట్టూ ఉన్న నీటికేసి చూస్తూ. నౌకమీద ఉన్నవారందరూ వీళ్లిద్దరి దరిదాపులకు రావడం లేదు. "అసలు ఏమీ అర్థం కావడం లేదు. కానీ నాన్నగారు మహర్షి విశ్వామిత్రను గురువుగా భావించమని చెప్పారు కనక..."

"అన్నయ్యా. నాన్నకు అది తప్పనిసరి అయిందనుకుంటా"

"మనక్కూడా అంతే"

కొన్నిరోజుల ప్రయాణం అనంతరం, విశ్వామిత్రుడు నౌకను లంగరు దించడానికి ఆదేశించాడు. వెంటనే పడవలను కిందికి దింపి, రామలక్ష్మణులతో సహా యాభై మంది పడవల్లోకి ఎక్కగా, తీరం చేరారు. తీరం చేరగానే మలయపుత్రులు నేలపైకి దూకి, పూజకు ఏర్పాట్లు చేయడం ప్రారంభించారు.

"ఇక్కడ మనం ఏం చేయాలని అనుకుంటున్నారు గురుదేవా?' అడిగాడు రాముడు మర్యాదగా, నమస్కరిస్తూ."మీ రాజగురువు ఈ స్థలం గురించి మీకు ఏమీ చెప్పలేదా?' అడిగాడు విశ్వామిత్రుడు వ్యంగ్యంగా.

రాముడు తన గురుదేవుడి గురించి అగౌరవకరమైనదేదీ అనడానికి మనస్కరించక ఊరుకున్నాడు. కానీ లక్ష్మణుడికి అలాంటి మొహమాటాలేమీ లేవు.

"లేదు, గురుదేవా. ఏమీ చెప్పలేదు' అన్నాడు, తల గట్టిగా అడ్డంగతిప్పుతూ.

"ఇక్కడే పరశురామదేవుడు ఆరో విష్ణువు వామనుడికి ప్రార్థనలు జరిపి, కార్తవీర్యార్జునుడిని చంపడానికి బయల్దేరాడు"

"అబ్బో..' లక్ష్మణుడు ఇనుమడించిన గౌరవంతో చుట్టూ చూసాడు.

'ఇక్కడే ఆయన బల-అతిబల పూజ కూడా చేసాడు' అన్నాడు విశ్వామిత్రుడు. "ఆ పూజ వల్ల అతనికి ఆరోగ్యం, ఆకలిదప్పుల నుంచి విముక్తి లభించాయి".

"అయితే గురువుగారూ, మీరు మాకు కూడా ఆ విద్యలు నేర్పండి' అన్నాడు రాముడు నమస్కరిస్తూ.

లక్ష్మణుడు అసంతృప్తిగా చూసాడు. అతనికి ఆకలిదప్పుల నుంచి విముక్తి లభించడం ఇష్టం లేదు. ఆహారపానీయాలను అమితంగా ఇష్టపడతాడాయె.

'తప్పక' అన్నాడు విశ్వామిత్రుడు. "నేను పూజ చేస్తున్నప్పుడు మీరిద్దరూ పక్కనే కూర్చోండి. పూజప్రభావం వల్ల మీ ఆకలిదప్పులు కనీసం ఒక వారం వరకు తగ్గుతాయి. మీ ఆరోగ్యంపై దీని ప్రభావం జీవితాంతం ఉంటుంది"

కొన్ని వారాల్లో, ఈ నౌకలు సరయూ, గంగా నదులు కలిసే చోటికి చేరుకున్నాయి. కొన్ని రోజుల అనంతరం అక్కడ లంగరు వేసి, తాత్కాలికంగా ఒక పడవలో ఎక్కి, తీరం చేరుకున్నారు. విశ్వామిత్రుడు, రామలక్ష్మణులు మరో రెండు వందలమంది యోధులతో నడక దారిలో ప్రయాణించి నాలుగు గంటల అనంతరం మలయపుత్రుల ఆశ్రమం చేరుకున్నారు.

రామలక్ష్మణులు వచ్చేముందు. అక్కడ శత్రుదాడుల నుంచి రక్షించడానికి వారి సహాయార్థం తీసుకువెళ్తున్నట్టు చెప్పారు. కానీ అక్కడ చేరుకునేసరికి వారికి కనిపించిన దృశ్యం వారినెంతో ఆశ్చర్యపరిచింది. అసలు ఆ ఆశ్రమ నిర్మాణం బట్టి చూస్తే ఆత్మరక్షణ కోసం ఎటువంటి

జాగ్రత్తలూ తీసుకోలేదు. మామూలు కంచె, కొన్ని ముళ్లపొదలు ఏవో కొన్ని జంతువులను ప్రవేశించకుండఆపగలవేమోగానీ సుశిక్షితులైన సైనికులను కాదు. పక్కనే పారుతున్న సరస్సు వద్ద కూడ ఎటువంటి రక్షణ నిర్మాణాలూ లేవు. మట్టితో కట్టిన గుడిసెల్లాంటి ఆశ్రమగదులన్నీ ఒకదానికొకటి ఎంత దగ్గరగా ఉన్నాయంటే, అగ్నిప్రమాదం జరిగితే చాలా పెద్ద యెత్తునే నష్టం కలుగుతుంది. ప్రమాదాన్ని ముందే పసిగట్టగల పశువులు అవసరమైతే హెచ్చరిక చెయడానికి వీలుగా ఆశ్రమం వెలుపల కట్టేయాల్సింది పోయి, ఆశ్రమంలోపలే కట్టారు. ఒక్క గుడిసెకు నిప్పంటిస్తే చాలు, అన్నీ క్షణంలో తగలబడిపోతాయి.

'ఇందులో ఏదో తిరకాసుంది అన్నయ్యా" లక్ష్మణుడు మెల్లిగా అన్నాడు. "ఈ శిబిరం ఇటీవలే కట్టినట్టుంది; దీని ఆత్మరక్షణ నిర్మాణాలు వట్టి పనికి మాలినవి..."

రాముడు కళ్లతోనే అతన్ని మాట్లాడవద్దని సైగ చేసాడు. లక్ష్మణుడు మాటలు ఆపేసి, తల తిప్పి చూడగా, విశ్వామిత్రుడు వాళ్ల వైపే వస్తున్నాడు. ఆజానుబాహుడైన లక్ష్మణుడి కంటే కూడ పొడుగున్నాడు విశ్వామిత్రుడు.

"అయోధ్య రాకుమారుల్లారా, భోజనం చేయండి. తర్వాత మాట్లాడదాం' అన్నాడు విశ్వామిత్రుడు.

అయోధ్య రాకుమారులు విడిగా కూర్చున్నారు. అక్కడున్న ఎవరూ వారిని పట్టించుకోవడం లేదు. వాళ్లంతా విశ్వామిత్రుడి కుడిభుజం వంటి మలయపుత్రుల నాయకుడు అరిష్టనేమి ఆదేశాలను అమలు చేయడంలో నిమగ్నులై ఉన్నారు. విశ్వామిత్రుడు వేపచెట్టు కింద పద్మాసనంలో కూర్చునివున్నాడు. అతని రెండు చేతులూ మోకాళ్ళ మీద ఉన్నాయి, అరచేతులు నేలను చూస్తూ. కళ్లు మూసుకుని వున్నాడు. అంటే యోగాసనంలో ధ్యానం చేస్తున్న స్థితిలో ఉన్నాడు.

అరిష్టనేమి తమ కేసి చూపుతూ, ఒక సహాయకుడితో మాట్లాడ్డం లక్ష్మణుడు గమనించాడు. కొన్ని క్షణాల్లో కాషాయరంగు దుస్తులు ధరించిన ఒక స్త్రీ రామలక్ష్మణుల వద్దకు రెండు అరిటాకులు తీసుకుని వచ్చింది. వాటిని వాళ్ల ముందు పరిచి, పవిత్రజలాలు చిలకరించింది. ఆమె వెనకే ఇద్దరు యువ విద్యార్థులు అక్కడికి భోజనపాత్రలతో వచ్చారు. ఆ మహిళ ఆధ్వర్యంలో

వాళ్లు వడ్డన ప్రారంభించారు. ఆమె చిరునవ్వుతో నమస్కరించి, 'దయచేసి భోజనం చేయండి, అయోధ్య రాకుమారుల్లారా" అంది.

లక్ష్మణుడు భోజనం కేసి అనుమానంగా చూసి దూరంగా కూర్చున్న విశ్వామిత్రుణ్ణి చూసాడు. ఆయన ముందు కూడ అరిటాకువేసి ఉంది. అరిటాకులో ఒక జంబూ ఫలం ఉంది. దాని వల్లే భారత దేశాన్ని ఒకప్పుడు జంబూద్వీపం అని పిలిచేవారు.

"వీళ్లు మనల్ని విషం పెట్టి చంపేస్తారన్నయ్యా' అన్నాడు లక్ష్మణుడు. "అతిథులుగా మనకు ఇన్నిపదార్థాలు వడ్డించారు గానీ, మహర్షి విశ్వామిత్రుడు మాత్రం ఒకేఒక జంబూ ఫలం తింటున్నాడు"

"ఆ ఫలం తినేందుకు కాదు, లక్ష్మణా' అన్నాడు రాముడు, ఒక రొట్టెముక్క లోకి కూర నంచుకుని తింటూ.

'అన్నయ్యా' అమటూ లక్ష్మణుడు రాముడి చేయి పట్టుకుని, తినకుండా ఆపాలని చూసాడు.

రాముడు దరహాసం చేసాడు "వాళ్లు మనల్ని చంపాలనుకుంటే, నౌక మీద ఇంకా మంచి అవకాశాలే వచ్చాయి. ఈ ఆహారం విషపూరితం కాదు. లక్ష్మణా, తిను"

'అన్నయ్యా, నువ్వందరినీ నమ్ము.'

"మాట్లాడకుండా తిను, లక్ష్మణా' అన్నాడు రాముడు.

"వాళ్లు దాడి చేసింది ఇక్కడే' అన్నాడు విశ్వామిత్రుడు, తమ శిబిరం బయట కంచెలో కాలిన భాగాన్ని చూపుతూ.

"ఇక్కడా గురుదేవా?' అన్నాడు రాముడు ఆశ్చర్యంగా ఒక చూపు లక్ష్మణుడి మీద పారేసి మళ్లీ విశ్వామిత్రుడి కేసి చూస్తూ.

"అవును. ఇక్కడే"

అరిష్టనేమి విశ్వామిత్రుడి వెనక మౌనంగా నిలబడ్డాడు.

రాముడి దిగ్భ్రాంతికి కారణం ఉంది. అదొక దాడి లాగా కనిపించడం లేదు. రెండు మీటర్ల వెడల్పు ఉన్న కంచె పాక్షికంగా కాలిపోయింది. ఎవరో దుండగులు కొంత చమురు దాని మీద పోసి అంటించినట్టుంది. చమురు కూడ వాళ్ల దగ్గర ఎక్కువున్నట్టు లేదు. ఎందుకంటే చాలా బాగం కాలలేదు.

పైగా వాళ్లు రాత్రిపూట ఈ దాడి చేసివుండాలి. మంచు వల్ల వారనుకున్నంత వేగంగా కాల్చలేకపోయారు.

చూడబోతే వీళ్లు ఈ పనిలో నిష్ణాతులు కారని, వృత్తిరీత్యా నేరగాళ్లు కాదనీ అర్థమవుతోంది.

రాముడు కంచెకున్న కన్నంలోంచి కాళ్లు పెట్టి బయటికి వెళ్లి, ఒక కాలిన గుడ్డ పేలికను చేత్తో తీసాడు. రాముడు అన్నగారి వెంటే వెళ్లి గుడ్డపేలికను రాముడి చేతినుంచి తీసుకుని వాసన చూసాడు. కానీ దానికి ఏ కాలేగుణంగల పదార్థమూ అంటుకుని లేదు. "ఇది ఒక అంగవస్త్రంలోని గుడ్డపీలిక. అంటే ఎవడో పొరపాటున తన దుస్తులనే కాల్చుకునివుండాలి. మూర్ఖుడు"

లక్ష్మణుడి చూపులు ఒక కత్తిమీద పడ్డాయి. దాన్ని జాగ్రత్తగా పరిశీలించి, అన్నయ్యకు అందజేసాడు. అది బాగా పాతది; మొద్దుబారి వుంది. ఒక వృత్తి సైనికుడి కత్తిలా లేదు.

రాముడు విశ్వామిత్రుడి కేసి చూసాడు. "మీ ఆదేశమేమిటి, గురువర్యా"

"మీరు ఈ దాడి చేసిన వారు, అంటే ఆశ్రమం కార్యకలాపాలను తరచు అటకాయిస్తున్న వీరు ఎవరో కనిపెట్టాలి. వాళ్లను నాశనం చేయాలి" అన్నాడు విశ్వామిత్ర.

లక్ష్మణుడు చికాగ్గా చొరబడ్డాడు "అసలు ఈ దాడి చేసిన వారు కనీసం...."

రాముడు మౌనంగా ఉండమని సైగ చేసాడు. "మీ ఆదేశాలను పాటిస్తాను, గురుదేవా. ఎందుకంటే మా తండ్రి గారు మాకు అదే చెప్పి పంపారు కనక. కానీ మీరు నాతో నిజం చెప్పాలి. మీ వద్ద ఇంతమంది సైనికులుండగా, ఈ పనికి మమ్మల్ని ఎందుకు తీసుకువచ్చారు?'

"ఎందుకంటే నా సైనికులలో లేనిది మీలో ఉంది కనుక" సమాధాన మిచ్చాడు విశ్వామిత్రుడు.

"ఏమిటది?'

"అయోధ్య రక్తం"

'దాని వల్ల ఏమవుతుంది?"

"ఆ దాడి చేస్తున్న వారు పాత నియమాలకు చెందిన అసురులు"

"వాళ్లు అసురులా?' లక్ష్మణుడు అరిచాడు. "కానీ భారతదేశంలో ఇంకా అసురులెక్కడ ఉన్నారు? వాళ్లను రుద్రదేవుడు ఏనాడో చంపేసాడు కదా"

విశ్వామిత్రుడు లక్ష్మణుడి కేసి చిరాగ్గా చూసాడు. "నేను మీ అన్నయ్యతో మాట్లాడుతున్నాను. ' మళ్లీ రాముడి కేసి చూసి అన్నాడు " పాత నియమావళికి లోబడిన అసురులు ఒక అయోధ్యవాసి జోలికి వెళ్లరు"

"ఎందుకు గురుదేవా?'

"నువ్వు శుక్రాచార్యుడి పేరు విన్నావా?'

"ఆ. అతను అసురుల గురువు. అతన్ని అసురులు పూజించేవారు"

"శుక్రాచార్యుడు ఎక్కడి నుంచి వచ్చాడో తెలుసా?'

"ఈజిప్టు"

విశ్వామిత్రుడు దరహాసం చేసాడు. "సాంకేతికంగా చెప్పాలంటే అది నిజమే. అయితే మన భారతదేశానిది విశాల హృదయం. ఏ విదేశీయుడు వచ్చి మన మాతృభూమిని తన మాతృభూమిగా స్వీకరించినా, ఇక అతను విదేశీయుడే కాడు. అతను భారతీయుడైపోతాడు. శుక్రాచార్యుడు ఇక్కడే పెరిగాడు. అతని స్వస్థలం భారతదేశంలోని ఏ నగరమో ఊహించగలవా?'

రాముడి కళ్లు విస్మయంతో పెద్దవయ్యాయి. "అయోధ్యనా?"

'అవును. అయోధ్య. పాత నిబంధనల అసురులు అయోధ్యను పవిత్ర భూమిగా పరిగణిస్తారు గనక, అక్కడినుంచి వచ్చినవారికి ఏ హానీ తలపెట్టరు"

రామలక్ష్మణులు, అరిష్టనేమి మరుసటి రోజు రెండవ జాము పూర్తయ్యే సమయానికి యాభై మంది సైనికులతో బయల్దేరారు. స్థానిక అసుర నివాసాన్ని అక్కడినుంచి ఒక్కపగలు ప్రయాణంలో చేరుకోవచ్చు.

"వీళ్ల నాయకుల గురించి నాకు చెప్పండి, అరిష్టనేమిగారూ' అన్నాడు రాముడు, సగౌరవంగా.

అరిష్టనేమి దాదాపు లక్ష్మణుడి ఎత్తే ఉన్నాడు గానీ, అతనికంటే సన్నగా ఉన్నాడు. అతను కాషాయ దుస్తులు ధరించాడు. కుడి భుజం మీద అంగవస్త్రం వేసుకుని, దాని కొసని కుడి చేతికి చుట్టాడు. యజ్ఞోపవీతం ధరించాడు; జుట్టు లేకుండా, తలమీద ముడి మాత్రమే ఉండడాన్ని బట్టి అతను బ్రాహ్మణుడని తెలుస్తోంది. అయితే బ్రాహ్మణులలో కనిపించని యుద్ధ చిహ్నాలు అతని శరీరంపై కనిపిస్తున్నాయి. అతని అసలు వయస్సు డెబ్బై పైనే ఉంటుందని చెప్తారు గానీ, చూసేందుకు ఇరవై ఏళ్ల వాడిలా ఉన్నాడు. బహుశవిశ్వామిత్ర మహర్షి అతనికి దేవతలు తాగే సోమరసం ఇచ్చాడేమో. వయస్సును తెలియనివ్వని ఆ రసం వల్ల రెండు వందలేళ్లు కూడ ఆరోగ్యంగా బతకవచ్చు.

"ఈ అసుర దండుకు తాటక అనే ఆమె నాయకురాలు. ఆమె భర్త సుమాలి మరణించాడు' అన్నాడు అరిష్టనేమి. "తాటక రాక్షసజాతికి చెందింది"

రాముడు ముఖం చిట్లించాడు. "నేనింకా రాక్షసులు దేవతలతో సంబంధం ఉన్నవాళ్లనీ, తద్వారా వాళ్ల వంశీయులైన మాకు సంబంధించిన వాళ్ళనీ అనుకున్నానే"

"రాక్షసులు యుద్ధ వీరులు, రామా. రాక్షస అనే పదానికి అర్థం తెలుసా? ప్రాచీన సంస్కృత పదం రక్ష, అంటే రక్షణ అనే పదం నుంచి అది వచ్చింది. రాక్షసుల బాధితులు 'వారి నుంచి తమను రక్షించమని' కోరడం వల్ల వారికా పేరు వచ్చిందంటారు. ప్రాచీన కాలంలో కిరాయి హంతకుల్లో వీళ్లే శ్రేష్ఠులు. వీరిలో కొందరు దేవతల వద్దకు వెళ్లారు. మరికొందరు అసురులతో కలిసారు. రావణుడు సగం రాక్షసుడు"

"ఓ' అన్నాడు రాముడు, కనుబొమ్మలెగరేస్తూ.

అరిష్టనేమి కొనసాగించాడు "తాటక పదిహేను మంది సైనికులతో పని చేస్తుంది. వారికి నాయకుడు ఆమె కుమారుడు, సుబాహుడు. వాళ్లందరి భార్యలు, పిల్లలతో ఆ నివాసంలో యాభై మందికంటె ఉండరు'.

రాముడు ముఖం చిట్లించాడు "కేవలం 15 మంది సైనికులా?"

మరుసటి రోజు ఉదయాన్నే వీళ్లందరూ తమ తాత్కాలిక శిబిరం నుంచీ బయల్దేరారు.

"అసురుల శిబిరం ఒక గంట ప్రయాణమే ఇక్కడ్నుంచి' అన్నాడు అరిష్టనేమి. 'మన సైనికులను మార్గమధ్యంలో ఏవైనా వలలు, వంచనలు ఉన్నాయేమో చూసి రమ్మన్నాను"

వాళ్లు గుర్రం మీద వెళ్తుండగా, రాముడు అరిష్టనేమికి పక్కగా తన అశ్వాన్ని నడిపాడు, సంభాషణ పొడిగిద్దామని. "అరిష్టనేమిగారూ, విశ్వామిత్ర మహర్షి పాత నియమానికి కట్టుబడిన అసురుల గురించి చెప్పారు. ఈ యాభై మంది మాత్రమే ఉన్నారన్నారు. ఇంత తక్కువమంది ఒక నియమాన్ని నిలబెట్టగలరా? తక్కినవారంతా ఏరీ?'

అరిష్టనేమి నవ్వాడు గానీ సమాధానం చెప్పలేదు. *"ఈ కుర్రవాడు తెలివైన వాడు. గురుదేవుణ్ని ఇతనితో జాగ్రత్తగా మాట్లాడమని చెప్పాలి"*

రాముడు తన ప్రశ్నలను ఆపలేదు. "వాళ్లు భారతదేశంలోనే ఉండి ఉంటే ఈసరికి దేవతల వారసులైన మాపై ఆ అసురులు దాడి చేసివుండేవారే? దీన్నిబట్టి వాళ్లు ఇక్కడ లేరని తెలుస్తోంది. ఎక్కడున్నారైతే?"

అరిష్టనేమి నిట్టూర్చి తలెత్తి పైకి చూసాడు. ఈ రాకుమారుడికి నిజం చెప్పడమే మేలని అనుకున్నాడు. "నువ్వు వాయుపుత్రుల గురించి విన్నావా?'

"ఆ. విన్నాను. ఎవరు మాత్రం వినలేదు? వాళ్లు రుద్రదేవమహాదేవుడు ఇక్కడ వదిలి వెళ్లిన జాతి. ఎలాగైతే మీరందరూ పూర్వపు విష్ణువు పరశురాముడు వదిలి వెళ్లిన జాతిగా మిగిలారో. అలాగే. వాయుపుత్రులు భారతదేశంలో ఎప్పుడు అవసరమైనా పాపనాశనానికి, భారత దేశ రక్షణకు వస్తారు. సరైన తరుణంలో తమలో ఒకడు తర్వాతి మహదేవుడై జన్మిస్తాడని వాళ్లు నమ్ముతారు."

అరిష్టనేమి నర్మగర్భంగా చిరునవ్వు నవ్వాడు.

'కానీ దీనికీ, అసురులకీ ఏమిటి సంబంధం?' అడిగాడు రాముడు

అరిష్టనేమి ముఖంలో భావాలేమీ మారలేదు.

"కొంపదీసి వాయుపుత్రులు, భారత శత్రువులైన అసురులకు రక్షణనిస్తున్నారా?'

అరిష్టనేమి నవ్వు మరింత వికసించింది.

అప్పటికి రాముడికి నిజం స్ఫురించింది. 'అసురులు వాయుపుత్రులతో కలిసారు..."

"అవును. కలిసారు"

రాముడు ఆశ్చర్యపోయాడు. "కానీ ఎందుకు? మా పూర్వీకులు అసుర సామ్రాజ్యాన్ని భారతదేశం నుంచి తరిమేయడానికి ఎంతో ప్రయాసపడ్డారు. దేవతలన్నా, వారి అనువంశీకులన్నా అసురులకు చాలా ద్వేషం ఉండివుండాలి. అలాంటి వాళ్లు, భారతదేశంలో పాపం పోగొట్టి, దేశానికి రక్షణ కల్పించే జాతితో కలవడమేమిటి? తమ శత్రువుల వంశీకులను వాళ్లెందుకు కాపాడుతున్నారు?"

"అవును కదూ. అలాగే చేస్తున్నారు'

"అదే. ఎందుకూ అని' నిర్ఘాంతపోతూ అడిగాడు రాముడు

ఇది అర్థం పర్థం లేనిదిగా అనిపించింది రాముడికి. అదే సమయంలో మేధోపరమైన గొప్ప సంకటాన్ని రేకెత్తించింది. ఆకాశంకేసి చూసాడు రాముడు, అయోమయంగా. "**పురుష సంస్కృతికి చెందిన వారు చాలా వింత**

మానవులు. సందేహం లేదు. కానీ అద్భుతమైన వాళ్లు కూడ. ఇప్పుడు తాను అలాంటి కొందరిని కలవడానికి వెళ్తున్నాడు.

కానీ వాళ్లను ఎందుకు నాశనం చేయాలి? వాళ్లు ఏ చట్టాలను ఉల్లంఘించారు? అరిష్టనేమికి ఈ వివరాలు తెలిసే ఉంటాయి. కానీ అతను నాకు చెప్పడు. అతను విశ్వామిత్రమహర్షికి విధేయుడు. నేను అసురులను గుడ్డిగా చంపేముందు నాకు మరింత సమాచారం అవసరం.

అరిష్టనేమి తనను చాలా జాగ్రత్తగా పరిశీలిస్తున్నాడని, తన మనసులో మాట చదవడానికి ప్రయత్నిస్తున్నాడని గ్రహించి రాముడు గంభీరంగా ముఖం పెట్టుకున్నాడు. ఇలా వారు అరగంట సేపు ప్రయాణం చేసాక, రాముడు ఆగమని సైగ చేసాడు. అందరూ ఆగారు. లక్ష్మణుడు, అరిష్టనేమి తమ అశ్వాలను రాముడి వద్దకు తీసుకువచ్చారు.

"ముందుకు చూడండి... ఆ చెట్టు మీద' గుసగుసలాడుతూ అన్నాడు రాముడు.

యాభై మీటర్ల దూరంలో అంజీరం చెట్టు మీద మంచె మీద కూర్చుని ఉన్నాడు ఒక శత్రుసైనికుడు. కొన్ని చెట్టుకొమ్మలు చుట్టూ వేసుకున్నాడు కనిపించకుండా ఉండేందుకు. కానీ అవి సరిపోలేదు.

"ఈ మూర్ఖుడికి తనని తాను దాచుకోవడం కూడా చేతకాలేదు' అన్నాడు చికాగ్గా లక్ష్మణుడు

అసుర సైనికుడు ఎర్రని ధోవతి కట్టుకున్నాడు. నిజంగా దాగి వుండాలనుకునేవాడు ఇలాంటి రంగు దుస్తులు వేసుకోడు. కాకుల వరసలో చిలక ఎలా కనిపిస్తుందో అలా కనిపిస్తున్నాడు.

"ఎరుపు పవిత్రమైన రంగు. వీరు యుద్ధానికి వెళ్లినపుడల్లా ఇదే రంగు వేసుకుంటారు"

లక్ష్మణుడు వింతగా చూసాడు. 'కానీ ఇతను గూఢచారి కదా. యోధుడు కాడే. వీళ్లు నిజంగా బొత్తిగా అనుభవం లేనివారు"

రాముడు తన భుజం మీద నుంచి విల్లును తీసి, వింటి నారిని మోగించాడు. ముందుకు వంగి, చిన్నగఆలాపన చేస్తూ గుర్రం మెడను మృదువుగా రాసాడు. ఆ జంతువు నిశ్చలంగనిలబడింది. రాముడు తన అమ్ములపొది నుంచి

బాణం తీసి, విల్లును ఎక్కుపెట్టి బాణం వదిలాడు. తిన్నగా వెళ్లి, మంచెను కట్టి వుంచిన గట్టి తాడును ఢీకొంది. వెంటనే మంచె కూలిపోయి దాని మీద కూర్చున్న అసురుడు కిందికి పడుతూ, కొమ్మలను తాకుతూ కింద పడ్డాడు. అయితే కొమ్మల కిందపడ్డం వల్ల అసురుడికి గాయం తగల్లేదు.

అరిష్టనేమి రాముడి హృదయంగమమైన విలువిద్యా ప్రదర్శన చూసి అనుకున్నాడు *"ఈ కుర్రవాడు నిజంగా ప్రతిభావంతుడు"*.

'నువ్వు వెంటనే లొంగిపోతే, నీకే హానీ జరగదు' రాముడు హామీ ఇచ్చాడు. "నీ నుంచి మాకు కొన్ని సమాధానాలు కావాలంతే"

అసురుడు వేగంగా లేచి నించున్నాడు. అతను చిన్నవాడే. వయస్సు పదిహేనుకు మించదు. అతని ముఖంలో ఆగ్రహం, జుగుప్స కనిపిస్తున్నాయి. గట్టిగా శబ్దం చేస్తూ ఉమ్మేసి, తన కత్తిని దూయడానికి ప్రయత్నించాడు. రెండో చేతిలోని కత్తి ఉంచే సంచీని సరిగ్గా పట్టుకోలేకపోవడంతో, కత్తిని సరిగ్గా దూయలేకపోయాడు. అది ఇరుక్కుంది. అతను అరిచి, గట్టిగా లాగగానే కత్తి బయటకు వచ్చింది. అరిష్టనేమి గుర్రం మీదనుంచి దిగి, యధాలాపంగా కత్తిని తీసాడు.

"మేం నిన్ను చంపాలని అనుకోవడం లేదు' రాముడన్నాడు. 'దయచేసి లొంగిపో"

ఆ బాలుడికి కత్తిని పట్టుకోవడం సరిగ్గా చేతకావడం లేదని లక్ష్మణుడు గ్రహించాడు. అంత గట్టిగా పట్టుకుంటే కొంత సేపటికే అతను అలసిపోవడం ఖాయం. అదీ కాక అతని ఖడ్గం బరువును మోయవలసింది భుజమైతే, అతని భంగిమ వల్ల భారమంతా మోచేతి మీద పడుతోంది. అలాంటి భంగిమలో ఎదటివాడు ఆ ఖడ్గాన్ని సులువుగా కిందపడేయగలడు.

అసురుడు మళ్లీ గట్టిగా ఉమ్మాడు. గట్టిగా అరిచాడు "పురుగు మాత్రం వంటి వాడా? నువ్వు మమ్మల్ని ఓడించగలవనుకుంటున్నావా? ఆదిదేవుడు మా పక్షాన ఉన్నాడు. మీ దొంగ దేవుళ్లు మిమ్మల్ని రక్షించలేరు. మీరందరూ చస్తారు. చావండి, చావండి"

'మనమిక్కడ ఎందుకున్నాం? ఈ పనికిమాలిన వాళ్ళని వేటాడుతూ?' లక్ష్మణుడు చేతులెత్తేసాడు.

రాముడు లక్ష్మణుడి మాటలు వినిపించుకోకుండా ఆ యువకుడితో మర్యాదగా అన్నాడు "నిన్ను అభ్యర్థిస్తున్నాను. నీ ఆయుధాన్ని పడెయ్. నిన్ను చంపాలని లేదు మాకు. " అన్నాడు.

అరిష్టనేమి ముందుకు నడిచాడు, ఆ బాలుడిని భయపెడదామన్న ఆలోచనతో. కానీ అతని ప్రతిస్పందన సరిగ్గా వ్యతిరేకంగా ఉంది. అసుర గట్టిగా అరిచాడు "సత్యం ఏకమ్'

అలా అరుస్తూ అరిష్టనేమి పైకి దూసుకువచ్చాడు. రాముడు కలగజేసుకునేలోగా జరిగిపోయిందది. అసురుడు అరిష్టనేమిని ఒక్క వేటుతో పొడిచేద్దామని ముందుకు వచ్చాడు గానీ, తగినంత సమీపంలోకి రాలేకపోయాడు. పొడుగ్గా ఉన్న అరిష్టనేమి అతని దెబ్బను చాకచక్యంగా తప్పించుకుని వెనక్కి వంగాడు.

'ఆగు" అని అతన్ని హెచ్చరించాడు అరిష్టనేమి.

ఆ యువకుడు మాత్రం మళ్లీ అరుస్తూ కత్తిని తిప్పాడు. కనీసం రెండు చేతులతో కత్తిని తిప్పినా కొంత ప్రయోజనం ఉండేది. మలయపుత్రుడి ఖడ్గ చాలనం ఎంత వేగంగా ఉందంటే, అసురుడి కత్తి అతని చేతుల్లోంచి ఎగిరి పోయింది. అదే వేగంతో అరిష్టనేమి కత్తిని పైనుంచి అసురుడి గుండె మీదికి తెచ్చాడు, భయపెడదామన్న ఉద్దేశంతో.

గట్టిగా అన్నాడు అరిష్టనేమి "వెనక్కితగ్గు. నిన్ను చంపాలని లేదు నాకు. నేను మలయపుత్రుణ్ని'. తర్వాత అతి మెల్లిగా, అసురుడు మాత్రమే వినేటట్టుగా గొణిగాడు "శుక్రాచార్యుడి పందీ'.

వెంటనే అసురుడు తన కత్తిని దూసి గట్టిగా అరిచాడు 'మలయపుత్ర కుక్కా"

అరిశ్టనేమి వెంటనే వెనక్కి తగ్గాడు. రెండు చేతులూ పైకెత్తాడు. కుడిచేతిలో ఉన్న కత్తి పడుకోబెట్టినట్టుగా ఉంది. అసురుడు వేగంగా వచ్చి, అరిష్టనేమి కత్తిలోకి దూసుకుపోయాడు. ఆ కత్తి అతని కడుపులోకి తిన్నగా వెళ్లిపోయింది.

'అయ్యో' అన్నాడు అరిష్టనేమి, తన కత్తిని అతని కడుపులోంచి బయటకు లాగుతూ. రాముడి కేసి చూసాడు, కళ్లలో పశ్చాత్తాపంతో.

నిర్ఘాంతపోయిన అసురుడు, తన చేతిలోని కత్తిని వదిలేసాడు. తన కడుపు కేసి చూసుకున్నాడు. అందులోంచి మెల్లిగా మొదలైన రక్తస్రావం క్రమక్రమంగా వేగంగజరుగుతోంది. బహుశా దిగ్భ్రాంతి వల్లనేమో అతనికి ముందునొప్పి తెలియలేదు. ఎవరి శరీరాన్నో చూస్తున్నట్టుగా తన రక్తం ఓడుతున్న కడుపును చూసాడు. కాస్సేపటికి కిందికి ఒరిగాడు. భయంతో గట్టిగా కేకలు వేసాడు.

అరిష్టనేమి తన డాలును కిందికి పడేసాడు.

'నేను నిన్ను ఆగమని చెబుతూనే ఉన్నాను అసురా" అన్నాడు.

రాముడు తల పట్టుకున్నాడు. "రుద్రదేవా, కరుణ చూపు' అంటూ.

అసురుడు నిస్సహాయంగా ఏడుస్తున్నాడు. అతన్ని ఇక కాపాడడం ఎవరి తరమూ కాదు. రక్తస్రావాన్ని బట్టి చూస్తే అతని శరీరంలోని ప్రధానాంగాలకు గాయమైనట్టు తెలుస్తోంది. అతను క్రమంగా రక్తస్రావం ఎక్కువై, చనిపోతాడని అందరికీ తెలుస్తూనే ఉంది. మలయపుత్రుడు రాముడి కేసి చూసాడు. "నేను అతన్ని హెచ్చరిస్తూనే ఉన్నాను. నువ్వు కూడ హెచ్చరించావు.. వీడు పరిగెత్తుకు వచ్చి.."

రాముడు నిస్పృహతో కళ్లు మూసుకున్నాడు "ఆ మూర్ఖుడికి త్వరగా ముక్తి ప్రసాదించు"

అరిష్టనేమి తన కాళ్ల దగ్గర పడివున్న అసురుడి కేసి చూసాడు. మోకాలి మీద కూర్చున్నాడు. అతనికి దగ్గరగా, ఒక్క అసురుడికి మాత్రమే తన ముఖం కనిపించేంతగా వంగి, అతని ముఖం మీద ముఖం పెట్టి అవహేళనగా నవ్వాడు. తర్వాత రాముడి ఆజ్ఞను అమలు చేసాడు.

అధ్యాయం 17

రాముడు తన బృందాన్ని మరోసారి ఆగమని సైగ చేసాడు.

"ఈ మనుషుల అసమర్థతకు హద్దులు లేవు' అన్నాడు లక్ష్మణుడు, అన్న గుర్రానికి తన గుర్రాన్ని దగ్గరగా తీసుకువస్తూ.

రాముడు, లక్ష్మణుడు, అరిష్టనేమి దూరంగా కనిపిస్తున్న అసుర శిబిరాన్ని చూస్తున్నారు. వాళ్లు తమ శిబిరం చుట్టూ భద్రతఏర్పాట్లు చేసుకున్నారుగానీ, ఆ నిర్మాణంలో ఏరకమైన సైనిక అద్భుతమూ లేదు. మొత్తం శిబిరం చుట్టూ చెక్కతో చేసిన కంచె ఉంది. అది ఒక తాడుతో కలిపి కట్టి ఉంది. ఇది బాణాలను, త్రిశూలాలు రాకుండా ఆపగలదేమో గానీ, తగలబెడితే నిలవడం కష్టం. పక్కన ఉన్న సరస్సు చుట్టూ ఎలాంటి కంచే లేదు. మామూలుగసైనికులు ఇందులో ఈదుతూ రాలేరేమో గానీ, అశ్వారూఢులైన సైనికులు సుళువుగానే ఈ నదిని దాట గలరు.

"ఇలా భద్రత లేదు కదాని ఈ కాలవ గుండా శత్రువులు రాగలమని అనుకుంటారు. అదే వారిని పట్టిస్తుందని వాళ్ల అభిప్రాయమేమో' అన్నాడు అరిష్టనేమి నవ్వుతూ.

పెద్దగా లోతులేని ఈ కాలవను దాటి రావడానికి శత్రువుల ఆశ్వికదళాలు ప్రయత్నిస్తాయనే అనుమానంతో కాబోలు, అసురులు తీరం వెంబడి ఒక గొయ్యి తవ్వారు. అది కనిపించకుండా ఉండాలని కప్పిన వైనం అసమగ్రంగా ఉంది. అసురుల్లోని విలుకాండ్రు, అ గొయ్యిలో కూర్చుని, కాలవ మధ్యలోకి శత్రువులు రాగానే బాణాల వర్షం కురిపిస్తారు. సైద్ధాంతికంగా చూస్తే, ఇది మంచి సైనికవ్యూహమే. కానీ అమలులో మాత్రం చాలా అవకతవకగా జరిగేది.

రాముడికి హటాత్తుగా ఎవరో నీళ్లలో పడిన శబ్దం వినిపించింది. అసురులు తవ్విన గోతిలో కాలవ నీళ్లు చేరినట్టున్నాయి. దానిలోకి ఎవరో

సైనికుడు పడినట్టున్నాడు. అసురులు చేసిన మరో వ్యూహాత్మక పథకం ప్రకారం, ఈ గొయ్యికి పైన చెట్టుమీద మంచె కట్టారు. అక్కడ కూడ అసురులు చాటుగా ఉండి, బాణాలు వేయాలన్నది అసలు ఉద్దేశం. కానీ ఆ మంచె మీద ఇప్పుడు ఎవరూ కూర్చుని లేరు. దీనితో గొయ్యిలో కూర్చున్న అసురులను నిలవరించడానికి రాముడికి ఉపాయం తోచింది.

రాముడు తన అశ్వం చెవిలో మెల్లిగా మాట్లాడాడు. అది నిశ్చలంగా ఉండిపోయింది. రాముడు తన అమ్ములపొది నుంచి బాఃణం తీసి విల్లు ఎక్కుపెట్టాడు.

"ఈ వంకర మార్గంలో బాణం వెళ్లినా, ఎక్కువ బలంతో గొయ్యిని తాకలేదు రామా' అన్నాడు అరిష్టనేమి. 'అసురులు గొయ్యి లోపలికి ఉన్నారు. వాళ్లను నీ బాణాలు తాకలేవు"

రాముడు, గాలి చలనానికి అనుగుణంగా విల్లును సరిచూస్తూ, 'నేను గొయ్యిలోకి బాణం వేయడం లేదు, అరిష్టనేమిగారు" అన్నాడు.

రాముడు విల్లు సారించి బాణాన్ని వదిలాడు. ఆ బాణం మంచెను నిలిపివుంచిన తాడును మధ్యలో తెగ కోసింది. తాడు తెగగానే, మంచెలోని కర్రలు ఒకటొకటిగా కిందికి సరిగ్గా గొయ్యిలోకి పడ్డాయి.

"అద్భుతం' అంటూ నవ్వాడు అరిష్టనేమి.

మంచెను నిర్మించిన ఈ కర్రలు ఎవరికైనా తగిలినా గాయపరుస్తాయేగానీ, చంపజాలవు. గొయ్యిలోంచి కేకలు మొదలయ్యాయి.

లక్ష్మణుడు రాముడి కేసి చూసాడు " మనం.."

రాముడు మధ్యలో అందుకున్నాడు. "వద్దు. వేచి చూద్దాం. నాకు ఇప్పుడు యుద్ధం చేసే ఉద్దేశం లేదు. వీళ్లను సజీవంగా తీసుకువెళ్లాలనుకుంటున్నాను"

అరిష్టనేమి పెదవులపై సన్నని నవ్వు తొణికిసలాడింది.

గొయ్యి లోపలినుంచి భయంతో, ఆగ్రహంతో కేకలు వినిపిస్తున్నాయి. తమపై పడిన కట్టెలను అసురులు తొలగిస్తున్నట్టున్నారు. కాస్సేపటికి ఒక అసురుడు పైకి వచ్చాడు. క్రమంగా ఇతరులు ఒక్కొక్కరుగా పైకి వచ్చారు. అందరిలోకీ పొడుగ్గా ఉన్న వ్యక్తి, బహుశా నాయకుడు తన చుట్టూ చూసాడు. తర్వాత తన ప్రత్యర్థుల కేసి ధిక్కారంతో చూసాడు.

"అతడే సుబాహుడు' అన్నాడు అరిష్టనెమి. "తాటకి కొడుకు, వీళ్ల సైన్యాధికారి"

కర్ర మీద పడ్డం వల్ల సుబాహుడి ఎడమ చేయి విరిగినట్టుంది. కానీ అతనికి ఇంకెక్కడా గాయాల్లేవు. అతను కత్తిని దూసాడు. అది కొంచెం

ఇబ్బందికరమే అయింది. ఎందుకంటే కత్తి తొడుగును తొలగించడానికి ఎడమ చేయి అనువుగా లేదు. అక్కడికీ కత్తిని లేపి గట్టిగా హుంకరించాడు. ఇతర సైనికులు కూడ అదే పని చేసారు.

రాముడికి ఇదంతా విచిత్రంగా అనిపించింది. వీళ్లను చూసి నవ్వాలో, ప్రశంసించాలో అర్థం కాలేదు.

"ఓ పరశురామ దేవా. వీళ్లు పిచ్చివాళ్లా? మన వద్ద యాభై మంది అశ్వికులున్నారన్నది వీళ్లకు కనిపిస్తోందా లేదా?' అన్నాడు లక్ష్మణుడు.

"సత్యం ఏకమ్' అరిచాడు సుబాహుడు.

"సత్యం ఏకమ్' అరిచారు తక్కిన అసురులు

రాముడు కూడ వీళ్ల మూర్ఖత్వానికి నిర్ఘాంతపోయాడు. వెనక్కి తిరిగి చూడగా, తనకు కనిపించిన దానికి చిరాకుపడ్డాడు. '

"లక్ష్మణా. అయోధ్య పతాకం ఏది? నువ్వు దాన్నెందుకు ఎత్తి చూపడం లేదు?'

"ఏమిటీ' అంటూ లక్ష్మణుడు తన వెనక్కి తిరిగి చూసుకున్నాడు. తన వెనక ఉన్న సైనికులు మలయపుత్రుల పతాకాన్ని ఎత్తి చూపుతున్నారు. ఎలాగైనా ఇది విశ్వామిత్రుడి కార్యక్రమం కదా.

"వెంటనే చెయ్యి' అరిచాడు రాముడు, తన కళ్ళను, ఏ క్షణమైనా దాడి చేయడానికి సిద్ధమవుతున్న అసురుల మీద నుంచి తిప్పకుండానే.

లక్ష్మణుడు తన గుర్రం నాడాకు తగలించి వున్నసంచి నుంచి తమ దేశ పతాకాన్ని తీసి, పైకి ఎత్తాడు. అది తెల్లటి వస్త్రం; మధ్యలో ఎర్రటి సూర్యుడు, ఆ సూర్య కిరణాలు అన్నిదిక్కుల్లోనూ ప్రసరిస్తున్నట్టుగా ఉంది చిత్రం. ఆ చిత్రానికి కింద, ఒక అత్యంత సుందరమైన పులి బయటకు దూకుతుందా అన్నట్టుగా ఉన్న భంగిమ.

"దాడి చేయండి' అరిచాడు సుబాహుడు.

"సత్యం ఏకమ్' అంటూ :' అని ముందుకు సాగారు.

రాముడు పిడికిలి ఎత్తి "అయోధ్యత: విజేతరా:' అని అరిచాడు.

అది అయోధ్య పాలకుల యుద్ధ నినాదం. అజేయనగరం నుంచి విజేతలు.

'అయోధ్యత: విజేతరా:' అంటూ లక్ష్మణుడు తమ పతాకాన్నిఎగరేసాడు.

అసురులు అన్నదమ్ములనీ, వారి అయోధ్య పతాకాన్నిచూసి, చటుక్కున ఆగిపోయారు. రాముడి అశ్వానికి కేవలం 50 మీటర్ల దూరంలో ఉండగా ఆగారు.

సుబాహుడు మెల్లిగా ముందుకు నడిచాడు, కత్తిని కిందికి దింపుతూ.

"మీరు అయోధ్య నుంచి వచ్చారా?' అని అడిగాడు, వినికిడికి చేరువ కాగానే.

"నేను అయోధ్య యువరాజును' అన్నాడు రాముడు "లొంగిపొండి. అయోధ్య మీద ప్రమాణం . మీకు ఎలాంటి హానీ జరగదు"

సుబాహుడి చేతిలోంచి ఖడ్గం జారిపోయింది. అతను మోకాళ్ల మీద కూర్చుండిపోయాడు. తక్కినఅసురులూ అదే పని చేసారు. వారిలో కొందరు గుసగుసగా మాట్లాడుకుంటున్నారు. కానీ ఆ మాటలు రాముడి చెవిన పడనే పడ్డాయి.

"శుక్రాచార్యులు.."

"అయోధ్య....."

"ఏకం కంఠం..."

అసుర శిబిరంలోకి రామలక్ష్మణులను, మలయపుత్రులను సగౌరవంగతోడ్కొని వెళ్లారు. పధ్నాలుగు మంది అసురులను తాటకి స్వాగతించింది; తక్కిన స్త్రీలు అసురుల గాయాలకు చికిత్స చేయడం ప్రారంభించారు.

కొంత సేపటికి అతిథులు, గృహస్థులు ఆసీనులయ్యారు. అల్పాహారం ముగించిన తర్వాత రాముడు మలయపుత్రుల సేనాధిపతిని చూసి "అరిష్టనేమిగారూ, నన్ను అసురులతో ఏకాంతంగా వదిలెయ్యండి"

"ఎందుకు?' అడిగాడతను

"వాళ్లతో ఒంటరిగా మాట్లాడాలనుకుంటున్నాను'

లక్ష్మణుడు దీన్ని వ్యతిరేకించాడు. "అన్నయ్యా. ' అసురులు వింటున్నారన్న సంకోచం కూడ లేకుండా అన్నాడు " వీళ్లు అనాగరికులు; పశువులు. రుద్రదేవుడి ఆగ్రహానికి గురై పోయిన వారు పోగా మిగిలిన అవశేషాలు. నీ సమయాన్ని వారిపై వ్యర్థం చేయకు"

రాముడు గట్టిగా ఊపిరి పీలుస్తున్నాడు. అతని ముఖం ప్రశాంతంగా ఉంది. అది ఎలాంటి ప్రశాంతతో లక్ష్మణుడికి తెలుసు. లోలోపల ఆగ్రహం లావాలా పెల్లుబుకుతూంటే, పైకి నెమ్మదిగకనిపించే జలం వంటిది. ఈ ఆగ్రహంలో సడలింపులేని పట్టుదలకూడ ఉందని లక్ష్మణుడికి తెలుసు. ఇంకేం చెయ్యలేనట్టు చేతులెత్తేసాడు.

అరిష్టనేమి బుజాలెగరేసాడు. 'సరే. నువ్వు వాళ్లతో మాట్లాడు. కానీ మేము లేకుండా నువ్వు మాట్లాడడం మాత్రం మంచిది కాదేమో'

"మీ సలహాకు ధన్యవాదాలు కానీ నాకు వీరిపై నమ్మకముంది' అన్నాడు రాముడు.

తాటక, సుబాహుడు రాముడి మాటలు విన్నారు. చిరకాలంగా తమని శత్రువులుగా భావిస్తున్న వాళ్లు ఇలా అనడం వారికి ఆశ్చర్యం కలిగించింది.

అరిష్టనేమికి ఒప్పుకోక తప్పలేదు. అయితే తన మాటలు అసురులు వినేలా గట్టిగా అన్నాడు. "సరే. అయితే మేం పక్కకి తప్పుకుంటాం. కానీ మేము అశ్వారూఢులమై యుద్ధానికి సిద్ధంగా ఉంటాం. ఏ కొంచెం గొడవ జరిగేట్టు కనిపించినా, లోపలికి వచ్చి వీళ్లందరినీ చంపేస్తాం'

అరిష్టనేమి వెనక్కి తిరిగి వెళ్తూండగా, రాముడు మళ్లీ తన తమ్ముడికి వినబడేలా అన్నాడు. "వీళ్లతో *ఒంటరిగా* మాట్లాడదామనుకుంటున్నా, లక్ష్మణా'

"నేను నిన్న ఒంటరిగా వీళ్లతో వదిలి వెళ్లలేనన్నయ్యా"

'లక్ష్మణా.."

"నిన్నుఒంటరిగా ఉండనివ్వను, అన్నయ్యా"

'విను, తమ్ముడూ. నాకు.."

లక్ష్మణుడు గొంతెత్తి అరిచాడు. "నిన్ను ఒంటరిగా వదిలి నేను వెళ్లను, అన్నయ్యా"

"సరే.' రాముడికి తప్పలేదు.

అరిష్టనేమి, మలయపుత్ర సేనలు అశ్వారూఢులై సిద్ధంగా నించున్నారు, రామలక్ష్మణులకు అవసరమైతే ఒక్క తృటిలో రక్షణకు వెళ్లేందుకు. అన్నదమ్ములిద్దరూ గది మధ్యలో ఒక అరుగు మీద కూర్చున్నారు.. అసురులు వారి చుట్టూ నించున్నారు. సుబాహు చేయి కట్టుతో వేళ్లాడుతోంది. తను తల్లి తాటక పక్కనే కూర్చున్నాడు.

"మీరు క్రమేపీ ఆత్మహత్యకు పాల్పడుతున్నారు' అన్నాడు రాముడు.

"మేం మా చట్టాన్ని అమలు చేస్తున్నామంతే' అంది తాటక.

రాముడు ముఖం చిట్లించాడు. "మలయపుత్రులపై నిరవధికంగా దాడి చేస్తూ మీరు సాధిస్తున్నదేమిటి?" అడిగాడు.

"వాళ్లను రక్షించాలని మా ఆశ. వాళ్లు మా వైపుకు వచ్చేసి, తమ తప్పుడు నమ్మకాలను వదిలిపెట్టి, ఏకమ్‌లో విశ్వాసముంచితే వాళ్ల ఆత్మలను రక్షించుకున్నవాళ్లవుతారు"

"ఓహో. అయితే వాళ్లపై మాటిమాటికీ దాడులు చేస్తూ, వేధిస్తూ, వాళ్ల యాగాదులను ఆటంకపరుస్తూ, వాళ్లను చంపడానికి ప్రయత్నిస్తూ మీరు వాళ్లను రక్షిస్తున్నారన్నమాట' అన్నాడు రాముడు.

"అవును' అంది తాటకి తమ విచిత్రమైన తర్కంలో ఏ తప్పూ లేదన్నట్టు. "ఇంకా చెప్పాలంటే, వాళ్లని రక్షిస్తున్నది మేం కాదు. స్వయంగా 'ఏకమే'. మేం ఆ మహాశక్తి చేతిలో సాధనాలు మాత్రమే"

"మరైతే ఏకమ్ మీ వశంలో ఉంటే, ఆ మలయపుత్రులు శతాబ్దాల తరబడి అంత వృద్ధీ ఎలా సాధించగలిగారు? అలాగే మీ ఏకమ్ భావనను తిరస్కరించే సప్తసింధులోని ప్రజలందరూ ఇన్నేళ్లుగా అంత అధిపత్యం ఎలా సాధించగలిగారు? మీ అసురులెందుకు భారతరాజ్యాన్ని స్వాధీనం చేసుకోలేకపోయారు? మీ ఏకమ్ ఎందుకు మీకు సాయపడ్డం లేదు?"

"ఆ మహాదేవుడు మమ్మల్ని పరీక్షిస్తున్నాడేమో. మేము ఆయన పథం అనుసరించడంలో తప్పులు చేసామేమో'

"పరీక్షిస్తున్నాడా? అసురులు కొన్ని శతాబ్దాలుగా ప్రతి ముఖ్యమైన యుద్ధం ఓడిపోతూ ఉంటే చూస్తూ ఊరుకోవడం పరీక్షించడమా?'

తాటకి మాట్లాడలేదు.

"ఆయన మిమ్మల్ని పరీక్షించడం లేదని ఎప్పుడైనా అనిపించలేదా?' అడిగాడు రాముడు. "మీకు ఆయన ఏదో నేర్పడానికి ప్రయత్నిస్తున్నాడేమోనన్న ఆలోచన రాలేదా? మీరు కాలంతో పాటు మారాలని చెప్పడానికి ప్రయత్నిస్తున్నా డేమో. ఏ వ్యూహమైనా మాటిమాటికీ విఫలమౌతూంటే, దాన్ని గుడ్డిగా అనుసరించడం కేవలం పిచ్చితనమే అని శుక్రాచార్యుడు కూడ చెప్పలేదూ?'

"కానీ ప్రతి దాన్నీ సిద్ధాంతంలో తప్ప, వాస్తవంలో ఆచరించని ఈ పనికి మాలిన పతనావస్థలో ఉన్న దేవతల నిబంధనలు మేమెట్లా అలవరచుకోవాలి?" అడిగింది తాటక.

" ఆ 'పనికిమాలిన, పతనావస్థలో ఉన్న దేవతలూ' వాళ్ల వారసులే కొన్ని శతాబ్దాలుగా అధికారంలో ఉన్నారు " అన్నాడు లక్ష్మణుడు తీవ్రస్థాయిలో. "వాళ్లు అద్భుతమైన నగరాలను నిర్మించారు; కాంతులీనే నాగరికతను సృష్టించారు; మీరేమో ఎందుకూ కొరగాని చోట ఓ పిచ్చి శిబిరం వేసుకుని

కూర్చున్నారు. బహుశా, సిద్ధాంతం, ఆచరణ రెండూ మార్చాల్సిన వాళ్లు మీరేనేమో చూసుకోండి"

"లక్ష్మణా" అన్నాడు రాముడు, చేయెత్తి వారిస్తూ.

'ఇదంతా చెత్త. అన్నయ్యా "లక్ష్మణుడు ఏ మాత్రం పశ్చాత్తాపం లేకుండా అన్నాడు. "ఈ మనుషులు ఎంత భ్రమలో జీవిస్తున్నారు? వాళ్లకు వాస్తవం కనిపించడం లేదా?'

"వాళ్ల వాస్తవికతంతా వాళ్ల చట్టమే లక్ష్మణా. పురుషస్వభావ జీవన విధానంలో ఉండే ప్రజలకు మార్పు కష్టంగా తోస్తుంది. వాళ్లను చట్టమే నడిపిస్తుంది. ఒకవేళ చట్టం కాలానుగుణంగా ఉండకపోతే, వాళ్లకు ఆ విషయాన్ని అంగీకరించి, మార్పుకు పూనుకోవడం సాధ్యం కానిపని. దానికి బదులు, వాళ్లు మరింతగా తమ చట్టాలను పట్టుకుని వేళ్లాడతారు. అదే స్త్రీస్వభావ జీవన విధానంలో మార్పును అంగీకరించే ధోరణి, ఉదారవైఖరి చూసి మనం దాన్ని అవినీతిమయంగా, చంచలమైందిగా, లేకిగా భావించి, విమర్శిస్తాం'

"మనమా? " లక్ష్మణుడు ముఖం చిట్లించి అడిగాడు, రాముడు తమని పురుషస్వభావ విధానానికి ప్రతినిధులుగా చూస్తున్నాడని అర్థమై.

తాటక, సుబాహుడు అన్నదమ్ముల సంభాషణను జాగ్రత్తగా గమనిస్తున్నారు. సుబాహుడు పిడికిలి బిగించి గుండెకు ఆనిస్తూ, అసురుల ప్రాచీన అభివాదం చేసాడు.

రాముడు లక్ష్మణుడి కేసి చూసి అడిగాడు " ధేనుకుడికి జరిగింది తప్పని నువ్వు భావిస్తావా?"

'అసురులు ఏకంని, దానికి తమ వ్యాఖ్యానాన్ని నమ్మనివాళ్లనందరినీ పద్ధతీ పాడూ లేకుండా చంపేయడం దానికంటే దారుణమని నేను భావిస్తాను"

"అది నేనూ ఒప్పుకుంటాను. అసురులు చేసింది మామూలు తప్పు కాదు; పాపం. కానీ నేనడుగుతున్నది ధేనుకుడి గురించి. అతనికి జరిగింది తప్పని అనుకుంటావా, లేదా?'లక్ష్మణుడు సమాధానం చెప్పలేదు.

"సమాధానం చెప్పు. తమ్ముడూ. అది తప్పా?"

'నేను నీ మాటల్ని వ్యతిరేకించనని తెలుసుగఅన్నయ్యా?'

'నువ్వు ఏం చేస్తావని నేనడగలేదు, లక్ష్మణా. ఏం అనుకుంటున్నావని అడిగాను"

లక్ష్మణుడు మౌనం వహించాడు. కానీ అతని సమాధానం తెలుస్తూనే ఉంది.

'ధేనుకుడెవరు?' సుబాహుడు అడిగాడు.

"కరడుగట్టిన నేరస్థుడు. సమాజంపై ఒక మాయని మచ్చ; అతని పాపాలు మరో లక్ష జన్మాల వరకు అతణ్ణి పీడిస్తూనే ఉంటాయి' రాముడన్నాడు. "అయితే చట్టం అతని మరణశిక్షను అనుమతించదు. అతడెంత నీచమైన నేరం చేసినా, అతన్ని అలా చంపడం సరైన పనేనా?'

సుబాహుడు ఒక్క క్షణం కూడ తటపటాయించలేదు. "లేదు"

రాముడు చిన్నగా చిరునవ్వు నవ్వి, లక్ష్మణుడి కేసి చూసాడు. " చట్టం అందరికీ సమానమే. మినహాయింపులు లేవు. చట్టాన్ని ఉల్లంఘించకూడదు. అయితే..."

లక్ష్మణుడు పక్కకు తిరిగాడు. అతని దృష్టిలో ధేనుకుడి విషయంలో న్యాయం జరిగింది.

రాముడు అసురులను సంబోధిస్తూ మాట్లాడాడు. "నేను మీకు చెబుతున్నది అర్థం చేసుకోడానికి ప్రయత్నించండి. మీరు చట్టానికి బద్ధులైన ప్రజలు; మీరు పురుషస్వభావ వ్యవస్థను అనుసరిస్తారు. కానీ మీ చట్టాలు ఇప్పుడు తగనంత సమర్థంగా లేవు. ఈ ప్రపంచం మారుతున్నది కనక, మీ చట్టాలు కొన్ని శతాబ్దుల నుంచి సమర్థవంతంగా పనిచేయడం లేదు. మీకు ఈ విషయాన్నే కర్మ పదేపదే నేర్పాలని ప్రయత్నిస్తోంది. మీ కర్మ మాటిమాటికీ వ్యతిరేక ఫలితాలను అందిస్తూంటే, దాని అర్థం అది మిమ్మల్ని పరీక్షిస్తోందని కాదు; మీకు బోధ చేస్తోందని. మీరు మీలోని శిష్యుణ్ని నిద్రలేపి కొత్త శుక్రాచార్యుడిని వెతుక్కోండి. మీకు సరికొత్త పురుషస్వభావ విధానం అవసరం. కొత్త చట్టాలు అవసరం. '

తాటక అందుకుంది. 'గురుశుక్రాచార్యులు అవసరమనుకున్నపుడు తనే పునర్జన్మ ఎత్తుతానని చెప్పాడు; మాకు కొత్త మార్గం చూపిస్తానని.."

అక్కడ చాలా సేపు నిశ్శబ్దం రాజ్యమేలింది.

తర్వాత తాటక, సుబాహుడు ఒకేసారి లేచి నిల్చున్నారు. ఇద్దరూ తమ పిడికిలి బిగించిన కుడి చేతిని గుండెలపై తాకింది, సంప్రదాయ అసురుల అభివాదం చేసారు రాముడి ఎదట నిలుచుని వంగుతూ. వెంటనే వారి సైనికులు, స్త్రీలు, పిల్లలు అదే పని చేసారు.

రాముడికి ఒక్కసారిగా తన గుండెలమీద పెనుభారం పడ్డట్టయింది; వశిష్టుడి మాటలు అతని మనసులో ప్రతిధ్వనించాయి. *"నీకు మహత్తరమైన బాధ్యతలున్నాయి. నీ లక్ష్యం అతి ముఖ్యమైంది; దానికి బద్ధుడివై ఉండు.*

వినయంగా ఉండు; మంచిదే. కానీ నీ బాధ్యతలను స్వీకరించలేనంత వినయంగా మాత్రం కాదు"

లక్ష్మణుడు అసురులకేసి, రాముడి కేసి, ఏం జరుగుతోందో అర్థంకాని అయోమయంలో చూసాడు.

'మమ్మల్ని ఏం చెయ్యమంటారు, ప్రభూ?' తాటక అడిగింది.

"అసురుల్లో చాలా మంది, భారతదేశం పశ్చిమ ప్రాంతాల్లోని పరీహాలో వాయుపుత్రులతో కలిసి జీవిస్తున్నారు" అన్నాడు రాముడు "మీరు కూడ మలయపుత్రుల సహాయంతో అక్కడ తలదాచుకోండి"

"కానీ మలయపుత్రులు మాకెందుకు సహాయం చేస్తారు?"

"నేను వాళ్లని అభ్యర్థిస్తాను"

"అక్కడ మేం ఏం చేస్తాం?'

"మీ పూర్వీకులు రుద్రదేవుడికి ఇచ్చిన వాగ్దానాన్ని నిలుపుకోండి. మీరు వాయుపుత్రులతో కలిసి భారతదేశాన్ని కాపాడతారు"

"కానీ భారతదేశాన్ని కాపాడ్డమంటే ఇప్పుడు దేవతలను కాపాడడం"

"అవును"

"మేం వాళ్లనెందుకు కాపాడాలి? వాళ్లు మా శత్రువులు. వాళ్లు..."

"రుద్రదేవుడు ఆదేశించాడు కనక మీరు వాళ్లని రక్షించాలి"

సుబాహుడు తల్లిని ఆపడానికి ఆమె చేతిని గట్టిగా పట్టుకున్నాడు. "మీరు ఆదేశించినట్లే చేస్తాం, ప్రభూ"

ఇంకా సందిగ్ధంగానే తాటక కొడుకు చేతుల్లోంచి తన చేతిని వదిలించుకుంది. "కానీ ఇది మా పవిత్రభూమి. మాకు భారతదేశంలో ఉండాలని ఉంది. ఈ పవిత్ర ఆలింగనం బయట మేము ఆనందంగా జీవించలేం"

"మీరు అంతిమంగా ఇక్కడికే వస్తారు. అయితే అసురులుగా రారు. ఆ జీవితం అయిపోయినట్టే. మీరు మరో రూపంలో ఇక్కడికి వస్తారు. అది మీకు నా వాగ్దానం"

అధ్యాయం 18

లక్ష్మణుడు విశ్వామిత్రుడికి ఆగ్రహం కలుగుతుందని అనుకున్నాడు. కానీ ఆయన ఆసక్తిగచూసాడు. రాముడి పట్ల సదభిప్రాయం ఏర్పడినట్టు స్పందించాడు. లక్ష్మణుడికి ఆయన ఈ ప్రవర్తన అర్థం కాలేదు.

మహర్షి వేప చెట్టు కింద అరుగు మీద పద్మాసనంలో కూర్చునివున్నాడు. ఆయన నెత్తిమీద ముడిలో వెంట్రుకలు గాలికి ఊగిసలాడుతున్నాయి. అతని తెల్లటి అంగవస్త్రం పక్కన పెట్టి ఉంది.

"కూర్చోండి. ఇది చెప్పడానికి కొంత సమయం పట్టవచ్చు' అన్నాడు విశ్వామిత్రుడు.

రాముడు, లక్ష్మణుడు, అరిష్టనేమి ఆయన చుట్టూ కూర్చున్నారు. అసురులు కొంత దూరంలో నిశ్శబ్దంగా నించుని ఉండడం విశ్వామిత్రుడు గమనించాడు. వాళ్లను సంకెళ్లతో బంధించలేదు; రాముడే బంధించవద్దని చెప్పాడు. అయితే, సంకెళ్లు వేయనవసరం లేదని వారు నిరూపించారు. వాళ్లు క్రమశిక్షణతో ఒకే వరసలో కదలక, మెదలక నించున్నారు; ఎందుకైనా మంచిదని అరిష్టనేమి ముప్పై మంది అంగరక్షకులను వాళ్ల చుట్టూ నించోబెట్టాడు.

విశ్వామిత్రుడు రాముడితో అన్నాడు. "నువ్వు నాకు చాలా ఆశ్చర్యం కలిగించావు, రామా. అసురులను చంపమన్న నా ఆదేశాన్ని ఎందుకు ఉల్లంఘించావు? అదీ కాక, వాళ్లతో ఏం చెప్పడం వల్ల వారిలోఇంత మార్పు వచ్చింది? ఈ సమాజంలో అనాగరికులను నాగరికులనుగా చేసే మంత్రమేదైనా నీదగ్గర ఉందా?'

"మీరు ఇప్పుడు అన్న మాటలను మీరు కూడ నమ్మరని నాకు తెలుసు గురుదేవా" అన్నాడు రాముడు ప్రశాంతంగా. 'అసురులు అనాగరికులని మీరు కూడ అనుకోరు. ఎందుకంటే మీరు కూడ రుద్రదేవుణ్ణి ప్రార్థించడం నేను చూసాను; అసురులు, రుద్రదేవుడు వెనక వదిలి వెళ్లిన వాయుపుత్రులతో

కలిసారని నాకు తెలుసు. వాయుపుత్రులు మీ కర్మసహచరులు. కనక, నా అనుమాన మేమిటంటే మీరు ఇప్పుడన్న మాటలతో నన్ను రెచ్చగొట్టడానికి ప్రయత్నించారు. ఎందుకు?"

విశ్వామిత్రుడు కళ్లు పెద్దవి చేసి రాముడి కేసి చూసాడు. కానీ అతనికి సమాధానమివ్వలేదు. "ఈ చవటలు నిజంగా నువ్వు రక్షించవలసిన వాళ్లలా నీకనిపించారా?' అడిగాడు.

"ఆ ప్రశ్నకు అర్థం లేదు, గురుదేవా. ఇప్పుడు అడగాల్సిన ప్రశ్న ఏమిటంటే, అసలు వాళ్లను ఎందుకు తుడిచిపెట్టేయాలి? వాళ్లు ఏ చట్టాన్ని ఉల్లంఘించారు?"

"వాళ్లు నా ఆశ్రమంపై పదే పదే దాడి చేసారు"

"కానీ ఎవ్వరినీ చంపలేదు. పోయిన సారి వాళ్లు చేసిందల్లా మీ కంచెలో కొంత భాగాన్ని కాల్చడం. మీ గనుల పరికరాలను కొంతేమైనా ధ్వంసం చేసారేమో. ఈ నేరాలకు ఏ స్మృతి అయినా మరణశిక్ష విధిస్తుందా? లేదు. నేనెప్పుడూ పాటించే అయోధ్య చట్టాల ప్రకారం బలహీనులు ఏ చట్టాన్నీ ఉల్లంఘించనపుడు, వారిని రక్షించడం బలవంతుల విధి"

"కానీ నా ఆదేశాలు చాలా స్పష్టంగా ఉన్నాయి"

"నేను కూడ స్పష్టంగానే చెప్తున్నాను, గురుదేవా. మన్నించండి. కానీ మీరు నిజంగానే ఈ అసురులను చంపాలని అనుకునివుంటె, అరిష్టనేమి ఆ పని సులువుగా చేసిపెట్టేవారు. మీ యోధులంతా సుశిక్షితులు. ఈ అసురులు శిక్షణలేనివారు. మీరు మమ్మల్ని ఇక్కడికి తీసుకురావడానికి కారణం వాళ్లు అయోధ్య రాకుమారుల మాట తప్ప మరెవ్వరిదీ వినరని మీకు తెలుసు కనక. అసురుల వల్ల మీకు వచ్చే సమస్యలకు ఆచరణయోగ్యమైన, సంఘర్షణ లేని సులువైన పరిష్కారం అవసరం మీకు. నేను చట్టాన్ని ఆచరించడమే కాక, మీకు కావలసిందే మీకు సమకూర్చాను. నాకర్థం కానిదేమిటంటే మీరు మీ అసలు ఉద్దేశాన్ని నాకెందుకు చెప్పాలనుకోలేదు అని?"

విశ్వామిత్రుడి ముఖంలో చాలా అరుదుగా కనిపించే అనిశ్చితితో కూడిన గౌరవం కనిపించింది. అతను ఓటమి చవిచూసినట్టు కనిపించాడు. "నువ్వు నీ గురువును ఎప్పుడూ ఇలాగే ప్రశ్నిస్తావా?"

రాముడు మౌనంగా ఉండిపోయాడు. మౌనం లోనే సమాధానం ఉంది. రాముడి గురువు వశిష్టుడు; విశ్వామిత్రుడు కాదు. విశ్వామిత్రుడికి రాముడు ఆ గౌరవం ఇవ్వడం కేవలం తన తండ్రి ఆదేశాల మేరకే.

"నువ్వన్నది నిజమే' అన్నాడు విశ్వామిత్రుడు, రాముడి మౌనం వెనక దాగిన అవమానాన్ని గమనించనట్టుగానే. "అసురులు దుర్మార్గులు కారు; వాళ్ల ధర్మం నేటి ప్రపంచానికి సముచితం కాదంతే. ఒక్కోసారి అనుచరులు బాగుంటారు గానీ, నాయకుడే వాళ్లను వంచిస్తాడు. వీళ్లను పరీహాకు పంపడం మంచి ఆలోచనే. అక్కడ వాళ్లకి తమ లక్ష్యం అర్థమవుతుంది. వారి ప్రయాణానికి ఏర్పాట్లు చేద్దాం"

"ధన్యవాదాలు గురుదేవా"

'ఇక నువ్వడిగిన అసలు ప్రశ్నకు సమాధానం. అది ఇప్పుడు ఇవ్వను. బహుశా తర్వాతెప్పుడో"

రెండు వారాల్లో, మలయపుత్రులతో ఒక చిన్న బృందం, అసురులతో కలిసి భారతదేశం పశ్చిమ సరిహద్దులను దాటి వాయుపుత్రుల రహస్యనగరానికి వెళ్లడానికి అన్ని ఏర్పాట్లు అయ్యాయి. అసురులు తమ గాయాలనుంచీ పూర్తిగా కోలుకున్నారు.

విశ్వామిత్రుడు మలయపుత్ర శిబిరం ద్వారంవద్ద నించుని తన మనుషులకు చివరిసారిగా ఆదేశాలిస్తున్నాడు. అరిష్టనేమి, రాముడు, లక్ష్మణుడు ఆయన పక్కన నించుని వున్నారు. మలయపుత్రుల బృందం అశ్వాలు ఎక్కడానికి వెళ్లగానే, తాటక, సుబాహుడు విశ్వామిత్రుడి వద్దకు వచ్చారు.

"ఇందుకు ధన్యవాదాలు'అంది తాటక, తలవంచి, నమస్కరిస్తూ.

అసుర స్త్రీ, మర్యాదలు ఆచరిస్తున్నందుకు విశ్వామిత్రుడికి నవ్వు వచ్చింది. తాటక రాముడి కేసి చూసింది, ఆయన ప్రశంసలు కావాలన్నట్టుగా. రాముడు కూడ ప్రశంసాపూర్వకంగా మందహాసం చేసాడు.

"మీ అసురసోదరులు పశ్చిమప్రాంతంలో నివసిస్తున్నారు. వాళ్లు మిమ్మల్ని కాపాడతారు. అస్తమించే సూర్యుడిని అనుసరిస్తూ వెళ్లండి. మీరు ఇల్లు చేరుకుంటారు"

తాటక నిటారుగా నిలబడింది. "పరీహా మా ఇల్లు కాదు. ఇది మా ఇల్లు. ఈ భారతదేశం. ఇక్కడ దేవతలున్నంత కాలం మేం కూడ ఉన్నాం. మొదటినుంచీ మేము ఇక్కడే ఉంటున్నాం" రాముడు మధ్యలో కలగజేసుకుని అన్నాడు "మళ్లీ మీరు సమయం వచ్చినపుడు ఇక్కడికే తిరిగి వస్తారు కూడ. ప్రస్తుతానికి సూర్యుడి మార్గాన్ని అనుసరించి వెళ్లండి"

విశ్వామిత్రుడు రాముడి కేసి ఆశ్చర్యంగా చూసాడు. కానీ మౌనంగా ఉండిపోయాడు.

"ఇదంతా మనం అనుకున్నట్టుగా జరగలేదు, గురుదేవా" అన్నాడు అరిష్టనేమి.

విశ్వామిత్రుడు మలయపుత్రుల శిబిరానికి సమీపంలో సరస్సు ఒడ్డున కూర్చున్నాడు. అరిష్టనేమి, తన గురువుగారి వద్ద ఉన్నప్పుడల్లా చేసినట్లుగానే, ఇప్పుడు కూడ ఏ ప్రమాదానికైన సంసిద్ధుడై, ఖడ్గాన్ని ఒరలోంచి తీసి పక్కనే పెట్టుకున్నాడు.

"కానీ నువ్వు ఆ విషయమై పెద్దగా బాధపడుతున్నట్టు లేవు" అన్నాడు విశ్వామిత్రుడు.

అరిష్టనేమి, గురువుగారి కళ్లలోకి చూడ్డం ఇష్టంలేనట్టుగా దూరతీరాల్లోకి చూస్తూ తటపటాయిస్తూ అన్నాడు "నిజం చెప్పాలంటే గురుదేవా... నాకా అబ్బాయి నచ్చాడు,... అతనిలో..."

విశ్వామిత్రుడు కళ్లు చికిలించి అరిష్టనేమి కేసి చూసాడు.

"మనం నిబద్ధత ప్రకటించిన వ్యక్తిని మరవద్దు' అన్నాడు.

అరిష్టనేమి తల వంచాడు. "తప్పకుండా, గురుదేవా. మీ ఆశయాలకు వ్యతిరేకంగా నేనెందుకు వెళ్తాను?'

కొద్దిసేపు అసౌకర్యమైన మౌనం అక్కడ తాండవించింది. విశ్వామిత్రుడు గట్టిగా నిట్టూర్చి, ఎదురుగకనిపిస్తున్న విస్తార జలాల కేసి చూసాడు.

"ఆ అసురులనుగానీ అతను వాళ్ల శిబిరంలో చంపేసివుంటె, మనకు అది... ప్రయోజనకరంగా ఉండేది"

అరిష్టనేమి, తెలివిగా ఆయన్ని వ్యతిరేకించలేదు.

విశ్వామిత్రుడు బాధగా నవ్వి, తల అడ్డంగా తిప్పాడు. "నన్ను ఓడించాలని ప్రయత్నం కూడ చెయ్యని యువకుడి చేతిలో ఓటమికి గురయ్యాను. అతను కేవలం తన 'నిబంధనలను' పాటించాడంతే"

"ఇప్పుడేం చేద్దాం?'

"రెండవ పథకాన్ని అమలు చేయాలి. ఇంకేం చేస్తాం?' అన్నాడు విశ్వామిత్రుడు.

"ఆ రెండోపథకం గురించి నాకు ఎప్పుడూ పెద్ద నమ్మకం లేదు, గురుదేవా. మనకు అన్ని విషయాల మీద పూర్తి నియంత్రణ లేదు..."

విశ్వామిత్రుడు అతన్ని వాక్యం పూర్తి చెయ్యనివ్వలేదు.

"నువ్వనుకుంటున్నది తప్పు"

అరిష్టనేమి మౌనంగా ఉండిపోయాడు.

"ఆ దేశద్రోహి వశిష్టుడు రాముడి గురువు. అతను వశిష్టుడిని నమ్మినంత కాలం నేను రాముణ్ని కూడ నమ్మలేను"

అరిష్టనేమికి ఈ మాటలపై విశ్వాసంలేదు కానీ, అతనేమీ మాట్లాడలేదు. వశిష్టుడి గురించిన ఏ ప్రస్తావనైనా చాలా ప్రమాదకరమని అతనికి తెలుసు.

"మనం రెండో పథకం ప్రకారం వెళ్దాం' అన్నాడు విశ్వామిత్రుడు.

"కానీ మనం కోరుకున్నట్టు అతను చేస్తాడా?"

"అతనికి ప్రియమైన 'నిబంధనలనే' మనం ఉపయోగిద్దాం. ఒకసారి అది జరిగితే, ఆ తర్వాత జరిగేదంతా నా నియంత్రణలో ఉంటుంది. వాయుపుత్రుల విధానం తప్పు. నాదే సరైనదని రుజువు చేస్తాను"

అసురులు పరీహాకు వెళ్లిన రెండు రోజుల అనంతరం, రామలక్ష్మణులు నిద్రలేచే సరికి ఆ రోజు శిబిరంలో విపరీతమైన అలజడి కనిపించింది. ఎవరినీ కలవకుండా వాళ్లిద్దరూ సూర్యుడికి, రుద్రుడికి ప్రార్థనలు చేయడంకోసం సరస్సు ఒడ్డుకు వెళ్లారు.

అరిష్టనేమి వాళ్ల పక్కగా వచ్చారు "మనం త్వరలోనే ఇక్కడినుంచి వెళ్లిపోతాం"

"మాకు చెప్పినందుకు కృతజ్ఞతలు, అరిష్టనేమిగారు" అన్నాడు రాముడు.

బయటకు ఒక చాలా పెద్ద పెట్టెను తీసుకుపోవడం గమనించాడు రాముడు. అందులో ఏదో చాలా బరువైనది అయ్యుండాలి. ఎందుకంటే దాన్ని ఒక ఇనుప పల్లకీ మీద పెట్టి పన్నెండు మంది మోసుకువెళ్లారు.

"అదేమిటి?' అన్నాడు లక్ష్మణుడు, అనుమానంగా, ముఖం చిట్లిస్తూ.

"అదా. మంచి, చెడూ రెండూ' అర్థరహితంగా సమాధానం చెప్పాడు అరిష్టనేమి. అతను రాముడి భుజం మీద చెయ్యి వేస్తూ 'ఎక్కడికెళ్తున్నారు?' అడిగాడు.

"ప్రాతఃకాల ప్రార్థనల కోసం'

"నేను కూడ మీతో వస్తాను"

మామూలుగా ప్రతిరోజూ ఉదయం అరిష్టనేమి పరశురామదేవుడికి ప్రార్థన చేస్తాడు. కానీ ఈరోజు రామలక్ష్మణులతో మహాదేవుడు, రుద్రుడికి కూడ ప్రార్థనలు చేసాడు. అందరు దేవతలు చివరికి ఒక దైవం లోనే లీనమవుతాయి కదా.

ముగ్గురూ సరస్సు ఒడ్డున ఒక రాయి మీద కూర్చిన్నారు, ప్రార్థనలు ముగించి.

"తాటక, ఆమె తెగవారు పరీహాలో సవ్యంగా ఉంటారో లేదో అనుమానంగా ఉంది' అన్నాడు అరిష్టనేమి.

"తప్పక ఉంటారు. మనల్ని తమలో ఒకరిగా వారు చూసుకోగలిగితే వాళ్లతో జీవించడం సులభమే" అన్నాడు రాముడు

"వాళ్లను తమ వాళ్ల మధ్య ఉంచడం ఒక్కటే ఫలితాలనిస్తుంది. బయటివారితో వాళ్లు కలిసి జీవించలేరు"

"నేను వారి సిద్ధాంతాల గురించి ఆలోచిస్తున్నాను. అసలు సమస్య వాళ్లు ఏకమ్ ను చూసే పద్ధతిలోనే ఉంది"

"ఏకైక దేవుడు..?"

'అవును' అన్నాడు రాముడు. "వాళ్లు మనకు పదేపదే ఏం చెప్తారంటే ఈ దేవుడు మన భ్రమాజనిత ప్రపంచానికి అతీతంగా ఉంటాడని. అతను సృష్టిలో కనిపించే గుణాలన్నిటికీ అతీతుడు. ఎందుకంటే ఈ గుణాలే భ్రమాన్విత ప్రపంచాన్ని సృష్టిస్తాయి, ఇప్పుడు మనమున్న తాత్కాలిక జన్మను కల్పించాయి. కాలంలోని ఏ క్షణమూ నిలవదు కనక, అన్నీ భ్రమాత్మకమైనవే. అందుకే కదా దేవుణ్ని నిరాకారుడనీ, నిర్గుణుడనీ అంటాం? అతను గుణాలకు అతీతుడు కాబట్టి"

"ఖచ్చితంగా అంతే' అన్నాడు అరిష్టనేమి

"ఈ విధంగా ఏకమ్ వీటన్నిటికీ అతీతుడైతే, అతను ఏదో ఒకదాని పక్షాన ఎలా ఉంటాడు? ' రాముడు అడిగాడు. "అతను ఏ ప్రత్యేకమైన వర్గానికీ చెందడు. ఏక కాలంలో ఎవరికీ చెందడూ, అందరికీ చెందుతాడు కూడా. ఇది ఒక్క మానవులకే కాదు. సృష్టిలోని పశుపక్ష్యాదులకు, నీటికీ, భూమికీ, నక్షత్రాలకూ, ఖగోళానికీ, ఇంధనానికీ, అన్నిటికీ వర్తిస్తుంది. సృష్టిలో ఉన్న

ప్రతి జీవీ, వాళ్ళు ఒప్పుకున్నా, ఒప్పుకోకున్నా ఈ ఏకం నుంచి ఏర్పడ్డవే. ఏకమ్‌కు చెందినవే"

అరిష్టనేమి అవునన్నట్లు తలవూపాడు. " తేడా ఎక్కడ వస్తుందంటె మనం ప్రపంచం రూపసహితమైందని నమ్ముతాం; ఏకం ప్రకారం అది రూపరహితం; అందువల్ల వాళ్ల దేవుడే నిజమనీ, మన దేవుడు అబద్ధమనీ అంటారు. తెలివైన మానవుడు తన మూత్రపిండాలు, కాలేయంకంటె ముఖ్యమని ఎలా అనుకోడో, అలాగే దేవుడు కూడా ఒక వర్గం కంటే మరో వర్గం ముఖ్యమని అనుకోడు. అలా అనుకుంటాడని భావిస్తే మనం మూర్ఖులమే"

'సరిగ్గా చెప్పావు' అన్నాడు రాముడు. "ఆయన నా దేవుడైతే, నన్ను మరొకరితో పోటీగా ఎంచుకుంటాడు. కానీ అప్పుడతను ఏకమ్, ఏకైక దేవుడు కాలేడు. నిజమైన దేవుడెవరూ అంటే ఎవరి పక్షమూ వహించని వాడు, అందరికీ చెందిన వాడు, ఎవరి నుంచీ విధేయతను గానీ, భయాన్ని గానీ ఆశించనివాడు; అసలు ఎవరి నుంచీ ఏమీ ఆశించని వాడు. ఎందుకంటే ఏకమ్‌అన్నది అస్తిత్వంలో ఉంది. అందుకే అన్ని అస్తిత్వాలనూ అది అనుమతిస్తుంది"

అరిష్టనేమికి క్రమంగా ఈ అయోధ్య యువరాజు పట్ల గౌరవం పెరుగుతోంది. కానీ ఆ మాట విశ్వామిత్రుడితో చెప్పడానికి భయపడుతున్నాడు.

రాముడు కొనసాగించాడు. "ఒక పరిపూర్ణమైన పురుషస్వామ్య సమాజాన్ని స్థాపించాలని శుక్రాచార్యుడు అనుకోవడం సరైనదే. అలాంటి సమాజం న్యాయబద్ధంగా, గౌరవప్రదంగా, సమర్థవంతంగా ఉంటుంది. అయితే ఆయన చేసిన పొరబాటు ఈ సమాజానికి విశ్వాసాన్ని ఆధారం చేసుకోవడం. అతను దానికి చట్టాలనే పూర్తిగా ఆధారం చేసుకోవలసింది; ఆధ్యాత్మికతను, భౌతికతను వేరు చేయాల్సింది. కాలం మారే కొద్దీ మనుషులకు విశ్వాసాలను వదిలిపెట్టడం కష్టమవుతుంది; వీలైతే మరింత గట్టిగా వాటిని పట్టుకు వేళ్లాడతారు. అందులోనూ కష్టకాలంలో విశ్వాసాలనే ఆధారం చేసుకుంటారు. అదే పురుషస్వభావ సమాజాన్ని చట్టాలపై ఆధారపడ్డ సమాజంగా నిర్మిస్తే, అవసరమైనపుడు ఆ చట్టాలను మార్చుకోగలుగుతారు. కనక పురుషస్వభావ సమాజం చట్టాల పునాదులపై ఏర్పడాలే గానీ, విశ్వాసాల పునాదిపై కాదు"

"ఇంతకూ అసురులను రక్షించడం సాధ్యమేనని నువ్వు నమ్ముతున్నావా? భారతదేశంలో వాళ్లు అధికసంఖ్యలో ఉన్నారు. చిన్న చిన్న బృందాలుగా దాక్కునివున్నారు"

"వాళ్లు క్రమశిక్షణగల అనుచరులని నాకనిపిస్తుంది. కనీసం నావాళ్లని చెప్పుకునే తిరుగబడే, చట్టాన్ని ఉల్లంఘించే వాళ్ల కంటే వీళ్లే నయంగా నాకనిపిస్తుంది. అసురులతో వచ్చిన చిక్కేమిటంటే వాళ్ల చట్టాలన్నీ కాలదోషం పట్టినవి. మనుషులుగా వాళ్లు మంచివాళ్లు. వాళ్లకు కావలసిందల్లా వివేకవంతమైన, సమర్థవంతమైన నాయకత్వం"

'నువ్వు వాళ్లకు నాయకుడివి కాగలవని అనుకుంటున్నావా? నువ్వు వాళ్లకు కొత్త జీవన విధానాన్ని సమకూర్చగలవా?'

రాముడు దీర్ఘంగా నిట్టూర్చాడు. "నాకు విధి ఎలాంటి భవిష్యత్తును రాసిపెట్టిందో తెలీదు గానీ.."

లక్ష్మణుడు అందుకున్నాడు "రామన్నయ్య మరో విష్ణువు కాగలడని గురుదేవులు వశిష్టుడు నమ్ముతారు. అతను కేవలం అసురులకేకాదు యావత్తు భారతదేశానికీ నాయకుడు కాగలడని ఆయన నమ్మకం. నేను కూడ అదే నమ్ముతాను. రామన్నయ్య వంటి వాడు ఎక్కడా లేడు"

రాముడు ముఖంలో ఎటువంటి భావం లేకుండా లక్ష్మణుడి కేసి చూసాడు.

అరిష్టనేమి వెనక్కి వాలి, దీర్ఘంగా శ్వాస పీల్చాడు. 'నువ్వు మంచి వాడివి. చాలా ప్రత్యేకమైన వాడివి. నువ్వు చరిత్రలో చాలా ముఖ్యమైన పాత్ర పోషిస్తావని నాకు అనిపిస్తుంది. కానీ అదెలాంటి పాత్రో నాకు తెలీదు"

రాముడు ఇంకా భావరహితంగానే ఉన్నాడు.

"నా సూచన ఏమిటంటే నువ్వు మహర్షి విశ్వామిత్ర మాటలు వినమని. ఈనాడున్న రుషుల్లో అందరికంటే జ్ఞానీ, శక్తిమంతుడు ఆయనే. ఇంకెవ్వరూ కాదు"

రాముడు ఏమీ అనలేదు; అతని ముఖం కొంచెం కటువుగా మారింది.

"ఇంకెవ్వరూ కాదు' మరోసారి అన్నాడు అరిష్టనేమి, పరోక్షంగా వశిష్టుడిని సూచిస్తూ.

ఆ బృందం తాపీగా అడవిగుండా అశ్వారూఢులై ప్రయాణిస్తున్నారు. విశ్వామిత్రుడు, అరిష్టనేమి ముందు వెళ్తున్నారు; వెనక బరువైన పెట్టెను మోస్తున్న బండి. ఆ తర్వాత రామలక్ష్మణులు గుర్రాల మీద వెనగ్గా వెళ్తున్నారు. తక్కిన మలయపుత్రులు నడుస్తున్నారు. గంగ ఒడ్డున ఉన్న పడవలను వారు చేరేందుకు ఇంకా కొన్ని గంటలు పడుతుంది.

విశ్వామిత్రుడు ఒక్క తల కదలికతో అరిష్టనేమిని దక్కరికి రమ్మని సైగ చేసాడు.

“ఊ. చెప్పు' అన్నాడు విశ్వామిత్రుడు.

“అతనికి తెలుసు. వశిష్టమహర్షి అతనికి చెప్పాడు' అరిష్టనేమి అన్నాడు.

“ఛీ. ఆ రెండు ముఖాల నక్కజిత్తులవాడు... పునాదుల్లేని...”

అరిష్టనేమి, విశ్వామిత్రుడు అరిచినంత సేపూ సుదూరంగా దృష్టి నిలిపాడు. ఆయన అరుపుల తర్వాత నిశ్శబ్దం ఏర్పడింది. ఎట్టకేలకు శిష్యుడు ధైర్యం కూడగట్టుకుని అడిగాడు ‘అయితే, మనం ఇప్పుడేం చేద్దాం గురువుగారూ”

“ఏం చెయ్యాలో అదే చేద్దాం'

అధ్యాయం 19

రామలక్ష్మణులు మూడు నౌకల శ్రేణిలో ముందున్న నౌకమీద నించుని వున్నారు. విశ్వామిత్రుడు నౌకలోని తన గదినుంచి దాదాపుగా బయటకు రావడం లేదు. అరిష్టనేమి దీన్ని అవకాశంగా తీసుకుని, తనలో ఎంతో ఆసక్తిని రేపుతున్న రామలక్ష్మణులతో సమయం గడపడం ప్రారంభించాడు.

'ఏమంటున్నారు ఇవాళ రాకుమారులు?'అడిగాడు అరిష్టనేమి వారి చెంతకు వస్తూ.

రాముడు తలస్నానం చేసి, తన దీర్ఘ కేశాలను ఎండలో ఆరబెట్టుకుంటున్నాడు.

"ఈ భయంకరమైన వేడిలో మాడిపోతున్నాం' అన్నాడు లక్ష్మణుడు

అరిష్టనేమి మందహాసం చేసాడు. "ఎండ ఇంకా ఇప్పుడే ప్రారంభమైంది. వానలు పడ్డానికి ఇంకా చాలకాలం ఉంది. వాతావరణం మెరగయ్యేముందు మరింత తీవ్రంగఉంటుంది"

"అందుకే ఇలా బయట నించున్నాం. ఏ కాస్త గాలి వచ్చినా దేవుడి వరంగా స్వీకరిస్తున్నాం' అంటూ చేతులతోనే ముఖానికి పంఖా విసురుకున్నాడు లక్ష్మణుడు. భోజనానంతర వేళ కనక, కింద పని చేసేవాళ్లు కూడ విరామంకోసం పైకి వచ్చి నించున్నారు.

అరిష్టనేమి రాముడికి దగ్గరగా జరిగాడు "నువ్వు పూర్వీకుల గురించి చెప్పింది విని నేను ఆశ్చర్యపోయాను. నువ్వు దేవతలకు వ్యతిరేకమా?'

"నువ్వు ఈ విషయం ఎప్పుడు ప్రస్తావిస్తావా అని చూస్తున్నాను" అన్నాడు, చెప్పక తప్పదన్న భావం ప్రకటిస్తూ.

"సరే ఇప్పుడిక చూడనక్కర్లేదు"

రాముడు నవ్వాడు. " నేను దేవతలకు వ్యతిరేకం కాదు. మేమంతా వాళ్ల వారసులమే కదా. కానీ నేను పురుషస్వభావ జీవన విధానాన్ని, ఆ చట్టాలనూ,

విధేయతనూ, గౌరవాన్ని, న్యాయాన్నీ మెచ్చుకుంటాను. నిరవధిక సంపూర్ణ స్వేచ్ఛతోకూడిన జీవితం కంటే ఇది మెరుగైందని నా అభిప్రాయం"

"స్త్రీ స్వభావ వ్యవస్థ అంటే కేవలం భావోద్వేగం, స్వేచ్ఛ మాత్రమే కాదు, రాకుమారా. అవధుల్లేని సృజనాత్మకత కూడ' అన్నాడు అరిష్టనేమి.

"అది నేనూ ఒప్పుకుంటాను. కానీ నాగరికత పతనావస్థ చేరుకునే కొద్దీ స్త్రీస్వభావ వ్యవస్థలోని ప్రజలు వేర్పాటు వాదానికీ, బలిపశువుల అన్వేషణకూ పూనుకుంటారని నా భయం. దేవతల మధ్యయుగంలో, అంతకు ముందు, కేవలం కర్మ ఆధారంగా ఉన్న వర్ణవ్యవస్థ జన్మ ఆధారంగా మారింది. మరీ కరడుగట్టి, విభజనలకు దారితీసి, రాజకీయ స్వభావాన్ని అలవరచుకుంది. దీనివల్లే అసురులు వారిని సులభంగా ఓడించగలిగారు. తర్వాతికాలంలో దేవతలు వర్ణవ్యవస్థలో సడలింపులు తీసుకువచ్చాక తిరిగి శక్తిని పుంజుకుని, అసురులను ఓడించారు"

"అవును. పురుషస్వభావ వ్యవస్థ కూడ సమాజం పతనావస్థ చేరుకున్నపుడు కరడుగట్టిన కాఠిన్యంతో ఉండగలదు. కేవలం ఏకమ్‌కు తమ కంటె భిన్నమైన వ్యాఖ్యానం చెప్పారన్న సాకుతో అసురులు దేవతలను నిరవధికంగా దాడులతో బాధించడం నిజంగా క్షమించరాని నేరం"

"ఒప్పుకుంటాను. కానీ ఈ దాడుల వల్ల దేవతల్లో ఐక్యత వచ్చిందిగా? ఆ హింసాకాండ వల్ల వచ్చిన కొన్ని సత్ఫలితాలను దేవతలు అంగీకరించి తీరాలి. వర్ణవ్యవస్థ తెచ్చిన చేటును వాళ్లు గుర్తించి దానితో పోరాడవలసివచ్చింది; వాళ్లలో ఐక్యత ఉండాలని గుర్తించారు. నా అభిప్రాయంలో ఇంద్రదేవుడు తిరిగి వర్ణ వ్యవస్థను సడలించవలసిరావడం అన్నిటికంటె పెద్ద ప్రయోజనమనుకుంటాను. అసురులు ఇంకా కఠినంగా ఉండిపోయినందువల్లే దేవతలు అంతిమంగా తమ ఐక్యతతో వారిని ఓడించగలిగారు"

"అంటే నీ ఉద్దేశం? అసురులు జరిపిన ఆ దారుణ హింసాకాండకు దేవతలు వారికి కృతజ్ఞులై ఉండాలనా?"

"నేనలా అనడం లేదు' అన్నాడు రాముడు. "నేను చెప్పడమేమిటంటే ఎంత భయంకరమైన సంఘటననుంచయినా ఏదో మంచిని మనం స్వీకరించవచ్చు అని. ప్రతి ప్రతికూల సన్నివేశంలోనూ ఏదో ఒక అనుకూల అంశం దాగివుంటుంది. అలాగే ప్రతి సానుకూల విషయలోనూ ఒక ప్రతికూల అంశం దాగివుండవచ్చు. జీవితం ఎంతో సంక్లిష్టమైంది; ఒక స్థితప్రజ్ఞత కలిగిన వ్యక్తి మాత్రమే రెండు కోణాలూ చూడగలడు. ఉదాహరణకు, అసురుల దాడులు మొదలైనవి మరిచిపోవడం వల్ల, క్రమంగా మళ్లీ వర్ణ

వ్యవస్థ కటువుగా తయారైన విషయం కాదనగలవా? ఈ రోజుల్లో ఒక మనిషి సామాజిక స్థాయి అతని కర్మ వల్ల కాక, జన్మ వల్ల నిర్ధారింపబడుతోంది. ఆధునిక సప్తసింధు మూలాలను ఈ పాపం నాశనం చేయడం లేదంటావా?'

'సరే. ఇంక ఈ తాత్విక చర్చలు ఆపండి; లేకపోతే నా మెదడు పగిలిపోతుంది' అన్నాడు లక్ష్మణుడు.

అరిష్టనేమి పగలబడి నవ్వాడు. రాముడు తమ్ముడి కేసి వాత్సల్యంతో చూసాడు.

"దేవుడి దయవల్ల ఈ చర్చంతా మనం అయోధ్యలో దిగగానే ఆగిపోతుంది" అన్నాడు లక్ష్మణుడు.

"అహ. అంత త్వరగా కాదు. కొంత ఆలస్యం కావచ్చు, రాకుమారా" అన్నాడు అరిష్టనేమి.

"ఏమిటి మీరంటున్నది' అడిగాడు రాముడు

"గురుదేవులు విశ్వామిత్రుడు అయోధ్యకు వెళ్లే దారిలో మిథిలానగరాన్ని చూడాలనుకుంటున్నారు. అక్కడ ఆయనకు ఒక ముఖ్యమైన పనివుంది"

"ఈ విషయం మాకు ఎప్పుడు చెపుదామనుకున్నారో?' చికాగ్గా అన్నాడు లక్ష్మణుడు.

'ఇప్పుడు చెబుతున్నాగా' అన్నాడు అరిష్టనేమి.

లక్ష్మణుడిని సహనం వహించమని సైగచేస్తూ రాముడు "అలాగేలెండి, అరిష్టనేమిగారు. మా నాన్న విశ్వామిత్రుల వద్ద మమ్మల్ని ఆయన కోరుకున్నంత కాలం ఉండమన్నారు. కొన్ని నెలల ఆలస్యం వల్ల పెద్ద నష్టమేమీ లేదు మాకు" అన్నాడు.

"మిథిలా నగరమా?' లక్ష్మణుడు విసుగ్గా అన్నాడు. 'అది అక్కడెక్కడో ఉంది"

సప్తసింధులోని ఇతర నగరాల్లా, 'మట్టిమనుషుల నగరం" గా "మిథి రాజు కనిపెట్టిన నగరం' గా పేరుపొందిన మిథిలా నగరం నదీతీరాన ఉన్న నగరం కాదు. కొన్ని దశాబ్దాల క్రితమే గండకీ నది దాని పరసరాల నుంచి పశ్చిమదిశగా పయనమైపోయింది. దీని వల్ల మిథిల అదృష్టం కూడ మారిపోయింది. ఒకప్పుడు సప్త సింధు నగరాల్లోనే గొప్పదిగా పేరున్న మిథిల క్రమంగా పతనంకాసాగింది. భారతదేశంలో వాణిజ్యమంతా నదీ రేవుల నుంచే జరుగుతుంది. గండకీ నది ముఖం తిప్పేసుకోవడంతో, మిథిల వాణిజ్యం కుప్పకూలింది. రావణుడు కూడ తన వర్తకులను అక్కడినుంచి వెనక్కి పిలిపించేసాడు, అక్కడ వాళ్ల అవసరం ఇంక లేదని గుర్తించి.

ఆ రాజ్యానికి రాజు జనకుడు. దైవభక్తి, ఆధ్యాత్మికత పుష్కలంగా ఉన్న వ్యక్తి. ఆయన మంచి వాడిగా ప్రసిద్ధి చెందాడు కానీ, ఇప్పటి పరిస్థితుల్లో మిథిలరాజుగా మాత్రం అది పనికివచ్చే మంచితనం కాదు. జనకుడు గనక ఆధ్యాత్మిక గురువుగా ఉండాలనుకునివుంటే, ప్రపంచంలోని గొప్ప ఆధ్యాత్మిక వేత్తల్లో ఒకడై ఉండేవాడు. అయితే విధి మాత్రం అతన్ని రాజును చేసింది. చక్రవర్తిగా కూడ ఆయన తన ప్రజల జీవితాలను ధర్మసభలతో ఆధ్యాత్మిక ప్రచారంతో నింపడాన్నే ఇష్టపడ్డాడు. కానీ వారి లౌకిక జీవితానికి అవసరమైన అభివృద్ధి, భద్రతలను ఆయన పట్టించుకోలేదు.

మిథిలకు ఉన్న కష్టాలు చాలవన్నట్టు రాజకుటుంబంలో అంత:కలహాలు తలెత్తి, అధికారం జనకుడి తమ్ముడు కుశధ్వజుడుకి మళ్లింది. గండకి నది కొత్త మార్గం సంకాస్య సరిహద్దులకు చేరింది. దాన్ని కుశధ్వజుడు పరిపాలించేవాడు. మిథిల కోల్పోయినది సంకాస్యకు దక్కింది. నీరు సమృద్ధిగా లభించడంతో అక్కడ వ్యాపారం పెరగడంతో పాటు జనాభా కూడ వృద్ధి చెందింది. ధనం, జనం పెరగడంతో సప్తసింధులో తమ రాజకీయవంశానికి తననే ప్రతినిధిగా అందరూ భావించేలా పావులు కదపడంలో విజయం సాధించాడు కుశధ్వజుడు. పైకి మాత్రం తన అన్నయ్య పట్ల చాలా గౌరవంగా ప్రవర్తిస్తాడు. అయినా అది నటన మాత్రమేనని, కుశధ్వజుడు మిథిల రాజ్యాన్ని కబళించి తన అధికారం కిందికి తీసుకురావడానికి కుట్ర చేస్తున్నాడనీ వదంతులు ఉన్నాయి.

"గురువుగారి అభిమతం అదే అయితే, మనం అక్కడికి వెళ్లాల్సిందే, లక్ష్మణా' అన్నాడు రాముడు. సంకాస్య నుంచి ఎవరినైనా తోడు తీసుకువెళ్లాలేమో కదా. అక్కడినుంచి మిథిలకు మార్గం సరిగ్గా లేదని విన్నాను"

"ఒకప్పుడు ఉండేది" అన్నాడు అరిష్టనేమి. "నది తన మార్గం మార్చుకోవడంతో ఆ మార్గం కాస్తా కొట్టుకుపోయింది. దాన్ని పునరుద్ధరించడానికి ప్రయత్నాలు జరగలేదు. మిథిలకు... నిధులు తక్కువ. కానీ వాళ్ల ప్రధానికి తెలియజేసాం. ఆమె మనల్ని తోడ్కొనేందుకు ఒక బృందాన్ని పంపిస్తోంది"

"జనకుడి కుమార్తె ప్రధానమంత్రి అన్నమాట నిజమా?" అడిగాడు లక్ష్మణుడు. 'అది నమ్మశక్యంగా లేదు. ఆమె పేరు ఊర్మిళటగా?"

"ఒక స్త్రీ ప్రధానమంత్రి అంటే ఎందుకు నమ్మశక్యంగా లేదు లక్ష్మణా?' అడిగాడు రాముడు, అరిష్టనేమి జవాబిచ్చేలోగా. "బుద్ధి బలంలో స్త్రీలు పురుషులకేమీ తీసిపోరు"

"నాకు తెలుసన్నయ్యా. కానీ అది అసాధారణమంటున్నానంతే" అన్నాడు లక్ష్మణుడు

"మోహినీ దేవి కూడ స్త్రీయే' అన్నాడు రాముడు.. 'కానీ ఆమె ఒక విష్ణువు అవతారం. అది గుర్తుపెట్టుకో"

లక్ష్మణుడు మౌనం వహించాడు.

అరిష్టనేమి లక్ష్మణుడి భుజం మీద అనునయంగా తాకి అన్నాడు "నువ్వు చెప్పింది నిజమే లక్ష్మణా. జనకమహారాజు కూతురే ప్రధానమంత్రి. ఆమె ఊర్మిళ కాదు. నిజానికి ఊర్మిళ ఆయన స్వంత కూతురు. కానీ ఆయన పెంచుకున్న కూతురే ప్రధాని"

"పెంపుడు కూతురా?' రాముడు ఆశ్చర్యపోయాడు. పెంపుడు సంతానానికి భారతదేశంలో ఎలాంటి హక్కులూ లేవు. దానికోసం చట్టాన్ని మార్చాలని కూడ రాముడు అనుకుంటున్నాడు.

"అవును"

"నాకా విషయం తెలీదు. ఆమె పేరేమిటి?'

"ఆమె పేరు సీత"

"మనం సంకాస్యదేశ ప్రభువును కలవడం లేదా?' అడిగాడు రాముడు.

విశ్వామిత్రుడి నౌకలు సంకాస్య రేవు వద్ద నిలిచాయి. వారికి సమీచి నాయకత్వంలో మిథిల నుంచి వచ్చిన బృందం స్వాగతం పలికింది. సమీచి ఆ రాజ్యం భద్రతాధికారి. సమీచి, ఆమెతో పాటు వచ్చిన చిన్న బృందం వందమంది మలయపుత్రులను మిథిలికి తోడ్కొని వెళ్లారు. తక్కిన వారు నౌకలపైనే ఉండిపోతారు.

"లేదు' సమాధానమిచ్చాడు అరిష్టనేమి. "విశ్వామిత్రమహర్షి మనం ఈ ఊరినుంచి అనామకంగా వెళ్లిపోవాలని చెప్పారు. అయినా, కుశధ్వజుడు ప్రస్తుతం ప్రయాణాల్లో ఉన్నారు"

లక్ష్మణుడు తామిద్దరూ ధరించిన తెల్లటి సామాన్య దుస్తులను ఒకసారి పరికించాడు. తాము సామాన్య పౌరులుగా అక్కడికి వెళ్లాలని నిర్ణయించినట్టున్నారు.

"అనామకంగానా?' అన్నాడు లక్ష్మణుడు అనుమానంగా చూస్తూ.

అరిష్టనేమి మందహాసం చేసాడు. గుర్రాన్ని ముందుకు వెళ్లమని అదిలించాడు. రామలక్ష్మణులు అతన్ని అనుసరించారు. విశ్వామిత్రుడు అప్పటికే, సమీచితో కలిసి, ఆ వాహనశ్రేణి తొలివరసలోనే వెళ్లాడు.

ఆ అడవిమార్గం ఎంత సన్నగా ఉందంటే పక్కపక్కన మూడు గుర్రాల కంటె ఎక్కువ వెళ్లలేవు. అక్కడక్కడా మాత్రం మార్గం వెడల్పవుతోంది. తరచుగా ఈ అశ్వశ్రేణి ఒకరి వెంట ఒకరుగా వెళ్తున్నారు.

"ఇంతకుముందెప్పుడూ మీరు మిథిలను చూడలేదా?' అడిగాడు అరిష్టనేమి.

"అక్కడికి వెళ్లాల్సిన అవసరం రాలేదు' అన్నాడు రాముడు

"మీ తమ్ముడు భరతుడు మాత్రం కొన్ని నెలల క్రితం సంకాస్యుడిని సందర్శించాడు"

"అతను అయోధ్య దౌత్య విషయాల అధికారి. అతను సప్తసింధులోని ఇతర రాజులను కలవడం సహజమే కదా"

"ఓ.అలాగా.నేనింకాఏదైనాపెళ్లిసంబంధంకోసంకలిసాడేమోఅనుకున్నా" లక్ష్మణుడు ముఖం చిట్లించాడు. "పెళ్లి సంబంధమా? అయోధ్య వివాహసంబంధాలే పెట్టుకోవాలనుకుంటే ఇంతకంటే శక్తివంతమైన రాజ్యాలున్నాయి. సంకాస్యుడు దేనికి?"

"వివాహసంబంధాలు వివిధ రకాలుగా ఉండడంలో నష్టం లేదు. వివాహసంబంధాలంటే, వ్యక్తిగత సంబంధాలు పెంచుకోవడం ద్వారా రాజకీయ సంబంధాలను పటిష్టం చేసుకోవడమేనని కొందరు అంటూంటారు కూడా"

లక్ష్మణుడు రాముడి కేసి చాటుగా చూసాడు.

"ఏమటి?' అరిష్టనేమి అడిగాడు, లక్ష్మణుడి చూపును గమనించి. "నువ్వు ఒప్పుకోవా?'

లక్ష్మణుడు అందుకున్నాడు "రామన్నయ్య వివాహమంటే పవిత్రబంధమని నమ్ముతాడు. దాన్ని రాజకీయ పొత్తు కింది చూడ్డాన్ని ఇష్టపడడు"

అరిష్టనేమి కళ్లేగరేసాడు. "ప్రాచీనయుగంలో అలాగే ఉండేది. నిజమే. కానీ ఇప్పుడెవరూ అలాంటి విలువలని నమ్మరు"

"మన పూర్వీకులు చేసినవన్నీ గొప్పవని నేను కూడ అనుకోను" అన్నాడు రాముడు. "కానీ కొన్ని సంప్రదాయాలు మాత్రం పునరుద్ధరించడం అవసరం. వాటిలో ఒకటి వివాహమంటే ఇద్దరి మధ్య పవిత్రమైన అనుబంధమన్నది. రెండు అధికార కేంద్రాల మధ్య రాజకీయ పొత్తు కాదు"

"అలా ఆలోచించే అతి తక్కువమందిలో నువ్వొకడివై ఉంటావు"

'అంతమాత్రాన నేను తప్పని కాదు"

లక్ష్మణుడు వీరి సంభాషణని మళ్లీ తుంచాడు. "అన్నయ్య ఒక పురుషుడు ఒక స్త్రీని మాత్రమే వివాహం చేసుకోవాలని కూడ నమ్ముతాడు. బహుభార్యాత్వం స్త్రీల పట్ల అన్యాయమనీ, కనక దాన్ని నిషేధించాలని అన్నయ్య అంటాడు"

"లక్ష్మణా, నా ఉద్దేశం పూర్తిగా అది కాదు' అన్నాడు రాముడు. "నా ఉద్దేశంలో చట్టం అందరికీ ఒకే విధంగా ఉండాలి. మనం ఒక మగవాడికి అనేకమంది స్త్రీలను వివాహం చేసుకోడానికి అనుమతిస్తే, ఒక స్త్రీ కోరిన పక్షంలో ఆమెను కూడ అనేకమంది పురుషులను వివాహం చేసుకోడానికి అనుమతించాలి. ఇప్పుడు తప్పు ఎక్కడ జరుగుతోదంటే చట్టం పురుషుడిని మాత్రమే బహు భార్యాత్వానికి అనుమతిస్తోంది. బహుభార్యాత్వానికి అనుమతి ఉంది గానీ, బహు భర్తృత్వానికి కాదు. అది తప్పంటాను. అదలా ఉంచి, నా మట్టుకు నాకు ప్రతి పురుషుడూ ఒక స్త్రీని జీవిత భాగస్వామిగా ఎంచుకుని, కలకాలం ఆమెతోనే ఉండాలని భావిస్తాను"

"బ్రహ్మ దేవుడి దయవల్ల నువ్వు ఒక పురుషుడు ఒక స్త్రీతో ఒకజన్మకు మాత్రమే కలిసివుండాలని భావిస్తున్నావు. బతికాం. జన్మ జన్మలకూ అనలేదు" నవ్వుతూ అన్నాడు అరిష్టనేమి.

రాముడు మందహాసం చేసాడు.

"కానీ రాకుమారా' అంటూ ప్రారంభించాడు అరిష్టనేమి "కొన్ని శతాబ్దాల క్రితం బహుభార్యాత్వం అమల్లోకి రావడానికి మంచి కారణం ఉందని నీకు తెలిసే ఉంటుంది. అప్పటికే సూర్య, చంద్ర వంశీయుల మధ్య యాభై యేళ్ల యుద్ధం జరుగుతోంది. లక్షల మంది చనిపోయారు. వరుళ్ల సంఖ్య తగ్గిపోయింది. అందువల్లే ఒక పురుషుడికి ఒకరు కంటే ఎక్కువ మంది స్త్రీలను వివాహం చేసుకోడాన్ని ప్రోత్సహించారు. ఆ సమయంలో మనకు జనాభా పెంచుకోవలసిన అవసరం కూడ ఉండేది. క్రమంగా బహుభార్యాత్వం ఒక సంప్రదాయమైపోయింది"

“నిజమే. కానీ ఇప్పుడా పరిస్థితి లేదుగా?’ అన్నాడు రాముడు. “అయినా ఇప్పుడు కూడ పురుషులకు ఈ హక్కు ఎందుకుండాలి?”

అరిష్టనేమి మౌనం వహించాడు. కొన్ని క్షణాల తర్వాత రాముణ్ని అడిగాడు “ అయితే నువ్వు ఒకే స్త్రీని వివాహం చేసుకోదలుచుకున్నావా?”

“అవును. ఆ తర్వాత జీవితాంతం ఆమెకు విధేయుడిగా ఉంటాను. మరో స్త్రీని కన్నెత్తి చూడను”

“అన్నయ్యా’ లక్ష్మణుడు కొంటెగా నవ్వుతూ అన్నాడు “ వేరే ఆడవాళ్లను చూడకుండా ఎలా ఉంటావు? వీధిలో వెళ్తున్నప్పుడు పక్కన ఎవరైనా స్త్రీ వెళ్తూంటే కళ్లు మూసుకుంటావా?”

రాముడు నవ్వాడు “నేనేమంటున్నానో నీకు తెలుసు. నేను నా భార్యను చూసిన విధంగా మరో స్త్రీని చూడను అని నా ఉద్దేశం”

“మరైతే నువ్వు ఎలాంటి స్త్రీ భార్యగా కావాలంటున్నావు?’ అడిగాడు అరిష్టనేమి, కుతూహలంగా.

రాముడు చెప్పబోతూండగ, లక్ష్మణుడు మధ్యలోకి దూసుకువచ్చాడు “లేదు లేదు. దీనికి సమాధానం నేను చెప్పాలి”

అరిష్టనేమి లక్ష్మణుడి కేసి సరదాగా చూసాడు.

“అన్నయ్య ఒకసారి ఏమన్నాడంటే, తను ఏ స్త్రీ ముందయితే అభినందన పూర్వకంగా తల వంచి నించోగలడో అలాంటి స్త్రీ అన్నమాట”

లక్ష్మణుడు తను గొప్ప పని చేసానన్నట్టు సగర్వంగా చిరునవ్వు నవ్వాడు. అరిష్టనేమి రాముడి కేసి అయోమయంగా చూసాడు. “ఆమె పట్ల మెచ్చుకోలుతో నీ తల దించుకునేలాంటి స్త్రీనా?”

రాముడు ఏమీ మాట్లాడలేదు.

అరిష్టనేమి సుదూరంగా చూసాడు. రాముడి మెప్పు పొందగల స్త్రీ అతనికి బాగా తెలుసు.

అధ్యాయం 20

మరో వారం రోజుల తర్వాత విశ్వామిత్రుడు, అతని బృందం మిథిలానగరం చేరింది. పచ్చదనంతో, సమృద్ధిగా వర్షాలతో మిథిల చుట్టూ ఉన్న మైదానం సుసంపన్నంగా ఉంది. మిథిలలో రైతు అపుడపుడూ అలా వెళ్తూ విత్తనాలు చల్లుకుంటూ వెళ్లి, కొన్నినెలల తర్వాత వచ్చి పంట కోసుకు వెళ్లవచ్చునని అక్కడి వాళ్లు అంటూ ఉంటారు. అంత సారవంతమైంది మిథిలి భూమి. అయితే మిథిల రైతులు ఆ భూమిని సరిచేయనూలేదు; విత్తనాలు చల్లనూ లేదు. అందుకే అది దట్టమైన అడవిలా పెరిగి, నగరానికి చక్కని గోడలా ఏర్పడింది. ఇలా నగరం విడిగా ఉండడానికి మరోకారణం, ప్రధానమైన నది ఏదీ అక్కడ లేకపోవడం. భారతదేశంలో నదుల ద్వారానే నగరాలకు రాకపోకలు జరుగుతున్న కాలంలో, నది లేనందువల్ల, మిథిలా నగరం ఇతర నగరాల నుంచి వేరుపడిపోయింది.

“మనం ఎందుకు నదుల మీద ఇంత ఎక్కువగా ఆధారపడ్డాం?’ రాముడు అడిగాడు. “దాని బదులు మనం వీధులు ఎందుకు ఎక్కువ నిర్మించలేదు? మిథిల వంటి నగరం ఇలా ఇతర ప్రాంతాలనుంచి వేరుపడ్డం బాగాలేదు”

“మనకు ఒకప్పుడు చాలానే వీధులుండేవి’ అన్నడు అరిష్టనేమి. “బహుశా నువ్వు వాటిని పునర్నిర్మించగలుగుతావేమో”

వీరి వాహన శ్రేణి అడవిని దాటగానే ఒకప్పుడు కందకంగా ఉండి, ప్రస్తుతం సరస్సుగా మారిన ప్రదేశానికి వచ్చారు. ఈ సరస్సు ఎంత దూరం వ్యాపించిందీ అంటే మిథిలానగరం దాదాపు ద్వీపంలా కనిపిస్తోంది. ప్రస్తుతం దానికి సైనిక ప్రయోజనమేమీ లేనందువల్ల, ఆ సరస్సులో మొసళ్లు వంటి జంతువులేవీ లేవు. సరస్సులోకి సులభంగా దిగేందుకు మెట్లున్నాయి. సరస్సునుంచి నీళ్లు తోడి, నగరానికి గొట్టాల ద్వారా సరఫరా చేస్తారు.

"ఇలా కందకాన్ని నగరానికి ప్రధానమైన జలవనరుగా వాడుకోవడం తెలివితక్కువతనం' అన్నాడు లక్ష్మణుడు. "దాడికి వచ్చిన సైన్యం దానికి నగరంతో సంబంధం లేకుండా చేయవచ్చు. లేదా, ఇంకా ఘోరం – ఈ నదినీళ్లలో విషం కలపవచ్చు"

"నువ్వు చెప్పింది నిజమే. మిథిల ప్రధానమంత్రి ఈ విషయం గ్రహించింది. అందుకే నగరం లోపలే ఒక చిన్నదైనా, లోతైన నదిని తవ్వించింది" అన్నాడు అరిష్టనేమి.

రాముడు, లక్ష్మణుడు, అరిష్టనేమి సరస్సు ఒడ్డున దిగారు. నగరంలోకి రావడానికి వాళ్లు ఒక వంతెన దాటాల్సివచ్చింది. ఈ వంతెన పడవలతో చేసిన తాత్కాలికమైన వంతెన. అది ఇటూ, అటూ ఊగుతున్నందువల్ల, వాళ్లు గుర్రాలు దిగి, వాటిని నడిపించుకుంటూ, నడిచి దాటారు.

అరిష్టనేమి ఉత్సాహంగా అన్నాడు "మామూలు వంతెన కంటే ఈ వంతెన చౌకమాత్రమే కాదు; ఒకవేళ బయటి నుంచి దాడి జరిగితే దీన్ని ధ్వంసం చేసేయడం కూడ తేలికే. మళ్లీ అంత త్వరగానూ నిర్మించవచ్చుకూడ'

రాముడు మర్యాదపూర్వకంగా తల వూపాడు; కానీ అరిష్టనేమి ఎందుకు మిథిలా నగరం పక్షాన తను మాట్లాడాలని అనుకుంటున్నాడో అర్థంకాలేదు. ఏమైనా, ఈ నగరానికి, తాత్కాలిక వంతెనను శాశ్వత నిర్మాణంగా చేసేంత నిధులు లేవేమో.

"ఆ మాటకొస్తె, లంక మినహా, భారతదేశంలోని ఏ రాజ్యం ఇప్పుడు సంపదతో ఉంది? లంక అందరి సంపదనూ కొల్లగొట్టింది"

వంతెనను దాటి వచ్చాక వాళ్లు మిథిలానగరం కోటగోడలకు చేరుకున్నారు. ఆశ్చర్యకరంగా ద్వారం మీద ఆ రాజ్యం గొప్పదనాన్ని ఆవిష్కరించే ఏ వర్ణనగానీ, సైనిక సంకేతాలు గానీ లేవు. వాటి బదులు ద్వారం పైన విద్యాధిదేవత సరస్వతి శిల్పం చెక్కివుంది. దాని కింద ఈ శ్లోకం ఉంది

"స్వగృహే పూజ్యతే మూర్ఖ: స్వగ్రామే పూజ్యతే ప్రభు:
స్వదేశే పూజ్యతే రాజా; విద్వాన్ సర్వత్ర పూజ్యతే"
మూర్ఖుడు స్వగృహంలో పూజలందుకుంటాడు
నాయకుడు స్వగ్రామంలో పూజలందుకుంటాడు
రాజు తన రాజ్యంలో పూజలందుకుంటాడు
జ్ఞాని ఎల్లెడలా పూజలందుకుంటాడు

రాముడు మందహాసం చేసాడు. 'జ్ఞానానికి అంకితమైన దేశమన్నమాట' అనుకున్నాడు.

"లోపలికి వెళ్దామా?" తన అశ్వాన్ని ముందుకు తీసుకువస్తూ అడిగాడు అరిష్టనేమి

రాముడు లక్ష్మణుడి వేపు తిరిగి, తల పంకించాడు. ఇద్దరూ తమ అశ్వాలను నడుపుతూ లోపలికి ప్రవేశించారు. ఈ ద్వారానికి అవతల మరో మార్గం ఇంకొక కోటగోడకు దారి తీసింది. బయటి ద్వారం నుంచి ఇది ఒక కిలోమీటరు లోపలికి ఉంది. రెండు గోడల మధ్య చిన్న చిన్న భూభాగాల్లో వ్యవసాయభూములున్నాయి. పంట కోతకు సిద్ధంగా ఉంది.

"తెలివైనవారే" అన్నాడు రాముడు.

"అవునన్నయ్యా. కోట గోడల దగ్గర పంటలుంటే ఆహార సరఫరాకు కొరత ఉండదు' అన్నాడు లక్ష్మణుడు.

"అంతకంటే ముఖ్యంగా ఇక్కడ జనావాసం లేదు. బయటి కోట ద్వారాన్ని దాటి ఏ శత్రువైనా లోపలికి వస్తే వాళ్ల అంతం తప్పదు. రెండో గోడ చేరుకునే లోపలే ఆ సేనల్లో చాలామంది బలైపోతారు. గబుక్కున వెనక్కి మళ్లడం కూడ కష్టమే. సైనికవ్యూహపరంగచూస్తే ఇదో అద్భుతం. రెండు కోట గోడలు .. మధ్యలో జనావాసం లేని భూమి. మనం కూడ అయోధ్యలో ఇలా చెయ్యాలి' అన్నాడు రాముడు.

అరిష్టనేమి లోపలి కోట గోడ సమీపించే సరికి నడక వేగం పెంచాడు.

"అక్కడ కనిపిస్తున్నవి కిటికీలా?' అడిగాడు లక్ష్మణుడు, లోపలి కోటగోడ పైభాగంలో కనిపిస్తున్నవి చూపుతూ.

"అవును' అన్నాడు అరిష్టనేమి

"అంటే ప్రజలు కోట గోడను కూడ నివాసంగా చేసుకున్నారా?' ఆశ్చర్యంగా అడిగాడు లక్ష్మణుడు

"అవును' అన్నాడు అరిష్టనేమి

"ఓ' అన్నాడు లక్ష్మణుడు భుజాలెగరేస్తూ.

అరిష్టనేమి చిరునవ్వు నవ్వుతూ ముందుకు చూసాడు.

"ఇదేమిటి?' అన్నాడు లక్ష్మణుడు, మిథిలానగరం లోపలి గోడల ద్వారాలు దాటగానే. "మనం వలలో పడ్డాం' గాభరాగఅంటూ, కత్తి దూసాడు.

"శాంతించు, రాకుమారా" అన్నాడు అరిష్టనేమి, నవ్వుతూ. "ఇది వల కాదు. మిథిలా నగరం ఇలాగే ఉంటుంది"

వాళ్లు ఒకేగోడ వున్న ఒక నిర్మాణంలోకి అడుగుపెట్టారు. అందులో వరసగా ఇళ్లున్నాయి. కానీ అన్నీ ఒకే గోడతో అనుసంధానం చేయబడి, తేనెతుట్టెలా ఒకదానికొకటి అతుక్కుని వున్నాయి. వాటి మధ్య విభజనగానీ, స్థలం గానీ లేవు. ఒక్కొక్క ఇంట్లోనూ పై భాగంలో కిటికీ ఉంది. కానీ వీధి నుంచీ కనిపించే తలుపు ఒక్కటి కూడా లేదు. ఇంత కట్టుదిట్టంగఉండడం వల్లే ఇదేదో తమను కట్టిపడేసే వలలాంటిదని లక్ష్మణుడు భయపడ్డాడు. దానికి తోడు విశ్వామిత్రుడి వాహన శ్రేణి జాడ ఇంకా తెలియడంలేదు.

"ఇంతకూ వీధులెక్కడ ఉన్నాయి?' అడిగాడు రాముడు.

అన్ని ఇళ్లూ ఒకదానికొకటి అతుక్కుని, ఒకే వరసలో ఉన్నందువల్ల వీధులకుగానీ, చిన్న చిన్న దారులకు గానీ చోటే లేదు.

"నా వెంట రండి' అన్నాడు అరిష్టనేమి, తన సహచరులిద్దరి విస్మయం చూసి ఆనందిస్తూ. అతను తన అశ్వంపైనే ఒక ఇంట్లోకి అడుగుపెట్టబోయాడు.

"నువ్వు ఆ పైకప్పు మీదికి ఎందుకు ఎక్కుతున్నావు? అది కూడ గుర్రంపైనే కూర్చుని?' అరిచాడు లక్ష్మణుడు

"నన్ను అనుసరించు, రాకుమారా' అన్నాడు శాంతంగా అరిష్టనేమి

రాముడు లక్ష్మణుడి వీపు తట్టి, నడిచి మెట్లు ఎక్కడం ప్రారంభించాడు. లక్ష్మణుడు అయిష్టంగానే గుర్రాన్ని నడిపిస్తూ తను నడవసాగాడు. వాళ్లు అలా పైకప్పు చేరేసరికి, నమ్మశక్యంకాని దృశ్యం వాళ్ల కంటబడింది.

ఆ 'పైకప్పులు' నిజానికి ఒక నున్నని వేదికలు; అంటే 'వీధి' మీద కట్టిన 'వీధులు". ఈ వీధులను విభజిస్తూ రంగులు పూసారు. దానితో వేర్వేరు దిశల్లో జనం వెళ్తున్నది స్పష్టంగా కనిపిస్తోంది. దూరంగా విశ్వామిత్రుడి వాహన శ్రేణి కూడ కనిపించింది.

"అయ్యో దేవుడా. మనం ఎక్కడున్నాం? ఆ మనుషులందరూ ఎక్కడికి వెళ్తున్నారు?' అన్నాడు లక్ష్మణుడు ఇదివరకెన్నడూ ఇలాంటివి చూడని విస్మయంతో.

"ఇంతకూ ఈ మనుషులు తమ ఇళ్లల్లోకి ఎలా ప్రవేశిస్తారు?' రాముడు అడిగాడు.

అతనికి సమాధానం చెబుతున్నాడా అన్నట్టు ఒక వ్యక్తి ఈ 'పైకప్పు' పక్కతోవ మీద నలుచదరంగా ఉన్న తలుపును తీసి లోపలికి అడుగుపెట్టి, తలుపును తన వెంటే మూసేసాడు. ఈ పక్కతోవల్లో, వాహనాల రాకపోకలు

ఎక్కవ లేని చోట్ల వ్యక్తులు వీధి దాటి, ఇళ్లల్లోకి వెళ్లడానికి వీలుగా నేలపై రహస్య తలుపులు ఉన్నట్టు రాముడు గమనించాడు. ఇళ్ల మధ్య కమ్మీలున్న కిటికీలనుంచి ఇళ్లలోకి గాలి, వెలుతురు వస్తున్నాయి.

“వర్షాకాలంలో వీరేం చేస్తారు?' అడిగాడు లక్ష్మణుడు.

“వర్షం వచ్చినపుడు తలుపులు, కిటికీలు మూసుకుంటారు” అన్నాడు అరిష్టనేమి

“అప్పుడు గాలి, వెలుతురు మాటేమిటి?'

అరిష్టనేమి అక్కడ కొన్నిచోట్ల ఏర్పాటు చేసిన గొట్టాల్లాంటివి చూపించాడు. “నాలుగు ఇళ్లకు ఒకటి చొప్పున ఈ గొట్టాలు ఉంటాయి. ఇంట్లోపల ఉండే కిటికీలు ఈ గొట్టాలలోకి తెరుచుకుంటాయి. వాటి నుంచి గాలి, వెలుతురు వస్తాయి. వర్షపునీరు ఈ గొట్టంకింద ఉన్న నీటిని పిండివేసే వరదకాలవలోకి వెళ్తుంది. ఆ వరదకాలవలు 'తేనెతుట్టెల విభాగం' కింద ప్రవహిస్తాయి. అక్కడి నుంచి బయట ఉన్న కందకంలోకి గానీ, నగరంలో ఉన్న సరస్సుల్లోకిగానీ నీళ్లు మరలుతాయి. ఈ నీటిలో కొంతభాగం వ్యవసాయానికి ఉపయోగిస్తారు”

“పరశురాముడి సాక్షి.....భూగర్భంలో నీటిని పంపించే వ్యవస్థ. చాలా గొప్ప ఆలోచన' అన్నాడు లక్ష్మణుడు. “రోగాలను నిరోధించడానికి అత్యుత్తమ మార్గం”

కానీ రాముడు మరొక విషయంపై దృష్టి పెట్టాడు. “తేనెతుట్టెల విభాగమా? అలా పిలుస్తారా ఆ ప్రాంతాన్ని?' అడిగాడు.

'అవును' అన్నాడు అరిష్టనేమి.

“ఎందుకు? అది తేనెతుట్ట ఆకృతిలో ఉందనా?'

“అవును' చిరునవ్వుతో అన్నాడు అరిష్టనేమి.

“వీళ్లలో హాస్యస్ఫూర్తి చాలఉన్నట్టుంది'

'నీక్కూడా అది అవసరం. ఎందుకంటే మనం ఇక్కడే ఉండబోతున్నాం' అన్నాడు అరిష్టనేమి.

“ఏమిటీ?' అన్నాడు లక్ష్మణుడు

“ప్రదానమంత్రికి గురుదేవులు విశ్వామిత్రుడు తన సహచరులతో ఇక్కడికి వచ్చారని మాత్రమే తెలుసు. అయోధ్య రాకుమారులు వచ్చారని ఆమెకు తెలీదు. కనీసం, ఇప్పటి వరకూ..”

“మేము అయోధ్య రాకుమారులం” లక్ష్మణుడు పిడికిలి బిగిస్తూ అన్నాడు. “సప్తసింధుకే చక్రవర్తులం. మమ్మల్ని గౌరవించే పద్ధతి ఇదేనా?'

"మనం ఒక్కవారం మాత్రమే ఇక్కడ ఉంటాం' అరిష్టనేమి అన్నాడు "దయచేసి.."

"ఏం ఫర్వాలేదు. ఇక్కడే ఉందాం' అన్నాడు రాముడు.

లక్ష్మణుడు రాముడి కేసి చూసాడు. "కానీ అన్నయ్యా..."

"మనం ఇంతకంటే తక్కువ స్థాయి నివాసాల్లో ఇంతకు ముందుకూడ ఉన్నాం, లక్ష్మణా. అయినా కొన్ని రోజులే కదా. తర్వాత ఇంటికి వెళ్లిపోతాం. మన తండ్రిగారి ఆకాంక్షలు తీర్చడం మన ధర్మం"

"మీకిద్దరికీ సౌకర్యంగా ఉందని ఆశిస్తాను' అన్నాడు విశ్వామిత్రుడు, పైకప్పు తలుపు నుంచి లోపలికి అడుగుపెడుతూ.

మధ్యాహ్నం మూడో జాముున విశ్వామిత్రుడు ఎట్టకేలకు తేనెతుట్టెల విభాగానికి వచ్చాడు. సోదరులిద్దరికీ ఆ ఇళ్లలో చివరి ఇంట్లో వసతి కల్పించారు. ఆ ఇంటి పక్కనే తోట ఉంది. ఈ ఇల్లు చివర ఉన్నందువల్ల తోటలోకి తెరుచుకునే కిటికీ ఉంది. రామలక్ష్మణులు ఇంకా నగరంలోకి వెళ్లలేదు.

విశ్వామిత్రుడు నగరమధ్యంలో రాజభవనంలో ఉన్నాడు. అది ఒకప్పుడు చాలా విస్తారమైన భవనంగా ఉండేది. కాని దయార్ద్రహృదయుడైన జనకుడు అందులో కొన్ని భాగాలను రుషులు నివసించడానికి, శిష్యులకు పాఠాలు చెప్పే తరగతులకు ఇచ్చేసాడు. తాత్వికుడైన ఆ మహారాజు తన నగరం జ్ఞాన జిజ్ఞాసువులను అయస్కాంతంలా ఆకర్షించాలని ఆకాంక్షించాడు. అందుకే ఉత్తమ గురువులపై తన కొద్దిపాటి నిధులనుంచి వీలైనంత సొమ్ము ఇచ్చేవాడు.

"మీకంటే తక్కువ సుఖంగానే ఉన్నాం, గురుదేవా'అన్నాడు లక్ష్మణుడు వ్యంగ్యంగా. "నేనూ, మా అన్నయ్య మాత్రమే రహస్యంగా ఉండాలన్నమాట ఇక్కడ"

విశ్వామిత్రుడు లక్ష్మణుడి మాటలు పట్టించుకోలేదు.

"మేము బాగానే ఉన్నాం, గురుదేవా' అన్నాడు రాముడు."బహుశా మేము మిథిలకు ఎందుకు వచ్చామో ఆ పనికి మీరు మమ్మల్ని తీసుకువెళ్లే సమయం ఆసన్నమైందని అనుకుంటున్నాం. మాకు త్వరగా అయోధ్యకు వెళ్లాలని ఉంది"

"సరే' అన్నాడు విశ్వామిత్రుడు. "నేరుగా విషయానికి వస్తాను. మిథిల రాజు తన పెద్ద కుమార్తె సీతకు స్వయంవరం ప్రకటించాడు"

స్వయంవరమన్నది భారతదేశంలో ప్రాచీన సంప్రదాయం. కాబోయే వరులందరినీ ఒక్కచోటికి పిలిపించి, తన కుమార్తెను ఎంచుకోమని చెప్పవచ్చు; లేదా వారికి పోటీ పెట్టవచ్చు. ఈ పోటీలో విజేత ఆమె భర్త అవుతాడు.

సప్తసింధులోని శక్తిమంతమైన నగరాల్లో మిథిల లేదు. అయోధ్య రాజు మిథిలతో వివాహసంబంధాలు ఏర్పరచుకోవడం ఊహించలేని విషయం. రాముడికి ఏమనాలో తోచలేదు. కానీ లక్ష్మణుడికి ఇంక చాలనిపించింది.

"మమ్మల్ని ఇక్కడికి ఒక స్వయంవరానికి భద్రత కల్పించడానికా పిలుచుకు వచ్చారు? ఇదీ ఆ పనికిమాలిన అసురులతో పోట్లాడ్డం కంటే చెత్తగా ఉంది' అన్నాడు.

విశ్వామిత్రుడు లక్ష్మణుడి కేసి తీవ్రంగా చూసాడు. ఆయన ఏదైనా అనే లోపలే రాముడు అందుకున్నాడు. "గురుదేవా" శాంతంగా మొదలుపెట్టాడు, తన సహనం కూడ సన్నగిల్లుతున్నప్పటికీ. "నాన్నకు కూడ మిథిలతో వివాహసంబంధం ఇష్టం ఉండదనుకుంటాను. నేను కూడ రాజకీయాల కోసం పెళ్లి చేసుకోనని....."

విశ్వామిత్రుడు కలగజేసుకున్నాడు. "స్వయంవరంలో పాల్గొనకుండా ఉండడానికి సమయం మించిపోయిందనుకుంటా, రాకుమారా"

రాముడికి వెంటనే ఏం జరిగిందో అర్థమైంది. అతి కష్టం మీద, మర్యాదగా మాట్లాడాడు. "మా నాన్నతోగానీ, నాతోగానీ మాట్లాడకుండా, నా పేరు స్వయంవర రాకుమారుల్లో ఎలా చేర్చారు?'

"మీ నాన్న నన్ను మీ గురువుగా నియమించాడు. రాకుమారా, నీకు సంప్రదాయం తెలుసు. తండ్రి, తల్లి, గురువు, పిల్లల వివాహం విషయంలో నిర్ణయాలు తీసుకోవచ్చు. నన్ను చట్టాన్ని ఉల్లంఘించమని అంటున్నావా?'

నిర్ఘాంతపోయిన రాముడు స్తబ్దంగా నించున్నాడు. అతని కళ్లు నిప్పులు కక్కుతున్నాయి.

"అదీగాక, నువ్వు నీ పేరు వరుళ్లలో ఉన్నప్పటికీ స్వయంవరంలో పాల్గొనకపోతే, ఉష్నా స్మృతి, హారిత స్మృతి నిర్దేశించిన చట్టాలను ఉల్లంఘించిన వాడివవుతావు. అది చేయడానికి నువ్వు సిద్ధంగా ఉన్నావా మరి?"

రాముడు ఒక్కమాట కూడ మాట్లాడలేదు. అతని శరీరం ఆగ్రహంతో వణికింది. విశ్వామిత్రుడు అతన్ని చాలా తెలివిగా వంచించాడు.

'ఇప్పుడే వస్తాను' అంటూ రాముడు మెట్లెక్కి బయటకు వెళ్లాడు. లక్ష్మణుడు అన్నను అనుసరించి, తలుపును గట్టిగా మూసాడు.

విశ్వామిత్రుడు సంతృప్తిగా నవ్వాడు "అతను ఒప్పుకుంటాడులే. తప్పదు. చట్టం స్పష్టంగా ఉంది"

అరిష్టనేమి మూసిన తలుపు కేసి బాధగా చూసి, తిరిగి గురువుగారి కేసి చూసాడు. మౌనంగా ఉండిపోయాడు.

అధ్యాయం 21

రాముడు మెట్ల మార్గం గుండా వెళ్లి కింది భాగానికి చేరుకున్నాడు. తోటలోకి వెళ్లి, కనిపించిన అరుగు మీద కూర్చున్నాడు. అతని హృదయం కల్లోలంగా ఉంది. అతన్ని చూసినవారికి, తల వంచుకుని, సాధారణ ఉచ్ఛ్వాస నిశ్వాసాలతో ధ్యానం చేస్తున్నాడేమో అనిపించేలా ఉన్నాడు. కానీ లక్ష్మణుడికి తన అన్న సంగతి తెలుసు. అతను చాలా కోపంగా ఉన్నాడని గ్రహించాడు. అన్నయ్యకు కోపం ఎంత ఎక్కువగా ఉంటే, అంత ప్రశాంతంగా కనిపిస్తాడు. అలాంటి సమయంలో అతను ఒంటరివాడై, తనని కూడ బయటకు నెట్టేస్తాడు కనక, లక్ష్మణుడు బాధపడ్డాడు.

"పోతే పోయింది అన్నయ్యా. లక్ష్మణుడు అరిచాడు. "ఆ పొగరుబోతు గురువుగారిని తన దోవన తనను పొమ్మను. మనం వెళ్లిపోదాం'

రాముడు స్పందించలేదు. తమ్ముడి కేకలు విన్నాడన్న సూచనగా కనీసం ముఖంలో ఏ మార్పు రాలేదు.

"అన్నయ్యా. సప్తసింధులోని రాజకుటుంబాల్లో నువ్వు నేను అంత ప్రసిద్ధులం కాము. అవన్నీ భరతన్నయ్య చూసుకుంటాడు. మనమంటే ఎవరికీ ఇష్టం లేకపోతే లాభం ఉంది; మనం కూడ ఇతరులు మనగురించి ఏమనుకుంటారో అని వ్యాకులపడనవసరం లేదు' అన్నాడు లక్ష్మణుడు.

"ఇతరులు నా గురించి ఏమనుకుంటారో నేనెప్పుడూ పట్టించుకోను' రాముడు ప్రశాంతంగా అన్నాడు. "కానీ ఇది చట్టం"

"కానీ అది నీ చట్టం కాదు; మన చట్టం కాదు.. మరిచిపో"

రాముడు సుదూరంలోకి చూసాడు.

"అన్నయ్యా.." లక్ష్మణుడు రాముడి భుజం మీద చెయ్యి వేసాడు. రాముడి శరీరం అయిష్టంగా బిగుసుకుంది.

"అన్నయ్యా. నువ్వు ఏం నిర్ణయించినా, నేను నీతోనే ఉంటాను"

రాముడు నిశ్చింతతో తమ్ముడి కేసి చూసాడు. చిరునవ్వు నవ్వాడు "నగరంలోకి వెళ్దాం పద. నా మనసు కొంత తేలికపడాలి"

తేనెతుట్టల విభాగం దాటి వెళ్తే మిథిలా నగరం మరింత క్రమపద్ధతిలో ఉంది. వీధులు విశాలంగఉన్నాయి. భవనాలు అందంగా, సౌకర్యవంతంగఉన్నాయి. కాకపోతే, అయోధ్య లోని అద్భుతమైన వాస్తుశిల్పంతో వీటిని పోల్చడం సాధ్యం కాదు. అతి సామాన్యమైన దుస్తుల్లో ఉన్న అన్నదమ్ములు ఎవరి దృష్టినీ ఆకట్టుకోలేదు.

వారి గమ్యం లేని నడక చివరకు బజారులోకి తీసుకువచ్చింది. దానిలో ఖరీదైన రాతిలో నిర్మించిన దుకాణాలూ ఉన్నాయి; తాత్కాలికంగా ఏర్పాటు చేసిన చౌక దుకాణాలూ ఉన్నాయి. దుకాణాలన్నిటిమీదా అంకెలున్నాయి. దుకాణాల మధ్య ప్రజలు నడవడానికి వీలుగా సందులున్నాయి.

"అన్నయ్యా' అన్నాడు లక్ష్మణుడు ఒక మామిడిపండు తీసుకుంటూ. తన అన్నయ్యకు ఆ పండు ఇష్టమని అతనికి తెలుసు. "ఇప్పుడే ఈ పళ్ల రుతువు ప్రారంభమవుతోంది. అంత తియ్యగా ఉండకపోవచ్చు. కానీ మామిడి పండు మామిడి పండే"

రాముడు సన్నగా చిరునవ్వు నవ్వాడు. లక్ష్మణుడు రెండు మామిడిపళ్లు కొని, ఒకటి రాముడికిచ్చి రెండోది తను ఆబగా తినడం మొదలుపెట్టాడు. అతను తినే పద్ధతికి రాముడికి నవ్వొచ్చింది.

లక్ష్మణుడు అతని కేసి చూసాడు. "కిందా మీదా పడేసుకోకపోతే మామిడి పండు తిని ప్రయోజనం ఏమిటి?' అన్నాడు. రాముడు కూడ తమ్ముడిలాగే మామిడి పండును చీకడం ప్రారంభించాడు. లక్ష్మణుడు ముందు ముగించాడు; అతను టెంకను వీధి పక్కన పడేయబోతూండగా రాముడు అడ్డుకున్నాడు "లక్ష్మణా' అంటూ.

లక్ష్మణుడు ఏమీ జరగనట్టుగానే యథాలాపంగా వెళ్లి, వీధి పక్కనున్న చెత్తకుండీలో టెంకను పడేసాడు. రాముడు కూడ అదేపని చేసాడు. వెనక్కి తిరిగి తమ ఇంటికి వెళ్దామని అనుకుంటూండగా, ఆ సందు చివరలో ఏదో అలజడి వినిపించింది. ఇద్దరూ నడకవేగం పెంచారు.

వాళ్లకు పెద్ద, అధికార స్వరం వినిపించింది. 'రాకుమారి సీతా. ఆ పిల్లవాడిని వదిలిపెట్టు"

ఒక ఖచ్చితమైన స్త్రీ స్వరం వినిపించింది ‘ వదలను”

రాముడు ఆశ్చర్యపోతూ లక్ష్మణుడి కేసి చూసాడు.

“ఏం జరుగుతోందో చూద్దాం పద’ అన్నాడు లక్ష్మణుడు.

ఒక్కక్షణంలో ఎక్కడినుంచి వచ్చారో గానీ జనం గుమిగూడారు. ఆ వరసలోని వారందరినీ తోసుకుని ఆ స్థలం మధ్యభాగంలోకి వచ్చారు. అక్కడ ఒక ఏడెనిమిదేళ్ల బాలుడు ఒక దుకాణం ముందు నిలబడివున్నాడు. అతని చేతిలో ఒక పండు ఉంది. వాడు ఒక స్త్రీ వెనక దాక్కుని వున్నాడు. ఆమె ఆగ్రహంతో ఉన్న గుంపును ఎదుర్కొంటోంది.

“ఆమె రాకుమారి సీతనా?’ లక్ష్మణుడి కళ్లు వెడల్పయ్యాయి. రాముడి కేసి చూసాడు. తన అన్నయ్య ముఖం లక్ష్మణుడి ఊపిరి ఆగిపోయేట్టు చేసింది. తను ఒక గొప్ప అద్భుతఘటనను చూస్తున్నట్టుగా, కాలం నిలిచిపోయినట్లుగా అనిపించింది.

రాముడు గంభీరంగా అటు చూస్తున్నాడు. అతని ముఖం ప్రశాంతంగా ఉంది. నీలవర్ణుడైన అన్నగారి ముఖంలో ఎరుపు కనిపించింది. అతని గుండె వేగంగా కొట్టుకుంటున్నట్టు తెలుస్తోంది. ఆమె వీపు వీరి వైపుంది; కానీ మిథిల స్త్రీలతో పోలిస్తే చాలపొడవుగఉంది. దాదాపు రాముడి ఎత్తు ఉంది. ఆదిశక్తి సైన్యంలో ఒక సైనికుడిలా, యోధుడిలా ఉంది ఆమె. ఆమె ఛాయ గోధుమరంగు. తెలుపురంగు ధోవతి, రవికె వేసుకుంది. ఆమె అంగవస్త్రం కుడి భుజం మీద వేళ్ళాడుతోంది. దాని రెండో కొస ఎడమ చేతికి కట్టివుంది. వీపు వెనక చిన్న కత్తి సంచి వేళ్లాడుతున్నట్టు రాముడు గమనించాడు. కాని అది ఖాళీగా ఉంది. సీత తనకంటె వయస్సులో కొంత పెద్దదని ఎవరో చెప్పినట్టు గుర్తు. ఆమెకు ఇరవై అయిదేళ్లు.

రాముడికి అశాంతిగా అనిపించింది. ఆమె ముఖం చూడాలని వుంది.

“రాకుమారి సీతా’ ఆ గుంపు నాయకుడు కాబోలు, గట్టిగా అరిచాడు. ఆ గుంపు దుస్తులను బట్టి చూస్తే సంపన్నులని తెలుస్తోంది. “ఈ తేనెతుట్టల ఇళ్లలో నివసించే వెధవలను రక్షించింది చాలు. వాణ్ణిటు ఇవ్వండి’

“వాడిని చట్టమే శిక్షిస్తుంది. నువ్వు కాదు’ అంది సీత

రాముడు చిన్నగా మందహాసం చేసాడు.

“వాడు దొంగ. మాకు తెలిసింది అంతే. నీ చట్టాలు ఎవరి పక్షాన ఉంటాయో మాకందరికీ తెలుసు. వాణ్ణి ఇటు ఇవ్వు” ఆ నాయకుడు కొంత ముందుకు వచ్చాడు. అక్కడి గాలి ఉద్రిక్తతతో స్తంభించిపోయింది. ఏ క్షణమైనా పరిస్థితి

అదుపు తప్పవచ్చు. స్థిమితం కోల్పోయిన గుంపులు ఎంతటి పిరికివాడికైనా ధైర్యాన్నిస్తాయి.

సీత మెల్లిగా తన వీపుకు కట్టి ఉన్న కత్తి సంచీలో చేయిపెట్టింది. కానీ అందులో కత్తిలేదు. ఆమె చేతిలో ఉద్వేగపు కదలిక. రాముడు ఆసక్తిగా చూస్తున్నాడు. తన వద్ద ఆయుధం లేదని గ్రహించినా ఆమెలో భయం లేదు; ఆకస్మిక కదలికలూ లేవు.

సీత సంయమనంతో పలికింది. "చట్టం ఎలాంటి వివక్షనూ సహించదు. ఈ పిల్లవాడికి శిక్ష పడుతుంది. కానీ నువ్వు జోక్యం చేసుకుంటే నీక్కూడా శిక్ష తప్పదు"

రాముడు నిర్ఘాంతపోయాడు. "ఈమె చట్టానికి బద్ధురాలు.."

లక్ష్మణుడు మందహాసం చేసాడు. తన అన్నయ్యకు తనలాగే ఆలోచించే మరో మనిషి లభిస్తుందని అతనెప్పుడూ అనుకోలేదు.

"ఇక చాలు' అరిచాడు ఆ వ్యక్తి. తర్వాత తన చుట్టూ ఉన్న మూకను చూసి గట్టిగా చేతులు ఊపుతూ అరిచాడు. "ఈవిడ ఒక్కత్తే. మనం వందలాదిమందిమి. పదండి"

'కానీ ఆమె రాకుమారి' ఎవరో బలహీనంగా అభ్యంతరం చెప్పారు.

"కాదు. ఆమె జనకమహారాజు నిజపుత్రిక కాదు. దత్తత తీసుకున్న కూతురు"అరిచాడు ఆ వ్యక్తి.

సీత హటాత్తుగా పిల్లవాడిని పక్కకు తోసి, తన పాదంతో దుకాణం పునాదులను పట్టి వుంచిన వెదురుకర్రను లాగింది. అది కిందపడగానే కాలితో దాన్ని ఎగరేసి కుడిచేత్తో ఒకే ఒక కదలికతో పట్టుకుంది. ఆ కర్రను అతి వేగంగభయం గొలిపేలా గాలిలో తిప్పింది. ఆ మూక నాయకుడు ఉన్నచోటే ఉన్నాడు, ఆమెకు అందకుండా.

'అన్నయ్యా, మనం ఆమెకు సాయపడదామా?' అన్నాడు లక్ష్మణుడు

'పరిస్థితి ఆమె అదుపులోనే ఉందిలే' అన్నాడు రాముడు.

సీత కర్రను తిప్పడం ఆపి, తన చంక కింద దాన్ని పెట్టుకుంది, ఏ క్షణమైనా దాడి చేయడానికి సిద్ధంగా. "మీరందరూ మీమీ ఇళ్లకు వెళ్లండి. ఎవరూ గాయపడాల్సిన అవసరం రాదు. ఈ పిల్లవాడికి చట్టం ఏ శిక్ష విధిస్తే అదే వాడు అనుభవిస్తాడు. అంతకంటే ఎక్కువా కాదు; తక్కువా కాదు" అంది.

మూకనాయకుడు హటాత్తుగా ఒక కత్తిని తీసుకుని ముందుకు వచ్చాడు. సీత వెనక్కి వాలి, మోకాలి మీద కూలబడి, తన చంకలోని వెదురు కర్రని రెండు చేతులతో పట్టుకుని అతన్ని కొట్టింది. అతని మోకాలికి అది తగిలి,

కూలబడబోతూండగా, సీత తన బరువును రెండో పాదం మీద మోపి, కర్రతో మరోసారి మోదింది. అతని కాళ్లు గాలిలోకి లేచి, వెల్లకిలా కింద పడ్డాడు. సీత ఒక్కసారిగా గెంతి, రెండు చేతులతోనూ కర్రను పట్టుకుని అతని గుండెల మీద గట్టిగా మోదింది. అతని భుజం ఎముక విరిగిన శబ్దం వచ్చింది.

సీత కర్రను తిప్పి తిరిగి తన చంకలో పెట్టుకుంది. పాదాలు దూరంగా ఉంచి, ఏ క్షణమైనా ఎవరినైనా ఎదుర్కోవడానికి అన్నట్టు నించుంది.

“ఇంకెవరైనా వచ్చేవాళ్లున్నారా?’ అని అడిగింది. తమ నాయకుడిని ఆమె అతి వేగంగా, అతి దారుణంగా గాయపరచిన సంఘటన వాళ్లముఖాల మీద నీళ్లు చల్లినట్లయి, అందరూ మిన్నకున్నారు. సీత వదిలిపెట్టలేదు. “ఇంకెవరికైనా ఉచితంగా ఎముకలు విరగ్గొట్టుకోవాలనుందా?’ అని అడిగింది.

అందరూ మెల్లిగా వెనక్కి వెనక్కి వెళ్లడం మొదలుపెట్టారు. సీత రాముడికి కుడి పక్కగా ఉన్న ఒకవ్యక్తిని పిలిచింది. “కౌస్తుభా, ఎవర్నయినా తోడు తీసుకుని ఈ విజయుడిని వైద్యశాలకు తీసుకువెళ్లండి. అతని ఆరోగ్యం గురించి నేను తర్వాత కనుక్కుంటాను”

కౌస్తుభుడు, అతని మిత్రులు ముందుకు పరిగెత్తారు. ఆమె ఇటు తిరిగేసరికి, ఎట్టకేలకు రాముడు ఆమె ముఖం చూడగలిగాడు.

సకల చరాచరవిశ్వం కూడబలుక్కుని తన ప్రతిభనంతా వినియోగించి పరిపూర్ణమైన స్త్రీసౌందర్యాన్ని సృష్టించిందా అన్నట్టుంది ఆమె ముఖం. ఏకకాలంలో సున్నితమైన అందం, కఠినమైన సంకల్పం కలగలిసిన సౌందర్యమది. గుండ్రటి ముఖం; దేహచ్ఛాయ కంటె ముఖం ఛాయ మరికొంత తెల్లగా ఉంది; ఎత్తయిన చెంపలు, చిన్న, చురుకైన ముక్కు; మరీ పల్చగా గానీ, దట్టంగా గానీ లేక మధ్యస్థంగఉన్న పెదవులు; విశాలమైన కళ్లు; చక్కని కనుబొమ్మలు, కళ్లలో మెరుపులు. కుడి వైపు నుదుటిపై చిన్న పుట్టుమచ్చ మచ్చలేని ఆ సౌందర్యం కలకాదు, నిజమే సుమా అని చెబుతున్నట్టుంది. ఆమె ఆకృతి హిమాలయాల్లోని పర్వతజాతిని పోలివుంది; రాముడు చిన్నప్పుడు ఖాట్మండు వెళ్లినపుడు వీరిని చూసిన జ్ఞాపకం ఉంది. ఆమె తిన్నని, అతి నల్లని కురులు పైకి ముడి వేసివున్నాయి. ఆమె దేహంపై యుద్ధంలో పాల్గొన్నప్పటి గాయాల చిహ్నాలున్నాయి.

“అన్నయ్యా.’ లక్ష్మణుడి గొంతు ఏదో సుదూర ప్రాంతం నుంచి మాట్లాడాడా అన్నట్టుంది. దాదాపుగా రాముడికి వినిపించనేలేదు.

రాముడు రాతితో చేసినట్టు స్థాణువై నిలబడివున్నాడు. లక్ష్మణుడు అన్నయ్యను బాగా ఎరుగును. అందుకే ఆయన అంత నిశ్చలంగా ఉన్నాడంటె, లోలోపల అనుభూతుల ఉధృతి అంత అధికంగా ఉందన్నమాట.

లక్ష్మణుడు రాముడి భజం తాకాడు 'అన్నయ్యా.."

రాముడు ఇంకా మరో లోకంలోనే ఉన్నాడు. లక్ష్మణుడు సీత కేసి చూసాడు. ఆమె తన చేతిలోని కర్రను విసిరేసి, పిల్లవాడి చేయి పట్టుకుంది.

"నువ్వు రా"

"దేవీ. నన్ను క్షమించు. ఇంకోసారి ఈ పని చేయను. ఇదే చివరిసారి. నన్ను క్షమించు' అంటున్నాడు.

ఆమె పిల్లవాడి చేయి పట్టుకుని గబగబా రామలక్ష్మణుల వైపు నడుస్తోంది. లక్ష్మణుడు రాముడి మోచేయి పట్టుకుని ఆమెకు దారి ఇవ్వడానికి పక్కకు లాగబోయాడు. కానీ రాముడు అక్కడే అలాగే నించున్నాడు. అతని ముఖం భావరహితంగా ఉంది; కళ్లు రెప్పపాటు లేకుండా ఉన్నాయి. అతని ఉచ్ఛ్వాస నిశ్వాసాలు సమంగానె ఉన్నాయి. అతని అంగవస్త్రం మాత్రమే గాలికి అటూ ఇటూ కదులుతోంది.

తన చర్యలు తన వశంలో లేనట్లుగా రాముడు తల వంచి అభివాదం చేసాడు.

లక్ష్మణుడు ఊపిరి బిగపట్టాడు; నోరు తెరుచుకుని చూసాడు. ఈ రోజు వస్తుందని అతను జన్మలో అనుకోలేదు. తన అన్న వంటి వాడిలో ఇంత గౌరవం రేకెత్తించగల స్త్రీ ఈ ప్రపంచంలో ఎక్కడైనఉంటుందని ఎవరనుకున్నారు? ఇంతకాలం క్రమశిక్షణ, మనో నియంత్రణ మాత్రమే ఎరిగిన ఆ మనసులో ప్రేమ అనేది ఇంత ఉధృతంగా ఏర్పడుతుందని ఎవరనుకున్నారు? ప్రతి వ్యక్తీ తలెత్తుకుని సగర్వంగా, లక్ష్యశుద్ధితో జీవించేలా చేయడమే జీవిత లక్ష్యంగా పెట్టుకున్న వ్యక్తి మరొకరి ముందు తల దించుకుంటాడని ఎవరనుకున్నారు?

ఒక ప్రాచీన కావ్యపద్యం లక్ష్మణుడి కాల్పనిక హృదయానికి తోచింది. కానీ ఈ వాక్యార్థం తనకంటె ముందు తన అన్నకు వర్తిస్తుందని అతను ఎప్పుడూ ఊహించలేదు.

"ఆమెలో ఏదో ఉంది. స్ఫటికరాళ్ల గొలుసును కలిపే దారంలా, ఆమె అన్నిటినీ కలిపివుంచుతుంది"

తన అన్న రాముడి జీవితాన్ని కలిపివుంచే దారమేదో ఇప్పుడు దొరికిందని లక్ష్మణుడికి అర్థమైంది.

రాముడు హృదయానికి, ఇంతవరకూ స్వీయనియంత్రణ తప్ప మరేమీ ఎరగని హృదయానికి తనకు అత్యంత ఆప్తమైనదేదో దొరికిందని తెలిసింది. దానికి సీత దొరికింది.

సీత, ఇద్దరు ఆగంతకులు తనకు అడ్డంగా నిల్చుని వున్నారని చూసి ఆశ్చర్యపోయి అగింది. వారిలో ఒకరు రాక్షసుడిలా పెద్ద ఆకృతితో ఉన్నా, మృదుస్వభావిగా కనిపిస్తున్నాడు; రెండో వ్యక్తి ధరించిన పాత దుస్తులు అతని అభిజాత్యాన్నికప్పిపెట్టలేకపోతున్నట్టున్నాడు. విచిత్రంగా అతనెందుకో, తనకు అభివాదం చేస్తున్నాడు.

"నాకు అడ్డం తొలగండి' అంటూ సీత రాముణ్ని దాటి వెళ్లిపోయింది. రాముడు పక్కకు జరిగే లోపలే ఆమె తోసుకుని వెళ్ళింది.

లక్ష్మణుడు ముందుకు వచ్చి రాముడి వీపు మీద చెయ్యి వేసాడు.

"అన్నయ్యా..' అంటూ.

రాముడు సీత వెళ్లిపోవడం చూడలేదు. అలాగే నించున్నాడు, తనకు ఏమైందని విశ్లేషించుకోవాలని మనసును ఆదేశించడానికి ప్రయత్నిస్తూ. తన ప్రవర్తనకు తనే ఆశ్చర్యపోయినట్టున్నాడు.

"ఊ.. అన్నయ్యా.." లక్ష్మణుడు, చిరునవ్వుతో ముఖం విచ్చుకోగా

"ఊ?'

"అన్నయ్యా. ఆమె వెళ్లిపోయింది. ఇంక నువ్వు నీ తల ఎత్తవచ్చు"

రాముడు ఎట్టకేలకు లక్ష్మణుడి కేసి చూసాడు, ముఖంలో నవ్వు కనిపిస్తూండగా.

"అన్నయ్యా' అంటూ లక్ష్మణుడు రాముణ్ని కౌగలించుకున్నాడు. రాముడు అతని భుజం తట్టాడు. కానీ అతను మాత్రం పరధ్యాన్నంగానే ఉన్నాడు.

లక్ష్మణుడు వెనక్కి అడుగు వేసి, 'ఆమె గొప్పవదినె అవుతుంది'

రాముడు ముఖం గంభీరంగా పెట్టుకున్నాడు, తమ్ముడి మాటల అంతరార్థం గ్రహించనట్టుగా.

"అయితే మనం రేపు స్వయంవరానికి వెళ్తున్నామన్నమాట' కన్నుకొడుతూ అన్నాడు లక్ష్మణుడు.

"ప్రస్తుతానికి మన గదికి వెళ్దాంరా' అన్నాడు రాముడు, మళ్లీ ప్రశాంతవదనంతో

"సరే' లక్ష్మణుడు నవ్వుతూనే ఉన్నాడు. "అవును మరి. మనం దీని గురించి పరిణతితో వ్యవహరించాలి కదా. ప్రశాంతంగా. గంభీరంగా. నియంత్రణతో. నేనింకా ఏదైనా పదం మరచిపోయానా అన్నయ్యా"

రాముడు ముఖం భావరహితంగా పెట్టుకోవాలని ప్రయత్నించాడు గానీ మామూలు కంటే ఈరోజు కొంచెం కష్టంగానే ఉంది అలా ఉండడం. చివరికి ఓడిపోయి ఆనందంతో నవ్వేసాడు.

అన్నదమ్ములు తిరిగి తేనెతుట్టల విభాగంలోని తమ వసతి వైపు నడిచారు.

"ఇంక మనం అరిష్టనేమికి స్వయంవరంలో ఇష్టంగా పాల్గొంటామని చెప్పాలి' అన్నాడు లక్ష్మణుడు.

రాముడు లక్ష్మణుడి కంటె ఒక అడుగు వెనక నడుస్తూ, మనసారా మరోసారి నవ్వుకున్నాడు. ఇప్పటికి అర్థమైంది రాముడికి తనకేం జరిగిందో. తన హృదయం తనని ఎలా మార్చేసిందో.

"ఇది నిజంగా మంచి వార్తే' అన్నాడు అరిష్టనేమి. 'మీరు చట్టం ప్రకారం నడవాలని నిర్ణయించుకున్నందుకు నాకు ఆనందంగఉంది" రాముడు ప్రశాంతంగఉన్నాడు. కానీ లక్ష్మణుడు చిరునవ్వు దాచుకోలేకపోయాడు.

"అవును అరిష్టనేమిగారూ' అన్నాడు లక్ష్మణుడు"చట్టాన్ని ఎవరైనా ఎలా ఉల్లంఘించగలరు? అందులోనూ రెండు స్మృతుల్లో ఉన్నప్పుడు"

అరిష్టనేమి అనుమానంగా చూసాడు, లక్ష్మణుడు ఒక్కసారిగా ఇలా మారిపోయాడేమా అని. అర్థం కాక భుజలెగరేసి, రాముడి కేసి తిరిగాడు. "మీరు స్వయంవరంలో పాల్గొంటున్నారని గురుదేవులకు వెంటనే చెప్తాను"

"అన్నయ్యా' అంటూ తమ గదిలోకి పరిగెత్తుకు వచ్చాడు లక్ష్మణుడు

రాముడు సీతను చూసి అయిదు రోజులు గడిచాయి. స్వయంవరానికి ఇంకా రెండురోజులుంది.

"ఏమైంది?' అడిగాడు రాముడు, తను చదువుతున్న తాళపత్రాన్ని కింద పెడుతూ.

"నాతో రా నువ్వు" అంటూ, రాముడి చేయి పట్టి లాగాడు.

"ఏమిటది లక్ష్మణా?' అడిగాడు రాముడు మళ్లీ.

వాళ్లిద్దరూ తేనెతుట్టెల విభాగం పై భాగాన అంటే వీధుల్లో నడుస్తున్నారు. నగరం నుంచి బయటకు వెళ్తున్నారు. భాగం కోటలోపలి భాగంతో కలిసి, వెలుపలి గోడ నుంచి బయటకు కూడ కనిపించే విధంగా ఉంటుంది. అక్కడ పెద్ద గుంపు చేరింది; అందరూ బయటకు చూస్తూ, రకరకాలుగహావభావాలు ప్రకటిస్తూ మాట్లాడుకుంటున్నారు.

'లక్ష్మణా, ఎక్కడికి తీసుకెళ్తున్నావు నన్ను?'

అతనికి సమాధానం లభించలేదు.

"పక్కకు జరగండి' అంటూ లక్ష్మణుడు అందర్నీ తోసుకుంటూ రాముణ్ని లాక్కుని ముందుకు వెళ్లాడు. భీకరమైన లక్ష్మణుడి అవతారం చూసి అందరూ తోవ ఇవ్వడంతో, అన్నదమ్ములు గోడ వద్దకు చేరుకున్నారు.

అక్కడ కనిపించిన దృశ్యం రాముడిని ఆకట్టుకుంది. రెండో గోడకు, కందకానికీ మధ్య ఒక చిన్న సైన్యం అత్యంత క్రమశిక్షణతో కదులుతోంది. ప్రతి కొద్ది నిమిషాలకీ పది మందిగల ఒక బృందం ఒక పతాకాన్ని పైకెత్తి చూపుతున్నారు. వారి వెంట క్రమంగా సైనికుల వరసలు అలల్లా రావడం మొదలైంది. ఒక్కొక్క పతాకసైనికుడి వెంట దాదాపు వెయ్యిమంది సైనికులున్నారు. అయితే వారు నడుస్తున్న దారి మధ్యలో కొంత భాగాన్ని ఖాళీగా వదిలేసారు. సైనికులు, పతాకాలు పట్టుకున్నవారు వేసుకున్న ధోవతులు ఒకే రంగులో ఉన్నాయని రాముడు గమనించాడు.

మొత్తం మీద పదివేలమంది సైనికులున్నారని లెక్కించాడు రాముడు. అది పెద్ద సైన్యం కాకపోవచ్చుగానీ, ఏ రకమైన రక్షక దళం లేని మిథిలానగరానికి అదే ఎక్కువ.

"ఈ సైన్యాన్ని ఏ రాజ్యం పంపింది?' అడిగాడురాముడు

"అది సైన్యంకాదట.' లక్ష్మణుడి పక్కన నించున్న వ్యక్తి అన్నాడు. "అది భద్రతా అధికార్ల దళం"

రాముడు మరోప్రశ్న వేయబోతూండగా, ఒక్కసారిగా ఖాళీ ప్రదేశంలో ఉన్న సైనికుల నుంచి పెద్ద శబ్దంతో శంఖారావం వినిపించింది. కొంతసేపటికి ఈ శబ్దం కూడా, రాముడు అంతకుమునుపు ఎన్నడూ వినని మరో శబ్దం లో కలిసిపోయింది. ఎవరో భయంకరమైన రాక్షసుడు తన భయంకరమైన ఖడ్గంతో గాలిని ఛేదిస్తున్నప్పటి శబ్దం.

లక్ష్మణుడు ఆ శబ్దం వస్తున్న దిశగా, ఆకాశం కేసి చూసాడు. "అది.. అది.. ఏమిటీ?'

అక్కడున్న గుంపు విభ్రాంతితో చూసింది. అది అందరూ కథలు, కథలుగా చెప్పుకునే లంక రాజ్యంలోని పుష్పక విమానమై ఉండాలి. అది ఏ లోహంతో చేసిందో తెలీదు. ఈ వాహనం పై భాగానికి అతికించి వున్న యంత్రాలు కుడినుంచి ఎడమకు, గుండ్రంగా తిరుగుతున్నాయి. వాటికి మరికొన్ని చిన్న యంత్రాలు అడుగున, అన్ని వైపులా అతికించివున్నాయి. ఆ వాహనం శరీరంలో చిన్న చిన్న రంధ్రాలున్నాయి. అవి గాజుతో మూయబడివున్నాయి.

ఆ వాహనం చేసే శబ్దం ఘీంకరిస్తూ పరిగెత్తుతున్న ఏనుగుల శబ్దాన్ని మించి వుంది. చెట్ల మీద ఉన్నప్పుడు ఆ శబ్దం ఎక్కువైనట్టుంది. అది అలా దిగుతూండగా, దాని కన్నాలను మూసే లోహపు తెరలు పడిపోయి, లోపల ఏంవున్నదీ ఎవరికీ కనిపించడం లేదు. అక్కడ నిలబడిన వాళ్ళంతా చెవులు మూసుకుంటూ, కళ్లప్పగించి చూస్తున్నారు. లక్ష్మణుడి పరిస్థితి కూడ అదే. కానీ రాముడి సంగతి వేరు. అతను పెరుగుతున్న ఆగ్రహంతో తలెత్తి విమానం కేసి చూసాడు. అది ఎవరిదో అతనికి తెలుసు. అందులో ఎవరున్నారో తెలుసు. తను పుట్టకముందే తన బాల్యాన్ని చిదిమేసిన వ్యక్తి. అంతమందిలోనూ తను ఏకాకిగా ఉన్నట్టనిపించింది రాముడికి. అతనిలో భయంకరమైన క్రోధాగ్ని రాజుకుంటోంది.

పుష్పక విమానం క్రమంగా దిగింది. సైనికుల వ్యూహానికి మధ్య ఖాళీ స్థలంలో అది దిగింది. తేనెతుట్టె విభాగంలో నించుని ఇదంతా చూస్తున్న మిథిలా నగరవాసులు విమానం దిగడంతోనే కరతాళధ్వనులు చేసారు. కానీ లంక సైనికులు వాళ్లు అక్కడ లేనట్టే ప్రవర్తిస్తున్నారు. కఠోరమైన క్రమశిక్షణతో వాళ్లు నించున్నచోటినుంచి కదలకుండా ఉన్నారు.

కొన్నినిమిషాల తర్వాత, విమానానికున్న రహస్యద్వారం తెరుచుకుంది. ఆ తలుపు దగ్గర ఒక భీకరమైన ఆకారం నించునివుంది. అతను బయటకు వచ్చి చుట్టూ చూసాడు. లంక అధికారి ఒకరు అతని వద్దకు వెళ్లి లంక సంప్రదాయ వందనం చేసాడు. వాళ్లిద్దరూ కొద్ది సేపు మాట్లాడుకున్నారు. ఆ రాక్షసుడు ఎదురుగా ఉన్న గోడ కేసి, ప్రేక్షకులకేసి తదేకంగా చూసాడు. తర్వాత వెనక్కి తిరిగి విమానం వద్దకు వెళ్లాడు. మళ్లీ కొంతసేపటికి మరో వ్యక్తితో కలిసి బయటకు వచ్చాడు.

రెండో మనిషి మొదటి వ్యక్తి కంటె పొట్టిగా ఉన్నాడు గానీ, సాధారణ మిథిల పౌరుడికంటే పొడుగ్గానే ఉన్నాడు. రాముడి ఎత్తులో ఉన్నాడని చెప్పవచ్చు. అయితే రాముడిలా కండలు తిరిగిన సన్నని శరీరం కాదు; భీకరమైన రాక్షసాకృతి. అతని గోధుమరంగు చర్మం, మీసం, దట్టమైన గడ్డం,

స్ఫోటకం మచ్చల ముఖం భయం గొల్పేలా ఉన్నాయి. అతను ఊదారంగు ధోవతి, అంగవస్త్రం వేసుకున్నాడు. సప్తసింధులో కెల్ల ఖరీదైన జుట్టురంగు పూసుకున్నాడు. అతని కిరీటంనుంచి ఆరు అంగుళాల మెలితిరిగిన కొమ్ములు రెండు వైపులా పొడుచుకు వచ్చాయి. అతని నడుస్తున్నప్పుడు కొద్దిగా వంగుతున్నాడు. 'రావణుడు..” లక్ష్మణుడు గొణిగాడు.

రాముడు ఏమీ అనలేదు.

లక్ష్మణుడు రాముడి కేసి చూసాడు “అన్నయ్యా...”

రాముడు మౌనంగా దూరంగా కనిపిస్తున్న రావణుడి కేసి చూస్తున్నాడు

“అన్నయ్యా. వెళ్దాం పద' అన్నాడు లక్ష్మణుడు.

రాముడు లక్ష్మణుడి కేసి చూసాడు. అతని కళ్లలో క్రోధాగ్ని. తిరిగి రెండో గోడకు అవతల ఉన్న లంకేయుల కేసి చూసాడు. ప్రత్యేకించి ఒక లంకేయుడి కేసి చూసాడు.

అధ్యాయం 22

"దయచేసి మీరు వెళ్లిపోవద్దు' అభ్యర్థించాడు అరిష్టనేమి. "గురుదేవులు కూడ మీలాగే ఆందోళన చెందుతున్నారు. రావణుడు ఇక్కడికి ఎందుకు ఎలా వచ్చాడో ఆయనకు కూడ అర్థం కావడం లేదు. మీరిద్దరూ నాలుగుగోడల మధ్య ఉంటేనే మంచిదని గురువుగారు భావిస్తున్నారు"

రామలక్ష్మణులు తమ వసతి గదిలో కూర్చునివున్నారు. అరిష్టనేమి విశ్వామిత్రుణ్ని కలిసి ఇక్కడికి వచ్చాడు, వాళ్లను బయటకు వెళ్లొద్దని చెప్పడానికి. రావణుడు మిథిలా నగరం వెలుపల శిబిరం వేసుకున్నాడు. అతను నగరంలోకి అడుగుపెట్టలేదు. కొందరు అనుచరులు మాత్రం నగరంలోకి వచ్చారు. వాళ్లు నేరుగా జనకమహారాజు భవనానికి వెళ్లి, ఆయనను, ఆయన చిన్న తమ్ముడు కుశధ్వజుడిని కలిసి వచ్చారు. కుశధ్వజుడు స్వయంవరం చూడడానికి నగరానికి వచ్చాడు.

"విశ్వామిత్రుడు ఏమనుకుంటాడో మాకెందుకు?' లక్ష్మణుడు కోపంగా అన్నాడు. "నాకు మా అన్నయ్య గురించి మాత్రమే చింత. ఆ రాక్షసుడు ఏం చేస్తాడో ఎవ్వరూ ఊహించలేరు. మేం ఇప్పుడే వెళ్లిపోతాం. ఇప్పుడే"

"దయచేసి మీరు ప్రశాంతంగా ఆలోచించండి దీనిగురించి. మీరిద్దరూ ఆ అరణ్యంలో ఎలా భద్రంగా ఉండగలరు? ఈ నగరంలో నాలుగుగోడల మధ్య ఉంటేనే మీకు రక్షణ. మీ రక్షణకోసం మలయపుత్రులున్నారు"

"మేం ఇక్కడ చేతులు ముడుచుకుని ఏదో ఒకటి జరగడం కోసం కూర్చోలేం. నేను మా అన్నయ్య వెళ్తున్నాం. నువ్వు, నీ మలయపుత్రులు ఏం కావాలంటే అది చేసుకోండి'

అరిష్టనేమి రాముడి కేసి తిరిగాడు "రాకుమారా, రామా. దయచేసి నన్ను నమ్ము. నేను సూచిస్తున్నదే సరైన పద్ధతి. నువ్వు స్వయంవరం నుంచి విరమించుకోకు. నగరం వదిలి వెళ్లకు"

రాముడి బాహ్య ప్రవర్తన ఎప్పటిలాగే ప్రశాంతంగా ఉంది. కానీ అరిష్టనేమి ఏదో రకమైన కొత్త శక్తిని అతనిలో పసిగట్టగలిగాడు. అయితే రాముడిలోని ఆంతరమైన ప్రశాంతత ఇప్పుడు కనిపించడంలేదు.

రాముడు నిజాయితీగా ఆలోచించగలిగే స్థితిలో ఉంటే, తనని బాధపెట్టిన వాళ్లు, తను ద్వేషించాల్సిన వాళ్లు, ఎందరో ఉన్నారని గుర్తుతెచ్చుకునేవాడు. నిజానికి రావణుడు తన విధ్యుక్త ధర్మాన్ని నెరవేర్చాడంతే. యుద్ధానికి వెళ్లాడు. గెలిచాడు. అయితే, రాముడు మాత్రం తన బాల్యంలోని బాధాకరమైన అనుభవాల వల్ల, అంత తార్కికంగా ఆలోచించలేకపోయాడు. చిన్నప్పటి ఏకాకితనం, మనోవేదన, రావణుడు తన తండ్రిని ఓడించడం వల్ల తను భరించాల్సివచ్చింది కనక, మొదటినుంచీ రావణుడి మీదే తన ద్వేషాన్ని కేంద్రీకరించాడు. తన కష్టాలన్నిటికీ రావణుడే కారణమని బాల్యంలోనే నిర్ణయించుకున్నాడు. ఆరోజు యుద్ధంలో కరచాపలో రావణుడు కనక విజయం సాధించకుండా ఉండివుంటే, తను ఇంత వేదన అనుభవించాల్సిన అవసరం వచ్చేది కాదు.

రావణుడిపై రాముని క్రోధానికి అతని బాల్యస్మృతే కారణం – దానికి కార్యకారణాలతో సంబంధం లేదు.

అరిష్టనేమి, రామలక్ష్మణులను వదిలి, విశ్వామిత్రుడి వద్దకు వెళ్లాడు.

"అన్నయ్యా. నామాట విను. మనం ఇక్కణ్నుంచి తప్పించుకుని వెళ్లిపోదాం. అక్కడ పదివేలమంది లంక సైనికులున్నారు. మనం ఇద్దరం. నా అనుమానం ఏమిటంటే, విషయం అంతదాకా వస్తే, మలయపుత్రులు, మిథిలి ప్రజలు కూడ రావణుడి పక్షమే వహించవచ్చు" అన్నాడు లక్ష్మణుడు.

రాముడు తోటలోకి చూస్తున్నాడు.

"అన్నయ్యా' లక్ష్మణుడు మళ్లీ అన్నాడు. 'మనం ఇప్పుడే పారిపోవాలి. నగరగోడల అవతల రెండో ద్వారం ఉందని విన్నాను. మలయపుత్రులకు తప్ప మరెవ్వరికీ మనం ఇక్కడున్నట్టు తెలీదు. మనం నిశ్శబ్దంగా వెళ్లిపోయి అయోధ్య సేనలతో తిరిగి రావచ్చు. అప్పుడు లంకేయులకు గట్టి గుణపాఠం నేర్పవచ్చు. ప్రస్తుతానికి పారిపోవడం మంచిది"

రాముడు లక్ష్మణుడి కేసి విచిత్రమైన ప్రశాంతతతో చూసాడు. "మనం ఇక్ష్వాకు వంశీయులం. రఘు వారసులం. మనం పారిపోం"

"అన్నయ్యా.."

ఇంతలో తలుపు చప్పుడయింది. లక్ష్మణుడు రాముడి కేసి చూసి, ఖడ్గం తీసాడు. రాముడు ముఖం చిట్లించాడు. "లక్ష్మణా, మనల్ని చంపడానికి వచ్చేవాళ్లు తలుపు తట్టరు. తలుపు తోసుకువస్తారు. ఇక్కడ దాక్కునేందుకు కూడ చోటు లేదు"

లక్ష్మణుడు ఇంకా తలుపు కేసి చూస్తూ కూర్చున్నాడు; కత్తి లోపల పెట్టాలోవద్దో తేల్చుకోలేక.

"తలుపు తియ్యి, లక్ష్మణా' అన్నాడు రాముడు

లక్ష్మణుడు మెట్లెక్కాడు తలుపు తీయడానికి. ఇంకా ఎందుకైనా మంచిదని కత్తి చేతిలో పట్టుకునే ఉన్నాడు. మళ్లీ తలుపు మీద బాదుడు. తలుపు తెరవగానే మిథిల రక్షక భటుల అధిపతి సమీచి కనిపించింది. పొట్టి జుట్టుతో పొడుగ్గా, నల్లని ఛాయలో, బలాఢ్యంగా ఉంది ఆమె. ఆమె శరీరంపై పోరాటాలు జరిపిన చిహ్నాలున్నాయి. ఆకుపచ్చని ధోవతి, జాకెట్టు ధరించివుంది. ఆమె నడుముకున్న సంచీలో కత్తి వేళ్లాడుతూ ఉంది.

లక్ష్మణుడు తన కత్తిని గట్టిగా పట్టుకుని అన్నాడు "నమస్తే, సమీచీ. ఏం ఇలా వచ్చారు?'

సమీచి నవ్వింది. "నీ కత్తిని దాచిపెట్టుకో యువకుడా" అంది.

"నేనేం చెయ్యాలో నేనే నిర్ణయించుకుంటాను. మీకిక్కడేం పని?'

"ప్రధానమంత్రి మీ అన్నయ్యను కలవాలనుకుంటున్నది"

లక్ష్మణుడు ఆశ్చర్యపోయాడు. రాముడి కేసి చూసాడు. వెంటనే అతను తన కత్తిని దాచుకుని తక్కిన వాళ్లు లోపలికి రావడానికి చోటిచ్చాడు. సమీచి వెంట సీత వచ్చింది. ఆమె వస్తూ, 'అక్కడె ఉండు, ఊర్మిళా' అంది.

లక్ష్మణుడు వెంటనే పైకి చూసాడు. రాముడు మిథిలి రాకుమారిని ఆహ్వానించడానికి లేచి నించున్నాడు. లక్ష్మణుడి చూపులు ఊర్మిళ మీద నిలిచాయి. ఊర్మిళ తన అక్క సీత కంటె పొట్టిగా ఉంది. తెల్లగా ఉంది, దాదాపు పాలవంటి తెలుపు. బహుశా ఎప్పుడూ నాలుగ్గోడల మధ్యే ఉంటుందేమో, సూర్యుడి వేడిమి తగలకుండా. ఆమె గుండ్రటి, పసిపిల్లలాంటి ముఖం, విశాలమైన నేత్రాలు, అమాయకమైన చూపులు. యోధురాలి లాంటి అక్క కంటే భిన్నంగా సున్నితంగా ఉంది ఊర్మిళ. తన అందం పట్ల ఆమెకు స్పృహ ఉంది కానీ, పసిపిల్ల మనస్తత్వం కనిపిస్తోంది. ఆమె జుట్టు ముడి వేసింది. కళ్లకు కాటుక పెట్టింది. పెదాలకు కూడ రంగు వేసింది. ఆమె దుస్తులు ఆధునికంగా ఉన్నాయి కానీ నిరాడంబరంగా కూడ ఉన్నాయి. ఆమె

ధోవతి ఎరుపు రంగులో, రవికె గులాబీరంగులో ఉన్నాయి. ధోవతి ఇతరుల దానికంటె పొడుగ్గా ఉంది. ఇస్త్రి చేసిన అంగవస్త్రం భుజంమీద వేలాడుతూ ఉంది. కాళ్లకు గజ్జెలు, కాలివేళ్లకు ఉంగరాలు ఉన్నాయి. చేతులకు కూడ ఉంగరాలు, గాజులు ఉన్నాయి. లక్ష్మణుడు మంత్రముగ్ధుడైనట్లు చూస్తున్నాడు. ఊర్మిళ అది గమనించి మందహాసం చేసింది; తర్వాత సిగ్గుతో ముఖం తిప్పుకుంది.

సీత తలతిప్పేసరికి, లక్ష్మణుడు ఊర్మిళ కేసి చూడ్డం గమనించింది. రాముడు చూడనిదేదో ఆమె గమనించింది.

“తలుపువేసెయ్యి, లక్ష్మణా” అన్నాడు రాముడు.

లక్ష్మణుడు అయిష్టంగా తలుపు వేసాడు.

రాముడు సీత కెసి చూసాడు. “మీకు నేనే సాయం చేయగలను, రాకుమారీ”

సీత నవ్వింది “ఒక్క క్షణం, రాకుమారా” సమీచి కేసి చూసింది “నేను రాకుమారుడితో ఒంటరిగా మాట్లాడాలి”

‘సరే” అంటూ సమీచి బయటకు వెళ్లిపోయింది.

తాము ఎవరో సీతకు ఎలా తెలిసిందో రాముడికి ఆశ్చర్యంగా ఉంది. లక్ష్మణుడి కేసి చూసాడు. లక్ష్మణుడు ఆనందంగా బయటకు వెళ్లిపోయాడు. సీతారాములు గదిలో ఒంటరిగా మిగిలారు.

సీత చిరునవ్వుతో కుర్చీ చూపింది. “కూర్చోండి, రామా”

“ఫరవాలేదు”

గురుదేవులు విశ్వామిత్రుడే మేమెవరో సీతకు చెప్పాడా? ఆయనెందుకు ఈ వివాహసంబంధం గురించి అంత పట్టుదలగా ఉన్నాడు?

‘మీరు కూర్చోవాల్సిందే” అంది, తనుకూడ కూర్చుంటూ.

రాముడు సీతకు ఎదురుగా ఉన్న కుర్చీలో కూర్చున్నాడు. కొంతసేపు అక్కడ ఇబ్బందికరమైన నిశ్శబ్దం తాండవించింది. “మిమ్మల్ని ఇక్కడికి వంచనతో తీసుకువచ్చారనుకుంటాను’ అంది సీత

రాముడు మౌనంగా ఉండిపోయాడు గానీ అతని కళ్లలో సమాధానం దొరికింది

“అలాగైతే మీరు ఎందుకు వెళ్లిపోలేదు?”

“వెళ్తే అది చట్టవిరుద్ధమవుతుంది”

సీత చిరునవ్వు నవ్వింది. “అయితే మీరు ఎల్లుండి స్వయంవరంలో పాల్గొనబోయేది చట్టాన్ని పాటించడానికేనా?’ అడిగింది.

రాముడు మౌనంగా ఉండిపోయాడు, అబద్ధం చెప్పడం ఇష్టం లేక.

"మీరు అయోధ్య. సప్తసింధు చక్రవర్తులు. నేను ఏ అధికారమూ లేని మిథిలా నగరానికి చెందినదాన్ని. ఈ సంబంధం వల్ల ఏం ప్రయోజనం ఉండవచ్చు?'

"వివాహానికి ఉన్నతమైన ప్రయోజనం ఉంటుంది; అది కేవలం రాజకీయ సంబంధం కాదు"

సీత విచిత్రంగా నవ్వింది. రాముడు తనను సీత పరీక్షిస్తోందేమో అనుకున్నాడు. అయినా సీత కొప్పులోంచి కురులు బయటకు వచ్చి వేళ్లాడ్డం గమనించాడు. అవి గాలికి కదులుతున్నాయి. అక్కడినుంచి అతని చూపు ఆమె అందమైన మెడ మీదికి మళ్లింది. అతని హృదయం వేగంగా కొట్టుకుంటోంది. ఎప్పటిలా ప్రశాంతంగా ఉండాలని తనని తాను మందలించుకున్నాడు రాముడు.

"ఏమైందినాకు? ఎందుకు నన్నునేను నియంత్రించుకోలేకపోతున్నాను?"

"రాకుమారా రామా?'

"ఆ? ఏమన్నారు?' రాముడు సీత మాటలు వినడానికి ప్రయత్నించాడు.

"వివాహం రాజకీయ సంబంధం కాకపోతే మరేమిటి? అని అడిగాను" అంది సీత.

'ముందుగా, అది అవసరం కాదు. వివాహం చేసుకు తీరాలని ఎటువంటి నిర్బంధమూ లేదు. నచ్చని మనిషితో వివాహం కంటే ఘోరమైంది మరేదీ లేదు. మగవాడు తను మెచ్చుకోగల గుణాలున్న స్త్రీ, తన లక్ష్యాన్ని పరిపూర్ణం చేయగలిగిన స్త్రీ దొరికినపుడే వివాహం చేసుకోవాలి. అలాగే, అతనూ ఆమె జీవిత ధ్యేయాన్ని చేరుకోవడంలో తోడుగా ఉండాలి. అలాంటి మనిషి దొరికితేనే వివాహం చేసుకోవాలి"

సీత కనుబొమ్మలు ఎగరేసింది "అంటే మీరు ఒకే భార్య ఉండాలని అంటున్నారా? ఎక్కువమంది కాదా? కానీ చాలామంది మరో విధంగా ఆలోచిస్తారే?'

"అందరూ బహుభార్యాత్వాన్ని సమర్థించినంత మాత్రాన అది ఒప్పయిపోదు"

"కానీ చాలామంది పురుషులు ఎక్కువ వివాహాలు చేసుకుంటారు. ముఖ్యంగా రాజవంశీయులు"

"నేనైతే అలా చెయ్యను. అలా చేయడమంటే నీ భార్యను నువ్వు అవమానించడమే"

సీత తల వెనక్కి వాల్చి, అతన్ని అంచనా వేస్తున్నట్టుగా చూసింది. ఆమె కనులు మెచ్చుకోలుతో మెరిసాయి. గదిలో ఉద్వేగపూరిత వాతావరణం నెలకొంది. అతని కేసి చూస్తూండగా, సీతకు అకస్మాత్తుగగుర్తుకొచ్చింది.

"ఆ మధ్య వ్యాపారకూడలిలో మీరే కదూ ఉన్నది?" అడిగింది.

"అవును"

"మరి నా సహాయానికి ఎందుకు రాలేదు?"

"పరిస్థితిని మీరు పూర్తిగా అదుపులో ఉంచుకున్నారు"

సీత చిన్నగా నవ్వింది.

ఇక రాముడి వంతు ప్రశ్నలకి. "రావణుడు ఇక్కడేం చేస్తున్నాడు?'

"నాకు తెలీదు. దీనివల్ల స్వయంవరం మరింత వ్యక్తిగత సమస్యగా మారింది"

రాముడు దిగ్భ్రాంతి చెందాడు. కానీ ముఖంలో కనబడనివ్వలేదు.

"మీ స్వయంవరంలో పాల్గొనడానికి వచ్చాడా అతను?'

"అలాగనే విన్నాను"

"ఇంకా"

"ఇంకా.. నేనిక్కడికి వచ్చాను"

రాముడు ఆమె కొనసాగిస్తుందని చూసాడు.

"విలువిద్యలో మీరెంత నిపుణులు?' అడిగింది సీత

రాముడు చిన్నగా మందహాసం చేసాడు

సీత కనుబొమ్మలు ఎగరేసింది "అంత గొప్పనా?'

సీత తన కుర్చీలోంచి లేచింది. రాముడు కూడ లేచాడు. మిథిల ప్రధానమంత్రి నమస్కారం చేస్తూ అంది "రుద్రదేవుడు మిమ్మల్ని సదా ఆశీర్వదించుగాక, రాకుమారా"

రాముడు ప్రతినమస్కారం చేసాడు "ఆయన మిమ్మల్ని కూడ ఆశీర్వదించుగాక, రాకుమారీ"

రాముడి చూపులు సీత ధరించిన రుద్రాక్ష పూసల గాజుల మీద పడ్డాయి. ఆమె కూడ తనలాగే రుద్రదేవుడి భక్తురాలన్నమాట. గాజుల నుంచి ఆమె సన్నని, నాజుకైన వేళ్ల మీదికి అతని దృష్టి మరలింది. అవి ఒక శస్త్రచికిత్స వైద్యుడి వేళ్లలా ఉన్నాయి. అయితే ఆమె ఎడమ చేతిపై ఉన్న గుర్తులు ఆమె ఆయుధాలు చేపడుతుందన్న విషయం చెప్పకనే చెబుతున్నాయి.

"రాకుమార రామా.. నేను అడుగుతున్నది.."

"మన్నించండి. మళ్లీ చెప్తారా?' అడిగాడు రాముడు తన దృష్టిని సీత మాటల మీదికి మళ్లిస్తూ

"నేను రేపు మిమ్మల్ని, మీ తమ్ముడిని రాజోద్యానంలో కలుసుకోవచ్చా?' అడిగింది.

"ఓ. తప్పకుండా"

"మంచిది" అంటూ సీత వెనక్కి తిరిగింది వెళ్లడానికి. అంతలో ఏదో గుర్తుకొచ్చినట్టు ఆగింది. తన నడుముకు చుట్టిన సంచి నుంచి ఒక ఎర్రటి దారాన్ని తీసింది. "మీరు ఇది ధరిస్తే మంచిది. ఇది అదృష్టాన్ని తీసుకువస్తుంది. ఇది దేనికి ప్రతినిధి.."

కానీ రాముడి ఏకాగ్రత సీత మాటలపై లేదు. అతనికి ఎప్పుడో ఒక పెళ్లిలో విన్న శ్లోకం గుర్తుకు వచ్చింది.

"మాంగల్యం తంతునానేన భవజీవన హేతు మే' ప్రాచీన సంస్కృత శ్లోకమిది. దాని అర్థం "నేను అందించే ఈ పవిత్ర దారంతో నువ్వు నా జీవన లక్ష్యమైపోవుగాక"

"రాకుమార రామా.." గట్టిగా పిలిచింది సీత.

రాముడు ఆ పెళ్లి మంత్రం మనసులో జపిస్తూండగా, పైకి అన్నాడు. "మన్నించండి. ఏమన్నారు?"

సీత మర్యాదపూర్వకంగా నవ్వి "నేనేమన్నానంటే.. ఏంలేదు లెండి. ఈ దారాన్ని ఇక్కడ వదిలి వెళ్తాను. మీకు ధరించాలనిపిస్తే ధరించండి"

దారాన్ని బల్లమీద ఉంచి, సీత మెట్లెక్కింది. ఆమె తలుపు చేరగానే వెనక్కి తిరిగి ఒకసారి రాముడి కేసి చూసింది. రాముడు ఆ దారాన్ని అరచేతిలో పెట్టుకుని, అది అత్యంత అద్భుతమైనదైనట్టు చూస్తున్నాడు.

మిథిలానగరం లోపల్లోపలికి వెళ్లేకొద్దీ చాలా సుందరంగఉంది. ప్రధాన వ్యాపార కూడలినుంచి సంపన్నుల గృహాలవైపు వెళ్లే ఆ మార్గంలోనే రామలక్ష్మణులు ఆ మరుసటిరోజు సాయంత్రం నడుస్తున్నారు.

"చాలా అందంగా ఉంది కదూ అన్నయ్యా' అన్నాడు లక్ష్మణుడు చుట్టూ చూస్తూ.

అంతకు ముందు రోజు నుంచి లక్ష్మణుడి వైఖరి మిథిల పట్ల మారిన విషయం రాముడు గమనించాడు. వాళ్లు వెళ్తున్న వీధి విశాలంగా ఉన్నా,

గ్రామాలలోని వీధిలాగే ఉంది. చెట్లు, ఆకుపచ్చ తివాచీల్లా గడ్డి మొలిచిన ప్రదేశాలు, పెద్ద పెద్ద భవనాల గోడలపై ఆ ఇంటి దేవతల విగ్రహాలు, కొన్నిటిముందు అగరొత్తులు మొదలైనవి వారికి దారిపొడుగునా కనిపించాయి. మిథిలా నగరవాసుల్లో భగవద్భక్తి మెండుగా ఉందని ఇవి నిరూపించాయి.

“ఇదిగో, ఇక్కడే మనం వెళ్లాల్సింది” అన్నాడు లక్ష్మణుడు.

రాముడు తమ్ముడి వెంట సన్నసైన సందులోకి అడుగుపెట్టాడు. అక్కడ గోడలు ఎత్తుగఉన్నందువల్ల, అటువైపు ఏంవున్నదీ తెలియడం లేదు.

“గెంతుదామా అటువైపుకు?’ లక్ష్మణుడు అల్లరిగా అడిగాడు

రాముడు చికాగ్గా లక్ష్మణుడి కేసి చూసి ముందుకు నడిచాడు. కాస్సేపటికి ఒక ద్వారం కనిపించింది. ఇద్దరు సైనికులు దానికి కాపలా ఉన్నారు.

“మేము ప్రధానమంత్రిని కలుసుకోవడానికి వచ్చాం’ అన్నాడు లక్ష్మణుడు, సమీచి తమకు ఇచ్చిన ఉంగరాన్ని చూపిస్తూ.

కాపలాదారు ఆ ఉంగరాన్ని జాగ్రత్తగచూసి, సంతృప్తి ప్రకటించి, తలుపులు తీయమని సైగ చేసాడు.

రామ లక్ష్మణులు ద్వారంలోంచి ఒక అద్భుతమైన ఉద్యానవనంలోకి అడుగుపెట్టారు. అయోధ్య ఉద్యానవనాల్లాకాక, ఇందులో అన్నీ స్థానికంగా లభించే చెట్లు, మొక్కలు, పూల తివాచీలే ఉన్నాయి. అది పూలను ప్రేమించే తోటమాలి చేతుల్లో పెరిగిన తోటలా ఉందే తప్ప, సమృద్ధిగా నిధులు ధారపోసి పెంచిన తోటలా లేదు. ప్రకృతి ఒక సంయమనంతో ఇక్కడ జీవం పోసుకున్నట్టుగా ఉంది.

సమీచి చెట్టు వెనక నుంచి వచ్చి “రాకుమార రామా’ అంటూ సగౌరవంగా అభివాదం చేసింది. లక్ష్మణుడు కూడసమీచికి నమస్కరించి, ఉంగరాన్ని వెనక్కి ఇచ్చాడు. “మీ కాపలావాళ్లు ఈ చిహ్నాన్ని గుర్తించారు’ అంటూ.

“గుర్తించాల్సిందే కదా మరి’ అంటూ సమీచి “రాకుమార్తెలు సీత, ఊర్మిళ మీకోసం ఎదురు చూస్తున్నారు. పదండి’ అంటూ వెళ్లింది.

లక్ష్మణుడు ఆనందం వ్యక్తం చేస్తూ రాముడి వెంట నడిచాడు.

రామలక్ష్మణులు తోటకు వెనకవైపున్న ప్రాంతానికి వచ్చారు.

“నమస్తే రాకుమారీ’ అన్నాడు రాముడు సీతతో.

“నమస్తే రాకుమారా' అంటూ సీత తన చెల్లెలి కేసి చూసింది. “ నా చెల్లెలు ఊర్మిళను పరిచయం చేయాలిగా' అంటూ వాళ్లిద్దరి కేసీ చూపించి “ఊర్మిళా, అయోధ్య రాకుమారులు రాముడు, లక్ష్మణుడు”

'నేను ఈమెను నిన్న కలిసాను' అన్నాడు లక్ష్మణుడు నవ్వుతూ.

ఊర్మిళ చిరునవ్వుతో అనికేసి చూసి, నమస్కరించి, తర్వాత రాముడికి నమస్కరించింది.

“నేను రాకుమారుడితో అంతరంగికంగా మాట్లాడాలి' అంది సీత.

“తప్పక' అంటూ సమీచి “మీరు మాట్లాడేలోగా నేను మీకు ఒకటి ఆంతరంగికంగా చెప్పవచ్చా?' సమీచి, సీత పక్కకి వెళ్లారు. సమీచి సీత చెవిలో ఏదో చెప్పింది. తర్వాత రాముడి కేసి ఓ చూపు విసిరి బయటకు వెళ్లిపోయింది. ఊర్మిళ, లక్ష్మణుడు ఆమెను అనుసరించారు.

రాముడు నిన్నటి ప్రశ్నావళిని సీత కొనసాగిస్తుందని అనుకున్నాడు. ఆమె మొదలుపెట్టబోతూండగా రాముడి కుడి చేతి మణికట్టుకు కట్టివున్న ఎర్రటి దారం చూసి “ఒక్క నిమిషంలో వస్తాను, రాకుమారా' అంది.

సీత ఒక చెట్టు వెనక్కి వెళ్లి, వంగి ఒక అతి పొడవైన, గుడ్డలో చుట్టిన వస్తువును తీసింది. రాముడి వద్దకు వచ్చింది. రాముడు అయోమయంగా చూసాడు. సీత గుడ్డను తొలగించగా, లోపల చాలాచక్కని అల్లిక కలిగిన అసాధారణంగా పొడవైన విల్లు ఉంది. దానికి ఎన్నో రకాల వంపులున్నాయి. చాలా దూరం బాణాన్ని పంపగల నైపుణ్యం ఉన్నట్టు తెలుస్తోంది. రాముడు విల్లు లోపల, వెలుపల జాగ్రత్తగా పరిశీలించాడు. దాని మీద అగ్ని చిహ్నం ఉంది. రుగ్వేదంలోని మొట్టమొదటి ప్రార్థన అగ్నిదేవుడిని ఉద్దేశించినదే. అయితే ఈ చిహ్నంలోని జ్వాల ఆకృతి రాముడికి పరిచితమైనదిగా అనిపించింది.

సీత గుడ్డసంచీ నుంచి చెక్క పీటను తీసి నేలమీద పెట్టింది. “ఈ విల్లు నేలను తాకకూడదు” అంది.

రాముడు ముఖం చిట్లించి చూసాడు. ఈ విల్లు ఎందుకంత ముఖ్యమో అర్థం కాక. సీత విల్లు లోపలి భాగం పీటను తాకేలా పెట్టింది. దాని రెండో భాగాన్ని కుడిచేత్తో బలం ఉపయోగించి లాగాల్సివచ్చింది. ఆమె భుజంపై పడిన వత్తిడిని బట్టి అది చాలా బరువుగా ఉందని రాముడికి అర్థమైంది. సీత విల్లు నారిని వేళ్లతో లాగి వదిలేసింది.

ఆ విల్లు నారీ ధ్వని వినగానే రాముడికి ఆ విల్లు చాలా ప్రత్యేకమైనదని అర్థమైంది. ఇంతవరకూ విన్న ధ్వనుల్లోకెల్ల ఇది గట్టిది. “అబ్బో. ఇది చాలా చక్కని విల్లు” అన్నాడు.

"ఇదే అత్యుత్తమమైంది'

"ఇది నీదా?'

"నాకు ఇలాంటి విల్లును కలిగుండే హక్కు లేదు. ప్రస్తుతానికి దీన్ని చూసుకునే బాధ్యత నాది. నేను చనిపోయాక, మరెవరో దీన్ని చూసుకునే బాధ్యత చేపడతారు"

రాముడు కళ్లు చికిలించి విల్లు మీద ఉన్న అగ్నిజ్వాలలను పరీక్షించాడు. "ఈ జ్వాలలు ఎలా ఉన్నాయంటే.."

సీత మధ్యలో అందుకుంది " ఈ విల్లు ఒకప్పుడు మనమిద్దరం ఆరాధించే వ్యక్తికి చెందింది. ఇప్పటికీ అతనికే చెందుతుంది"

రాముడు దాని కేసి దిగ్భ్రాంతి, విభ్రాంతులతో చూసాడు. అతని అనుమానాలు నిజమయ్యాయి.

సీత మందహాసం చేసింది "అవును. ఇది పినాక"

ఈ పినాక పూర్వం మహాదేవుడైన రుద్రదేవుడిది. ప్రపంచంలోకెల్ల బరువైన, బలమైన విల్లుగా పేరుపొందింది. పూర్వగాథల ప్రకారం ఇది అనేక రకాల లోహాలతో చేసింది; అది శిథిలమైపోకుండా ఎప్పటికప్పుడు దానికి మెరుగులు పెడుతూ వచ్చారు. అలా ఈ విల్లును కాపాడ్డం అంత సులభమేమీ కాలేదు. దాన్ని పట్టుకునేచోట, వంపులు తిరిగిన చోట ఒక ప్రత్యేకమైన చమురుతో దాన్ని మెరిపించవలసివచ్చింది. సీత ఆ పని చాలా సమర్థవంతంగా చేసినట్టుంది. అందుకే అది కొత్త ధనుస్సులా కనిపిస్తోంది.

"ఈ పినాక మిథిలరాజుల దగ్గరకు ఎలా వచ్చింది?' అడిగాడు రాముడు, ఇంకా ఆ విల్లునే తదేకంగా చూస్తూ.

"అదో పెద్ద కథ ' అంది సీత"అయితే మీరు దీనితో అభ్యాసం చెయ్యాలని నా కోరిక. రేపు స్వయంవరంలో ఉపయోగించబోయేది ఈ ధనుస్సునే"

రాముడు అప్రయత్నంగా వెనకడుగు వేసాడు. స్వయంవరం నిర్వహించడానికి అనేక పద్ధతులున్నాయి. వాటిలో రెండింటి ప్రకారం – వధువు తనకిష్టమైన వరుణ్ణి నేరుగఎంపిక చేసుకోవచ్చు; లేదా ఏదైనా పోటీపెట్టి అందులో విజేతను ఎంచుకోవచ్చు అయితే, వరుడికి ముందే పోటీ దేనిగురించో చెప్పడం, సహాయం చేయడం సంప్రదాయవిరుద్ధం. అంతేకాదు; నిబంధనల ఉల్లంఘనం కూడ.

రాముడు అడ్డంగా తల తిప్పాడు. "పినాకను తాకడమే గొప్ప గౌరవం. రుద్రదేవుడు స్పృశించిన ఆ విల్లును పట్టుకోవడం సంగతి అటుంచండి. ఏదైనా నేను రేపే ఆ పని చేస్తాను. ఇవాళ కాదు' అన్నాడు.

సీత ముఖం గంభీరంగా పెట్టుకుంది "మీరు నన్ను గెలుచుకోవాలని అనుకుంటున్నారని భావిస్తున్నాను"

"అవును. కానీ సరైన పద్ధతిలో గెలుచుకుంటాను. నిబంధనలకు లోబడే గెలుచుకుంటాను"

సీత చిరునవ్వుతో తల అడ్డంగా తిప్పింది. ఆమెలో భయంతోకూడిన అమితానందం.

"నాతో అంగీకరిస్తావా?' అడిగాడు రాముడు, కొంత నిరాశగా.

"ఏకీభవించను గానీ, మీ మాటలకు మెచ్చుకుంటాను. మీరు చాలా ప్రత్యేకమైన వ్యక్తి, రాకుమార రామా"

రాముడి ముఖం సిగ్గుతో ఎర్రబడింది. అతని గుండె, ఎంత మందలించినా వినకుండా, వేగంగా కొట్టుకుంది.

"రేపు మీరు ఈ విల్లునుంచి బాణం వేయడం చూడాలని నేను ఉవ్విళ్లూరుతున్నాను' అంది సీత.

అధ్యాయం 23

స్వయంవరం రాజాస్థానంలో కాక, ధర్మగృహంలో ఏర్పాటు చేయబడింది. దానికి కారణం రాజాస్థానం మిథిలలోకెల్ల విశాలమైన భవనం కాదు కనక. రాజభవనసముదాయంలో ఉన్న ధర్మగృహాన్ని, జనకమహారాజు మిథిల విశ్వవిద్యాలయానికి విరాళమిచ్చాడు. ఈ భవనంలో చర్చలు, సదస్సులు జరుగుతూంటాయి. ధర్మతత్వం ఏమిటి, కర్మకూ, ధర్మానికీ మధ్య సంబంధం, దైవస్వరూపం, మానవజన్మప్రయోజనం ఇలా అనేక విషయాలపై చర్చలు నిర్వహిస్తూంటారు. జనకమహారాజు తత్వవేత్త అయిన చక్రవర్తి గనక, ప్రజల ఆధ్యాత్మిక జీవితం పట్ల ఆయనకు శ్రద్ధ ఎక్కువ.

ధర్మగృహం వృత్తాకారంలోఉన్న భవనంలో ఉంది. దాన్ని రాయి, సున్నంతో నిర్మించారు. దాని మీద పెద్ద గోళాకార కట్టడం ఉంది. అప్పట్లో అది భారతదేశంలోనే ఎక్కువగా కనిపించని నిర్మాణం. ఈ గోళాకారం స్త్రీత్వానికి చిహ్నంగానూ, దేవాలయ శిఖరమేమో పురుషత్వానికి చిహ్నంగా భావించేవారు. ధర్మగృహం, ప్రజా పాలన పట్ల జనకుడి దృక్పథానికి ప్రాతినిధ్యం వహించేదిగా ఉంటుంది. జ్ఞానం పట్ల బౌద్ధికమైన ప్రేమ, అన్ని రకాల దృక్పథాల పట్ల సమానమైన గౌరవం ఆయన అనుసరించిన విధానాలు. అందుకే ఎవరూ నాయక స్థానంలో కూర్చునే ఏర్పాటు లేకుండా భవనం గుండ్రంగా ఉంది. అందరు రుషులూ సమానులుగా కూర్చుని వాక్స్వాతంత్ర్యంతో అన్ని విషయాలనూ చర్చిస్తారు.

అయితే, ఇవాళ్టి సంగతి వేరు. అక్కడి బల్లలపై తాళపత్రగ్రంథాలు లేవు; వరసల్లో నడుస్తున్న రుషులు లేరు. ఇప్పుడు ఆ భవనంలో స్వయంవరం నిర్వహించాల్సివుంది.

మూడంచెల్లో నిర్మించిన తాత్కాలిక ప్రేక్షక స్థానాలు ప్రవేశ ద్వారానికి సమీపంలో ఉన్నాయి. అటు చివర ఒక చెక్క వేదికపై రాజసింహాసనం

ఉంది. సింహాసనం వెనక మిథిలను కనుగొన్న చక్రవర్తి మహారాజు మిథిల విగ్రహం ఎత్తయిన వేదికపై ఉంది. ఆ సింహాసనానికి ఇరుప్రక్కలా మరో రెండు సింహాసనాలున్నాయి. ఆ విశాలమైన గదిలో మధ్యభాగంలో రాజులు, రాకుమారులు కూర్చునేందుకు వీలుగా ఆసనాలు వేసివున్నాయి.

రామలక్ష్మణులు, అరిష్టనేమి ముందు నడవగా, భవనంలోకి అడుగుపెట్టేసరికే ప్రేక్షక స్థానాలన్నీనిండిపోయివున్నాయి. పోటీదార్లు కూడ చాలా వరకు వచ్చేసారు. సన్యాసుల దుస్తులు వేసుకున్న అయోధ్య రాకుమారులిద్దరినీ ఎవరూ గుర్తుపట్టలేదు. ఒక అంగరక్షకుడు వాళ్లని మూడంచెల వరసలో రాజవంశీకులు, మిథిలలోని సంపన్న వర్తకులు కూర్చునే చోటికి తీసుకువెళ్ళాడు. అరిష్టనేమి అతనితో, తనతో ఒక పోటీదారుడు ఉన్నాడని చెప్పాడు. అతను ఆశ్చర్యపోయాడు. కానీ అతను విశ్వామిత్రుడి సైనికుడిగా అరిష్టనేమిని గుర్తించాడు కనక, వాళ్లను వెళ్లనిచ్చాడు. భక్తుడైన జనకుడు క్షత్రియులనే కాక, బ్రాహ్మణ వరులను కూడ తన కుమార్తె స్వయంవరానికి పిలిపించినా ఆశ్చర్యపోనవసరం లేదని అనుకున్నాడు.

ధర్మగృహం గోడలమీదంతా గతించిన కాలంలోని మహర్షుల చిత్రపటాలే. మహర్షి సత్యకామి, మహర్షి యాజ్ఞవల్కి, మహర్షిక గార్గి, మహర్షిక మైత్రేయి మొదలైన వారు అందులో ఉన్నారు. రాముడు మనసులో అనుకున్నాడు. *"మనం మహానుభావులైన మన పూర్వీకుల వారసులుగా చెప్పుకోడానికి ఎంత అనర్హులం. మహారుషికులైన గార్గి, మైత్రేయి రుషులుగా పేరుపొందగా, ఈరోజున స్త్రీలు స్మృతులు చదవకూడదనీ, కొత్తవి రాయకూడదనీ అనే మూర్ఖులు తయారయ్యారు. మహర్షి సత్యకాముడు శూద్రజాతికి చెందిన ఒంటరి స్త్రీ పుత్రుడు. ఉపనిషత్తులలో ఆయన అపారమైన జ్ఞానం నిక్షిప్తమై ఉంది. కానీ ఈ రోజున శూద్రజాతిలో పుట్టిన వాళ్లు రుషులు కాలేరని అంటున్నారు.*

రాముడు తలవంచి చేతులు జోడించి, పూర్వీకులకు నమస్సులు సమర్పించాడు. *"ఏ వ్యక్తి అయినా తన కర్మల వల్ల బ్రాహ్మణుడవుతాడు గానీ, పుట్టుక వల్ల కాదు".*

'అన్నయ్యా' పిలిచాడు లక్ష్మణుడు, రాముడి వీపును స్పృశిస్తూ.

రాముడు అరిష్టనేమిని అనుసరిస్తూ తన ఆసనం వద్దకు వెళ్లాడు.

లక్ష్మణుడు, అరిష్టనేమి వెనక నిలబడగా తన ఆసనంపై రాముడు కూర్చున్నాడు. ఇతర పోటీదార్లు ఈ సామాన్య వర్తకులెవరా తమవంటి

రాకుమారులతో పోటీపడుతున్నారు? అని ఆశ్చర్యపోయారు. కొందరు మాత్రం అయోధ్య రాకుమారులను గుర్తుపట్టారు. కొన్ని విభాగాల్లో పోటీదార్లు గుసగుసలాడుతున్నారు.

"అయోధ్య...'

"కానీ అయోధ్యకు మిథిలతో వైవాహిక సంబంధం ఎందుకు?'

రాముడు మాత్రం తనను కన్నార్పకుండా చూస్తున్నవాళ్లను, తనను చూసి గుసగుసలాడుతున్నవాళ్లను అసలు పట్టించుకోనేలేదు. అతని కళ్లు మధ్య అందంగా అలంఖరించిన బల్ల మీద ఉంచిన విల్లుమీదే ఉంది. ఆ బల్లకు పక్కన, నేల మీద ఒక విశాలమైన ఇత్తడి గిన్నెఉంది.

రాముడు కళ్లు కొంతసేపు పినాక మీదే నిలిచిపోయాయి. ఆ వింటినారి తీసివుంది. విల్లు పక్కన వరసగా కొన్ని బాణాలు పెట్టివున్నాయి.

పోటీకి వచ్చిన వారు ముందుగా వింటికి నారిని సంధించాలి. అదేం తక్కువ కష్టం కాదు. కానీ అసలు సవాలు ఆ తర్వాతే ఉంది. పోటీదారుడు ఇత్తడి గిన్నె వద్దకు వెళ్లాలి. అది నీటితో నిండి వుంటుంది. దాని అంచుల నుంచి కూడ నీటి చుక్కలు పడుతూంటాయి. దానికి ఒక సన్నటి గొట్టం అమర్చి ఉంది. మరో సన్నని గొట్టం గిన్నెకు అటువైపు అతికించి వుంది. దాన్నుంచి అదనంగా ఉన్న నీళ్లు బయటకు వెళ్తున్నాయి. దీనివల్ల గిన్నెలోని నీళ్లలో అలల్లా వస్తాయి. అవి మధ్యలో మొదలై గిన్నె చివరికి ప్రవహిస్తాయి. ఈ చుక్కలు ఎప్పుడు పడితే అప్పుడు పడ్డం, అలలు ఎప్పుడు వస్తాయో తెలియకపోవడం వల్ల అంతా అయోమయంగా ఉంటుంది.

ఇదిలా ఉంటె, ఒక చేపను చక్రానికి కట్టారు. ఆ చక్రం నేల నుంచి వంద మీటర్ల ఎత్తులో ఉన్న గోళానికి వేలాడుతున్న ఇరుసుకు కట్టబడివుంది. ఈ చక్రం ఒకే వేగంతో తిరుగుతూ ఉండడం ఒక విధంగా మేలనే చెప్పాలి. పోటీదార్లు కింద గిన్నెలో కదులుతున్న నీటిలో పైన తిరుగుతున్న చేప ప్రతిబింబాన్ని చూసి, పినాకనుంచి బాణంవదులుతూ పైన ఉన్న ఆ చేప కంట్లోకి కొట్టాలి. ఈ పని ఎవరైతే మొదట చేస్తారో వాళ్లు స్వయంవరంలో నెగ్గినట్టు.

"ఇది నీకు చాలా సులభం, అన్నయ్య' అన్నాడు లక్ష్మణుడు అల్లరిగా. "చక్రంకూడ ఇష్టం వచ్చినట్టు తిరిగేలా చెయ్యమని వాళ్లకు చెప్పనా? లేక బాణం కొసలు తిప్పనా? ఏం చేద్దామంటావు"

రాముడు లక్ష్మణుడి కేసి, చూసి, కళ్లు చికిలించి, తీక్షణంగా చూసాడు.

లక్ష్మణుడు నవ్వాడు. "క్షమించు, అన్నయ్యా' అంటూ.

చక్రవర్తి పేరు ప్రకటించడంతో, అతను వెనక్కి వెళ్లాడు.

"మిథి జాతి నాయకుడు, జ్ఞానుల్లోకెల్ల జ్ఞాని, రుషులకు ప్రీతిపాత్రుడు, జనక మహారాజు వేంచేస్తున్నారు"

సభికులంతా లేచి నించున్నారు, రాజుగారికి స్వాగతం చెబుతున్నట్టుగా. ఆ విశాలమైన గదికి ఒక చివరినుంచి ఆయన నడిచాడు. సంప్రదాయానికి విరుద్ధంగా విశ్వామిత్రుడి వెనక జనకరాజు నడుస్తున్నాడు. జనకుడి వెనగ్గా సంకాస్య రాజు, జనకుడి తమ్ముడు కుశధ్వజుడు నడుస్తున్నాడు. ఇంకా ఆసక్తికరంగా, జనకుడు చక్రవర్తి సింహాసనంపై విశ్వామిత్రుణ్ని కూర్చోమని చెప్పి, తను దాని పక్కనున్న చిన్న సింహాసనాన్నిఅలంకరించాడు. కుశధ్వజుడు విశ్వామిత్రుడికి ఎడమవైపున్న స్థానంలో కూర్చున్నాడు. నియమాలకు విరుద్ధంగా జరుగుతూండడంతో, అధికారులు హడావిడిగా అటూ ఇటూ తిరగడం ప్రారంభించారు.

అతిథులు కూర్చునే స్థలాలు తారుమారుకావడంతో, సభికుల్లో గుసగుసలు ప్రారంభమయ్యాయి. కానీ రాముడిని మరో విషయం ఆకట్టుకుంది. అతను తన వెనక కూర్చున్న లక్ష్మణుడి కేసి తిరిగాడు. అతను రాముడు మనసులోని ప్రశ్నను పైకి అడిగాడు.

"రావణుడు ఎక్కడ?"

ప్రతీహారి ముఖద్వారం వద్దనున్న పెద్ద గంటను మోగిస్తూ, అందరినీ నిశ్శబ్దంగా ఉండమని సంకేతించాడు. విశ్వామిత్రుడు గొంతు సరిచేసుకుని, గట్టిగా మాట్లాడాడు. శబ్ద ప్రసారానికి అత్యంత అనువుగా ఉన్న ఆ గదిలో విశ్వామిత్రుడి కంఠస్వరం స్పష్టంగా వినిపించింది.

"భారతదేశంలోని పాలకుల్లోకెల్ల అత్యంత ఆధ్యాత్మిక పరుడైన జనక మహారాజు ఆహ్వానంతో ఇక్కడికి వచ్చిన సభాసదులకు నా స్వాగతం"

జనకుడు మృదువుగా నవ్వాడు.

విశ్వామిత్రుడు కొనసాగించాడు. "యువరాణి సీత తన స్వయంవరాన్ని గుప్త స్వయంవరంగా చేయదలుచుకుంది. కనక ఆమె ఇవాళ ఇక్కడికి రాదు. ఇక్కడున్న మహారాజులు, రాకుమారులు ఆమె కోరినట్టుగా ఇందులో పాల్గొని...."

మహర్షి మాటలకు విఘాతం కలిగిస్తూ చెవులు చిల్లులు పడేలా అనేక శంఖాలు ఊదుతున్న శబ్దం వినిపించింది. ఆశ్చర్యమేమిటంటే మామూలుగా శంఖధ్వని వినసొంపుగా ఉంటుంది. కానీ ఇది అలా లేదు. అందరూ ఆ శబ్దం వచ్చిన దిక్కుకు చూసారు. పదిహేను మంది ఎత్తయిన, కండలు

తిరిగిన యోధులు, నల్లటి పతాకాలతో వచ్చారు. వాటిమీద నిప్పులోంచి దూకుతున్న గర్జించే సింగం ఉంది. ఈ యోధులు ఎంతో క్రమశిక్షణతో నడుస్తున్నారు. వారి అనంతరం ఇద్దరు బలవంతులు వచ్చారు. వీరిలో ఒకడు లక్ష్మణుడి కంటె ఎత్తుగా భీకరంగా ఉన్నాడు. అతని బాన కడుపు నడుస్తూంటే కదులుతోంది. అతను రాక్షస ఎలుగుబంటిలా ఉన్నాడేగానీ మనిషిలా లేడు. అతని చెవుల్లోంచి, భుజాలమీద విచిత్రమైన ఆకృతులున్నాయి. అతనొక నాగుడు. రాముడు అతన్ని, పుష్పకవిమానం నుంచి తొలుత బయటికి వచ్చిన వ్యక్తిగా గుర్తించాడు.

అతని పక్కన అభిజాత్యం ఒలకబోస్తూ, తల పైకెత్తి నడుస్తున్నాడు రావణుడు. అతను కొద్దిగా వంగి నడుస్తున్నాడు. బహుశా వయస్సు మీరిందనడానికి సంకేతమేమో.

వీళ్లిద్దరి వెనకగా మరో పదిహేనుమంది అంగరక్షకులు వచ్చారు. రావణుడి బలగం గది మధ్యభాగానికి చేరుకుంది. రుద్రదేవుడి ధనుస్సు దగ్గర అతను ఆగాడు. ముందున్న అంగరక్షకుడు అరిచాడు. "రాజాధిరాజు, చక్రవర్తులకే చక్రవర్తి, ముల్లోకాల పాలకుడు, దేవతలకు ప్రియతముడు, రావణమహారాజు".

రావణుడు పినాకకు అతి దగ్గరగా కూర్చున్న ఒక సాధారణ రాజుకేసి తిరిగాడు. ఉరుముతున్నట్టుగా శబ్దం చేసి, తల కుడివైపుకు ఎగరేసి, తన అభిమతం స్పష్టం చేసాడు. ఆ రాజు వెంటనే లేచి బయటకు వచ్చేసాడు. మరో పోటీదారుడి వెనక నిల్చున్నాడు. రావణుడు అతను ఖాళీ చేసిన కుర్చీ వద్దకు వెళ్లాడు గానీ కూర్చోలేదు. కుర్చీమీద ఎడమ కాలు పెట్టి, చేతిని మోకాలి మీద ఉంచాడు. అతని అంగరక్షకులు, రాక్షసాకృతిలో ఉన్న వ్యక్తి కూడ ఆయన వెనకే వచ్చారు. రావణుడు విశ్వామిత్రుడి కేసి తిరిగి "నీ ఉపన్యాసం కానివ్వు, మలయపుత్రాగ్రేసరా" అన్నాడు.

మలయపుత్రుల నాయకుడైన విశ్వామిత్రుడు ఆగ్రహం ఆపుకోలేక పోయాడు. అతనిని ఎవరూ ఇంతగఅవమానించలేదు. "రావణా...' అని గర్జించాడు.

రావణుడు విశ్వామిత్రుడి కేసి పొగరుగా చూసాడు.

విశ్వామిత్రుడు ఆగ్రహాన్ని నిగ్రహించుకున్నాడు. చేయాల్సిన పని ముఖ్యమైనది. రావణుడి కథ తర్వాత చూడవచ్చు. " రాకుమారి సీత ఈ పోటీలో పాల్గొంటున్న రాజులు, రాకుమారుల క్రమాన్ని తనే నిర్ణయించింది" అని ప్రకటించాడు.

విశ్వామిత్రుడు మాట్లాడుతూండగానే రావణుడు పినాక వైపుకు వెళ్లాడు. రావణుడు విల్లును తాకబోతూండగా విశ్వామిత్రుడు ముగించాడు. "పోటీలో మొదటి అభ్యర్థి నువ్వు కాదు, రావణా. రాముడు, అయోధ్య రాకుమారుడు"

రావణుడి చెయ్యి, విల్లు పైన కొన్ని అంగుళాల దూరంలో ఆగింది. అతను విశ్వామిత్రుడి కేసి చూసి ఆ పేరు ఎవరిదో చూడడానికి అటు తిరిగాడు. సన్యాసిలా తెల్లటి నిరాడంబరమైన దుస్తులలో ఉన్న ఒక యువకుడు కనిపించాడు. అతని వెనకే ఇంకా బలంగా ఉన్న మరో యువకుడున్నాడు. అతని పక్కనే అరిష్టనేమి. రావణుడు ముందు అరిష్టనేమి కేసి కోపంగా చూసి తర్వాత రాముడి కేసి చూసాడు. చూపులకేగనక చంపే శక్తి ఉంటే, ఆరోజు అక్కడ రావణుడు కొందరినైనా చంపేసేవాడు. అతని చేతి వేళ్లతో మెడలో వేసుకున్న ఎముకల గొలుసును పట్టుకోగా, విశ్వామిత్రుడు, జనకుడు, కుశధ్వజుల కేసి చూసాడు. గట్టిగా గర్జిస్తూ, "నాకు అవమానం జరిగింది' అన్నాడు.

రావణుడి వెనగ్గా నించున్న భల్లూకం వంటి వ్యక్తి తను ఇక్కడ ఉండడం పొరబాటయిందన్నట్టు తల అడ్డంగా తిప్పాడు.

"ఇలాంటి నైపుణ్యం లేని కుర్రవాళ్లకు నాకంటె ముందే అవకాశం ఇవ్వాలని ముందే పన్నాగం వేసి, నన్నెందుకు రమ్మన్నారు" రావణుడి శరీరం ఆగ్రహంతో వణుకుతోంది.

జనకుడు కుశధ్వజుడి కేసి చికాగ్గా చూసి రావణుడితో బలహీనంగా అన్నాడు."ఇవి స్వయంవరం సంప్రదాయం నిబంధనలు, లంకాప్రభూ..."

పిడుగుపడ్డట్టుగా ఉన్న భల్లూకం మనిషి గొంతు ఆకస్మికంగా వినిపించింది. "ఇక చాలించండి ఈ వేషాలు" రావణుడి కేసి తిరిగి అన్నాడు "అన్నయ్యా. పోదాం పద"

రావణుడు హటాత్తుగా తిరిగి పినాకను ఎత్తాడు. ఎవరైనా స్పందించే లోపలే, ఒక బాణం తీసి విల్లులో పెట్టాడు. రావణుడు ఆ బాణాన్ని విశ్వామిత్రుడిపై ఎక్కు పెట్టగానే అందరూ నిశ్చేష్టులైపోయారు. రావణుడి బలాన్ని, నైపుణ్యాన్ని లక్ష్మణుడు మెచ్చుకోకుండా ఉండలేకపోయాడు.

విశ్వామిత్రుడు లేచి నించుని,అంగవస్త్రాన్ని పక్కకి తొలగించి, తన ఛాతీని పిడికిలితో కొట్టుకుని, 'నామీద బాణం వెయ్యి, రావణా" అనడంతో అక్కడి గుంపు భయంతో ఊపిరి బిగపట్టింది.

మహర్షి ఇలా యోధుడిలా ప్రవర్తించడం చూసి రాముడు అవాక్కయ్యాడు. మహర్షి అయిన వ్యక్తిలో ఇలాంటి సాహసం చాలా అరుదు. కానయితే, విశ్వామిత్రుడూ ఒకప్పుడు యుద్ధవీరుడే కదా.

మహర్షి మరోసారి గట్టిగా అరిచాడు "రా. నన్ను చంపు, ధైర్యముంటే'

రావణుడు బాణం వదిలాడు. అది విశ్వామిత్రుడి వెనగ్గా ఉన్న మిథలరాజు విగ్రహాన్ని గుచ్చింది. విగ్రహం ముక్కు విరిగింది. రాముడు రావణుడి కేసి కన్నార్పకుండా చూసాడు. అతని చేతులు రెండూ బిగుసుకున్నాయి. మిథిల నగర స్థాపకుడికి జరిగిన అవమానాన్ని ఒక్క మిథిలుడూ ఖండించలేదు; సవాలు చేయలేదు.

రావణుడు జనకమహారాజు వైపు నిర్లక్ష్యంగా చేయి విసిరి, కుశధ్వజుడి కేసి కోపంగా చూసాడు. తర్వాత విల్లును బల్లమీద పడేసి, తలుపు వైపుకు వెళ్లాడు. అతని పరివారం అతన్ని అనుసరించింది. ఈ గొడవమధ్య, రాక్షసుడిలా ఉన్న రావణుడి సహచరుడు, పినాకను నారి నుంచి వేరుచేసి, విల్లును ఎత్తి ఎంతో గౌరవంగా తన నెత్తిన పెట్టుకున్నాడు. తర్వాత తన చేతిలో పట్టుకున్నాడు, దాదాపు క్షమాపణ కోరుతున్నట్టు. తర్వాత వెనక్కి తిరిగి గబగబా గదినుంచి బయటకు వెళ్లాడు, రావణుడి వెనగ్గా. రాముడు కళ్లు వాళ్లు వెళ్లేంతవరకూ అక్కడి నుంచి కదలలేదు.

లంకేయులందరూ నిష్క్రమించాక, అక్కడున్న జనమంతా విశ్వామిత్రుడు, జనకుడు, కుశధ్వజుడు కూర్చున్న వైపుకు చూసారు.

'ఇప్పుడు వాళ్లేం చేస్తారు?'

విశ్వామిత్రుడు అప్పటివరకూ ఏమీ జరగనట్టే అన్నాడు "పోటీ ప్రారంభం కానివ్వండి"

జనం నిశ్చలంగకూర్చున్నారు, రాళ్లలా మారిపోయినట్టు. విశ్వామిత్రుడు మళ్లీ గొంతు పెంచి అన్నాడు "పోటీని ప్రారంభించండి. రాకుమార రామా, లేచి రా"

రాముడు కుర్చీలోంచి లేచి, పినాక వద్దకు వెళ్ళాడు. దాని ముందు భక్తితో నమస్కరించి, స్తోత్రం పఠించాడు. "ఓం రుద్ర యే నమ:' ఈ విశ్వం రుద్రదేవుడికి అభివాదం చేస్తుంది. రుద్రదేవుడికి నా వినతులు"

రాముడు తన కుడిచేతి మణికట్టుతో కళ్లను స్పృశించాడు. ఆ చెయ్యికి ఎర్రటి దారం కట్టివుంది. విల్లును తాకగానే అతని శరీరంలో విద్యుత్తు పాకినట్టయింది. అది అతనికి రుద్రదేవుడి పట్ల ఉన్న భక్తి ఫలమా? లేక ఆ ధనుస్సు నిస్వార్థంగా తన శక్తిని అయోధ్య రాకుమారుడికి ధారాదత్తం చేసిన ఫలమా? తర్కించే వారు ఇటువంటి సన్నివేశాలను విశ్లేషిస్తారు. జ్ఞానాన్ని ప్రేమించే వారు ఆ క్షణాన్ని అనుభూతి చెంది ఆనందిస్తారు. రాముడు ఆ

ధనుస్సును తాకుతూ మరోసారి ఆ ఆనందాన్ని అనుభూతి చెందాడు. తర్వాత తన శిరస్సును విల్లు మీద పెట్టి, ఆశీర్వాదం కోరాడు.

ధనుస్సును సునాయాసంగా పైకి ఎత్తాడు రాముడు. కుశధ్వజుడి వెనకగా ఉన్న కిటికీ తెర వెనక దాక్కున్న సీత, ఊపిరి బిగపట్టి రాముడి కేసి చూస్తోంది.

రాముడు, ధనుస్సు ఒక చేతిని నేలమీద ఉన్న చెక్క బల్ల మీద పెట్టాడు. తర్వాత పినాక పైభాగాన్ని లాగుతూ, నారిని సంధిస్తున్నప్పుడు అతని భుజాలు, వీపు, చేతులు నొప్పెట్టాయి. అతని శరీరం ఒత్తిడిని ఎదుర్కొంటున్నా, అతని ముఖం ప్రశాంతంగా ఉంది. వింటి నారిని సంధించి విల్లును తన చెవిదాకా తీసుకువచ్చాడు. అది సరిగ్గా ప్రయోగానికి అనువుగా ఉంది.

విల్లు చేతబట్టి ఇత్తడి గిన్నె వద్దకు తొందరపాటు ఏ మాత్రంలేకుండా వచ్చాడు. మోకాలి మీద కూర్చుని విల్లును తన నెత్తిమీద అడ్డంగా పెట్టి కింద నీటిలోకి చూసాడు. నీటిలో పైన గిరగిరా తిరుగుతున్న చేప ప్రతిబింబాన్ని చూసాడు. గిన్నెలోని నీళ్లు కూడ జలజల పారుతూ రాముణ్ని రెచ్చగొడుతున్నట్టుగా ఉంది. రాముడు చేప తప్ప మరేదీ కనిపించనంత ఏకాగ్రతతో చూస్తున్నాడు. తన కుడి చేత్తో బాణం లాగాడు. బాణం అతి వేగంగా వెళ్తూ చెక్కను ఛేదించింది. అంటే దాని మీద ఉన్న చేప కంటిలోకి గుచ్చుకుని, చెక్క చక్రంలో దిగబడింది. ఆ శబ్దం గదిలో ప్రతిధ్వనించింది. రాముడు హృదయం తిరిగి ఈలోకంలోకి రావడానికి కొంత సేపు పట్టింది. అతను చిరునవ్వు నవ్వాడు. లక్ష్యాన్ని ఛేదించినందుకు కాదు. ఆ గురి తప్పని దెబ్బతో తను పరిపూర్ణ స్థితిని చేరుకున్నాడు. ఈ క్షణం నుంచీ అతను ఒంటరివాడు కాదు.

తన అంతరాంతరాలల్లోకి తొంగి చూస్తూ, తను ఇష్టపడే స్త్రీకి నివాళి ఘటించాడు. ఎన్నో శతాబ్దుల క్రితం రుద్రదేవుడు తను ప్రేమించిన స్త్రీ మూర్తితోఇదే మాట అన్నాడు.

"నేను సజీవుణ్ని అయ్యాను. నువ్వు నన్ను జీవితుణ్ణి చేసావు"

అధ్యాయం 24

సీతారాముల వివాహం నిరాడంబరంగా, శాస్త్రోక్తంగా జరిగింది. రాముడు స్వయంవరంలో నెగ్గిన రోజు మధ్యాహ్నమే వివాహం జరిగింది. ఊర్మిళాలక్ష్మణుల వివాహం కూడ అప్పుడే జరగాలని సీత పట్టుబట్టడం రాముడికి ఆశ్చర్యం కలిగించింది. లక్ష్మణుడు అత్యంత ఉత్సాహంగా వివాహానికి ఒప్పుకోవడం రాముడికి ఇంకా వింతగా అనిపించింది. అలా ఆ రెండు జంటలూ ఇక్కడి వివాహం చేసుకున్న తర్వాత సీత, ఊర్మిళ రామలక్ష్మణులతో అయోధ్యకు వెళ్లాక, వారి స్థాయికి తగినట్టుగా వైభవంగా వివాహవేడుకలు జరపాలని అనుకున్నారు.

ఎట్టకేలకు సీతారాములు ఒంటరిగా మిగిలారు. భోజనాల గదిలో కింద కూర్చున్నారు. తగ్గులో ఉన్న బల్లమీద వారి ఆహారపదార్థాలున్నాయి. రాత్రయింది. మూడో జాము నడుస్తోంది. కొన్ని గంటలక్రితం వారి సంబంధం పవిత్రధర్మం రూపం పొందినప్పటికీ, ఇద్దరికీ ఇంకా పరస్పరం మొహమాటం, సిగ్గు వదల్లేదు.

"ఊ' అన్నాడు రాముడు, తన పళ్ళెం కేసి చూస్తూ.

"రామా. ఏదైనా ఇబ్బందా?' అడిగింది సీత

"అదేం లేదు... కానీ భోజనం..'

"నీకు నచ్చలేదా?'

"లేదులేదు. బాగుంది. చాలా బాగుంది.. కానీ.'

"మరి?'

"కొంచెం ఉప్పు తక్కువయింది"

సీత వెంటనే లేచి, చప్పట్లు కొట్టింది. ఒక పనివాడు పరిగెత్తుకు వచ్చాడు

"రాకుమారుడికి కొంచెం ఉప్పు తీసుకురావా?' అతను వెనక్కి తిరగ్గానే "తొందరగా' అంది

పనివాడు పరిగెత్తాడు.

రాముడు చేతిని చేతిగుడ్డతో తుడుచుకున్నాడు, ఉప్పుకోసం వేచి చూస్తూ.

“నీకు ఇబ్బంది కలిగిస్తున్నందుకు మన్నించు' అన్నాడు.

సీత ముఖం చిట్లించి తిరిగి కూర్చుంది. “నేను నీ భార్యని రామా. నీ బాగోగులు చూడ్డం నా ధర్మం”

రాముడు మందహాసం చేసాడు “ఊ. నేను నిన్ను ఓ మాట అడగొచ్చా?”

“తప్పక”

“నీ బాల్యం గురించి ఏమైనా చెప్పు”

“అంటే, దత్తతకు ముందా? నీకు తెలుసు కదా నేను దత్తపుత్రికనని?”

“ఆ. తెలుసు. అంటే, నీ మనసుకు బాధ కలిగించేదైతే వద్దులే”

సీత నవ్వింది “ లేదు. నాకేం బాధ లేదు. కానీ నాకసలు ఏమీ గుర్తులేదు. మా తల్లిదండ్రులకు దొరికే సమయానికి నేను చాలా చిన్నదాన్ని”

రాముడు తల ఊపాడు.

రాముడు ఏమడగాలనుకున్నాడో గ్రహించిన సీత దానికి సమాధానం ఇచ్చింది. “నీవు గనక నా కన్నతల్లిదండ్రులెవరు అని అడుగుతూంటే అది మాత్రం నాకు తెలీదు. నేను ఇష్టపడే సమాధానం మాత్రం నేను ఈ భూమిపుత్రికని అన్నది”

“జన్మమన్నది ఏమాత్రం ముఖ్యం కాదు. అది కేవలం ఈ కర్మభూమిలో మనం అడుగుపెట్టడానికి ఒక సాధనం. కర్మే అన్నిటికంటే ముఖ్యం. నీ కర్మ దైవసంబంధమైంది”

సీత మందహాసం చేసింది. రాముడు ఏదో అనబోతూండగా ఉప్పు తీసుకుని పరిచారకుడు వచ్చాడు. రాముడు తన భోజనంలో దాన్నికలుపుకుని తినడం మొదలుపెట్టగా పరిచారకుడు బయటకు వెళ్లిపోయాడు. “నువ్వేదో అంటున్నావు?' అడిగింది సీత.

“అవును.. నేనేమనుకుంటానంటే..”

రాముడి మాటలకు మళ్లీ విఘ్నం కలిగింది. బయటనుంచి ద్వార పాలకుడు గట్టిగా “మలయపుత్రుల నాయకుడు, సప్తర్షి ఉత్తరాధికారి, విష్ణువుల మార్గ పరిరక్షకుడు, మహర్షి విశ్వామిత్రుడు వేంచేస్తున్నారు”

సీత ముఖం చిట్లించి రాముడి కేసి చూసింది. రాముడు ఆయనెందుకు వస్తున్నాడో తనకు తెలీదన్నట్టు భుజాలెగరేసాడు.

విశ్వామిత్రుడు, అరిష్టనేమి లోపలికి రాగానే సీతారాములు లేచి నించున్నారు. తమకు చేయి కడుక్కునే గిన్నెలు తెమ్మని సీత సైగ చేసింది.

"ఒక సమస్య వచ్చింది" అన్నాడు విశ్వామిత్రుడు, ఉభయకుశలోపరి అనకుండానే.

"ఏమైంది, గురుదేవా?"

"రావణుడు దాడికి సిద్ధమవుతున్నాడు"

రాముడు ముఖం చిట్లించాడు. "కానీ అతని వద్ద సైన్యం లేదు కదా. పదివేలమంది అంగరక్షకులతో ఏం చెస్తాడట? మిథిల ఎంత చిన్న నగరమైనా ఆ సేనతో దాన్ని కూడ అదుపుచేయలేడు. ఉత్త పుణ్యానికి తన సైనికులను చంపుకోవడం తప్ప ప్రయోజనమేమీ లేదు"

'రావణుడు తర్కబద్ధంగప్రవర్తించేవాడు కాదు' అన్నాడు విశ్వామిత్రుడు. "అతని అహం దెబ్బతినింది. బహుశా అంగరక్షకులను కోల్పోతే కోల్పోవచ్చుగానీ మిథిలలో సంక్షోభం సృష్టించడం మాత్రం ఖాయం'

రాముడు సీత కేసి చూసాడు. ఆమె చికాగ్గా తల అడ్డంగా తిప్పి విశ్వామిత్రుడితో అంది "అసలు స్వయంవరానికి ఆ రాక్షసుడిని ఎందుకు ఆహ్వానించారు? మా నాన్న ఆహ్వానించలేదని నాకు తెలుసు."

విశ్వామిత్రుడి కళ్లలో ఆర్ద్రత కనిపిస్తూండగా నిట్టూర్చాడు. "జరిగి పోయిందానికి మనం అనుకుని లాభం లేదు, సీతా. ఇప్పుడు మనమేం చెయ్యాలో ఆలోచించాలి"

"మీ పథకం ఏమిటి గురుదేవా?'

"నేను గంగ దగ్గరున్న నా ఆశ్రమంలోని గనుల్లో తవ్విన కొన్ని ద్రవ్యాలను తీసుకువచ్చాను. అగస్త్యకూటంలో వాటితో శాస్త్ర ప్రయోగాలు చేయాలని అనుకున్నాను. అందుకే నా ఆశ్రమానికి వెళ్ళాను"

అగస్త్యకూటం నర్మదా నదికి అవతల, దక్షిణ భారతదేశంలో ఉన్న మలయపుత్రుల రాజధాని. నిజానికి అది లంకకు దగ్గరగా ఉంటుంది.

"శాస్త్ర ప్రయోగాలా?' అడిగాడు రాముడు.

'అవును. దైవీ అస్త్రాలతో ప్రయోగాలు"

దైవీ అస్త్రాల శక్తి సామర్థ్యాలు ఎరిగిన సీత ఈ మటలు విని ఎగ ఊపిరి పీల్చింది. "గురుదేవా, మనం దైవీ అస్త్రాలను వాడాలని మీ అభిమతమా?' అంది.

విశ్వామిత్రుడు అవునన్నట్టు తల వూపగా, రాముడు అన్నాడు "కానీ దాని వల్ల మిథిల కూడా ధ్వంసమౌతుంది కదా"

"లేదు. అలా జరగదు. ఇది సంప్రదాయంగా వస్తున్న దైవీ అస్త్రం కాదు. నా వద్ద ఉన్నది అసురాస్త్రం."

'అది రసాయన ఆయుధం కాదూ?' రాముడు ఆందోళనగా అడిగాడు.

"అవును. అసురాస్త్రం నుంచి వచ్చే విషవాయువు లంకేయుల అవయవాలను దెబ్బతీస్తుంది. వాళ్లకు కొన్ని రోజుల తరబడి పక్షవాతం ఉంటుంది. అప్పుడు వాళ్లను బంధించి కారాగారంలో పెట్టడం సులభం. అలా మన సమస్య అంతమవుతుంది"

"కేవలం పక్షవాతమేనా గురుదేవా? ఎక్కువ మోతాదులో ప్రయోగిస్తే అసురాస్త్రం చంపుతుందని విన్నాను' అన్నాడు రాముడు.

రాముడికి ఈ వివరాలు నేర్పగల వ్యక్తి ఒకే ఒక్కరని విశ్వామిత్రుడికి తెలుసు. మరే ఇతర దైవీ అస్త్ర పరిజ్ఞానం కలవారు రాముడిని కలవలేదు. ఆయనకు చిరాకేసింది. "ఇంతకంటే మంచి ఆలోచన నీ కొస్తే చెప్పు" అన్నాడు.

రాముడు మౌనం వహించాడు.

"కానీ రుద్రదేవుడి చట్టం మాటేమిటి?' అడిగింది సీత.

పాపనాశకుడైన మహదేవుడు రుద్రదేవుడు చాలా శతాబ్దాల క్రితమే దైవీ అస్త్రాల అనధికార ప్రయోగాన్ని నిషేధించాడు. రుద్రదేవుడంటే ఉన్న భయభక్తులతో దాదాపు అందరూ ఈ చట్టాన్ని అమలు చేస్తున్నారు. అతని చట్టాన్ని ఉల్లంఘించిన వారికి పధ్నాలుగేళ్ల పాటు దేశం నుంచి బహిష్కరణ విధిస్తారు. అదే నేరాన్ని రెండో సారి చేస్తే మరణశిక్ష విధిస్తారు.

"ఈ చట్టం అసురాస్త్రానికి వర్తించదనుకుంటా' అన్నాడు విశ్వామిత్రుడు. "అది సామూహిక విధ్వంసం చేయదు; అవయవాలను అశక్తం చేస్తుందంతే".

సీత కళ్లు చికిలించింది. ఆమెకు నమ్మకం కలిగినట్టు లేదు. "నేనొప్పుకోను. దైవీఅస్త్రమంటే దైవీ అస్త్రమే. రుద్రదేవుడి జాతివారైన వాయుపుత్రుల అనుజ్ఞ లేనిదే మనం దాన్నివాడకూడదు. నేను రుద్రదేవుడు భక్తురాలిని. ఆ చట్టాన్ని ఉల్లంఘించను"

'అయితే రావణుడికి లొంగిపోతావా?'

"ఛ. ఎందుకు లొంగుతాం? పోరాడతాం'

విశ్వామిత్రుడు నిరసనగా నవ్వాడు. "పోరాడుతారా? రావణుడితో ఏ సైన్యం పోరాడుతుందో చెప్పు తల్లీ? మీ మిథిల మేధావులా? ఏమిటి మీ ప్రణాళిక? లంకేయులను చర్చలతో చంపుతారా?"

"మాకు భద్రతాదళాలున్నాయి' సీత నెమ్మదిగా అంది.

"రావణుడి సేనలతో పోరాడగల శక్తిగానీ, శిక్షణగానీ వారికి లేదు"

"మనం అతని సేనలతో పోరాడ్డం లేదు. కేవలం అంగరక్షకులతోనే. మా భద్రతాదళాలు వారిని ఓడించగలరు"

"లేదు. ఆవిషయం నీకు తెలుసు కూడా"

'ఇంకోసారి దైవీ అస్త్రం పేరు ఎత్తవద్దు గురుదేవా?' అంది సీత, ముఖం గంభీరమవుతూండగా.

రాముడు అన్నాడు "సమీచి భద్రతాదళం ఒక్కటే కాదు ఇక్కడున్నది. నేను, లక్ష్మణుడు ఉన్నాం; మలయపుత్రులున్నారు. మనం కోట లోపల ఉన్నాం. ఈ కోటకు రెండు గోడలున్నాయి. మన నగరం చుట్టూ సరస్సుంది. మనం మిథిల ఆక్రమణ జరగకుండా ఆపగలం. పోరాడగలం"

విశ్వామిత్రుడు రాముడి కేసి వెక్కిరింతగా చేసాడు. "ఏం కాదు. వాళ్ల సంఖ్య ముందు మనది చాలాతక్కువ. నువ్వు చెప్పింది తెలివైన ప్రణాళికే. కానీ రావణుడి లాంటి సమర్థుడైన యోధుడికి నువ్వు చెప్పే వ్యూహాన్ని ఛేదించడానికి ఎంత సమయంపడుతుందనుకుంటున్నావు?

"మనం దైవీ అస్త్రం ఉపయోగించం, గురుదేవా" అంది సీత, స్వరం పెంచుతూ. "ఇప్పుడు నన్ను వెళ్లనివ్వండి. నేను యుద్ధానికి సిద్ధం కావాలి"

రాత్రిసమయం. నాలుగో జాము వేళ. రాముడు, సీత, లక్ష్మణుడు, సమీచి లోపలి గోడ చివరిభాగంలో తేనెతుట్టెల భవనం పై నించుని ఉన్నారు. ఇక్కడి ఇళ్లన్నీ ఖాళీ చేయించారు, ముందుజాగ్రత్త చర్యగా. కందకం చెరువు మీద ఉన్న వంతెనను కూల్చేసారు.

మిథిలలో నాలుగు వేల మంది స్త్రీపురుషులతో కూడిన భద్రతాదళాలు ఉన్నాయి. ఈ చిన్న రాజ్యంలోని లక్షమంది ప్రజలకు వీరు సరిపోతారు. ఎంత రెండు గోడల భద్రత ఉన్నా, రావణుడి అంగరక్షకుల సేనను వీళ్లు తట్టుకోగలుగుతారా? వాళ్లలో ఐదుగురికి వీళ్లు ఇద్దరే ఉన్నారు.

సీతారాములు బయటి గోడకు భద్రత కల్పించే పని విరమించుకున్నారు. రావణుడు, అతని సేనలు ఆ గోడను ఎక్కి లోపలి గోడ మీద దాడి చెయ్యాలనే వాళ్ల అభిమతం. అప్పుడు లంకేయులు రెండు గోడల మధ్య ఇరుక్కుని ఉంటారు. మిథిల సేనలు దాన్నే యుద్ధభూమిని చేస్తారు. అటువైపు నుంచి బాణాలపరంపర వస్తుంది; అందుకే భద్రతాదళాలు మామూలుగా గుంపును నియంత్రించేటప్పుడు వాడే చెక్క డాలును ఉపయోగించాలని నిర్ణయించారు. లక్ష్మణుడు శరాఘాతాలను వీటితో ఎలా ఆపవచ్చో వాళ్లకు నేర్పాడు.

"మలయపుత్రులేరి?' లక్ష్మణుడు రాముణ్ని అడిగాడు.

మలయపుత్రులు యుద్ధ సన్నాహాలకు రానందుకు రాముడు ఆశ్చర్య పోయాడు. రాముడు గుసగుసగా అన్నాడు "ఇంకమనం మాత్రమే అనుకుంటా"

లక్ష్మణుడు తల అడ్డంగా తిప్పి ఉమ్మేసాడు "పిరికి పందలు' అంటూ.

"అటు చూడండి' అంది సమీచి

సమీచి చూపించిన వైపు రామలక్ష్మణులు చూసారు. సమీచి కంఠంలో భీతిని రాముడు పసిగట్టాడు. సీతలా కాకుండా, ఆమె భయపడుతున్నట్టుంది. బహుశసీత అనుకుంటున్నంత ధైర్యం ఆమెలో లేదేమో. రాముడు తల తిప్పి చూసాడు.

మిథిల బయటి గోడ చుట్టూ ఉన్న కందకం చెరువు మీద కాగడాలు కనిపిస్తున్నాయి. రావణుడి అంగరక్షకులు చాలా వేగంగా పని చేసినట్టున్నారు. చెట్లుకొట్టేసి, పడవలు తయారుచేసుకుని చెరువును చేరుకున్నారు. వీళ్లు చూస్తూండగానే, లంక సైన్యం పడవలను చెరువులోకి వదలడం ప్రారంభమైంది. మిథిల మీద దాడి ప్రారంభమైంది.

"సమయం ఆసన్నమైంది' అంది సీత

"అవును. వాళ్లు మన అవతలి గోడను తాకడానికి ఓ అరగంట మించి సమయం పట్టదు' అన్నాడు రాముడు.

శంఖారావం మార్మోగింది ఆ అర్థరాత్రివేళ. ఈసరికి అందరికీ అది రావణుడేనని తెలుసు. రామాదులు చూస్తూండగా, లంక సైనికులు ఆ కాగడాల వెలుగులో నిచ్చెనలు వేసుకుని మిథిల బయటి గోడను ఎక్కారు.

"వాళ్లు వచ్చేసారు' అన్నాడు రాముడు. మిథిల భద్రతాదళాలకు సందేశం వెంటనే అందజేసారు. రావణుడి విలుకాండ్రనుంచి బాణాలపరంపర వస్తుందని రాముడు ఊహించాడు. ఈ సైనికులు బయటి గోడ వద్ద ఉన్నంత వరకే మిథిల దళాలు బాణాలువేయాలని నిశ్చయించుకున్నారు. వాళ్లు గోడ దాటి లోపలికి వచ్చాక బాణాలు ఆపేయాలి. లేకపోతే తమ వాళ్లను కూడ చంపుకునే ప్రమాదం ఉంది.

ఒక్కసారిగా పెనుగాలి వీచినట్టుగా ఏకకాలంలో అనేక బాణాలు దూసుకువస్తున్న ధ్వని వినిపించింది.

"డాలు తీసుకోండి' అరిచింది సీత.

మిథిల దళాలు తమ డాలులను అడ్డం పెట్టుకున్నారు, బాణాలను ఆపేందుకు. కానీ రాముడికి ఏదో ఆందోళనగా ఉంది. ఆ ధ్వనిమీద అతనికి అనుమానం. వెయ్యి బాణాలు చేసే ధ్వనికంటే అధికంగా ఉంది ఈ శబ్దం. రాముడి ఊహే నిజం.

పెద్ద క్షిపణులు అత్యంత వేగంతో, శక్తిమంతంగా దూసుకువస్తున్నాయి. హృదయవిదాకరమైన అరుపులు, కేకలు, శరీరాలు కిందపడుతున్న శబ్దంతో కలగాపులగంగా వినిపిస్తున్నాయి. ఎందరో మిథిల దళాలు క్షణంలో నేలమట్టమయ్యారు.

"ఏమిటవి?' లక్ష్మణుడు పెద్దగా అరిచాడు, తన డాలు వెనక దాక్కుంటూ.

రాముడి చెక్క డాలు రెండుగా చీలింది, వెన్నలోకత్తి దిగినంత సులభంగా. వెంట్రుక వాసిలో రాముడి గుండె తప్పించుకుంది. కిందపడిన ఆయుధాన్ని చూసాడు రాముడు.

ఈటెలు.

తమ చెక్క డాళ్లు బాణాలను ఆపగలవేగానీ, ఈటెలను కాదు.

"అసలు అంత దూరం నుంచి ఈటెలను ఎలా విసరగలరు? అది అసాధ్యం'

మొదటి విడత ఈటెల దాడి అయింది. కొద్ది సేపు విరామం లభించింది. మరి కొన్ని నిమిషాల్లో రెండో విడత దాడి ప్రారంభమవుతుందని రాముడికి తెలుసు. అతను చుట్టూ చూసాడు.

"రుద్రదేవా, కరుణించు.."

విధ్వంసం మహాదారుణంగఉంది. దాదాపు నాలుగోవంతు మంది మిథిల సైనికులు చనిపోవడమో, తీవ్రంగా గాయపడ్డమో జరిగింది.

రాముడు సీత కేసి చూస్తూ అన్నాడు "మరో విడత దాడి ఏ క్షణమైనా ప్రారంభం కావచ్చు. ఇంట్లోకి పదండి"

"ఇళ్లలోకి పదండి" అరిచింది సీత.

"ఇళ్లలోకి పదండి" అరిచారు దళాధిపతులు. అందరూ తలుపులు ఎత్తి ఇళ్లలోకి వెళ్లారు. ఇంత అశాస్త్రీయమైన ఉపసంహరణ బహుశా ఏ సైన్యమూ చేసివుండదు. కానీ ఫలితం మాత్రం బాగుంది. కొన్నినిమిషాల్లో దాదాపు మిథిలి భద్రతాదళాలందరూ ఇళ్లలోకి చేరుకున్నారు. అన్ని తలుపులూ మూసుకున్నాయి. ఇళ్లపై ఈటెల దాడి కొనసాగింది. వీధుల్లో అక్కడక్కడ నడుస్తున్న వాళ్లు కొందరు చనిపోయారు. తక్కిన వాళ్లు క్షేమంగా ఇళ్లు చేరుకున్నారు. కనీసం ప్రస్తుతానికి క్షేమంగా.

లక్ష్మణుడు మౌనంగా రాముడి కేసి చూసాడు. కానీ అతని కళ్లు స్పష్టంగానే అంటున్నాయి " ఇది చాలా దారుణం' అని.

"ఇప్పుడేం చేద్దాం' అన్నాడు రాముడు, సీతో. 'రావణుడి సేనలు బయటి గోడలను ఎక్కేసే ఉంటారు. త్వరలోనే మన మీదికి వస్తారు. వాళ్లనెవ్వరూ ఆపలేరు"

సీత గట్టిగా ఊపిరి తీసుకుంది. ఆమె కళ్లు, పులి కళ్లలా ఆగ్రహంతో మెరుస్తున్నాయి. సమీచి రాకుమారి వెనక నించుని నిస్సహాయంగా తన నుదురు రుద్దుతోంది.

"సీతా?' మళ్లీ అన్నాడు రాముడు.

సీత కళ్లు అకస్మాత్తుగా విశాలమయ్యాయి. "కిటికీలు' అని అరిచింది.

"ఏమిటి?' సమీచి అడిగింది, తమ ప్రధాని మాటలకు ఆశ్చర్యపోతూ.

సీత దళాలను పిలిపించింది. తేనెతుట్టె విభాగంలో ఉన్న ఇళ్ల కిటికీలకున్న అడ్డ చెక్కలను తొలగించారు. అప్పుడు కిటికీలు ఇళ్ల మధ్య ఉన్న సన్నని ఖాళీలోకి తెరుచుకుంటాయి. వీరి ఇంటి కిటికీ రెండు కోట గోడల మధ్య ప్రాంతంలోకి తెరుచుకుంటుంది. అక్కడి నుంచి దాడికి వచ్చిన లంకేయిలపై బాణాలు కురిపించవచ్చు.

"అద్భుతం' అన్నాడు లక్ష్మణుడు. వెంటనే పరిగెత్తి అడ్డచెక్కను తనే స్వయంగా చేతులతో తొలగించాడు. తేనెతుట్టెల విభాగంలో ఉన్న ఇళ్లన్నీ వరండాల ద్వారా కలిసుంటాయి. వరండా ద్వారా కబురు ఇతర ఇళ్లకు వెళ్లింది. క్షణాల్లో అన్ని ఇళ్ల కిటికీలూ తెరుచుకున్నాయి. వెంటనే అన్ని కిటికీల నుంచి బాణాలు లంక సైనికులపై వర్షించాయి. లంక సైనికులు ఎటువంటి ప్రతిఘటననూ ఊహించలేదు. అందువల్ల బాణాలు వారిని తునాతునకలు చేసాయి. లంక సైనికుల్లో చాలా మంది చనిపోయారు. మిథిల దళాలు ఏ మాత్రం తెరిపివ్వకుండా బాణాలు వేసారు. దానితో ఒక్కసారిగా పరిస్థితి తలకిందులైంది.

అకస్మాత్తుగా శంఖారావం వినిపించింది. ఈ సారి వాటి రాగం మారింది. లంకేయులు వెంటనే వెనుదిరిగారు. వచ్చినంత వేగంగానూ నిష్క్రమించారు.

మిథిలా గృహాల్లో పెద్ద పెట్టున హర్షధ్వానాలు మోగాయి. తొలి దాడిని వాళ్లు విజయవంతంగా తిప్పికొట్టారు.

సూర్యోదయం సమయానికి సీతారామలక్ష్మణులు ఇంటి పైకప్పు మీద నిలబడ్డారు. లంక ఈటెలు చేసిన విధ్వంసాన్ని సూర్యకిరణాలు ఎత్తి చూపుతున్నాయి. విధ్వంసదృశ్యాలు భయానకంగా ఉన్నాయి.

సీత ఆ మృతదేహాలను చూసింది; కొన్నిటి తలలు మొండాల నుంచి వెళ్లాడుతున్నాయి; కొన్నిటిలో ప్రేవులు బయటపడ్డాయి. మరికొన్ని ఈటెలకు గుచ్చుకునివున్నాయి. "కనీసం వెయ్యి మంది నా సైనికులు..' సీత అంది.

"మనం కూడ వాళ్లకు బాగానే నష్టం కలిగించాం వదినా' అన్నాడు లక్ష్మణుడు. "రెండు గోడల మధ్య కనీసం వెయ్యి మంది లంక సైనికల మృతదేహాలున్నాయి"

సీత లక్ష్మణుడి కేసి కన్నీళ్లు నిండిన కళ్లతో చూసింది. "కానీ వాళ్ళకింకా తొమ్మిదివేలమంది సైనికులున్నారు. మనకు మూడువేలమందే ఉన్నారు" అంది.

రాముడు కందకం చెరువుకు అటువైపున ఉన్న శ్రీలంక శిబిరాన్ని చూసాడు. అక్కడ గాయపడ్డ సైనికుల కోసం చికిత్సాకేంద్రాలను నెలకొల్పారు. అయితే ఎక్కువమంది లంకేయులు వేరే పనిలో నిమగ్నమై ఉన్నారు. చెట్లనుకొట్టేస్తూ, అడవిని వెనక్కి నెట్టేస్తూ. అంటే వారికి వెనుదిరిగే ఉద్దేశం లేదన్నమాట.

"వచ్చేసారి వాళ్లు మరింత సిద్ధంగా ఉంటారు' అన్నాడు రాముడు. "ఈసారి గనక లోపలి గోడను దాటగలిగితే, ఇక అంతా అయిపోయినట్లే'

సీత రాముడి భుజం మీద చెయ్యేసి, కిందికి చూస్తూ నిట్టూర్చింది. రాముడు ఆమె సాన్నిహిత్యంతో కొంత చలించాడు. తన భుజంపై సీత చేతిని చూసి, కళ్లు మూసుకున్నాడు. తన మనసుపై ఇదివరకున్న నియంత్రణను తిరిగి తెచ్చుకోవాలని అనుకున్నాడు.

సీత అటు తిరిగి తన నగరాన్ని చూసింది. తేనెతుట్టెల విభాగం ఆవల ఉన్న రుద్రదేవుడి దేవాలయాన్ని చూసింది. ఆమె కళ్లలో దృఢ సంకల్పం మెరిసింది. "మన పని ఇంకా అయిపోలేదు. పౌరులందరినీ నాతో రమ్మని చెబుతాను. నా పౌరులందరూ వంటింటి చాకులతో నించున్నా ఆ లంక ఛండాలాన్ని మించి వుంటాం. వాళ్లతో మనం పోరాడగలం"

రాముడికి ఆమెకు కలిగినంత విశ్వాసం కలగలేదు.

ఆమె తల పంకించింది; ఏదో నిర్ణయం తీసుకున్నట్టు. వెంటనే బయటకు పరిగెత్తింది, తక్కిన వారిని తనతో రమ్మని సైగ చేస్తూ.

అధ్యాయం 25

"ఎక్కడికి వెళ్లారు, గురుదేవా?' అడిగాడు రాముడు, మర్యాదగా. రాతిలా కఠినంగా మారిన తన ముఖం, తనలో పెల్లుబికిన ఆగ్రహాన్ని చెప్పకనే చెప్తూండగా.

విశ్వామిత్రుడు ఎట్టకేలకు అయిదో జాము సమయానికి అక్కడికి వచ్చాడు. సూర్యోదయం వెలుగులో లంక సైనికులు చేస్తున్న ఏర్పాట్లు కనిపిస్తూనే ఉన్నాయి. సీత ఇంకా పౌరసేనను సమీకరించడానికి ప్రయత్నిస్తోంది. అరిష్టనేమి, సంభాషణ వినబడనంత దూరంలో నించుని వున్నాడు.

"ఆ మలయపుత్ర పిరికి పందలు పాపం ఎక్కడ ఉన్నారట?" అడిగాడు లక్ష్మణుడు, మర్యాదగా మాట్లాడ్డానికి ఏ ప్రయత్నమూ చేయకుండా.

విశ్వామిత్రుడు లక్ష్మణుడి కేసి ఉరిమి చూసి, రాముడితో "ఇక్కడ ఒక్కరైనా పరిణతితో వ్యవహరించాలి కదా. అందుకే నేను ఏం చెయ్యాలో అది చేసాను' అన్నాడు విశ్వామిత్రుడు.

రాముడు ముఖం చిట్లించాడు.

"నాతో రా' అన్నాడు విశ్వామిత్రుడు.

లంక దాడి జరిగిన చోటికి దూరంగా, తెనెతుట్టెల విభాగంలో ఉన్న పైకప్పులోని ఒక రహస్య స్థలంలో రాముడికి మలయపుత్రులు రాత్రంతా ఏ పనిలో నిమగ్నమై ఉన్నారో కనిపించింది. **అసురాస్త్రం.**

అతి సాధారణమైన ఆయుధమే అయినా, దాన్ని ఏర్పాటు చేయడానికి చాలా సమయం పట్టింది. విశ్వామిత్రుడు, అతని మలయపుత్రుల సెన రాత్రంతా, అతి తక్కువ వెలుతురులో పని చేసారు. ఆ క్షిపణి ఎట్టకేలకు ఏర్పాటై, ప్రయోగించడానికి సిద్దంగా ఉంది. దాన్ని నిలబెట్టే బల్ల లక్ష్మణుడికంటే

ఎత్తులో ఉంది; చెక్కతో చేయబడివుంది. క్షిపణి బయటి భాగం సీసంతో చేయబడివుంది. అందులో అమర్చాల్సిన భాగాలను, ముడి పదార్థాలను విశ్వామిత్రుడే తన పరివారంతో పాటు తీసుకువచ్చాడు. ఇప్పుడు ఆ ముడి పదార్థాన్ని పేల్చాల్సిన భాగంలో అమర్చారు.

క్షిపణి సిద్ధంగానే ఉంది. కానీ రాముడికి అంత నమ్మకంగా లేదు.

అతను బయటి గోడల కేసి చూసాడు.

లంకేయులు అరణ్యాన్ని సాపు చేయడంలో నిమగ్నమై ఉన్నారు. ఏదో నిర్మిస్తున్నట్టున్నారు.

"అడవి చివర ఆ జనం ఏం చేస్తున్నారు?' అడిగాడు లక్ష్మణుడు అడిగాడు.

"జాగ్రత్తగా చూడు' అన్నాడు విశ్వామిత్రుడు

లంక సైనికుల్లో కొందరు వాళ్లు కూల్చిన చెట్ల లోంచి కర్రలు తీసి ఏదో చేస్తున్నారు. మొదట్లో లక్ష్మణుడు వాళ్లు పడవలు చేస్తున్నారనుకున్నాడు. కానీ జాగ్రత్తగా చూస్తే అవి పడవలు కావు. చెక్క ఫలకాలను అతి పెద్దగా, నలు చదరంగఉన్న ఢాలుగా చేస్తున్నారు. దానికి పక్కల్లోనూ, కింది భాగంలోనూ పట్టుకోడానికి వీలుగా ఏర్పాటు చేసివుంది. ఒక్కొక్క డాలు, రెండు వరసల్లో గనక నించుంటే మొత్తం ఇరవై మంది సైనికులకు రక్షణ కలిగించగలదు.

'తాబేలు డాళ్లు' అన్నాడు రాముడు.

'అవును' అన్నాడు విశ్వామిత్రుడు. "వీటిని తగినంత సంఖ్యలో నిర్మించిన తర్వాత వాళ్లు తిరిగి దాడికి వస్తారు. ఇక బయటి గోడను మన నుంచి ఎటువంటి ప్రతిఘటన లేకుండా వాళ్లు పగలగొడతారు. ఇంక ఎక్కడమెందుకు దాన్ని? వాళ్ల తాబేలు డాళ్లను అడ్డుపెట్టుకుని లోపలి గోడ వద్దకు వస్తారు. వెంట వెంటనే జరిపే దాడుల వల్ల రెండో గోడ కూడ పగలగతప్పదు. అప్పుడు ఈ నగరానికి ఏమవుతుందో మీకు తెలుసు. ఎలకల్ని కూడ వదిలిపెట్టరు"

రాముడు మౌనంగా నించున్నాడు. విశ్వామిత్రుడు చెప్పింది నిజమేనని అతనికి తెలుసు. ఇప్పటికే వాళ్లు పదిహేనో, ఇరవయ్యో అతి పెద్ద డాళ్లను సిద్ధం చేసారు. లంకేయులు చాలా వేగంగా పనిచేసారు. దాడి వెంటనే జరగొచ్చు. బహుశా ఈ రాత్రికే. మిథిలి సిద్ధంగా ఉండే ప్రసక్తే లేదు.

"అసురాస్త్రాన్ని ప్రయోగించడం ఒక్కటే పరిష్కారమని నువ్వు అర్థం చేసుకోవాలి' అన్నాడు విశ్వామిత్రుడు. "దీన్ని ఇప్పుడే పేల్చాలి. లంకేయులు ఇంకా సిద్ధంగా లేరు; నగరానికి చాలా దూరంగా ఉన్నారు. వాళ్లు గనక దాడి మొదలుపెడితే ఈ పని చేయలేం; ఎందుకంటే అప్పుడది మిథిల నగరానికి కూడ ప్రమాదంగపరిణమిస్తుంది. పేలుడు మరీ దగ్గరగా ఉంటుంది'

రాముడు లంకేయులకేసి చూసాడు.

ఇదొక్కటే మార్గం

"ఆ ఆయుధాన్ని మీరెందుకు ప్రయోగించరు, గురుదేవా?' లక్ష్మణుడు వ్యంగ్యంగా అడిగాడు.

"నేను మలయపుత్రుణ్ని. మలయపుత్రుల నాయకుణ్ని" అన్నాడు విశ్వామిత్రుడు. "వాయుపుత్రులు, మలయపుత్రులు భాగస్వాములు, విష్ణువు, మహాదేవుడు అయినట్లు. అంటే నేను వాయుపుత్రుల చట్టాన్ని ఉల్లంఘించలేను"

"కానీ మా అన్నయ్య ఉల్లంఘించాలనుకుంటే ఫరవాలేదా?'

"నువ్వు ఇక్కడే చచ్చిపోవాలనుకున్నా ఫరవాలేదు. ఆ అవకాశం నీకు ఎప్పటికీ ఉంది" వ్యంగ్యంగా అన్నాడు విశ్వామిత్రుడు. తర్వాత రాముడికేసి చూసి అడిగాడు "ఇప్పుడు చెప్పు రామా. ఏం చేస్తావు?'

రాముడు వెనక్కితిరిగి మిథిలా రాజభవనం వైపు చూసాడు. సీత బహుశా తన పౌరులను యుద్ధానికి ఒప్పించడానికి ప్రయాసపడుతూంటుంది.

విశ్వామిత్రుడు అయోధ్య రాకుమారుడికి దగ్గరగా జరిగాడు. "రామా. బహుశరావణుడు నగరంలోని ప్రతి వ్యక్తినీ చిత్రహింసలు పెట్టి చంపుతాడు. లక్షమంది మిథిలనగరవాసుల జీవితాలు ప్రమాదంలో ఉన్నాయి. నీ భార్య జీవితం కూడ ప్రమాదంలో పడింది. ఇతరుల క్షేమంకోసం ఒక పాపం నీపై వేసుకోగలవా? నీ ధర్మం ఏం చెబుతోంది? "

సీత కోసం ఇది చేస్తాను

'ముందు వాళ్లను హెచ్చరిద్దాం' అన్నాడు రాముడు "వెనక్కి మరలడానికి ఒక అవకాశం ఇద్దాం. అసురులు కూడ దైవీ అస్త్రం ప్రయోగించేముందు ఈ సంప్రదాయం పాటిస్తారని విన్నాను"

"సరే"

"వాళ్లు గనక మన హెచ్చరికను లెక్కచేయకపోతె నేను అసురాస్త్రాన్ని సంధిస్తాను" అన్నాడు రాముడు, తన మెడలోని రుద్రాక్షను శక్తి కోసమా అన్నట్టు మెలితిప్పుతూ.

విశ్వామిత్రుడు సంతృప్తిగా నిట్టూర్చాడు, రాముడి ఒప్పుకోలు తనకు పెద్ద బహుమతి అయినట్లు.

ఎలుగుబంటిలా ఉన్న ఆ దీర్ఘకాయుడు తన మనుషుల మధ్య తిరుగుతున్నాడు, తాబేలు డాళ్ళను పరిశీలిస్తూ. బాణం దూసుకు వచ్చిన శబ్దాన్ని అది తాకడానికి ఒక్క క్షణం ముందు విన్నాడు. ఆశ్చర్యంగా పైకి చూసాడు.

'మిథిలలో బాణాన్ని ఇంత దూరం ఇంత సూటిగా వేయగల వ్యక్తి ఉన్నాడా?'

గోడల వైపు చూసాడు. అక్కడ లోపలి గోడ దగ్గర ఇద్దరు చాలా పొడుగు పురుషులు కనిపించారు. మూడో వ్యక్తి కొంత పొట్టిగా ఉన్నాడు. అతని చేతిలోనే విల్లు ఉంది. అతను నేరుగా తననే చూస్తున్నట్టున్నాడు.

ఎలుగుబంటి వీరుడు ముందుకు వెళ్లి, అక్కడ తాబేలు డాలులో గుచ్చుకున్న బాణాన్ని తీసాడు. దానికి ఒక తాళపత్రం అంటుకుని వుంది. దాన్ని లాగి అందులోని లేఖను విప్పాడు.

"నిజంగా వాళ్లు ఈ పని చేయగలరని అనుకుంటున్నావా కుంభకర్ణా?' అడిగాడు రావణుడు, ఆ లేఖను విసిరేస్తూ.

"అన్నయ్యా" అన్నాడు కుంభకర్ణుడు, అతని గంభీరస్వరం ప్రతిధ్వనిస్తూండగా. "వాళ్లు అసురాస్త్రాన్ని గనక ప్రయోగిస్తే అది.."

"వాళ్ల వద్ద అసురాస్త్రం లేదు' మధ్యలో అందుకున్నాడు రావణుడు. "వాళ్లు అబద్ధం చెబుతున్నారు"

"కానీ అన్నయ్యా. మలయపుత్రుల వద్ద....."

"విశ్వామిత్రుడు అబద్ధం చెబుతున్నాడు కుంభకర్ణా"

కుంభకర్ణుడు మౌనం వహించాడు.

"వాళ్లు ఒక అంగుళం కూడా వెనక్కి మళ్లలేదు' అన్నాడు విశ్వామిత్రుడు, గొంతులో తొందర ధ్వనిస్తూండగా. "మనం అస్త్రాన్ని సంధించాలి"

రెండో జాము మూడో గంట ముగిసేసరికి సూర్యుడు పైకి రావడంతో వెలుగు పెరిగింది. అప్పటికే రాముడు హెచ్చరిక సందేశం పంపి మూడు గంటలయింది. దాని వల్ల ఎలాంటి ఫలితమూ కనిపించలేదు.

మలయపుత్రులు అప్పటికే తమ క్షిపణి ప్రయోగ శిఖరాన్ని పైకప్పుమీద, లంక సేనలపై ప్రయోగానికి అవసరమైన చోటికి తరలించారు.

"మనం వాళ్లకు ఒక గంట సేపటికి హెచ్చరిక చేసాం. కానీ మూడు గంటలు వేచి చూసాం. మనం అబద్ధం చెబుతున్నామని ఈసరికి అనుకుంటూ ఉంటారు"

లక్ష్మణుడు విశ్వామిత్రుడి కేసి చూసాడు. "మనం ముందు వదినె సీతతో మాట్లాడితే బాగుంటుందేమో కదా. తను స్పష్టంగా చెప్పింది...."

విశ్వామిత్రుడు లక్ష్మణుడిని వారిస్తూ అందుకుని "అటు చూడు' అన్నాడు.

లక్ష్మణుడు, రాముడు వెంటనే ఆ దిక్కు చూసారు.

"వాళ్లు పడవలు ఎక్కుతున్నారా?' అడిగాడు రాముడు.

"బహుశా వాటిని పరీక్షిస్తున్నారేమో' ఇంకా ఆశ చావలేదు లక్ష్మణుడికి. "అదే అయితే, మనమింకా కొంతసేపు వేచివుండవచ్చు"

"మనం ఇంకా వేచి చూడాలంటావా రామా?' అడిగాడు విశ్వామిత్రుడు

రాముడిలో కదలిక లేదు.

"మనం ఇప్పుడే అస్త్రం ప్రయోగించాలి" గట్టిగా అన్నాడు విశ్వామిత్రుడు.

రాముడు అమ్ములపొది నుంచి బాణం తీసి, తనచెవి వరకు లాగాడు. "సరిగ్గా ఉంది"

"బ్రహ్మాండం' అన్నాడు విశ్వామిత్రుడు.

లక్ష్మణుడు మహర్షి కేసి కోపంగా చూసాడు. అన్నగారి భుజం స్పృశించాడు. 'అన్నయ్యా"

రాముడు వెనక్కి తిరిగి వెళ్లసాగాడు. అందరూ అతన్నిఅనుసరించారు. సాధారణంగా అసురాస్త్రాలను, రగులుతున్న బాణంతో క్షిపణి ప్రయోగవేదిను ఛేదించడం ద్వారా లక్ష్యంపై వదులుతారు. కేవలం ఒక పండు పరిమాణంలో ఉన్న ఆ లక్ష్యాన్ని అంత దూరంనుంచి ఛేదించగల బాణం వేయగలిగిన వ్యక్తి చాలా గొప్ప విలువిద్య నిపుణుడై ఉండాలి.

విశ్వామిత్రుడు, అసురాస్త్రం ఉన్న బల్ల వద్దకు అయిదువందల మీటర్ల దూరంలో ఉన్నప్పుడు రాముణ్ని ఆపాడు. "ఇక్కడ ఆగు, అయోధ్య రాకుమారా" అన్నాడు.

అరిష్టనేమి అతనికి బాణం అందించాడు. రాముడు దాని కొస వాసన చూసాడు. దాని మీద మండే జిగురు పదార్థం పూసారు. ఆ బాణం చూసి ఆశ్చర్యపోయాడు రాముడు. అరిష్టనేమి దీనికి రాముడి బాణాన్నే వాడాడన్నమాట. బాణాన్ని తిప్పుతూ విసరడంవెనక ఉన్న తన రహస్య

నైపుణ్యాన్ని అరిష్టనేమి పసిగట్టాడా అన్న విషయం గురించి రాముడు లోతుగా ఆలోచించలేదు. ఇప్పుడు దానికి సమయం లేదు. అరిష్టనేమిని చూసి తలవూపి, క్షిపణి ప్రయోగ శిఖరాన్ని చూసాడు.

"అన్నయ్యా' గొణిగాడు లక్ష్మణుడు. ఎప్పుడూ చట్టాన్ని ఉల్లంఘించడానికి ఇష్టపడని తన సోదరుడు ఇప్పుడు ఎంత బాధపడుతూంటాడో ఊహిస్తేనే దిగులుగా ఉంది లక్ష్మణుడికి.

"పక్కకు జరుగు, లక్ష్మణా' అంటూ రాముడు వీపు విరిచి నిలబడ్డాడు. రాముడు తన ఊపిరిని నెమ్మది చేసాడు. అతని గుండె చప్పుడు కూడ తగ్గింది. అతను క్షిపణి ప్రయోగ శిఖరంపై ఏకాగ్రతతో చూస్తూండగా, చుట్టూ వినిపిస్తున్న శబ్దాల తరంగాలు అతన్ని చేరడం మానేసాయి. కళ్లు చికిలించి చూసాడు. ఒక కాకి అసురాస్త్రం ప్రయోగించే కోట మీదనుంచి ఎగిరిపోయింది. రాముడు కాకి రెక్కలను గమనించాడు. అది పైకి ఎగరడం సులభంగా చేస్తోంది; అంటే గాలి దాని రెక్కల మధ్య ఉందన్నమాట.

రాముడి మనసు ఈ కొత్త సమాచారాన్ని జీర్ణించుకోడానికి ప్రయత్నించాడు. అంటే గాలి గోపురం ఎడమవైపు వీస్తోందన్నమాట. తన బొటనవేలిని బాణం కొసమీద నిలిపి నొక్కడంతో అందులోంచి జ్వాలలు చెలరేగాయి. రాముడు విల్లును కొద్దిగా పైకి వంచాడు. అతని వ్యూహం కొంత సంప్రదాయవిరుద్ధంగా ఉన్నా అతని నైపుణ్యం అపారమైందని అరిష్టనేమికి తెలుసు.

రాముడు గురి చూసి, అయిదువందల మీటర్ల దూరంలో, అనాసపండు పరిమాణంలో ఉన్నలక్ష్యంపై దృష్టివుంచాడు. తన చుట్టూ ఉన్న తక్కినవన్నీ అతనికి కనిపించడం మానేసాయి. గాలి అకస్మాత్తుగా ఆగిపోయింది.

రాముడు వింటినారిని ఎక్కుపెట్టి నిశ్చలంగా నిలిపాడు. రాముడు బాణాన్ని వదిలాడు. అది గిర్రున తిరుగుతూ వేగంగా వెళ్లింది. తిరగడం వల్ల గాలి వేగాన్ని తట్టుకోగలిగింది. అరిష్టనేమి రాముడి ధనుర్విద్యానైపుణ్యాన్ని చూసి, అది కవిత్వమంత సుందరంగా ఉందని అనుకున్నాడు.

కుంభకర్ణుడు, రగులుతున్న బాణం ఆ విలుకాడి నుంచి రావడం గమనించాడు. అతనికి విషయం అర్థమై, 'అన్నయ్యా' అని గట్టిగా అరుస్తూ పరిగెత్తాడు. రావణుడు పుష్పకవిమానం తలుపు వద్ద నించుని వున్నాడు.

ఆ బాణం అసురాస్త్రం ఉన్న గోపురంలోని ఎర్రటి చతురస్రాన్ని ఛేదించి, దాన్ని వెనక్కి నెట్టింది. బాణంలోని నిప్పు వేగంగా ప్రయాణించి క్షిపణిలోని ఇంధన విభాగంలోకి విస్తరించింది. మరు క్షణం, అసురాస్త్రం నుంచి పేలుడు వినిపించింది. కొన్ని క్షణాల్లో క్షిపణి చుట్టూ అగ్నికీలలు వ్యాపించి, క్రమంగా విస్తరించాయి.

కుంభకర్ణుడు అన్నగారి మీద పడడంతో, అతను వెళ్లి పుష్పక విమానంలో పడ్డాడు.

అసురాస్త్రం కొన్ని క్షణాల్లోనే మిథిల నగరం గోడలు దాటి ముందుకు పయనించింది. మిథిలానగర ప్రజలు ఈ అద్భుతం నుండి దృష్టి మరల్చలేకపోయారు. క్షిపణి కందకం చెరువును దాటిన తర్వాత వినీ వినిపించని పేలుడు, టపాకాయల్లాంటి శబ్దం వచ్చింది.

లక్ష్మణుడి ఆశ్చర్యంక్రమంగా నిరాశగా మారింది. “అంతేనా? అంత ప్రసిద్ధమైన అసురాస్త్రం చేసే పని ఇదేనా?”

విశ్వామిత్రుడు అతి మామూలుగా అన్నాడు”చెవులు మూసుకో”

ఈలోగా కుంభకర్ణుడు పుష్పక విమానంలో పడినవాడు, లేచి నించున్నాడు. రావణుడు ఇంకా అలాగే పడివున్నాడు. కుంభకర్ణుడు తలుపు వద్దకు వెళ్లి దాని పక్క గోడ మీద ఉన్న మీటని నొక్కాడు. పుష్పక విమానం తలుపు జారడం ప్రారంభమైంది.

అసురాస్త్రం లంకేయుల మీద పడి, పేలిన శబ్దం మిథిలలో ఇళ్ల గోడలను కదిలించింది. ఎందరో లంక సైనికులు కర్ణభేరి పగిలిందనే అనుకున్నారు. ఇది తర్వాత వచ్చిన వినాశనానికి నాంది మాత్రమే.

పేలుడుశబ్దం తర్వాత కొద్దిసేపు నిశ్శబ్దం తాండవించింది. కానీ ఆ సమయంలోనే మిథిల భవనాల పైకప్పు మీద నిల్చున్న ప్రజలకు క్షిపణి పేలిన చోట ఆకుపచ్చని వెలుగు కనిపించింది. మరుక్షణం అది తీవ్రమైన వేగంతో కింద ఉన్న లంకేయులని పిడుగులా తాకింది. అది తగిలిన వారు నేలకు అతుక్కున్నట్టు నిల్చుండిపోయారు. వారిలో తాత్కాలికమైన పక్షవాతం వచ్చినట్టయింది. పేలిన క్షిపణిలోని ముక్కలు నిర్దాక్షిణ్యంగా వారిని చీల్చాయి.

పుష్పకవిమానం తలుపు వేస్తున్న క్షణంలో కుంభకర్ణుడు ఆ ఆకుపచ్చని వెలుగును చూసాడు. ఆ తలుపు తనంతట తాను మూసుకుని, లోపలున్న

వారికి అసురాస్త్రం నుంచి రక్షణ కల్పించినప్పటికీ, కుంభకర్ణుడు స్మృతికోల్పోయి నేల మీద పడిపోయాడు. రావణుడు తమ్ముడి వద్దకు పరిగెత్తుతూ గట్టిగా అరిచాడు.

"రుద్రదేవుడు రక్షించుగాక?' లక్ష్మణుడు గొణిగాడు, అతని మనసును భయం ముసురుకోగా. రాముడి కేసి చూసాడు. రాముడు కూడా అదే స్థితిలో ఉన్నాడు, తను చూస్తున్నది నమ్మశక్యం కాక.

"ఇదింకా పూర్తి కాలేదు' అన్నాడు విశ్వామిత్రుడు.

అకస్మాత్తుగా అక్కడి నుంచి గట్టిగా బుసకొడుతున్నట్టు శబ్దం వినిపించింది. ఒక భయంకరమైన పాము యుద్ధ నినాదం చేసినట్టు. అదే సమయంలో అసురాస్త్రం నుంచి కింద పడిన ముక్కల నుంచి ఆకుపచ్చని వాయు మేఘాలు ఏర్పడి, అప్పటికే చైతన్యం కోల్పోయిన లంకేయులపై పెద్ద ముసుగులా కప్పేసాయి.

"అదేమిటి?' అడిగాడు రాముడు

"ఆ వాయువే అసురాస్త్రం"

దట్టమైన, మరణసంకేతమైన ఆ వాయువు నెమ్మదిగా లంకేయులను చుట్టుముట్టింది. దాని వల్ల వాళ్లు కొన్నిరోజులు, బహుశకొన్ని వారాల పాటు స్పృహ కోల్పోతారు. కొందరు చనిపోవచ్చు కూడా. అయితే ఎలాంటి అరుపులూ లేవు; దయ చూపమని ఎలాంటి విజ్ఞప్తులూ లేవు. ఎవరూ తప్పించుకోవడానికి ప్రయత్నించడం కూడా లేదు. అచేతనంగా నేలమీద పడున్నారు. అసురాస్త్రం తమని విస్మృతిలోకి నెట్టేంతవరకూ. అంత నిశ్శబ్దంలో వినిపిస్తున్న ఏకైన శబ్దం వాయువు నుంచి వెలువడుతున్న బుసబుసలు.

రాముడు, నిశ్చేష్టుడై రుద్రాక్షమాలను స్పర్శించాడు.

బాధాకరమైన పదిహేను నిమిషాల అనంతరం, విశ్వామిత్రుడు రాముడికేసి చూసి "ఇక పూర్తయినట్టే' అన్నాడు.

సీత తేనెతుట్ట ఇంటిలోని మెట్లను మూడేసి మెట్ల చొప్పున గబగబా ఎక్కింది. ఆమె మిథిల నగరపౌరులతో బజారులో మాట్లాడుతూండగా ఒక్కసారిగా మెరుపులు, పేలుడు కనిపించాయి. ఆమెకు వెంటనె అసురాస్త్ర ప్రయోగం జరిగినట్టు అర్థమైంది. తను వెంటనే రావాలని కూడ ఆమెకు తెలుసు.

ఒక మూలగా, విశ్వామిత్రుడు, రామ లక్ష్మణులకు దూరంగా నించున్న అరిష్టనేమి, మలయపుత్రుల వద్దకు వెళ్లింది సీత. గంభీరవదనంతో సమీచి ఆమె వెంటే వెళ్ళింది. "ఎవరు పేల్చారు దాన్ని?' అడిగింది సీత

అరిష్టనేమి పక్కకు తొలగడంతో, రాముడు కనిపించాడు సీతకు. అతని చేతిలో మాత్రమే విల్లుంది. సీత గట్టిగా అరిచి, రాముడు వద్దకు పరిగెత్తింది. అతను ఎంత కలవరపడుతూంటాడో ఆమెకు తెలుసు. చట్టం గురించి స్పష్టత, నీతి గురించి స్పష్టత ఉన్న రాముడికి ఇలాంటి పని చేయాల్సిరావడం ఎంత బాధాకరమో సీతకు తెలుసు. తన భార్య, ఆమె ప్రజల పట్ల తన బాధ్యత కోసం అతనీపని చేసాడు.

ఆమె దగ్గరికి రావడం చూసి విశ్వామిత్రుడు మందహాసం చేసాడు. "సీతా. అంతా బాగా జరిగింది. రావణుడి సేనలు ధ్వంసమయ్యాయి. మిథిలానగరం ఇక క్షేమంగా ఉంటుంది"

సీత విశ్వామిత్రుడి కేసి కోపంగా చూసింది. ఆగ్రహంతో ఆమెకు నోరు పెగల్లేదు. భర్త వద్దకు పరిగెత్తి అతన్ని కౌగలించుకుంది. రాముడు దిగ్భ్రాంతితో ధనుస్సు కింద పడేసాడు. అతన్ని సీత అప్పటివరకూ కౌగలించుకోలేదు. తనకు సాంత్వన కలిగించేందుకే ఇలా చేస్తోందని అతనికి తెలుసు. అయినా అతను గుండె వడివడిగా కొట్టుకోగా, నిల్చున్నాడు. ఉద్వేగంతో బరువెక్కింది అతని మనసు. బుగ్గపై కన్నీటి చుక్క కారింది.

సీత తన తల వెనక్కివాల్చి, రాముడి కళ్లలోకి చూసింది. ఆమె ముఖంలో ఆందోళన. 'నేనెప్పుడూ నీతోనే ఉంటాను, రామా"

రాముడు మౌనం వహించాడు. విచిత్రంగా, ఎప్పుడో మరిచిపోయిన ఒక దృశ్యం అతని మనసుకు తోచింది; పృథుచక్రవర్తి 'ఆర్య భావన'. భూమికి పృథ్వి అన్న పేరు ఆయన వల్లే వచ్చింది. పృథు ఆదర్శ మానవ నమూనాను **ఆర్యపుత్రు**డనీ, అంటే 'మంచి మానవుడనీ' అటువంటి స్త్రీని "**ఆర్య పుత్రి**' అనీ, అంటే మంచి స్త్రీ అనీ అన్నాడు. ఈ ఇద్దరి మధ్య పోటీ ఉండదు; పరస్పర వ్యక్తిత్వాలపూరణ ఉంటుంది. ఈ ఇద్దరూ పరస్పరం ఆధారపడతారు; ఒకరి జీవితాలకు ఒకరు ప్రయోజనాన్ని సమకూరుస్తారు; రెండు సగాలు కలిసి ఒక పూర్ణ వస్తువైనట్లు. రాముడికి తను ఇప్పుడు, ఆర్యపుత్రికను కలుసుకున్న ఆర్యపుత్రుడైనట్లు అనిపించింది. సీత రాముడిని ఇంకా కౌగలించుకునే ఉంది. "నేను నీతోనే ఉన్నాను రామా. మనం ఇద్దరం కలిసి దీన్ని ఎదుర్కొందాం"

రాముడు కళ్లు మూసుకున్నాడు. భార్య చుట్టూ చేతులు బిగించాడు. ఆమె భుజం మీద తల వాల్చాడు. **స్వర్గం.**

సీత భర్త భుజాల మీదనుంచి విశ్వామిత్రుణ్ని కోపంగా చూసింది. ఆదిశక్తి చూసినంత ఆగ్రహంతో చూసింది సీత.

విశ్వామిత్రుడు ఏ మాత్రం అపరాధభావం లేకుండా ఆమె కేసి అంత కోపంగానూ చూసాడు.

ఒక పెద్ద ధ్వని అందరినీ ఉలిక్కిపడేలా చేసింది. మిథిల గోడల మీదనుంచి ఆకాశంలోకి చూసారు. రావణుడి పుష్పక విమానం గిరికీలు కొడుతూ ఆకాశంలోకి ఎగరబోతోంది. క్షణాల్లో నేలను విడిచి వేగం పుంజుకుంది. ఒక పెద్ద ధ్వనితో అది ఒక్కసారిగా ఆకాశంలోకి ఎగిసింది. మిథిల నుంచి, అసురాస్త్ర విధ్వంసం నుంచి దూరంగా పయనమైంది.

అధ్యాయం 26

సీత తన పక్కనే గుర్రం మీద వస్తున్న భర్త కేసి చూసింది. లక్ష్మణుడు, ఊర్మిళ వాళ్ల వెనకగా వస్తున్నారు. లక్ష్మణుడు ఎడతెరిపిలేకుండా మాట్లాడుతున్నాడు. ఊర్మిళ ఆసక్తిగా వింటోంది. ఊర్మిళ బొటనవేలు ఆమె చూపుడు వేలు మీద ఉన్న వజ్రపుటుంగరంతో ఆడుకుంటోంది. అది భర్త ఆమెకిచ్చిన కానుక. వారి వెనక వందమంది మిథిల సైనికులున్నారు. సీతారాములకు ముందు మరో వంద మంది అశ్వారూఢులున్నారు. ఈ వాహనశ్రేణి సంకాశ్యకు, అక్కడినుంచి అయోధ్యకు వెళ్తున్నారు.

అసురాస్త్రం లంక సైన్యాన్ని నిర్వీర్యం చేసిన తర్వాత రెండు వారాలకు సీతారాములు, ఊర్మిళాలక్ష్మణులు బయల్దేరారు. రావణుడు వదిలి వెళ్లిన లంక సైనికులను కారాగారంలో బంధించవలసిందిగా జనకమహారాజు, కుశధ్వజ రాజు ఆదేశించారు. ఈ ఖైదీలను తీసుకుని విశ్వామిత్రుడు, అతని అనుచరగణమైన మలయపుత్రులు తమ రాజధాని అగస్త్యకూటానికి వెళ్లారు. ఈ ఖైదీలను నెపంగా పెట్టుకుని మిథిలానగరానికి లంకేయులనుంచి భద్రత కోరేవిధంగా రావణుడితో బేరసారాలాడాలని విశ్వామిత్రుడు మిథిల తరపున నిర్ణయించుకున్నాడు. తన స్నేహితురాలు సమీచిని వదిలివెళ్లాలంటే సీతకు మనస్కరించలేదుగానీ, ఈ సున్నిత సమయంలో సమర్థురాలైన భద్రతా అధికారి మిథిల ప్రజలకు అవసరమని భావించడంతో వదలి వెళ్లక తప్పలేదు.

"రామా.."

రాముడు చిరునవ్వుతో సీత గుర్రం దగ్గరకు తన గుర్రాన్ని జరిపాడు "ఏమిటి?"

"ఈ విషయం నీకు ఖచ్చితంగా తెలుసా?' అడిగింది

రాముడు అవునన్నట్టు తలవూపాడు. అతని మనసులో ఏ సందేహమూ లేదు.

"ఒక తరం మొత్తంలో రావణుడిని ఓడించిన తొలి వ్యక్తి మీరే. పైగా అది నిజంగా దైవీ అస్త్రం కాదు. మీరు గనక..."

రాముడు ముఖం చిట్లించాడు. 'అదొక సాంకేతికమైన అంశం మాత్రమే. ఆ విషయం నీకూ తెలుసు"

సీత గాఢంగనిట్టూర్చి కొనసాగించింది "ఒక్కొక్కసారి పరిపూర్ణమైన ప్రపంచాన్ని సృష్టించేందుకు నాయకుడు అప్పటికవసరమైంది చెయ్యాల్సి వస్తుంది. ఆ స్వల్పకాలిక సమయంలో అది 'సరైన పని' అనిపించకపోయినా. ఎందుకంటే దీర్ఘకాలిక దృష్టితో చూసినపుడు ఆ నాయకుడు చేసింది మంచిదని తెలియవస్తుంది కనక, ఆ అవకాశాన్ని అతడు జారవిడుచుకోకూడదు. అతను ఎప్పుడు తన అవసరం ఉంటుందో అప్పుడు తప్పక అక్కడ ఉండాలి. నిజమైన నాయకుడు ప్రజల మేలు కోసం, తను చేయని పాపం మోయడానికి కూడ సిద్ధంగా ఉంటాడు"

రాముడు సీతకేసి చూసాడు. అతను నిరాశ చెందినట్లుగా అనిపించింది. "నేనిప్పటికే ఆ పని చేసాను కదా? ఇక్కడ ప్రశ్న ఏమిటంటే, దానికి నేను శిక్ష అనుభవించాలా వద్దా అన్నది. నేను దానికి ప్రాయశ్చిత్తం చేసుకోవాలా? నా ప్రజలు చట్టబద్ధంగా నడుచుకోవాలని నేను భావిస్తే, నేను కూడ అలాగే నడుచుకోవాలి. నాయకుడంటే మార్గం చూపేవాడు మాత్రమే కాదు. అతనే ఉదాహరణగా నిలవాలి. చెప్పేది చేసి చూపాలి"

సీత నవ్వింది. "రుద్రదేవుడు ఏమన్నాడంటే 'నాయకుడంటే తమ ప్రజలకు ఏం కావాలో అది ఇచ్చేవాడు మాత్రమే కాదు; ప్రజలు తాము ఎలాంటి వారమని అనుకుంటారో అంతకంటే ఉదాత్తంగా ఉండగలరని వాళ్లకు బోధించగలిగి వుండాలి"

రాముడు కూడ మందహాసం చేసాడు. "నువ్వు దీనికి కూడ మోహినీ దేవి స్పందన ఏమిటో చెప్పగలవనుకుంటా"

సీత నవ్వేసింది. "అవును. మోహినీదేవి ఏమందంటే ప్రతి ఒక్కరికీ పరిమితులుంటాయి. ఏ నాయకుడూ వాళ్ల పరిమితికి మించి వారి నుంచి ఆశించకూడదు. అలా బలవంతంగా చేయించాలని ప్రయత్నిస్తే, వాళ్లు ముక్కలవుతారు"

రాముడు తల అడ్డంగా తిప్పాడు. చాలా మంది విష్ణువుగా గౌరవించే మోహినీ దేవి మాటలను రాముడు చాలా సార్లు అంగీకరించలేదు. అలాగే మోహిని మరో విష్ణువు కాదనే వాళ్లు కూడ ఉన్నారు. రాముడి ఉద్దేశంలో

ప్రజలు తమ పరిమితులను అధిగమించి వికసించాలి; అప్పుడే ఆదర్శసమాజం సాధ్యమవుతుంది. కానీ తన అనంగీకారాన్ని ఆయన బయటకు చెప్పలేదు.

"నువ్వు నిజంగానే చెబుతున్నావా? సప్తసింధు పరిధిదాటి పధ్నాలుగేళ్ళా?' సీత రాముడి కేసి చూస్తూ అడిగింది, తాము ఇంతకుముందు ప్రారంభించిన చర్చను కొనసాగిస్తూ.

రాముడు అవునన్నట్టు తల వూపాడు. అతని నిర్ణయం ఎప్పుడో అయిపోయింది. అయోధ్యకు వెళ్లి, తండ్రిని కలిసి, తన తను స్వయం ప్రకటిత రాజ్యబహిష్కరణకు వెళ్లనున్నట్టు చెప్పాలి. "నేను రుద్రదేవుడి చట్టాన్ని ఉల్లంగించాను. దానికి ఇదే శిక్ష. వాయుపుత్రులు ఈ శిక్షను ప్రకటిస్తారా లేదా అన్నది అనవసరం. నాప్రజలు నాకు మద్దతిస్తారా లేదా అన్నది కూడ అనవసరమే. నా శిక్షను నేను అనుభవించాల్సిందే"

సీత ముందుకు వంగి గుసగుసగా అంది "మనము... నేను కాదు"

రాముడు ముఖం చిట్లించాడు.

సీత తన చేయి రాముడి చేతిలో ఉంచింది. "నువ్వు నా అదృష్టంలో భాగస్వామివి. అలాగే నేనుకూడ. అదే నిజమైన వివాహం"ఆమె తన చేతి వేళ్లను అతని చేతివేళ్లలో జొనిపింది. "రామా. నేను నీ భార్యని. మనం ఎప్పుడూ కలిసే ఉంటాం. శుభాల్లో, అశుభాల్లో. మంచి, చెడ్డల్లో"

రాముడు సీత చేతులు గట్టిగా అదిమాడు. వెన్నముకని నిటారుగా నిలబెట్టాడు. అతని గుర్రం సకలించిగా, వేగం పెంచాడు.

"నా అభిప్రాయంలో అది జరగడం కష్టం" అన్నాడు రాముడు

నూతన వధూవరులైన సీతారాముడు. ఊర్మిళా లక్ష్మణులు సరయూ నది మీద రాజుగారి నౌక మీద ఉన్నారు. వారంరోజుల్లో వారు అయోధ్య చేరతారు.

రాముడు, సీత నౌక బయటి భాగంలో కూర్చుని ఆదర్శ సమాజమంటే ఏమిటి, పరిపూర్ణమైన సామ్రాజ్యం ఎటువంటి పాలన చేస్తుంది అన్నవి చర్చిస్తున్నారు. రాముడు దృష్టిలో ఆదర్శ రాజ్యమంటే, ప్రతి ఒక్కరూ చట్టం ముందు సమానులుగా వ్యవహరించబడ్డం.

సమానత్వం అన్న భావనపై సీత దీర్ఘంగా ఆలోచించింది. చట్టం ఎదట అందరూ సమానులే అన్న భావనను ప్రచారం చేసినంత మాత్రాన

సమాజంలోని సమస్యలు పరిష్కారం కాబోవని ఆమె భావించింది. నిజమైన సమానత్వమన్నది ఆత్మల స్థాయిలో మాత్రమే సాధ్యమని ఆమె నమ్మకం. ఈ భౌతిక ప్రపంచంలో అందరూ వాస్తవానికి సమానులు కారు. మానవుల్లో కొందరు జ్ఞానంలో అధికులు; కొందరు యుద్ధవిద్యలో; కొందరు వర్తకంలో మరికొందరు దేహ పరిశ్రమలో, నైపుణ్యాల్లో. అయితే, సీత అభిప్రాయంలో, ప్రస్తుత సమాజంలో ఒక వ్యక్తి జీవన మార్గం అతని కర్మను బట్టికాక, జన్మను బట్టి నిర్ణయించడం అసలు సమస్య. తమ కర్మానుసారం వ్యక్తులు తమకు ఇష్టమైన పనులను చేయగలిగిన స్వేచ్ఛ ఉన్నపుడే సమాజం పరిపూర్ణం అవుతుంది; అంతే కానీ వాళ్లు జన్మించిన కులం ఆధారంగా చేసే శాసనాలద్వారా కాదు.

ఇంతకూ ఈ శాసనాలు ఎక్కడి నుంచి వస్తాయి? అవి, తమ విలువలను, విధానాలను పిల్లల మీద రుద్దే తల్లిదండ్రుల నుంచి వస్తాయి. బ్రాహ్మణ తల్లిదండ్రులు తమ పిల్లలను జ్ఞానం సముపార్జించమని వత్తిడి చేస్తారు; ఆ పిల్లవాడికి వర్తకం మీద మనసు ఉండవచ్చు. ఇటువంటి మనస్ఫూర్తిగచేయలేని పనుల వల్లనే సమాజంలో అశాంతి, సంక్షోభం తలెత్తుతాయి. పైగా ప్రజలు ఇష్టం లేని పనులు చేయవలసిరావడం వల్ల మొత్తం సమాజమే కష్టాల్లో పడుతుంది. ఈ మొత్తం పరిస్థితిలో అందరికంటే అన్యాయమైపోతున్నది శూద్రులు. వీరిలో చాలామంది బ్రాహ్మణులో, క్షత్రియులో, వైశ్యులో కాగలిగేవాళ్లే. కానీ జటిలమైన అసమాన వర్ణవ్యవస్థ వల్ల వీరు కేవలం కొన్ని నైపుణ్యాలు కలిగిన శ్రమజీవులుగా మిగిలిపోయారు. ప్రాచీనయుగంలో వర్ణవ్యవస్థ సరళంగా ఉండేది. దీనికి చక్కని ఉదాహరణ కొన్ని శతాబ్దాల కింద జరిగింది. మహర్షి శక్తిని ఈనాడు వేదవ్యాసుడిగా ఎరుగుదుం. అంటే వేదాలను సేకరించి, సమన్వయించి, వేర్పరచే దక్షత కలిగిన వారిని వ్యాసుడనేవారు. ఆయన శూద్రకులంలోజన్మించినా, అతని కర్మల వల్ల బ్రాహ్మణుడిగానే కాదు, రుషిగా కూడ గౌరవింపబడ్డాడు. రుషి అంటే భగవంతుడికంటే మాత్రమే తక్కువ. అంత ఉన్నత స్థానం. అయితే ఇప్పుడు జటిలమైన కులవ్యవస్థ వల్ల శూద్రులలో మహర్షి శక్తి ఉద్భవించడాన్ని ఊహించనుకూడా లేము.

"ఇది పని చేయదని నువ్వనుకోవచ్చు. ఇది కటువుగా ఉందని కూడ అనుకోవచ్చు. అందరూ చట్టం ముందు సమానులుగా ఉండాలనీ, అందరికీ సమానగౌరవం లభించాలనీ నువ్వనడం సరైనదే. కానీ అదే చాలదు. మనం జన్మ ప్రాతిపదికన ఉన్న కులవ్యవస్థను నిర్మూలించడానికి

కఠినంగా వ్యవహరించాలి' అంది సీత. "అదే మన ధర్మాన్ని, మన దేశాన్ని బలహీనపరిచింది. భారతదేశం బాగుపడాలంటే ముందు అది నశించాలి. ఇప్పుడున్న వర్ణవ్యవస్థను మనం ధ్వంసం చేయకుంటే మనం మళ్లీ విదేశీయుల దాడికి దారిఇచ్చిన వాళ్లమవుతాం. మనలోని అంతర్గత విభేదాలను వాళ్లు వాడుకుని మనపై నెగ్గుతారు"

సీత పరిష్కారం రాముడికి కఠినంగా అనిపించడమే కాదు; అమలు చేయడం కూడ కష్టమనిపించింది. రాజ్యంలో ప్రతి బిడ్డా పుట్టిన వెంటనే ప్రభుత్వం వాళ్లను తప్పనిసరిగా దత్తత తీసుకోవాలని ఆమె ప్రతిపాదన. జన్మనిచ్చిన తల్లిదండ్రులు పిల్లలను రాజ్యానికి అప్పగించాల్సివుంటుంది. రాజ్యం వీరిని పెంచి, విద్యావంతులను చేసి, వారికి పుట్టుకతో సహజంగా సంక్రమించిన నైపుణ్యాలను సానబెడుతుంది. పదిహేనేళ్లు వచ్చాక వారి శారీరక,మానసిక, బౌద్ధిక నైపుణ్యాలను పరీక్షించడానికి ప్రభుత్వం పరీక్ష పెడుతుంది. వీటి ఫలితాలను బట్టి ఎవరికి ఉచితమైన కులం వారికి కేటాయిస్తుంది. ఇలా వీళ్లకు సహజంగా ఉన్న ప్రతిభను తర్వాత ఇచ్చే శిక్షణ మెరుగుపరుస్తుంది. ఆ తర్వాత ఈ పిల్లలను అదే కులానికి చెందిన వారు దత్తత తీసుకుంటారు. అలా ఆ పిల్లలకు వారి జన్మనిచ్చిన తల్లిదండ్రులు తెలీరు; కులం ఇచ్చిన తల్లిదండ్రులు మాత్రమే తెలుస్తారు.

"ఈ పద్ధతి న్యాయంగా ఉంటుందని నేను ఒప్పుకుంటాను' అన్నాడు రాముడు. "కానీ తల్లిదండ్రులు కన్నబిడ్డలను శాశ్వతంగా ప్రభుత్వానికి అప్పగిస్తారనీ, వాళ్లను ఎప్పటికీ కలుసుకోకుండా ఉండడానికి ఒప్పుకుంటారనీ నేననుకోను. ఇదేమన్నా సహజంగా ఉందా?'

"మానవులు ఎపుడైతే బట్టలు ధరించి, వంట వండుకుని, సహజాత కోరికలకంటే నాగరిక పద్ధతులకు ప్రాధాన్యమిచ్చారో అపుడే 'సహజ మార్గం' నుంచి దారి మళ్లారు. 'నాగరికుల్లో' ఒప్పు, తప్పు అన్నది సాంస్కృతిక సంప్రదాయాలు, నిబంధనలను బట్టి ఉంటుంది. ఒకప్పుడు బహుభార్యత్వం నిషిద్ధం; కానీ పురుషుల సంఖ్య పెరిగి స్త్రీలు తగ్గగానే అదె పరిష్కారమైంది. ఇప్పుడు ఏమో ఎవరు చెప్పగలరు? మీ వల్ల ఏకపత్నీవ్రతం మళ్లీ అమల్లోకి వస్తుందేమో?"

రాముడు నవ్వాడు. "నేను ఏ ధోరణీ ప్రారంభించాలని అనుకోవడం లేదు. ఇంకో స్త్రీని వివాహం చేసుకోవడమంటే నిన్ను అవమానించడం కనక నేనది చేయదలచుకోలేదు"

సీత మందహాసం చేసి, తన పొడవైన కురులను ముఖం మీద నుంచి వెనక్కి తోసింది. "కానీ బహుభార్యాత్వం మీ దృష్టిలోనే తప్పు. ఇతరులు మీతో ఏకీభవించకపోవచ్చు. గుర్తుంచుకోండి. తప్పు ఒప్పు అనేది మానవుడు సృష్టించిన భావన. ఇక ఏది న్యాయం ఏది అన్యాయం అని నిర్వచించే బాధ్యత మనదే. అది అందరి మంచికీ సంబంధించినదై ఉండాలి"

"కానీ దాన్ని అమలు చేయడం కష్టం, సీతా"

"భారత ప్రజలను చట్టాన్ని గౌరవించమని చెప్పడం కంటే కష్టమేమీ కాదు' నవ్వుతూ అంది సీత, రాముడికి చట్టం అత్యంత ప్రియమైన భావనని తెలిసి.

రాముడు కూడ నవ్వాడు.

సీత రాముడికి దగ్గరగా జరిగింది. రాముడు చేయి అందించాడు. రాముడు ముందుకు వంగి సీతను మృదువుగా, ప్రేమగా చుంబించాడు. ఇద్దరి మనసులూ అత్యంత ఆనందంతో నిండిపోయాయి. సరయూ నదిని దూరం నుంచి తిలకిస్తూ, రాముడు తన భార్యను దగ్గరకు తీసుకున్నాడు.

"మనం ఆ సోమరసం సంభాషణను పూర్తి చేయలేదు. మీరేమంటారు?'

"అది అందరికీ అందుబాటులో ఉండాలి; లేదంటే ఎవరికీ ఉండకూడదు. రాజవంశాలకు చెందిన కొందరు ఎక్కువకాలం, ఎక్కువ ఆరోగ్యంగా జీవించడం న్యాయం కాదు"

"కానీ అందరికీ సరిపోయేంత సోమరసం ఎవరు ఉత్పత్తి చేయగలరు?"

"గురుదేవుడు వశిష్టుడు సామూహికంగా తయారు చేసే సాంకేతిక విధానాన్ని కనిపెట్టాడు. నేను గనక అయోధ్యను పాలిస్తే.."

"ఎప్పుడు' మధ్యలో అందుకుంది సీత

"ఏమన్నావూ?'

"నువ్వు ఎప్పుడు అయోధ్యను పాలిస్తావు అని అడిగాను" అంది సీత. 'నేను పాలిస్తే కాదు. తప్పక పాలిస్తావు. ఎప్పుడు పాలిస్తే అనాలి. అసలు పాలిస్తే కాదు. ఇప్పుడు కాకపోతే మరో పధ్నాలుగేళ్ల తర్వాత"

రాముడు నవ్వాడు. 'సరే. నేను ఎప్పుడు అయోధ్యను పాలిస్తే, అప్పుడు వశిష్టుడు రూపొందించిన కర్మాగారాన్ని నిర్మిస్తాను. అందరికీ సోమరసం ఇద్దాం"

'నువ్వు ఇలా కొత్త జీవన విధానాన్ని సృష్టించాలని సంకల్పిస్తే, దానికి కొత్త పేరు కూడ పెట్టాలి. పాత కర్మని ఎందుకు మోసుకెళ్లడం?'

"నువ్వు ఇప్పటికే పేరు నిర్ణయించావని నా కనిపిస్తోంది"

"పవిత్ర జీవిత భూమి"

"అదా పేరు?'

"ఊహూ. అది ఆ పదానికి అర్థం "

"అయితే నా రాజ్యానికి పెట్టే కొత్త పేరేమిటి?'

సీత మందహాసం చేసింది "మెలూహా"

"నీకు పిచ్చి పట్టిందా?' అరిచాడు దశరథుడు

చక్రవర్తి కౌసల్య భవనంలోని తన కార్యాలయంలో ఉన్నాడు. రాముడు అప్పుడే దశరథుడికి, తను వాయుపుత్రుల అనుమతి లేకుండా దైవీ అస్త్రాన్ని ప్రయోగించినందుకు శిక్షగా సప్తసింధునుంచి బహిష్కారం విధించుకున్నానని చెప్పాడు. దశరథుడికి ఈ నిర్ణయం ఏ మాత్రం నచ్చలేదు.

భర్త ఆగ్రహంతో ఆందోళన చెందిన కౌసల్య అతని వద్దకు వెళ్లి నచ్చజెప్పడానికి ప్రయత్నించింది. ఈ మధ్య ఆయన ఆరోగ్యం బాగా దిగజారి పోయింది. "దయచేసి శాంతించండి, మహారాజా" అంది.

తన భర్తపై కైకేయి ప్రభావం ఇంకా ఎంత ఉందో సరిగ్గా అంచనా లేని కౌసల్య అతనితో వ్యవహరించడంలో జాగ్రత్త పాటిస్తోంది. దశరథుడి ప్రియతమ ధర్మపత్నిగా తనిక ఎంతకాలం ఉంటుందో ఆమెకు తెలీదు. ఆమెకు అతను మాత్రం ఇంకా "మహారాజే". అయితే ఆమె చిన్నపిల్లాడిలా తనకు నచ్చజెప్పడం దశరథుడి కోపాన్ని పెంచింది.

"పరశురామదేవుడి సాక్షిగా, కౌసల్యా, నాకు నచ్చజెప్పడం మాని, నీ సుపుత్రుడికి కాస్త బుద్ధి చెప్పు' అరిచాడు దశరథుడు. "అతను పద్నాలుగేళ్లు వెళ్లిపోతే ఏమవుతుందనుకుంటున్నావు? మన సంస్థానాధీశులు ఓపిగ్గా కూర్చుని ఆయన తిరిగి రావడానికి వేచివుంటారనుకుంటున్నావా?'

"రామా' అంది కౌసల్య. "మీ నాన్న చెప్పింది నిజం. నువ్వు శిక్ష అనుభవించాలని ఎవ్వరూ అనలేదు. వాయుపుత్రులు ఎలాంటి కోరికలూ కోరలేదు"

"వాళ్లు కోరతారు" అన్నాడు రాముడు. "కొన్ని రోజుల్లో అడుగుతారు చూడండి"

"కానీ మనం వాళ్ల మాటలు వినాల్సిన అవసరం లేదు. మనం వాళ్ల చట్టాలు అనుసరించం' అన్నాడు దశరథుడు.

"ఇతరులు చట్టాన్ని పాటించాలని నేననుకుంటే, నేను కూడ పాటించాలి"

"నువ్వు ఆత్మహత్య చేసుకుందామనుకుంటున్నావా, రామా" అడిగాడు దశరథుడు, ఎర్రబడ్డ ముఖంతో, చేతులు ఆగ్రహంతో వణుకుతూండగా.

"నేను చట్టాన్నిఅనుసరిస్తున్నానంతే, నాన్నా"

"నా ఆరోగ్యం ఎలా ఉందో చూడలేవా? తొందరలోనే నేను పోతాను. నువ్వు ఇక్కడ లేకపోతే భరతుడు రాజవుతాడు. నువ్వు పధ్నాలుగేళ్లు సప్తసింధు నుంచి దూరంగా వెళ్తే నువ్వు తిరిగి వచ్చేసరికి భరతుడి అధికారం సుస్థిరమవుతుంది. నీకు పాలించడానికి ఒక గ్రామం కూడ ఉండదు"

"ముందుగా, నాన్నా. మీరు గనక నేను వెళ్లగానే భరతుడిని యువరాజుగా ప్రకటిస్తే, రాజు కావడం అతని హక్కు. భరతుడు మంచి ప్రభువు కాగలడని నాకు నమ్మకం ఉంది. అయోధ్యకు ఏ కష్టమూ రాదు. కానీ నేను లేనపుడు కూడ నన్నే యువరాజుగా మీరు ప్రకటించిన పక్షంలో, నెను తిరిగి రాగానే భరతుడు నా సింహాసనం నాకిచ్చేస్తాడు. అతని మీద నాకు నమ్మకం ఉంది"

దశరథుడు కటువుగా నవ్వాడు. "నిజంగా నువ్వు లేనపుడు భరతుడే పాలిస్తాడని నువ్వనుకుంటున్నావా? లేదు. అతని తల్లి పాలిస్తుంది. కైకేయి నిన్ను బహిష్కరణ కాలంలోనే చంపించేస్తుంది, పుత్రా"

"నన్ను చంపే అవకాశం ఇవ్వనులే నాన్నా. కానీ ఒకవేళ చచ్చిపోతే, బహుశా నాకదే ప్రాప్తమేమో అనుకుంటాను"

దశరథుడు పిడికిలి నుదుటి మీద కొట్టుకున్నాడు. ఆగ్రహంతో హుంకరించాడు.

"నాన్నా. నా నిర్ణయం అయిపోయింది' రాముడు ఖచ్చితంగా చెప్పాడు. "కానీ నేను మీ అనుమతి లేకుండా వెళ్తే అది మీకూ అవమానం; అయోధ్యకూ అవమానం. ఒక యువరాజు రాజుగారి ఆజ్ఞను ఎలా ధిక్కరించగలడు? అందుకే నన్ను బహిష్కరించమని మిమ్మల్ని అడుగుతున్నాను"

దశరథుడు కౌసల్య కేసి తిరిగి నిస్పృహతో చేతులెత్తేశాడు.

"నాన్నా ఇది జరిగి తీరుతుంది. మీకు ఇష్టమైనా కాకున్నా' అన్నాడు రాముడు. "అయితే మీరు నన్ను బహిష్కరిస్తే అయోధ్య పరువు దక్కుతుంది. కనక దయచేసి నేను చెప్పినట్టు చేయండి"

దశరథుడు ఓటమిని అంగీకరిస్తున్నట్టు దిగాలుపడి కూర్చున్నాడు. "పోని. నా రెండో సూచనైనా విను' అన్నాడు.

రాముడు ముఖంలో క్షమాపణ కనిపిస్తున్నా, నిశ్చలంగా నించున్నాడు. "లేదు"

"కానీ రామా. నువ్వు మరో శక్తిమంతమైన రాజ్యంలో రాకుమారిని గనక వివాహం చేసుకుంటే, నువ్వు తిరిగి నీ రాజ్యం అడగేటప్పుడు ఆ రాజ్యం నుంచి గట్టి మద్దతు ఉంటుంది. కేకయరాజు ఎప్పటికీ నీ పక్షం వహించడు. అశ్వపతి కైకేయి తండ్రికదా. కానీ మరో శక్తిమంతమైన రాజు కూతురుని..."

"మీ మాటకు అడ్డు వస్తున్నందుకు మన్నించండి, నాన్నా. కానీ నేను ఒకే స్త్రీని వివాహం చేసుకుంటానని ఏనాడో మాటిచ్చాను. చేసుకున్నాను కూడ. మరొకరిని చేసుకుని ఆమెను అవమానించను"

దశరథుడు అతని కేసి నిస్సహాయంగా చూసాడు.

రాముడు తను మరింత వివరంగా చెప్పాలని భావించాడు. "ఒకవేళ నా భార్య చనిపోతే, జీవితాంతం ఆమెకోసం పరితపిస్తాను. అంతేకానీ, మరో వివాహం చేసుకోను'

కౌసల్య ఇక కోపం పట్టలేకపోయింది. " ఏం మాటలివి రామా? అంటే నీ ఉద్దేశం మీ నాన్నే నీ భార్యను చంపిస్తాడనా?'

"నేనామాట అనలేదమ్మా' అన్నాడు రాముడు ప్రశాంతంగా.

"రామా. అర్థం చేసుకోడానికి ప్రయత్నించు' అన్నాడు దశరథుడు, కోపం నిగ్రహించుకోడానికి ప్రయత్నిస్తూ. "ఆమె ఒక చిన్న రాజ్యం మిథిలకు రాకుమారి. నువ్వు ఎదుర్కోబోయే విపత్తులలో ఆమె వలన ఏమీ ప్రయోజనం లేదు" అన్నాడు.

రాముడి శరీరం నిటారుగా అయింది. కానీ కంఠస్వరం మామూలుగా ఉంది "ఆమె నా భార్య, నాన్నా. దయచేసి ఆమె గురించి గౌరవంగా మాట్లాడండి"

"ఆమె చాలా అందమైంది, రామా" అన్నాడు దశరథుడు. "కొన్ని రోజులుగా ఆమెను గమనిస్తున్నాను. మంచి భార్య. నిన్ను సంతోషపెడుతుంది. ఆమెతో నీ వివాహం అలాగే ఉంటుంది. కానీ నువ్వు మరో రాకుమారిని చేసుకుంటే, అప్పుడు..."

"క్షమించండి, నాన్నా. అది జరగదు"

"ఛీ' అరిచాడు దశరథుడు. "నా కళ్ల ముందు నుంచి పో. లేదంటే నా రక్తనాళాలు పగిలేటట్టున్నాయి"

"అలాగే నాన్నా" శాంతంగా అంటూ వెనక్కి తిరిగాడు రాముడు.

"నా ఆజ్ఞ లేకుండా నువ్వు ఈ నగరం విడిచి వెళ్లలేవు' వెళ్తున్న రాముడికి వినిపించేటట్టుగా అరిచాడు దశరథుడు.

రాముడు వెనక్కి తిరిగి చూసాడు. అతని ముఖం భావరహితంగఉంది. చాలా నింపాదిగా, తలవంచి, నమస్కరిస్తూ "ఈ పవిత్ర భూమిని కాపాడే దేవతలందరూ మిమ్మల్ని ఆశీర్వదించుగాక, నాన్నా". అంతే నింపాదిగా వెనక్కి తిరిగి బయటకు నడిచి వెళ్లాడు.

దశరథుడు కౌసల్య కేసి ఆగ్రహంగా చూసాడు. ఆమె ముఖం దీనంగా ఉంది; రాముడి ప్రవర్తనకు తను బాధ్యురాలైనట్టు.

అధ్యాయం 27

తన అంతఃపురానికి తిరిగివచ్చిన రాముడికి సీత ఉద్యానవనంలో ఉందని తెలిసింది. ఆమెను కలుసుకోవడానికి వెళ్లగా, సీత భరతుడితో మాట్లాడుతూ కనిపించింది. తక్కిన వారందరిలా, భరతుడుకూడ తన అన్న, ఒక చిన్నరాజ్యం ప్రభువు దత్తత తీసుకున్న రాకుమారిని వివాహం చేసుకున్నాడని వినగానే దిగ్భ్రాంతికి గురయ్యాడు. కానీ క్రమంగా సీత వ్యక్తిత్వం, తెలివితేటలు గమనించి, ఆమె పట్ల అతని గౌరవం పెరిగింది. వాళ్లిద్దరూ చాలా గంటలు సంభాషించుకునేవారు; ఒకరిలో మరొకరికి ఎన్నో మంచి గుణాలు కనిపించాయి.

"... అందువల్లే నేను స్వేచ్ఛ అన్నిటికంటే జీవితంలో ముఖ్యమని అనుకుంటాను, వదినా' అన్నాడు భరతుడు.

"చట్టం కంటే ముఖ్యమా?' అడిగింది సీత.

"అవును. నా ఉద్దేశంలో చట్టాలు ఎంత తక్కువుంటే అంత మంచిది; మానవ సృజన వెల్లడి కావడానికి అవసరమైన నియమావళిని రూపొందించేంత వరకే చట్టం పరిమితం కావాలి. స్వేచ్ఛ మానవసహజమైన జీవన విధానం"

సీత నెమ్మదిగా నవ్వింది. "నీ అభిప్రాయాల గురించి మీ అన్నయ్య ఏమంటారు?"

రాముడు సీత వెనగ్గా వచ్చి ఆమె భుజాల పై చేతులు వేస్తూ అన్నాడు. 'అతని అన్నయ్య భరతుడు చాలా ప్రమాదకరమైన ప్రభావంగా పరిగణిస్తాడు"

భరతుడు పగలబడి నవ్వుతూ లేచి అన్నయ్యను కౌగలించుకున్నాడు. "అన్నయ్యా...' అంటూ.

"నీ స్వేచ్ఛా ప్రసంగాలతో వదినెకు వినోదం కల్గించినందుకు నీకు ధన్యవాదాలు చెప్పాలా?" అడిగాడు రాముడు.

భరతుడు చిరునవ్వు నవ్వి భుజాలెగరేశాడు. "కనీసం నేను అయోధ్య పౌరులను విసుగెత్తించే చవటల్లా అయితే తయారు చెయ్యను కదా"

రాముడు నవ్వి 'అది నిజమేలే' అన్నాడు.

భరతుడి ముఖంలో తక్షణమే గాంభీర్యం చోటు చేసుకుంది. "నాన్న నిన్ను వెళ్లనివ్వడు అన్నయ్యా. నీకా విషయం తెలుసు. నువ్వు ఎక్కడికీ వెళ్లడంలేదు"

"నాన్న ఈ విషయంలో చేయగలిగిందేమీ లేదు. ఆ మాటకొస్తే నువ్వుకూడా. నువ్వు అయోధ్యను పరిపాలిస్తావు. బాగా పాలిస్తావు కూడా"

"నేను ఈ రకంగా సింహాసనం ఎక్కను. ఊహూ. ' తల అడ్డంగా తిప్పుతూ అన్నాడు భరతుడు.

భరతుడి బాధను తగ్గించేందుకు తను చేయగలిగిందేమీ లేదని రాముడికి తెలుసు.

"అన్నయ్యా. నువ్వెందుకు ఇంత పట్టుబట్టుతున్నావు?"

"ఇది చట్టం, భరతా. నేను దైవీ అస్త్రాన్ని ప్రయోగించాను"

"బోడి చట్టం. అన్నయ్యా. నువ్వు ఇలా వెళ్లడం నిజంగా అయోధ్య ప్రయోజనాలకు పనికి వస్తుందనుకుంటున్నావా? మనిద్దరం కలిస్తే ఎంత సాధించగలమో ఊహించు. నువ్వు నిబంధనలకు కట్టుబడి వుంటూ, నేను స్వేచ్ఛకూ, సృజనకూ కట్టుబడివుంటూ. మనిద్దరిలో ఒకరు మాత్రమే ఉంటే ఏమైనా సాధించగలమంటావా?"

రాముడు అడ్డంగా తలతిప్పాడు. "నేను పధ్నాలుగేళ్లలో తిరిగి వస్తాను భరతా. సమాజంలో నిబంధనలకు కూడా ముఖ్యమైన స్థానం ఉందని నువ్వు ఇప్పుడే ఒప్పుకున్నావు. నేను చట్టాన్ని అనుసరించకుండా ఇతరుల్ని అనుసరించమని ఎలా ఒప్పించగలను? చట్టమన్నప్పుడు అందరికీ సమానంగా, న్యాయంగా వర్తించాలి. నేను చెప్పదలుచుకుంది అదే' రాముడు భరతుడి కళ్లల్లోకి చూసాడు "ఒక భయంకరమైన నేరస్థుడు మరణాన్ని తప్పించుకోడానికి చట్టం తోడ్పడినా సరే. దాన్ని ఉల్లంఘించడానికి వీల్లేదు"

భరతుడు కూడ రాముడి కళ్లల్లోకి నేరుగా చూసాడు, ముఖంలో ఏ భావమూ కనిపించనివ్వకుండా.

అన్నదమ్ములిద్దరూ మరేదో విషయం మాట్లాడుతున్నారనీ, అది వారిద్దరి మధ్య అలజడి కలిగిస్తోందనీ గ్రహించిన సీత బల్లమీద నుంచి లేచి రాముడితో అంది "మీకు సైన్యాధిపతి మృగాస్యుడితో సమావేశం ఉంది"

"నేను కటువుగా అంటున్నందుకు మన్నించండి. నిజంగా ఇక్కడ మీ భార్య ఉండాలంటారా?' అడిగాడు మృగాస్యుడు.

రాముడు, సీత, సైన్యాధిపతిని తమ ఆంతరంగిక కార్యాలయంలో కలుసుకున్నారు.

"మా ఇద్దరి మధ్యా రహస్యాలు లేవు. ఎలాగైనా, నేను తర్వాత సీతకు మనం ఏం మాట్లాడుకున్నదీ చెప్తాను. అంత బదులు, తను మీ నుంచే నేరుగా వింటే సరిపోతుంది"

మృగాస్యుడు నర్మగర్భంగా ఒకసారి సీత కేసి చూసి, దీర్ఘంగా నిట్టూర్చి తిరిగి రాముడితో అన్నాడు. "మీరు ఇప్పుడే చక్రవర్తి అయిపోవచ్చు"

అయోధ్య రాజు అనివార్యంగా సప్తసింధు చక్రవర్తి అవుతాడు. ఇది రఘుచక్రవర్తి కాలం నుంచి సూర్యవంశీయులకు దక్కుతున్న గౌరవం. మృగాస్యుడు రాముడు అయోధ్యరాజు కావడానికి మార్గాన్ని సుగమం చేయడానికి ప్రయత్నిస్తున్నాడు.

సీత నిర్ఘాంతపోయింది కానీ ముఖం భావరహితంగపెట్టుకుంది. రాముడు ముఖం చిట్లించాడు.

మృగాస్యుడు రాముడి మనసులోని ఆలోచనలను తప్పుగా అర్థం చేసుకున్నాడు. మృగాస్యుడి అనుచరుణ్ని భూదురాక్రమణ విషయంలో రాముడు శిక్షించినప్పటికీ, ఈ మృగాస్యుడు తనకు ఎందుకు సహాయపడుతున్నాడని రాముడు ఆశ్చర్యపోతున్నాడేమోనని అనుకున్నాడు మృగాస్యుడు. అందుకే

"నువ్వు నాకు చేసిన హాని మరిచిపోవడానికి సిద్ధంగా ఉన్నాను, నువ్వు గనక ఇప్పుడు నేను నీకు చేస్తున్న సాయం గుర్తుంచుకోవాలని నిర్ణయించుకుంటే" అన్నాడు.

రాముడు మౌనంగా ఉన్నాడు.

"చూడు, రాకుమారా, రామా. నువ్వు తెచ్చిన భద్రతా దళాల సంస్కరణ వల్ల ప్రజలకు నువ్వంటే ఎంతో ఇష్టం ఏర్పడింది. ధేనుకుడి విషయంలో కొంతకాలం నీ పేరు ప్రతిష్టలు దెబ్బతిన్నా, మిథిలలో రావణునిపై సాధించిన విజయం దాన్ని మరచిపోయేలా చేసింది. నీకు తెలీకపోవచ్చునుగానీ, ఆ విజయంతో ఒక్క కోసల దేశంలోనే కాదు; యావద్భారత దేశంలోనూ నీకు ప్రజాదరణ బాగా పెరిగింది. సప్తసింధులో రావణుడిని అసహ్యించుకున్నంతగా మరెవరినీ అసహ్యించుకోరు. అలాంటి వాణ్ని నువ్వు ఓడించావు. అయోధ్యలోని సంస్థానాధీశులనందర్నీ నీవైపుకు నేను తీసుకురాగలను. విజయం ఎవరిని వరిస్తుందో వారి పట్లే సప్తసింధులోని ఇతర రాజులు కూడ ఉంటారు. మనం

ఆందోళన చెందవలసిందల్లా కేకయరాజు, ఆయన ప్రభావం కింద ఉన్నకొన్ని రాజ్యాల గురించి మాత్రమే. అయితే వీళ్లలోనూ భేదాభిప్రాయాలున్నాయి కనక మనం వాటిని అవకాశంగా తీసుకుని పథకం వేయవచ్చు. ఇంతకూ నేను చెప్పవచ్చేదేమిటంటే ఆ సింహాసనం ఇక నీదేననుకో"

"మరి చట్టం మాటేమిటి?' అడిగాడు రాముడు.

మృగాస్యుడు అయోమయంగా చూసాడు, రాముడేదో తనకు తెలీని భాషలో మాట్లాడినట్టు. "చట్టమా?' అన్నాడు.

"నేను అసురాస్త్రం ప్రయోగించాను. దానికి శిక్ష అనుభవించాలి"

మృగాస్యుడు నవ్వాడు "కాబోయే సప్తసింధు చక్రవర్తిని శిక్షించే దమ్ము ఎవరికుంది?"

"ప్రస్తుత చక్రవర్తి?"

"దశరథ మహారాజుకు నువ్వు సింహాసనం అధిష్ఠించాలని ఉంది. ఆయనెందుకు నిన్ను ఓ పనికిమాలిన దేశబహిష్కారానికి పంపుతాడు?"

రాముడి ముఖంలో భావం మారలేదు గానీ అతను కళ్లు మూసుకున్న తీరునుబట్టి ఇతని మాటలు చాలా చికాకు కలిగిస్తున్నాయని సీతకు అర్థమైంది.

"రాకుమారా?' పిలిచాడు మృగాస్యుడు.

రాముడు ముఖాన్ని చేతితో తడిమాడు. గడ్డంమీద వేళ్లు పెట్టి కళ్లుతెరిచి మృగాస్యుడి కేసి చూసాడు. "నా తండ్రి గౌరవప్రదమైన వ్యక్తి. ఇక్ష్వాకు వంశీయుడు. ఆయన గౌరవప్రదంగానే ప్రవర్తిస్తాడు. నేనూ అంతే"

"రాకుమారా, మీకు నేను చెప్పింది అర్థమైనట్టు లేదు..."

రాముడు మృగాస్యుడి మాటలకు అడ్డంవచ్చాడు. " నీకు నేను చెప్పేది అర్థం కావడం లేదు, మృగాస్యా. నేను ఇక్ష్వాకు వంశీయుణ్ని. రఘు మహారాజు వారసుడిని. మా కుటుంబం చావడానికైనా సిద్ధం కానీ వంశానికి అప్రతిష్ట తెచ్చే పనులు చేయదు"

"అవన్నీ వట్టి మాటలే...."

"లేదు. అది జీవిత సూత్రం. మేం దాన్నిబట్టే జీవిస్తాం"

మృగాస్యుడు ముందుకు వచ్చి, లోకమంటే ఏమిటో తెలీని చిన్నపిల్లవాడితో చెప్పినట్టు చెప్పాడు "రాకుమారా, విను. ఈ ప్రపంచాన్ని నేను చూసినంతగా నువ్వు చూడలేదు. గౌరవప్రతిష్టలు వంటి మాటలు పాఠ్యపుస్తకాల కోసమే. వాస్తవప్రపంచంలో...."

"ఇక మీతో మాట్లాడేదేమీ లేదనుకుంటా, సేనాపతీ' రాముడు లేచి, నమస్కరించాడు

"ఏమిటీ? ' అడిగింది కైకేయి. "నిజంగానేనా?"

మంథర కైకేయి అంతఃపురానికి పరిగెత్తుకు వచ్చింది, అక్కడ దశరథుడికి సంబంధించిన వారెవరూ ఉండరని తెలుసు కనక. కైకేయి సిబ్బందితో పేచీ లేదు. వాళ్ళందరూ కైకేయి పుట్టింటినుంచి వచ్చినవారు కాబట్టి, ఆమెకు అత్యంత విధేయులు. అయితే రాణి పక్కన కూర్చున్నాక అతి జాగ్రత్త వహిస్తూ, ఆమె చెలికత్తెలను బయటకు వెళ్లమని ఆదేశించి, తలుపులు మూయించింది.

"నాకు ఖచ్చితంగా తెలీకపోతె ఇక్కడికి వచ్చేదాన్నే కాదు' అంది, కుర్చీలో సర్దుకుని కూర్చుంటూ. రాజగృహంలోని కుర్చీలు మంథర అతి సంపన్న భవనం కంటే దిగదుడుపే. "డబ్బుఎవరి నోళ్లనైనా తెరిపిస్తుంది. ఎవరికైనా వెల కట్టవచ్చు. రేపు ఆస్థానంలో చక్రవర్తి రాముడిని రాజుగా ప్రకటించి, తను వనవాసానికి వెళ్తున్నట్టు ప్రకటించబోతున్నాడు. రాణులతో సహా వనవాసానికి వెళ్తాడు. నువ్వు కూడ ఇకనుంచీ అడవిలో గుడిసెలో నివసించాల్సివుంటుంది. "

కైకేయి ముఖం మాడ్చుకుంది. పళ్లు కొరికింది.

"పళ్లు కొరికితే వాటి మీద కాంతి పోతుందే తప్ప ఏమీ ప్రయోజనం లేదు" అంది మంథర. "ఇంతకంటే ఆచరణయోగ్యమేంది ఏదైనా చెయ్యదలుచుకుంటే ఇవాళ ఒక్కరోజే సమయం ఉంది. మళ్లీ ఇలాంటి అవకాశం రాదు"

కైకేయికి మంథర వైఖరి చికాగ్గా ఉంది. మంథర తన పగ తీర్చుకుందుకు డబ్బు సంచులు ఇచ్చినప్పటినుంచీ ఆమె వైఖరి మారింది. కానీ ఈ పరపతిగల వ్యాపారి తనకు అవసరం కనక, నిగ్రహం తెచ్చిపెట్టుకుంది. "అయితే నన్నేం చేయమంటావు?"

"కరచాప యుద్ధంలో నువ్వు దశరథుడిని రక్షించినపుడు ఆయన ఏదైనా చేస్తానని వాగ్దానం చేసాడని చెప్పావు"

కైకేయి కుర్చీలో వెనక్కి వాలి గుర్తుకుతెచ్చుకుంది. ఆ వాగ్దానాన్ని ఎప్పుడైనా గుర్తుకు తెచ్చుకునే రోజు వస్తుందని తను అనుకోలేదు. రావణుడితో జరిగిన ఆ యుద్ధంలో తను దశరథుడి ప్రాణాలు కాపాడింది. ఆ క్రమంలో తన వేలు కోల్పోయి తీవ్రంగా గాయపడింది కూడా. దశరథుడు స్మతిలోకి వచ్చాక తనకు కృతజ్ఞతలు చెబుతూ, జీవితంలో ఎప్పుడు అవసరం వచ్చినా ఏవైనా రెండు వరాలు కోరుకోమన్నాడు. " రెండు వరాలు. నేను ఏమైనా అడగవచ్చు"

"అవును. అతను చచ్చినట్టు వాటని గౌరవించాలి. రఘువంశం సంప్రదాయం అదే; ప్రాణం పోయినాసరే మాట మాత్రం పోకూడదు"

మంథర సూర్యవంశీయుల ప్రమాణాన్ని వల్లె వేసింది. రఘు మహారాజు కాలంలో అది సూత్రంగ ఉండేది.

"ఆయన కాదనలేడు.." గుసగుసగా అంటోంది కైకేయి, కళ్లు మెరుస్తూండగా. మంథర అవునన్నట్టు తల వూపింది.

"రాముడు పధ్నాలుగేళ్ల పాటు రాజ్యం నుంచి బహిష్కరింపబడాలి' అంది కైకేయి. "రుద్రదేవుడి నియమాలని ఉల్లంఘించినందుకు బహిష్కరణ విధిస్తున్నానని బహిరంగంగా చెప్పమని రాజుకు చెప్తాను"

"చాలా తెలివైన నిర్ణయం. అప్పుడే ప్రజలు దాన్ని ఆమోదిస్తారు. రాముడికిప్పుడు ప్రజాదరణ ఎక్కువగఉంది; కానీ రుద్రదేవుడి చట్టాన్ని ఉల్లంఘించడం వాళ్లకుకూడ ఇష్టం ఉండదు"

"తర్వాత భరతుడిని రాజుగా ప్రకటించాలి"

"అద్భుతం. రెండు వరాలు; అన్ని సమస్యలకూ పరిష్కారాలు"

"అవును..."

సీత మహానది వంతెనపై గుర్రం మీద వెళ్తూ, తన వెనక ఎవరూ రావడం లేదు కదా అని వెనక్కి తిరిగి చూసుకుంటోంది. ఆమె తన ముఖాన్ని, శరీరం పై భాగాన్ని పొడవాటి అంగవస్త్రంతో కప్పుకుంది, చల్లటి గాలినుంచి రక్షణకా అన్నట్టు.

ఆ మార్గం కోసల అధీనంలో తూర్పు దిక్కున ఉన్న భూభాగంలోకి దారి తీస్తుంది. కొన్ని మీటర్లు దాటగానే మళ్ళీ సీత వెనక్కి తిరిగి చూసింది. తర్వాత ఒక అడవిలోకి వెళ్తూ, గుర్రాన్ని అదిలించి వేగాన్ని పెంచింది.

"కానీ నీ భర్త ఏమంటాడో?' అడిగాడు నాగా.

సీత అడవిలోని ఒక చిన్న భూభాగంలో నించునివుంది నడుముకు కట్టి వున్న కత్తిపై చేయి వుంచి. క్రూరమృగాల కోసం తెచ్చుకున్న ఆయుధమది.

ఇప్పుడు కలుసుకున్న పురుషుడినుంచి ఆమెకు ఎలాంటి అపాయమూ లేదు. అతను ఒక మలయపుత్రుడు. అతన్ని తన సోదరుడిలా విశ్వసిస్తుంది సీత. నాగుడి నోరు చిలకముక్కులా ఉంది. అతని తల మీద వెంట్రుకలు లేవు. కానీ ముఖమంతా వెంట్రుకలే. అతను గద్ద ముఖంతో ఉన్న మనిషిలా ఉన్నాడు.

"జటాయుగారూ' సీత మర్యాదగా అంది "నా భర్త అసాధారణమైన వ్యక్తి మాత్రమే కాదు; ఒక యుగంలో అలాంటి వ్యక్తి ఒక్కడే జన్మిస్తాడు. విషాదమేమిటంటే, అతనెంత ముఖ్యమైన వాడో అతనికే తెలీదు. అతనికి సంబంధించినంతవరకూ, దేశబహిష్కరణ కోరుకోవడం ద్వారా తను చట్టబద్ధమైన పని చేస్తున్నానని మాత్రమే అతననుకుంటున్నాడు. అయితే అలా కోరుకోవడంలో తనని తాను గొప్ప ప్రమాదంలోకి నెట్టుకుంటున్నాడని అతనికి తెలీదు. మేము నర్మదానది దాటిన క్షణం నుంచీ మా మీద నిరవధిక దాడులు జరుగుతాయి. అతన్ని చంపడానికి అన్నిరకాలుగా వారు ప్రయత్నిస్తారు"

"నువ్వు నా చేతికి రాఖీ కట్టావు చెల్లీ' అన్నాడు జటాయువు. "నీకు గానీ, నువ్వు ప్రేమించే వ్యక్తులకు గానీ, నేను జీవించివున్నంతకాలం, ఏ ఆపదా రాదు"

సీత మందహాసం చేసింది.

"కానీ నువ్వు నీ భర్తకు నా గురించి చెప్పాలి; నువ్వు నన్ను ఏం అడుగుతున్నావో చెప్పాలి. అతనికి మలయపుత్రులంటే అయిష్టమేమో నాకు తెలీదు. అదే నిజమైతే, అది అన్యాయమని మాత్రం చెప్పగలను. మిథిలలో జరిగినదాని గురించి అతనికి కొంత అసంతృప్తి ఉండివుండవచ్చు"

"నా భర్తతో ఏం చెప్పాలో నేను చూసుకుంటాను. మీకు దాని గురించి చింత వద్దు"

"నిజంగానేనా?"

'నాకు ఆయన గురించి ఈసరికి బాగానే అర్థమైంది. అతనికి అడవిలో మాకు రక్షణ కావాలని ఇప్పుడు అర్థం కాకపోవచ్చు. బహుశా తర్వాత అర్థమౌతుంది. కనక, ప్రస్తుతానికి మీ సైనికులు మాకు కనిపించకుండా, రహస్యంగమా వెన్నంటి ఉండాలి, ఎటువంటి దాడులనూ తిప్పికొట్టాలి"

జటాయుకు ఏదో శబ్దం వినిపించినట్టయింది. అతను కత్తి దూసి ముందుకు చూసాడు. కొన్ని క్షణాల తర్వాత అతను సీత కేసి తిరిగాడు.

"ఏం లేదులే' అంది సీత

"నీ భర్త తనను శిక్షించాలని ఎందుకు అంత పట్టుదలగా ఉన్నాడు?' అడిగాడు జటాయు. "దానికి విరుద్ధంగా కూడ వాదించవచ్చు. అసురాస్త్రం

నిజంగా సామూహిక విధ్వంసకర ఆయుధం కాదు. అతను గనక తలచుకుంటే ఒక సాంకేతికమైన కారణంతో తప్పించుకోవచ్చు"

"అతను శిక్షించాలని పట్టుబట్టడానికి కారణం అది చట్టం కనక"

"అతను మరీ అంత..." జటాయు తన వాక్యాన్ని పూర్తి చేయలేదు. కానీ అతనేం చెప్పదలుచుకున్నాఢో అర్థమైంది.

"ప్రజలు నా భర్తను చట్టాన్ని మూర్ఖంగా, గుడ్డిగనమ్మేవాడిగా చూస్తారు. కానీ ఏదో ఒక రోజు అతన్ని ప్రపంచ చరిత్రలోనే అత్యుత్తమ నాయకుల్లో ఒకడిగా గుర్తిస్తారు. అప్పటిదాకా అతన్ని సజీవంగఉంచడం నా ధర్మం"

జటాయు మందహాసం చేసాడు.

సీత తన తర్వాతి ప్రశ్న అడగడానికి మొహమాటపడింది. అది స్వార్థపూరితంగా ఉందని. అయినా తెలుసుకోక తప్పదు. " ఇక. ఆ..."

"సోమరసం ఏర్పాటు జరుగుతుంది. నీకు నీ భర్తకు అది అవసరం; ముఖ్యంగా పధ్నాలుగేళ్ల తర్వాత తిరిగి వచ్చేటప్పటికి మీరిద్దరూ మీ లక్ష్యం పూర్తి చేయాలంటే బలంగా ఉండడం అవసరం"

"కానీ అది తీసుకురావడం కష్టమవుతుందేమో? .."

జటాయు నవ్వాడు. 'దాని గురించి నేను చూసుకుంటాను"

సీత తనకు అవసరమైంది తెలుసుకోగలిగింది. జటాయు తప్పక మాట నిలబెట్టుకుంటాడని ఆమెకు తెలుసు.

"ఇక వీడ్కోలు. పరశురాముడి దీవెనలు మీకు లభించుగాక సోదరా"

"రుద్రదేవుడి దయ మీకు లభించుగాక, సోదరీ"

సీత గుర్రం ఎక్కి వెళ్లిన తర్వాత కొంతసేపు జటాయు అక్కడే నించున్నాడు. ఆమె వెళ్లిపోయిందని అర్థమయ్యాక, ఆమె నిలబడ్డ నేల మీద ఉన్న ధూళిని వంగి తీసుకుని దాన్ని తన నుదుటిపై రుద్దుకున్నాడు: ఒక మహానాయకురాలికి గౌరవసూచకంగా.

"పిన్ని అలకాగృహంలో ఉంది" ఆశ్చర్యంగా అన్నాడు రాముడు, సవతితల్లి కైకేయిని ఉద్దేశించి

'అవును' అన్నాడు వశిష్టుడు

రాముడికి అంతకు ముందే తన తండ్రి మరుసటిరోజు సింహాసనం తన వారసుడికి అప్పగించనున్నట్టు తెలిసింది. అతనికి తన తర్వాతి కార్యక్రమం

తెలుసు. సింహాసనాన్ని త్యజించి, భరతుణ్ణి రాజుగా కూర్చోబెట్టాలని. ఆ తర్వాత తను అడవికి వెళ్లిపోతాడు. కానీ ఆ రకంగా చేస్తే తను బాహాటంగా తన తండ్రి కోరకను తృణీకరిస్తున్నట్టవుతుంది.

అందువల్ల వశిష్టుడు తన సవతితల్లి గురించి చెప్పగానే, అతను మొదట తప్పుగా అనుకోలేదు.

కైకేయి అలకగృహంలో దూరింది. రాజవంశాల్లో బహుభార్యాత్వం సర్వసాధారణమైపోయిన తర్వాత రాజభవనాల్లో అలకాగృహాలు కట్టడం అనివార్య మైంది. ఎక్కువమంది భార్యలున్నప్పుడు రాజుగారు అందరికీ సమానంగా సమయం కేటాయించడం కష్టమయ్యేది. ఈ అలకాగృహం ద్వారా రాజుపై కోపం వచ్చిన భార్య తన మనోభావాలను ఆయనకు తెలుపుతుంది. అది తెలిసి, ఆమె సమస్య కనుక్కుని పరీక్షించడానికి రాజుగారు అక్కడికి వస్తారు. అలకాగృహంలో ఒక రాణి రాత్రంతా గడపవలసివస్తే అది రాజుగారి పరువు తీసే విషయం.

కనక దశరథుడికి కైకేయి గృహానికి వెళ్లక తప్పలేదు.

“ఆమె పరపతి ఎంత తగ్గినా ఇప్పటికీ నాన్న మనసు మార్చగల వారెవరైనా ఉన్నారంటే అది పిన్ని మాత్రమే' అన్నాడు రాముడు.

“అలాగైతే నీ కోరిక తీరినట్టే అనుకో”

“అవును. అలా జరిగితే నేనూ, సీతా వెంటనే బయల్దేరతాం'

వశిష్టుడు ముఖం చిట్లించాడు. “మీతో లక్ష్మణుడు రావడం లేదూ?'

“అతనికి రావాలనే ఉంది గానీ, నేనే అవసరం లేదనుకుంటున్నాను. అతను ఇక్కడ భార్యతో ఉండాలి. ఆమె చాలా సుకుమారి. ఆమెకు కఠినమైన అరణ్యజీవితం విధించకూడదు”

వశిష్టుడు అంగీకరిస్తున్నట్టుగతల వూపాడు. తర్వాత ముందుకు వంగి ఉత్సాహంగా అన్నాడు. “నేను రానున్న పధ్నాలుగేళ్లు నీకోసం ఇక్కడ పరిస్థితులు చక్కజేసి పెడతాను”

రాముడు గురుదేవుడి కేసి చూసి మందహాసం చేసాడు.

“ఒకటి గుర్తు పెట్టుకో. నువ్వే తర్వాతి విష్ణువువి. ఎవరేమన్నా అది జరుగుతుంది. నువ్వు మన జాతి భవిష్యత్తును తిరగరాస్తావు. నేను ఆ లక్ష్యం దిశగపని చేస్తూ నువ్వు తిరిగి వచ్చేసరికి అంతా సిద్ధం చేసివుంచుతాను. అయితే నువ్వు నీ ప్రాణాలు కాపాడుకుంటావని మాత్రం ఆశిస్తున్నాను”

“అందులో నా ప్రయత్నలోపం ఏమీ ఉండదు”

అధ్యాయం 28

దశరథుడు పల్లకీ దిగి, సహాయకుల సాయంతో కైకేయి అలకగృహంలోకి వెళ్లాడు. అతన్ని చూస్తే ఈ కొద్ది రోజుల్లో ఒక దశాబ్దం వయసు పెరిగిన వాడిలా ఉన్నాడు. గత కొన్ని రోజుల వత్తిడి భరించడం కష్టమయింది. తన ఆసనంపై కూర్చుని సహాయకులను బయటకు పంపేసాడు.

అతను కళ్లెత్తి భార్య కేసి చూసాడు. ఆమె అతను రావడం గమనించనట్టే కూర్చుంది. ఆమె జుట్టు విరబోసుకునివుంది. ఒక్క నగ కూడ ఒంటిపై లేదు. అంగవస్త్రం నేలమీద జీరాడుతోంది. తెల్లటి ధోవతి, రవికె వేసుకుంది. పైకి శాంతంగా కనిపిస్తున్నా, ఆమె లోలోపల రగిలిపోతోందని ఆయనకు తెలుసు. ఆమె ఏం అడగబోతోందో తెలుసు; తను తిరస్కరించలేననీ తెలుసు.

"చెప్పు' అన్నాడు దశరథుడు.

కైకేయి ఆయన కేసి విషాదదృక్కులతో చూసింది. "మీరు నన్ను ఇప్పుడు ప్రేమించకపోవచ్చు దశరథా, కానీ నేను ఇప్పటికీ మిమ్మల్ని ప్రేమిస్తున్నాను"

"ఓ. నాకు తెలుసు నీకు నామీద ప్రేమ ఉందని. కానీ నీకు నీ మీదే ప్రేమ ఎక్కువ"

కైకేయి నిటారుగా అయింది. "మీరు మాత్రం? కొంపదీసి మీరు నాకు నిస్వార్థతను బోధిస్తున్నారా ఏమిటి?"

దశరథుడు నవ్వాడు.

కైకేయి అవమానింపబడిన స్త్రీలా బుస్సుమంది.

"నా భార్యలందరిలో ఎక్కువ తెలివైన దానివి నువ్వే. నేను యుద్ధభూమిలో ఆయుధాలతో పోరాడ్డం ఎంత ఇష్టపడేవాడినో, నీతో మాటల యుద్ధం అంతే ఇష్టపడేవాణ్ని. నీ కటువైన, పరుషమైన మాటలతో రక్తం కార్చగలవు"

"నేను కత్తులతో కూడ నీ రక్తం కార్చగలను"

దశరథుడు నవ్వాడు. 'అవును. నాకు తెలుసు"

కైకేయి పరుపు మీద వెనక్కి చేరగిలబడి కూర్చుంది. ఊపిరిని సమంచేసింది. తనని తాను నిగ్రహించుకోడానికి ప్రయత్నించింది. కానీ ఆమె బాధ వ్యక్తమవుతూనే ఉంది. "నా జీవితాన్ని నీకే అంకితం చేసాను. నీకోసం మరణించినంతపని చేసాను. నీ ప్రాణాలు రక్షించే క్రమంలో నా శరీరాన్ని గాయపరచుకున్నాను. నీ ప్రియమైన రాముడిలా నేను ఎప్పుడూ బహిరంగంగా నిన్ను అవమానపరచలేదు"

"రాముడెప్పుడూ .."

కైకేయి దశరథుడిని మధ్యలో ఆపింది. "చేసాడు. చూస్తాండు. రేపు నువ్విచ్చే ఆదేశాన్ని అతను పాటించడు. నిన్ను అవమానిస్తాడు. అదే భరతుడైతె...."

ఈసారి దశరథుడు మధ్యలో కలగజేసుకున్నాడు. "నేను భరతుడు, రాముడి మధ్య ఎంపిక చేసుకోవడం లేదు. వాళ్లిద్దరికీ ఒకరితో ఒకరితో ఒకరికి ఏ సమస్యలూ లేవు"

కైకేయి ముందుకు వంగి బుసకొడుతున్నట్టు అంది " ఇది రామభరతులకు సంబంధించింది కాదు. ఇది రాముడికీ, నాకూ సంబంధించింది. మీరు రాముడికీ, నాకూ మధ్య ఎవరు కావాలో ఎంచుకోవాలి. అతను మీకోసం ఏం చేసాడు? ఒక్కసారి మీ ప్రాణాల్ని రక్షించాడేమో. అంతే. నేను ఇన్ని సంవత్సరాలుగా ప్రతి రోజూ మీ ప్రాణాలు రక్షించాను. నా త్యాగాలకు ఏ విలువా లేదా?'

దశరథుడు ఆమె ఉద్వేగభరితమైన బెదిరింపులకు లొంగలేదు.

కైకేయి వ్యంగ్యంగా నవ్వింది. "అవును మరి. నా వాదనకు సమాధానం చెప్పలేనపుడు నోర్మూసుకుని కూర్చుంటావు"

"నా వద్ద సమాధానం ఉంది. కానీ నీకది నచ్చదు'

కైకేయి మళ్లీ కటువుగా నవ్వింది. "జీవితాంతం నాకిష్టం లేని వాటిని సహించాను. మా నాన్న నుంచి అవమానాలను భరించాను. నీ స్వార్థాన్ని సహించాను. నాపట్ల నా కొడుకు నిరసనతో జీవిస్తున్నాను. కొన్ని మాటలు సహించలేనా? చెప్పండి"

"రాముడి వల్ల నేను అమరుడినవుతాను"

కైకేయికి ఏమీ అర్థం కాలేదు. అది ఆమె ముఖంలో స్పష్టంగా కనిపించింది. ఆమె ఎప్పుడూ దశరథుడికోసం వశిష్టుడి నుంచి పెద్ద మొత్తంలో సోమరసం తెప్పిస్తూంటుంది. అది తాగిన వారి ఆయుష్షు చాలా పెరుగుతుంది. కానీ ఏ కారణం చేతనో, అది దశరథుడి మీద పని చేయలేదు.

దశరథుడు వివరించాడు. "నా శరీరానికి అమరత్వం రాదు. గత కొన్ని రోజులుగా నేను మర్త్యుడిననే విషయం నాకు మరింత స్పష్టమైంది. నేను నా జీవితాన్ని, సామర్థ్యాన్ని వ్యర్థం చేసుకున్నానని నాకు తెలుసు. నా పూర్వీకులతో నన్ను పోల్చినపుడు నేను తగిన వాణ్ని కానని జనం కూడ అంటారు. కానీ రాముడు... అతను చరిత్రలోనే అత్యుదాత్తమైన వాడిగా నిలిచిపోతాడు. నేను కోల్పోయిన కీర్తిని నాకు తిరిగి ఇస్తాడు. రాముడి తండ్రిగా నేను కలకాలం గుర్తుంటాను. రాముడి గొప్పతనం నాకు కూడ అన్వయిస్తుంది. అతను ఇప్పటికే రావణుణ్ణి ఓడించాడు"

కైకేయి పగలబడి నవ్వింది. "మూర్ఖుడా, అది కేవలం అదృష్టం. ఆ క్షణంలో విశ్వామిత్రుడు అక్కడ అసురాస్త్రంతో ఉండడం కేవలం కాకతాళీయం"

"అవును. అది అదృష్టమే. అంటే దేవతలు అతని పక్షాన ఉన్నారన్నమాట"

కైకేయి ఆయన కేసి కోపంగా చూసింది. ఇలాంటి వాదనలకు అంతూపొంతూ ఉండదు. "అదంతా వదిలిపెట్టండి. నేను అడగదలచుకుంది చెప్తాను. నన్ను మీరు నిరాకరించలేరు"

దశరథుడు వెనక్కి వాలి విషాదంగా నవ్వాడు. 'ఇప్పుడే మన సంభాషణ రక్తికడుతోందనుకుంటున్నాను.."

"నాకు నా రెండు వరాలూ కావాలి"

"రెండూనా?' దశరథుడు ఆశ్చర్యంగా అడిగాడు. ఆమె ఒక్కటే అడుగుతుందని అనుకున్నాడు.

"రాముడిని సప్తసింధు నుంచి పధ్నాలుగేళ్ల పాటు బహిష్కరించాలి. అయితే రుద్రదేవుడి చట్టం ఉల్లంఘించినందుకని రాజాస్థానంలో ప్రకటించాలి. దీనికి నీకు ప్రశంసలే లభిస్తాయి. వాయుపుత్రులు కూడ దీన్ని మెచ్చుకుంటారు"

"అవునవును. నీకు నా ప్రతిష్ట గురించి ఎంత చింతవుందో నాకు తెలుసుకదా" అన్నాడు దశరథుడు వ్యంగ్యంగ.

"నువ్వు దీన్నినిరాకరించలేవు"

దశరథుడు నిట్టూర్చాడు. "రెండోది?"

"రేపు భరతుడిని యువరాజుగా ప్రకటిస్తారు"

దశరథుడు నిర్ఘాంతపోయాడు. ఇది ఊహించనిది. దీని వెనక మర్మం అర్ధమవుతూనే ఉంది. నెమ్మదిగా హుంకరించాడు. "రాముడు గనక బహిష్కరణ సమయంలో మృతి చెందితే ప్రజలు నిన్ను చంపేస్తారు'

కైకేయి దిగ్భ్రాంతి చెందింది. "నిజంగా నువ్వు నేను రాజవంశం రక్తం చిందిస్తానని అనుకున్నావా? రఘుమహారాజు రక్తాన్ని?"

"నువ్వాపని చేయగలవు. కానీ భరతుడు చేయడు. అతన్నినీ గురించి హెచ్చరిస్తాను"

"నీ ఇష్టం వచ్చింది చేసుకో. నా రెండు వరాలు ఇవ్వు. అంతే"

దశరథుడు కైకేయి కేసి ఆగ్రహంగా చూసాడు. తర్వాత తలుపు వంక చూసాడు. "అంగరక్షకులారా" పిలిచాడు. నలుగురు అంగరక్షకులు, దశరథుడి సహాయకుడితో సహాలోపలికి పరుగెత్తుకు వచ్చారు.

"నా పల్లకీని సిద్ధం చేయండి" అన్నాడు దశరథుడు

'అలాగే మహాప్రభూ' అంటూ అందరూ బయటికి వెళ్లారు.

వాళ్లిద్దరూ ఒంటరిగా మిగలగానే దశరథుడు "ఇంక నువ్వు అలకాగృహం వదలి రావచ్చు. నీ రెండు వరాలూ నీకు లభిస్తాయి. కానీ ఒక్క హెచ్చరిక. రాముడికి ఏమైనా అయిందంటే... నేను.."

"నేను నీ ముద్దుల రాముణ్ని ఏమీ చెయ్యను' అరిచింది కైకేయి.

మరుసటి రోజు రెండోజాము రెండో గంటలో అజేయ భవనంలో రాజాస్థానం సమావేశమైంది. దశరథుడు సింహాసనాన్ని అధిష్టించాడు. అతని ముఖంలో అలసట, బాధ కనిపిస్తున్నా, హుందాగా కూర్చున్నాడు. ఒక్క రాణి కూడ రాలేదు. రాజగురువు వశిష్టుడు చక్రవర్తికి ఎడమవైపు ఆసనంలో కూర్చున్నాడు. సభలో సంస్థానాధీశులే కాక, చోటు సరిపోయినంతవరకూ సామాన్య ప్రజలు కూడ కూర్చుని వున్నారు.

కొద్దిమందికి తప్ప, ఎక్కువమందికి ఈరోజు ఏం జరగబోతున్నదీ తెలీదు. రావణుడిని ఓడించినందుకు రాముడికి శిక్ష ఎందుకు పడాలో వాళ్లకు అర్థం కాలేదు. ఇంకా చెప్పాలంటే, అయోధ్య ప్రతిష్టను తిరిగి నిలబెట్టినందుకు, తన జన్మపై ఉన్న మచ్చను తుడిచిపెట్టినందుకు యువరాజును ఇంకా మెచ్చుకోవాలి.

"నిశ్శబ్దం' బయటినుంచి వినిపించింది.

దశరథుడు సింహాసనం మీద తన కొడుకు నుంచి సత్కారం పొందుతున్న వాడిలా కూర్చున్నాడు. రాముడు ఆ విశాలమైన గదిలో మధ్యగా, దశరథుడికి కనిపించేలా నించున్నాడు. చక్రవర్తి, సింహం ఆకారంలో ఉన్న తన కుర్చీ చేతుల పై చూపు పడగా, దగ్గాడు. తర్వాత, తను మనసు మార్చుకునే

ఆలోచన రావడంతో గట్టిగా కుర్చీ చేతిని పట్టుకున్నాడు. ఇలాంటి ఆలోచన రావడమే అనుచితమని అర్థమై నిస్పృహతో కళ్లు మూసుకున్నాడు.

తనను రక్షించడం అగౌరవమని భావించే వ్యక్తిని రక్షించడం ఎలా?

దశరథుడు తన ఎదురుగా నించున్న అతిశీలవంతుడైన కొడుకు కేసి చూసాడు. "రుద్రదేవుడి చట్టం ఉల్లంఘించబడింది. దాని వల్ల కొంత మేలు కూడ జరిగింది. ఎందుకంటే రావణుడి అంగరక్షక దళం పూర్తిగతుడిచిపెట్టుకు పోయింది. రావణుడు లంకలో కూర్చుని తన గాయాలకు మందు పూసుకుంటున్నాడు'

ప్రేక్షకులు కరతాళధ్వనులు చేసారు. అందరికీ రావణుడంటే ద్వేషమే. కనీసం చాలా మందికి.

"నా కుమారుడు రాముడి భార్య, రాకుమారి సీత రాజ్యం మిథిల, దీనివల్ల సర్వనాశనాన్ని తప్పించుకుంది"

ప్రేక్షకులు మళ్లీ కరతాళధ్వనులు చేసారు. ఈసారి కొంత తగ్గు స్థాయిలో. అక్కడున్న వారిలో చాలతక్కువమందికి సీత తెలుసు. చాలామందికి శక్తిహీన మైనదీ, ఆధ్యాత్మికత ఎక్కువగా ఉన్నదీ అయిన మిథిలా రాజ్యం రాకుమారిని తమ రాకుమారుడు ఎందుకు వివాహం చేసుకున్నాడో అర్థం కాలేదు.

దశరథుడు గొంతు వణుకుతూండగా కొనసాగించాడు. "కానీ చట్టం ఉల్లంఘించబడింది. రుద్రదేవుడి మాటను గౌరవించి తీరాలి. ఆయన అనుచరులు, వాయుపుత్రులు, ఇంతవరకూ రాముణ్ని శిక్షించమని అడగలేదు. అంత మాత్రాన రఘువంశీయులు తమ కర్తవ్యాన్ని విస్మరించరు"

సభలో ఒక్కసారిగా నిశ్శబ్దం ఏర్పడింది. మహారాజు ఏం చెప్పబోతున్నాడో అర్థమవుతున్న ప్రేక్షకులు భయంతో వింటున్నారు.

'రాముడు తన శిక్షను అంగీకరించాడు. అతను అయోధ్యను వదిలివెళ్తాడు. అతన్ని నేను పధ్నాలుగేళ్లపాటు సప్తసింధు నుంచి బహిష్కరిస్తున్నాను. ఈ ప్రాయశ్చిత్తం ముగిసిన తర్వాత అతను తిరిగి వస్తాడు. అతను రుద్రదేవుడి నిజమైన అనుయాయుడు. అతన్ని సత్కరించండి" సభలో పెద్దపెట్టున కేకలు వినిపించాయి. ప్రజల్లో విస్మయం, సంస్థానాధీశుల్లో దిగ్భ్రాంతి.

దశరథుడు చేయి ఎత్తాడు. సభలో నిశ్శబ్దం ఏర్పడింది. "నా మరో ప్రియతమ పుత్రుడు భరతుడు ఇకనుంచీ సప్తసింధు సామ్రాజ్యంలోని కోసల రాజ్యం అయోధ్యకు యువరాజుగా ఉంటాడు"

నిశ్శబ్దం. సభలో గాంభీర్యం రాజ్యమేలింది.

రాముడు చేతులు జోడించి, నమస్కరించాడు. "తండ్రీ, ఆకాశంలోని దేవతలు కూడ మీ న్యాయబద్ధతను, వివేకాన్ని చూసి విస్మయం చెందుతారు" అన్నాడు.

సామాన్య ప్రజల్లో చాలామంది ఈసరికి ఏడుస్తున్నారు.

"సూర్యవంశంలో అగ్రేసరుడైన ఇక్ష్వాకుడే మీలో సజీవమై ఉన్నాడు, తండ్రీ. సీత, నేను ఒక్కరోజులో అయోధ్యను విడిచి వెళ్తాం' అన్నాడు రాముడు.

ఆ గదికి ఒకమూల, స్తంభం వెనక ఎవరికీ కనిపించకుండా నించున్నాడు ఒక పొడవైన, అతి తెల్లని దేహచ్ఛాయ ఉన్న వ్యక్తి. అతను తెల్లటి ధోవతి, అంగవస్త్రం ధరించాడు. అయితే ఈ దుస్తుల్లో అతను అసౌకర్యంగా ఉన్నట్టు కనిపించాడు. బహుశా అవి అతను మామూలుగా వేసుకునే దుస్తులు కావేమో. అతనిలో ప్రత్యేకంగా కనిపిస్తున్నవి గద్దలాంటి ముక్కు, గడ్డం, కిందికి వేళ్లాడే మీసం. రాముడి పలుకులు వినగానే అతను మందహాసం చేసాడు.

గురువశిష్టుడు మంచి ఎంపిక చేసాడు.

"నిజం చెప్పాలంటే చక్రవర్తిని చూసి నేను ఆశ్చర్యపోయాను' అన్నాడు ఆ గద్దముక్కు మనిషి, అసౌకర్యంగా ఉన్న ధోవతిని సర్దుకుంటూ. అతను వశిష్ఠుడితో రాజగురు ఆంతరంగిక గదిలో కూర్చుని వున్నాడు.

"దీనికి ఎవరు కారకులో మరిచిపోకు' అన్నాడు వశిష్ఠుడు.

"అది స్పష్టంగానే తెలుస్తోంది. మీరు మంచి ఎంపిక చేసారు"

"అయితే నీ పాత్ర నువ్వు పోషిస్తావా?"

ఆ తెల్లటి ఛాయ వ్యక్తి నిట్టూర్చాడు. "గురుదేవా, మనం మరీ ఎక్కువగా దీనిలో నిమగ్నం కాకూడదనుకుంటా. అది మన నిర్ణయం కాదు"

"కానీ..."

"కానీ మనం చేయగలిగింది చేద్దాం. అది మన వాగ్దానం. మనం వాగ్దానాలను ఉల్లంఘించే ప్రసక్తి లేదుకదా"

వశిష్టుడు తల వూపాడు. 'ధన్యవాదాలు మిత్రమా. నాకు కావలసింది అదే. రుద్రదేవుడికి జయమగుగాక"

"పరశురామదేవుడికి జయమగుగాక"

సీతారాముల గదిలోకి, తన పేరు ప్రకటిస్తూండగానే భరతుడు అడుగుపెట్టాడు. వాళ్లిద్దరూ అప్పటికే సన్యాసులు ధరించే నారచీరెలు వున్నారు. అది చూడగానే భరతుడి ముఖంలో బాధ.

"అడవిలో నివసించేవారి దుస్తులనే మేం ధరించాలి భరతా" సీత అంది.

భరతుడి కళ్లలో నీళ్లు తిరిగాయి. రాముడి కేసి చూస్తూ తల అడ్డంగా తిప్పాడు. "అన్నయ్యా. నిన్ను మెచ్చుకోవాలో లేక నీకు బుద్ధి చెప్పాలో తెలీడం లేదు"

"రెండూ చేయొద్దు' అన్నాడు రాముడు నవ్వుతూ. "నన్ను కౌగలించుకుని, వీడ్కోలు చెప్పు, అంతే"

భరతుడు పరిగెత్తుకుని అన్నయ్య వద్దకు వచ్చి, గట్టిగా కౌగలించు కున్నాడు. అతని కళ్లనుంచి ధారాపాతంగా నీళ్లు కారుతున్నాయి. రాముడు అతన్ని గట్టిగా పట్టుకున్నాడు.

భరతుడు వెనక్కి అడుగు వేయగా, రాముడు అన్నాడు "చింతించవద్దు. కష్టానికి ఫలం ఎప్పుడూ తియ్యగానే ఉంటుంది. నేను తిరిగి వచ్చేసరికి ఇంకాస్త బుద్ధి తెచ్చుకునే వస్తాలే"

భరతుడు నవ్వాడు. " ఇకనుంచి నీతో మాట్లాడ్డం మానేస్తానేమో. ఈ మధ్య కాలంలో నన్ను నువ్వు అర్థం చేసేసుకుంటున్నావు"

రాముడు కూడ నవ్వి "చక్కగా పరిపాలించు, సోదరా" అన్నాడు.

కొందరి అభిప్రాయంలో భరతుడి స్వేచ్ఛా సిద్ధాంతమే అయోధ్యప్రజలకు, ఆ మాటకొస్తే సప్తసింధు ప్రజలకు కూడ కుదురుతుంది.

"నాకీ పదవి వద్దని నేను అబద్ధం చెప్పను' అన్నాడు భరతుడు. "కానీ ఈ విధంగా మాత్రం కాదు..."

రాముడు తన చేతులను భరతుడి భుజాల మీద ఉంచాడు. "నువ్వు బాగా పాలించగలవు. నాకుతెలుసు. మన పూర్వీకులు గర్వించేలా చెయ్యి"

"మన పూర్వీకులు ఏమంటారో నాకనవసరం"

"పోనీ. నేను గర్వించేలా చెయ్యి' అన్నాడు రాముడు.

భరతుడు ముఖంలో మళ్లీ నీడలు. అతని ముఖం మీద మళ్లీ కన్నీరు. ఇద్దరూ మళ్లీ కౌగలించుకున్నారు. రాముడు సాధారణంగా ఉండే సిగ్గును వదిలి తమ్ముణ్ని కొద్దిసేపు కౌగలించుకునే ఉన్నాడు. తమ్ముడికి ఈ ఓదార్పు అవసరమని అతనికి తెలుసు.

"ఇకచాలు' అన్నాడు భరతుడు, కన్నీళ్లు తుడుచుకుని, తల అడ్డంగా తిప్పుతూ. "మా అన్నను జాగ్రత్తగా చూసుకో వదినా. ఈ ప్రపంచం ఎంత అనైతికమైనదో అతనికి తెలీదు' అన్నాడు.

సీత మందహాసం చేసింది. "అతనికి తెలుసు. అయినా మార్చడానికి ప్రయత్నిస్తూంటాడు"

భరతుడు నిట్టూర్చాడు. రాముడి కేసి తిరగ్గానే అతనికి ఒక ఆలోచన వచ్చింది. "నీ చెప్పులు ఇవ్వు, అన్నయ్యా"

రాముడు ముఖం చిట్లించి తను వేసుకున్న సాదా చెప్పులను చూసాడు.

"అవికావు' అన్నాడు భరతుడు 'నీ రాజదుస్తులతో ధరించే పాదరక్షలు"

"ఎందుకు?'

"ఇవ్వు అన్నయ్యా. అంతే"

రాముడు పడకకు అటు వైపుగా వెళ్లి, తను వదిలేసిన రాజదుస్తులను తీసాడు. వాటి కింద బంగారు రంగులో, వెండి జరీతో ఉన్న పాదరక్షలున్నాయి. రాముడు అవి తీసుకుని భరతుడికి అందించాడు.

"వీటితో ఏం చేస్తావు?' అడిగాడు రాముడు.

"నేను పరిపాలించే సమయం వచ్చినపుడు, నా బదులు వీటిని సింహాసనంపై ఉంచుతాను" అన్నాడు భరతుడు.

సీతారాములకు ఈ మాటల వెనక అర్థం బోధపడింది. ఈ ఒక్క పనితో, భరతుడు, రాముడే అయోధ్య ప్రభువనీ, తను అతని పరోక్షంలో రాజ్యం పాలిస్తున్న ఆపద్ధర్మ ప్రభువు మాత్రమేననీ ప్రకటిస్తాడు. అయోధ్య రాజును చంపడానికి ఎవరు ప్రయత్నించినా, సప్తసింధు ప్రజల ఆగ్రహాగ్నికి ఎరకావాల్సి వస్తుంది. ఇది సప్తసింధులోని వివిధ రాజ్యాల మధ్య ఇదివరకే చేసుకున్న ఒప్పందంలోని షరతు. ఈ ఒప్పందంలో ఉందని మాత్రమే కాక, మరో మూఢనమ్మకం ప్రకారం, రాజులను, యువరాజులను యుద్ధంలోనే తప్ప ఇతరత్రా చంపకూడని భావిస్తారు అక్కడి ప్రజలు.

ఇది రాముడికి బలవత్తరమైన రక్షణ కల్పిస్తుంది. అదే సమయంలో భరతుడి అధికారాన్ని, శక్తినీ తగ్గిస్తుంది.

రాముడు మరోసారి భరతుడిని కౌగలించుకుని, ' తమ్ముడూ...' అన్నాడు.

"లక్ష్మణా..?' అంది సీత "నేను నీకు చెప్పాననుకున్నాను.."

లక్ష్మణుడు అప్పుడే సీతారాములున్న గదిలోకి అడుగుపెట్టాడు. అతను కూడ వాళ్లిద్దరిలాగే సన్యాసిలా నార వస్త్రాలు ధరించాడు.

సీతకేసి పట్టుదల రగులుతున్న కళ్లతో చూసాడు. "నేను వస్తున్నాను, వదినా"

"లక్ష్మణా.." ప్రాధేయపడుతున్నట్టుగా అన్నాడు రాముడు.

"నేను లేకుంటే నువ్వు బతకడం కష్టం అన్నయ్యా' అన్నాడు లక్ష్మణుడు. "నేను లేకుండా నిన్ను వెళ్లనివ్వను"

రాముడు నవ్వాడు. "నా కుటుంబంలో వాళ్లకు నామీద ఉన్న నమ్మకం చాలా ఆనందం కలిగిస్తోంది. ఒక్కరు కూడ నేను ఆత్మరక్షణ చేసుకోగలనని నమ్మడం లేదు."

లక్ష్మణుడు కూడ నవ్వాడు. కానీ వెంటనే గంభీరంగా మారి, "నువ్వు నవ్వుతావో, ఏడుస్తావో నాకు తెలీదుకానీ, నేను మాత్రం మీతో వస్తున్నాను"

లక్ష్మణుడు తమ అంతఃపురంలోకి అడుగుపెట్టగానే ఊర్మిళ ఉత్సాహంగా ఆహ్వానం పలికింది. ఆమె నిరాడంబరంగా ఉన్నా, ఆధునికంగా ఉన్న దుస్తుల్లో ఉంది. ఆమె ధోవతి, రవికె గోధుమరంగులో ఉన్నా, వాటికి బంగారు అంచులున్నాయి. ఆమె ధరించిన బంగారు నగలు కూడ నిరాడంబరంగానే ఉన్నాయి.

"రండి, ప్రియా' అంది ఊర్మిళ చిన్నపిల్లలా ఉత్సాహపడుతూ. "మీరిది చూడాలి. నేనొక్కదాన్నే మొత్తం సర్దేశాను ప్రయాణానికి"

"ప్రయాణానికా?' ఆశ్చర్యంగా అడిగాడు లక్ష్మణుడు, ప్రేమగా దరహాసం చేస్తూ.

"అవును' అంటూ ఊర్మిళ అతని చేయి లాగుతూ లోపలికి తీసుకువెళ్లింది. అక్కడ రెండు చాలా పెద్ద పెట్టెలు ఉన్నాయి. ఊర్మిళ వాటిని తెరిచి చూపుతూ "ఇందులో నా బట్టలు, అందులో నీ బట్టలు ఉన్నాయి".

లక్ష్మణుడు అవాక్కయి నించున్నాడు. ఈ అమాయకురాలికి ఏం చెప్పాలా అని.

ఊర్మిళ అతన్ని పడకగదిలోకి లాక్కుని వెళ్లి మరో సర్దిన పెట్టె చూపింది. దానినిండా గిన్నెలున్నాయి. ఆ పెట్టెలో ఒక మూల ఉన్న చిన్న పెట్టెను తీసి సుగంధ ద్రవ్యాలను చూపింది. "చూడు, నాకర్థమైంది ఏమిటంటే అడవిలో మాంసం, కూరగాయలు సులభంగానే దొరుకుతాయిగానీ, మసాలా

దినుసులు దొరక్కపోవచ్చు. అందుకని..." లక్ష్మణుడు అయోమయంగా, విస్మయంగా ఆమె కేసి చూసాడు.

ఊర్మిళ అతని వద్దకు వచ్చి కౌగలించుకుంది. "నేను చక్కని వంటలు చేసిపెడతాను నీకు. అక్కకు, బావకు కూడ అనుకో. ఈ పద్నాలుగేళ్ల సెలవుల తర్వాత అందరం ఆరోగ్యంగా తిరిగివద్దాం"

లక్ష్మణుడు ఊర్మిళను మృదువుగకౌగలించుకున్నాడు. "సెలవులు?"

లక్ష్మణుడు అత్యుత్సాహంతో మాట్లాడుతున్న భార్య కేసి చూసాడు. ఏ మాత్రం అర్థం కాని పరిస్థితిని తనకు తోచినట్లు వ్యాఖ్యానించుకోవడం ద్వారా సమాధానపడుతున్న భార్యను చూస్తే జాలేసింది. *ఇప్పటి వరకూ జీవితమంతా రాకుమారిగా ఉంది. అయోధ్యలో పుట్టింటికంటే వైభవోపేతమైన నివాసంలో ఉంటానని ఆశించింది. మనిషి మంచిది. కేవలం మంచి భార్యగా ఉండాలన్నదే ఆమె తపన. కానీ, ఆమె ఎంత కోరినా, ఆమెను అడవిలోకి రమ్మనడం భర్తగా తనకు భావ్యమేనా? తనను రక్షించడం కూడ తన ధర్మమేకదా, రామన్నయ్యను రక్షించినట్లు?*

ఆమె ఒక్క రోజు కూడ అడవిలో బతకలేదు. బతకలేదు..

లక్ష్మణుడి గుండెల మీద పెద్ద బరువు పెట్టినట్టయింది, తను ఏం చెయ్యాలో స్ఫురించి. కానీ ఈ పనిని తను జాగ్రత్తగా చెయ్యాలి, తన ప్రియమైన ఊర్మిళ మెత్తని మనస్సును గాయపరచకుండా.

ఆమె చుట్టూ చెయ్యి వేసి, గడ్డం పైకెత్తాడు లక్ష్మణుడు. ఊర్మిళ చిన్నపిల్లలా అమాయకమైన చూపులతో భర్త కేసి చూసింది. అతను ప్రేమగా" నాకు ఆందోళనగా ఉంది, ఊర్మిళా' అన్నాడు.

"అక్కర్లేదు. మనం కలిసే దాన్ని ఎదుర్కొందాం. అరణ్యం మనకు.."

"అడవి గురించి కాదు. ఇక్కడ, ఈ రాజభవనంలో ఏం జరుగుతుందో అని.."

ఊర్మిళ తల వెనక్కి వాల్చి, బారెడు ఎత్తున ఉన్న భర్త ముఖంలోకి చూసింది. "రాజభవనంలోనా?'

"అవును. నాన్నగారికి ఆరోగ్యం సరిగా లేదు. ఇకనుంచీ పిన్ని కైకేయి అన్నిటినీ నియంత్రిస్తూ ఉంటుంది. నిజం చెప్పాలంటే భరతన్నయ్య ఆమెకు ఎదురు చెప్పగలడని నేననుకోను. నా తల్లికైతే చూసుకోడానికి శత్రుఘ్నుడున్నాడు. కానీ పెద్దమ్మ కౌసల్యను ఎవరు చూసుకుంటారు? ఆమెకేమవుతుందో"

ఊర్మిళ తలవూపింది "నిజమే"

"పిన్ని రామన్నయ్యకే ఇలా చేస్తే, ఇక పెద్దమ్మను ఏం చేస్తుందో ఎవరు చెప్పగలరు?'

ఊర్మిళ ముఖంలో ఆందోళన.

"పెద్దమ్మను ఎవరో ఒకరు కాపాడాలి" అన్నాడు లక్ష్మణుడు విషయాన్ని తేటతెల్లం చేస్తూ.

"అవును. నిజమే. కానీ ఈ రాజభవనంలో ఇంతమంది ఉన్నారు. రామన్నయ్య ఏమీ ఏర్పాట్లు చెయ్యలేదా?' అడిగింది ఊర్మిళ.

లక్ష్మణుడు విషాదంగా దరహాసం చేసాడు. "రామన్నయ్య వాస్తవిక పరిస్థితులను సరిగ్గా అర్థం చేసుకోడు. ఈ ప్రపంచంలో అందరూ తనలాగే రుజువర్తనులని అనుకుంటాడు. నేనెందుకు అతనితో వెళ్తున్నాననుకుంటున్నావు? అతనికి కూడ రక్షించేవాళ్లుండాలి"

ఊర్మిళకు లక్ష్మణుడు చెబుతున్నదేమిటో అప్పటికి అర్థమైంది. 'నేను నువ్వు లేకుండా ఇక్కడుండలేను లక్ష్మణా. ' అంది.

లక్ష్మణుడు ఆమెను దగ్గరికి తీసుకున్నాడు. "కొంత కాలం కోసమే, ఊర్మిళా"

"పధ్నాలుగేళ్లు? లేదు.. నేను.." ఊర్మిళ అతన్ని పట్టుకుని వెక్కి వెక్కి ఏడ్చింది.

లక్ష్మణుడు ఆమె తల ఎత్తి కన్నీళ్లు తుడిచాడు. "నువ్విప్పుడు రఘువంశానికి చెందిన దానివి. మేము ధర్మాన్ని, కర్తవ్యాన్ని ప్రేమ కంటే ఉన్నతంగా భావిస్తాం. పరువుప్రతిష్టలను, ఆనందం కంటే ముఖ్యంగా భావిస్తాం. ఈ విషయంలో ఎవరికీ ఏదీ ఎంచుకునే హక్కుండదు, ఊర్మిళా"

"ఇలా చేయొద్దు లక్ష్మణా. దయచేసి... నాకు నువ్వంటే ఎంతో ప్రేమ. నన్ను వదిలి వెళ్లొద్దు"

"నాకూ నువ్వంటే చాలా ప్రేమ ఊర్మిళా. నీకిష్టం లేనిదేదీ నీచేత నేను చెయించలేను. నిన్ను అభ్యర్థిస్తున్నానంతే. నువ్వు నీ సమాధానం ఇచ్చేముందు, కౌసల్య పెద్దమ్మ గురించి ఒక్కసారి ఆలోచించమంటున్నాను. గత కొన్ని రోజులుగా తను నీ మీద కురిపిస్తున్న ప్రేమను గుర్తు తెచ్చుకో. ఎన్నో రోజుల తర్వాత నీకు మళ్లీ తల్లి ప్రేమ దొరికినట్టయిందని నాకు చెప్పావు, గుర్తుందా? ఆమెకోసం ఏదైనా చెయ్యడం ఉచితమైనదేనంటావా?'

ఊర్మిళ లక్ష్మణుడిని కౌగలించుకుని మళ్లీ ఏడ్చింది.

మూడో జామయింది. చల్లని సాయంత్రపు గాలి రాజభవనంలో వీస్తోంది. సీత, లక్ష్మణుడు, ఊర్మిళల అంత:పురానికి దారితీసింది. అంగరక్షకులు అభివాదం చేసారు. వాళ్లు ఆమె పేరు ప్రకటించబోతూండగా, విచార వదనంతో లక్ష్మణుడు బయటకు వచ్చాడు. అతని ముఖం చూస్తే సీతకు గొంతు పూడుకుపోయింది.

"దీన్ని నేను పరిష్కరిస్తాను' అంది సీత ఖచ్చితంగా. ఆమె అతన్ని దాటి లోనికి వెళ్లబోయింది.

లక్ష్మణుడు ఆమెను ఆపాడు, ఆమె చేయిపట్టుకుని ప్రాధేయపడుతూ. "వద్దు, వదినా"

సీత, బాహుబలుడై ఉండీ, ఈ క్షణం ఎంతో దీనంగా, ఒంటరిగా కనిపిస్తున్న మరది కేసి చూసింది.

"లక్ష్మణా. నా చెల్లెలు నా మాట వింటుంది. నన్ను నమ్ము..."

"లేదు వదినా..' మధ్యలోనే అందుకున్నాడు లక్ష్మణుడు, తల అడ్డంగా తిప్పుతూ. "అడవిలో జీవితం అంత సుళువుకాదు. మనం రోజూ మరణాన్ని ఎదుర్కోవలసివస్తుంది. నీకా విషయం తెలుసు. నువ్వు గట్టిదానివి. తట్టుకోగలవు. కానీ తను..."కళ్లల్లో నీళ్లు తిరిగాయి. "తనకు రావాలని ఉంది వదినా. కానీ తను రాకూడదని నాకనిపించింది. ఎలాగో ఒప్పించాను రాకుండా ఉండడానికి.. అదే అందరికీ మంచిది"

"లక్ష్మణా.."

"అదే అందరికీ మంచిది, వదినా" మళ్లీ అన్నాడు లక్ష్మణుడు. తనని తాను ఒప్పించడం కోసమా అన్నట్టు. "అదే మంచిది"

అధ్యాయం 29

రాముడు, సీత, లక్ష్మణుడు అయోధ్య వెళ్లిన తర్వాత ఆరునెలలపాటు ఎన్నో సంఘటనలు జరిగాయి. దశరథుడి మరణవార్త విని, పెద్దకొడుకుగా తను ఆయన చివరి నిమిషాల్లో దగ్గర లేనందుకూ, కర్మకాండ జరపనందుకూ రాముడు చాలా బాధపడ్డాడు. తన తండ్రితో సాన్నిహిత్యం జీవితంలో ఎంతో ఆలస్యంగా తనకు లభించినందుకు రాముడి హృదయం బద్దలైంది. అయోధ్యకు తిరిగి వెళ్లడం సాధ్యం కాదు కనక, దశరథుడి ఆత్మశాంతి కోసం అడవిలోనే యాగం నిర్వహించాడు. భరతడు అన్నగారికిచ్చిన మాటను నిలబెట్టుకున్నాడు. అయోధ్య సింహాసనం పై రాముడి పాదుకలు పెట్టి, ఆయన ప్రతినిధిగా రాజ్యం పరిపాలించాడు. రాముడు తన పరోక్షంలో చక్రవర్తిగా నియమింపబడ్డాడని చెప్పవచ్చు. ఇది సంప్రదాయ విరుద్ధమైన చర్య. కానీ భరతుడి ఉదారవాద వైఖరి, అధికార వికేంద్రీకరణ వంటి చర్యలు సప్తసింధు ప్రజలను అతని చర్యలను ఆమోదించేలా చేసాయి.

సీతారామలక్ష్మణుడు దక్షిణ దిశగా ప్రయాణించారు. వాళ్లు ఎక్కువగా నదీతీరాన నడిచారు; అవసరమైనపుడు మాత్రమే లోపలి భూముల్లోకి వెళ్లారు. ఎట్టకేలకు రాముడు తల్లిదండ్రులకు చెందిన దక్షిణకోసల రాజ్యం సమీపంలో సప్తసింధు సరిహద్దులకు చేరారు.

తన తల్లి పుట్టి పెరిగిన ఆ నేలను రాముడు స్పృశించి, నుదుటిని ఆ నేలకు ఆనించాడు. తర్వాత భార్య కేసి చూసి, మందహాసం చేసాడు; ఆమె రహస్యం తనకు తెలిసినట్టు.

"ఏమిటి?' అడిగింది సీత

"కొన్ని వారాలుగా మనల్ని కొందరు వెంటాడుతున్నారు. వాళ్లు ఎవరో నాకు ఎప్పుడు చెప్దామనుకున్నావు?"

సీత మృదువుగా భుజాలెగరేసింది; జటాయు, అతని సైనికులు రహస్యంగా వస్తున్న తోవ వైపుకు తిరిగింది. వాళ్లు అదృశ్యంగా ఉన్నారుగానీ, అవసరమనపించిన క్షణంలో ప్రత్యక్షం కాగలరు. కానీ, తను అనుకున్నంత గోప్యంగా ఏమీ వారు లేరని ఇప్పుడు సీతకు అర్థమైంది. బహుశా తను తన భర్త తెలివితేటలను, పరిసరాలను సూక్ష్మంగా పరిశీలించగల అతని ప్రతిభను తక్కువ అంచనా వేసిందేమో. "సమయం వచ్చినపుడు మీకు తప్పక చెప్తాను' అంది సీత నవ్వుతూ. "ప్రస్తుతానికి వాళ్లు మన రక్షణ కోసం ఉన్నారని మాత్రం తెలుసుకోండి"

రాముడు ఆమె కేసి నిశితంగా చూసాడు; కానీ ఏమీ అనలేదు.

"మనం నర్మద నదిని దాటడాన్ని మనువు నిషేధించాడు' అన్నాడు లక్ష్మణుడు "ఒకవేళ దాటితే, తిరిగి ఇక్కడికి రాలేమని చట్టం చెబుతోంది. "

"దీనికో పరిష్కారం ఉంది' అంది సీత. కౌసల్యమాత తండ్రిగారి రాజ్యం నుంచి దక్షిణంగా వెళ్తే మనం నర్మదను 'దాటే' ప్రసక్తి రాదు. దక్షిణకోసల రాజ్యమంతా నర్మదానది జన్మస్థలానికి తూర్పుగా ఉంటుంది. నది మాత్రం పశ్చిమానికి పారుతుంది. కనక మనం దక్షిణంగా వెళ్తే, నర్మదను 'దాటకుండానే' దండకారణ్యం చేరుకోవచ్చు. అలా మనం మనువు చట్టాన్ని అతిక్రమించనవసరం లేదు కదా"

"అది సాంకేతికంగా చూస్తే సరైనదే, వదినా. కనక నీకూ, నాకూ అందుకు అభ్యంతరం ఉండకపోవచ్చుగానూ, రామన్నయ్య ఒప్పుకోడు"

'అలాగైతే మనం తూర్పుకు వెళ్లి, సప్తసింధును పడవప్రయాణం ద్వారా వదిలి వెళ్లవచ్చా?'

"అలా చేయలేం. ఆ సముద్ర ప్రాంతం పాలకుడు రావణుడు. అతను భారతద్వీపకల్పంలో రేవుకోటలను ఏర్పాటు చేసాడు. అతను పశ్చిమ తీరాన్ని తన వశంలో ఉంచుకున్నాడని అందరికీ తెలుసు గానీ, తూర్పు తీరంలో కూడ అతని స్థావరాలున్నాయి. అందువల్ల సముద్రతీర మార్గాలు మనకు పనికిరావు. అయితే నౌకాశ్రయం వద్ద గల భూభాగంపై అతనికి పెత్తనం లేదు. కనక మనం నర్మదకు దక్షిణంగా దండకారణ్యానికి వెళ్లడం క్షేమం"

"కానీ వదినా. మను ధర్మశాస్త్రం స్పష్టంగా ఏం చెబుతుందంటే.."

"ఏ మనువు?"

లక్ష్మణుడు నిర్ఘాంతపోయాడు. ***నిజంగా వదినెకు మనువంటే ఎవరో తెలీదా?*** 'వైదిక జీవన విధానాన్ని కనుగొన్న మహానుభావుడు, వదినా. అందరికీ తెలుసు.."

సీత చిన్నపిల్లాడిని చూసి నవ్వనట్టు నవ్వింది. "మనువులు చాలా మంది ఉన్నారు, లక్ష్మణా, ఒక్కడు కాదు. ప్రతి యుగంలో ఒక మనువుంటాడు. అందువల్ల నువ్వు మనుధర్మశాస్త్రం గురించి మాట్లాడినపుడు, ఏ మనువుదో చెప్పాలి"

"నాకీ విషయం తెలీదు..' అన్నాడు లక్ష్మణుడు

సీత అడ్డంగా తలతిప్పింది, ఆ ఇద్దరు మగవాళ్లనూ ఏడిపిస్తూ. "మీ మగపిల్లలు ఏమీ నేర్చుకోలేదా గురుకులంలో? మీకు తెలిసింది చాలా తక్కువ"

"నాకు ఆ విషయం తెలుసు' రాముడు సమర్ధించుకుంటూ అన్నాడు. "లక్ష్మణుడు పాఠం వినేవాడే కాదు. నన్ను వాడి గాటన కట్టేయొద్దు"

"మాలో అన్నీ తెలిసిన వాడు శత్రుఘ్నుడు. అందరం వాడి మీదే ఆధారపడేవాళ్లం" అన్నాడు లక్ష్మణుడు.

"అందరికంటే ఎక్కువ నువ్వే" సరదాగా అన్నాడు రాముడు.

లక్ష్మణుడు నవ్వాడు. రాముడు సీత కేసి తిరిగాడు. "నువ్వు చెప్పింది నిజమే. ఒప్పుకుంటాను. ఇంతకూ మనం నర్మద దాటకూడదని ఆదేశించింది మన యుగపు మనువే. ఒకవేళ దాటితే, మనం తిరిగి రాలేం.. కనక.."

"అది చట్టం కాదు. ఒప్పందం మాత్రమే"

"ఒప్పందమా?' రామలక్ష్మణులు ఒకేసారి ఆశ్చర్యంగా అన్నారు.

సీత కొనసాగించింది. "మనువు దక్షిణ భారతదేశంలోని సంగం తమిళ రాజ్యానికి చెందిన రాకుమారుడని మీకు తెలుసనుకుంటాను. ద్వారక ప్రజల భూములన్నీ, ఉప్పొంగుతున్న సముద్రంలో మునిగిపోవడంతో ఆ ప్రజలతో పాటు, తన వాళ్లను కూడ ఆయన కాపాడి వాళ్లకు మార్గం చూపాడు"

"అవును. నాకా విషయం తెలుసు" అన్నాడు రాముడు

"అయితే ఆ రెండు భూముల ప్రజలందరూ మనువుతో వెళ్లలేదు. ఎక్కువమంది సంగమ్ తమిళ్ లోనూ, ద్వారకలోనూ ఉండిపోయారు. సమాజం ఏరకంగా వ్యవస్థీకృతం కావాలన్న విషయంపై మనువు తీవ్రమైన భావాలతో చాలా మందికి ఏకాభిప్రాయం కుదరలేదు. అందుకే అతనికి శత్రువులుండేవారు. కనక, అతనికి మళ్లీ తిరిగి ఈ భూములలోకి రాదన్న షరతు మీద, తన అనుచరులతో వెళ్లడానికి అనుమతి లభించింది. ఆ రోజుల్లో ద్వారకకు ఎగువ సరిహద్దుల్లో నర్మదానది ప్రవహించేది. అంటే సంగమ్ తమిళ్‌లో దక్షిణవైపుకన్నమాట. మరో రకంగా చెప్పాలంటే ఈ రెండు వర్గాలు

శాంతియుతంగా ఎవరి దారిన వాళ్లు వెళ్లారని నిర్ణయించుకున్నారన్నమాట. ఈ ఒప్పొందం ప్రకారం, నర్మదానది వారికి సహజమైన సరిహద్దు. అది చట్టం కాదుగానీ, ఒప్పందం”

“కానీ మనం ఆయన వారసులమైతే, ఈ ఒప్పందాన్ని కూడ గౌరవించవలసిందే' అన్నాడు రాముడు.

“నువ్వు చెప్పింది నిజమే.” అంది సీత. 'కానీ ఒక ఒప్పందంలో కనీసంగా ఉండాల్సిందేదీ?”

“కనీసం రెండు పక్షాలుండాలి”

“అలాగైతే, రెండు పక్షాల్లో ఒకరు ఇప్పుడు లేకపోతే, ఆ ఒప్పొందం ఇంకా అమల్లో ఉంటుందా?'

రాముడు, లక్ష్మణుడు దిగ్భ్రాంతితో చూసారు.

“మనువు వెళ్లిపోయే సమయానికే సంగమ్ తమిళంలో చాలా భాగాలు సముద్రంలో మునిగిపోయాయి. తక్కింది మరికొన్ని రోజులకు మునిగిపోయింది. సముద్రం అప్పట్లో విపరీతంగా ఉప్పొంగేది. ద్వారక మాత్రం కొంత ఎక్కువ కాలమే బతికింది. క్రమంగా సముద్ర మట్టం పెరిగే కొద్దీ భారతదేశానికి అంటుకుని వున్న ద్వారక భూభాగమంతా ఒక ఏకాకి ద్వీపంలా తయారైంది”

“ద్వారావతి?” రాముడు నమ్మలేనట్టు అన్నాడు.

ద్వారావతి పశ్చిమభారత దేశంలో ఉత్తరం నుంచి దక్షిణంవరకు దాదాపు అయిదు వందలకిలోమీటర్ల దూరం వరకూ విస్తరించి వున్న పొడవాటి, సన్నని బాట గల ద్వీపం. మూడు వేల యేళ్ల క్రితం దాన్ని సముద్రం మింగేసింది. ఈ ద్వారావతి ముంపు నుంచి బతికి బయటపడ్డవారు దేశమంతా విస్తరించారు. తాము ద్వారకాప్రజల వారసులమని వాళ్లు ఎంత చెప్పినా ఎవరూ నమ్మలేదు. ఎందుకంటే అప్పటికే యమునాతీరంలో ఉన్న శక్తివంతమైన రాజ్యాన్ని పరిపాలిస్తున్న యాదవులు, ద్వారకుల ప్రత్యక్ష వారసులు తాము మాత్రమేననీ, ఇంకెవరూ లేరనీ వాదించడం. ఆ రోజుల్లో మానవులు ఎంతగా అన్ని ప్రాంతాల్లో విస్తరించారంటే, ఎవరి మట్టుకు వారు తాము సంగం తమిళుల వారసులమనీ, ద్వారకేయులమనీ చెప్పుకునేవారు.

సీత తల ఊపింది. “ద్వారావతి ద్వీపమే ద్వారక అసలైన వారసుల స్వస్థలం. ప్రస్తుతం వాళ్లు చాలా మంది మనలోనే ఉన్నారు”

“అబ్బో”

"కనక, సంగమ తమిళులు, ద్వారకేయుల స్వచ్ఛమైన వారసులంటూ ఎవరూ లేరు. ఇంకా ఉన్నవాళ్లం మనం మాత్రమే. మనతో మనం చేసుకున్న ఒప్పందాన్ని మనం ఎలా ఉల్లంఘిస్తాం? అసలు ఇంకో పక్షమే లేదాయె"

ఈ మాటల్లోని తర్కాన్ని ఎవ్వరూ కాదనలేరు.

"కనక, వదినా, మనం ఇప్పుడు దక్షిణదిశగా వెళ్లి దండకారణ్యంలో తల దాచుకోవచ్చా?' అడిగాడు లక్ష్మణుడు.

"ఊ. అవును. మనకు అతి భద్రమైన ప్రదేశం అదే"

సీతారామలక్ష్మణులు నర్మదానది దక్షిణ తీరంపై నిల్చున్నారు. రాముడు మోకాలి మీద కూర్చుని, కింద ఉన్న మట్టిని పిడికిలిలోకి తీసుకున్నాడు. దాన్ని మూడు అడ్డగీతలుగా తన నుదుటికి పూసుకున్నాడు. రుద్రదేవుడి అనుచరులు మాత్రమే అలా చేస్తారు. అతను గుసగుసగా అన్నాడు " మా పూర్వీకుల భూమి... గొప్ప కర్మకు ప్రత్యక్ష సాక్షిగా ఉన్న ఈ మట్టి... మమ్మల్ని ఆశీర్వదించుగాక"

సీతాలక్ష్మణులు కూడా రాముడిలా తమ నుదుట తిలకం దిద్దుకున్నారు.

సీత రాముడి కేసి చూసి మందహాసం చేసింది. "బ్రహ్మదేవుడు ఈ భూమి గురించి ఏమన్నాడో నీకు తెలుసు కదా?'

రాముడు తెలుసన్నట్టు తలవూపాడు. "తెలుసు. తరచుగా, ముఖ్యంగా భారతదేశానికి అస్తిత్వ సంక్షోభం వచ్చినప్పుడల్లా, భారత ద్వీపకల్పం నుంచి నర్మదకు దక్షిణంగా మన పునఃసృష్టి ప్రారంభమవుతుంది.

"ఆయనామాట ఎందుకన్నాడో తెలుసా?"

రాముడు అడ్డంగా తల తిప్పాడు.

"మన స్మృతుల ప్రకారం దక్షిణమంటే మరణానికి మార్గం కదూ?'

"అవును"

"పశ్చిమదేశాల్లో మరణమంటే అపవిత్రమైనది; మరణమంటే అన్నిటికీ ముగింపు. కానీ నిజానికి ఏదీ పూర్తిగా చనిపోదు. సృష్టిలోని ఏ విషయమూ విశ్వాన్ని తప్పించుకుని వెళ్లిపోలేదు. కేవలం రూపాన్ని మార్చుకుంటుందంతే. ఆ అర్థంలో చూసుకుంటే, మరణం కూడ పునరుజ్జీవనానికి ప్రారంభమే. పాత రూపం నశించి, కొత్త రూపం జీవం పోసుకుంటుంది. దక్షిణం గనక నిజంగా మరణం దిక్కే అయితే, పునరుజ్జీవనానికి కూడ అది దిక్కే"

రాముడికి ఇదంతా విలక్షణంగా అనిపించింది.

"సప్తసింధు మన కర్మభూమి; నర్మదకు దక్షిణదిక్కుగా ఉన్నది మన పితృభూమి, మన పూర్వీకుల భూమి. అది మన పునరుజ్జీవన భూమి అన్నమాట"

"అలా ఒకరోజు, మనం దక్షిణం నుంచి తిరిగి వచ్చి భారత దేశ పునరుజ్జీవనం చేస్తాం' అంటూ సీత ఎండుమట్టితో చేసిన రెండు చిన్న గిన్నెలు తీసింది. వాటిలో నురగలు కక్కుతున్న పాలవంటి తెల్లటి ద్రవపదార్థం ఉంది. ఆమె ఒకటి లక్ష్మణుడికి, మరొకటి రాముడికి అందించింది.

"ఇదేమిటి, వదినా?' అడిగాడు లక్ష్మణుడు

"ఇది నీ పునరుజ్జీవనానికి. తాగు" అంది సీత

లక్ష్మణుడు ఒక గుటక మింగి 'ఛీ' అన్నాడు.

"మాట్లడకుండా తాగు లక్ష్మణా' ఆదేశించింది సీత.

అతను ముక్కును చేత్తో పట్టుకుని తాగేసాడు. నది వద్దకు వెళ్లి ఆ గిన్నెతో పాటు తన నోరు కూడ బాగా కడుక్కున్నాడు.

రాముడు సీతకేసి చూసాడు. "నాకు ఇదేమిటో తెలుసు. నీకు ఎక్కడ దొరికింది సీతా?'

"మనల్ని కాపాడుతున్న వ్యక్తుల నుంచి"

"సీతా..."

"నువ్వు భారతదేశానికి చాలా ముఖ్యుడివి రామా. నువ్వు ఆరోగ్యంగా ఉండాలి. నువ్వు సజీవంగా ఉండాలి. పధ్నాలుగేళ్ల తర్వాత తిరిగి వచ్చాక మనం చాలా చేయాల్సివుంటుంది. నువ్వు వయోధికుడివి కాకూడదు. దయచేసి తాగెయ్"

"సీతా' నవ్వుతూ అన్నాడు రాముడు. "ఒక గిన్నెడు సోమరసంతో పెద్ద లాభం లేదు. అది ఫలితం ఇవ్వాలంటే క్రమబద్ధంగా కొన్నేళ్ల పాటు దాన్ని తాగుతూ ఉండాలి. సోమరసం సంపాదించడం ఎంత కష్టమో నీకు తెలుసు. మనకు కావలసినంత ఎప్పుడూ దొరకదు"

"ఆ విషయం నాకు వదిలెయ్యండి"

"నువ్వు తాగకుండా నేను తాగను. నువ్వు పక్కన లేకుంటే నేను ఎన్నేళ్లు బ్రతికి ఏం లాభం?'

సీత మందహాసం చేసింది "నేను ఎప్పుడో తీసుకున్నాను. రామా. తీసుకోవాల్సివచ్చింది. ఎందుకంటే మొదటి సారి సోమరసం తీసుకున్నప్పుడు జబ్బు చేస్తుంది"

"అందుకేనా పోయిన వారం నువ్వు అనారోగ్యంగా ఉన్నావు?'

"అవును. మనం ముగ్గరం ఒకేసారి జబ్బు పడితే ఎవరు చూసుకుంటారు? నాకు బాగాలేనప్పుడు నువ్వు చూసుకున్నావు. ఇప్పుడు నిన్నూ, లక్ష్మణుడినీ నాను చూసుకుంటాను"

"సోమరసం మొదటి సారి తీసుకుంటే అసలు జబ్బు పడ్డం ఎందుకో?'

సీత భుజాలెరేసింది. "నాకు తెలీదు. ఈ ప్రశ్న అడగవలసింది బ్రహ్మనూ, సప్తర్షులనూ. కానీ ఈ అనారోగ్యం గురించి చింతించాల్సిందేమీ లేదు. నా సంచీలో కావలసినన్ని మందులున్నాయి"

సీతా, రాముడు ఇద్దరూ మోకాలి మీద కూర్చుని, అడవి పంది కేసి తీక్షణంగా చూస్తున్నారు. రాముడు విల్లు ఎక్కుపెట్టి ఉన్నాడు, ఏ క్షణమైనా సంధించడానికి సిద్ధమవుతూ.

"సీతా' గొంతు తగ్గించి అన్నాడు రాముడు. "నాకు సరిగ్గా కనిపించేలా ఉంది ఆ పంది. వెంటనే పని పూర్తి చేయగలను. మనం ఈ పని చెయ్యాలని నిజంగానే అన్నావా?'

"అవును' సీత కూడ గుసగుసలాడింది. "విల్లు, అమ్ములు నీ పని. కత్తులు, ఈటెలు నాపని. నాకు అభ్యాసం అవసరం"

సీతారాములు దేశం వదిలి వనవాసానికి వచ్చి ఎనిమిది నెలలయింది. కొన్ని నెలల క్రితం సీత రాముడికి జటాయును పరిచయం చేసింది. సీత మీద విశ్వాసం ఉన్న రాముడు, ఆ మలయపుత్రుడినీ, అతని పదిహేను మంది సైనికులని తన బృందంలో చేర్చుకున్నాడు. అందరూ కలిసి ఇప్పుడు పందొమ్మిది మంది అయ్యారు. ముగ్గురి కంటె ఇది ఎక్కువే కదా. రాముడికి ఆ విషయం అర్థమైంది. అలాగే ప్రస్తుతం తామున్న పరిస్థితిలో మిత్రులు అవసరమన్న విషయంకూడ గుర్తించాడు. అయినా మలయపుత్రుల విషయంలో కొంత జాగ్రత్తగా ఉండడమే మంచిదనుకున్నాడు.

నిజం చెప్పాలంటే జటాయు తనని అనుమానించడానికి ఎటువంటి అవకాశం ఇవ్వలేదు. అయినా సరే; అతను, అతని అనుచరులు విశ్వామిత్రుడి అనుయాయులన్న విషయాన్ని రాముడు మరిచిపోలేదు. రాముడికి కూడ, తన గురువు వశిష్టుడిలా, విశ్వామిత్రుడి ఉద్దేశాల పట్ల సందేహాలున్నాయి;

ఆయన, చట్టాల పట్టింపే లేకుండా అసురాస్త్రాలను వాడడానికి అంత త్వరగా సిద్ధమైపోవడం రాముడి మనసును ఇంకా కలవరపరుస్తూనే ఉంది.

ఈ బృందం దండకారణ్యంలోపలికి వెళ్లే క్రమంలో ఒక రకమైన దినచర్యకు అలవాటుపడ్డారు. శాశ్వత ఆశ్రమానికి ఇంకా సరైన చోటు లభించకపోవడం వల్ల, వాళ్లు ఒక్కొక్క స్థలంలోనూ రెండు మూడు వారాలుండి, అక్కడినుంచి వెళ్లడం చేస్తున్నారు. భద్రతా ఏర్పాట్ల విషయంలో కూడ ఒక పద్ధతి పాటించారు. వంట, పరిశుభ్రత వంతులవారీగా చేసారు; అలాగే వేటాడ్డంలో కూడ వంతులు వేసుకున్నారు. ఈ బృందంలో అందరూ మాంసం తినేవాళ్లు కారు కనక, వేట అవసరం అపుడపుడే వచ్చేది.

"ఈ మృగాలు ఆక్రమణ సమయంలో మరీ ప్రమాదకరంగా ఉంటాయి" హెచ్చరించాడు రాముడు, సీత కేసి ఆందోళనగా చూస్తూ.

రాముడి ఆందోళనకు సీత, కత్తి దూసి, మందహాసం చేస్తూ "అందుకే నిన్ను బాణం వేసేసాక నా వెనకే ఉండమన్నా" అంది ఏడిపిస్తున్నట్టుగా.

రాముడు కూడ దరహాసం చేసాడు. అతను అడవిపంది కేసి తదేకంగా చూస్తూ గురి పెట్టాడు. బాణం వదిలాడు. అది సరిగ్గా పంది తల పక్కన ఎడమ వైపు దిగింది. ఆ మృగం చికాగ్గా చూసింది, తన ప్రశాంతతను ఎవరు భగ్నం చేసారా అని. అది హుంకరించిందే గానీ, ఉన్నచోటినుంచి కదల్లేదు.

"మరోసారి' అంది సీత, కాళ్లు దూరం పెట్టి మోకాళ్లు వంచి కత్తిని పక్కగా పెట్టుకుని.

రాముడు మరో బాణం వదిలాడు. ఈ సారి అది పంది చెవికి తాకి వెళ్లి నేలలో పాతుకుంది.

అడవి పంది మళ్లీ హుంకరించి, కాళ్లను నేలపై తాటించింది. బాణం వచ్చిన దిక్కుగహుంకరించి చూస్తూ, భయం గొలిపేలా తలను వంచింది. దాని మూతికి ఇరుపక్కలా ఉన్న రెండు దంతాలు రెండు కత్తుల్లా ఉన్నాయి.

"ఇప్పుడు నా వెనగ్గా నిలబడు" గుసగుసగా అంది సీత.

రాముడు విల్లును దించి, కొన్ని అడుగులు వెనక్కి వెళ్లి, తన కత్తి కూడ తీసాడు. సీతకు సాయం అవసరమైతె ఓ క్షణంకూడా అలస్యంకాకూడదు.

సీత ఒక్కసారిగా ఎగురుతూ గట్టిగా అరిచింది. ఆ మృగం తనకు ఎదురైన సవాలును స్వీకరించింది. అతి వేగంగా, పరిగెడుతూ, తల వంచి, కొమ్ములు ముందుకు పొడుచుకువస్తూ భయంకరంగముందుకు వచ్చింది అడవిపంది. సీత కదలకుండా నించుంది, సమతులంగశ్వాస పీలుస్తూ. సరిగ్గా తన మీదికి వచ్చి, చీల్చేస్తుందేమో అన్నంత దగ్గరగవచ్చినపుడు, సీత కొన్ని అడుగులు

వెనక్కి వచ్చి గాల్లోకి రివ్వున ఎగిరింది; అడివి పంది పైన అలా ఎగురుతూ, తన చేతిలోని ఖడ్గాన్ని దాని శరీరంలోకి గుచ్చింది. అడవిపంది మెడకాయ తెగింది. మరుక్షణం ఆమె కిందికి దూకి, రాముడి ముందు నిలబడింది. మెడతెగి కింద చచ్చిపడింది పంది.

రాముడి కళ్ళు ఆశ్చర్యంతో పెద్దవయ్యాయి. సీత అడవిపంది దగ్గరికి వచ్చింది, గాఢంగా ఊపిరి పీలుస్తూ. "కత్తి మెడను సరిగ్గా కోయాలంతే. మృగం వెంటనే చచ్చిపోతుంది. నొప్పి తెలీదు"

"అవును తెలుస్తూనే ఉంది' అన్నాడు రాముడు.

సీత కిందికి వంగి, పంది మెడను తాకి, గుసగుసగా అంది"నిన్ను చంపినందుకు నన్ను మన్నించు, ఓ ఉదారహృదయం గల మృగమా. నీ ఆత్మ మళ్లీ కొత్త ప్రయోజనాన్ని పొందు గాక"

రాముడు మృగంలోఇరుక్కుపోయిన సీత ఖడ్గాన్ని లాగడానికి ప్రయత్నించాడు. అది రాలేదు. సీత కేసి చూసి 'అది పూర్తిగా లోపలికి దిగిపోయింది' అన్నాడు.

సీత నవ్వింది "నువ్వు దాన్నిలాగే లోగా నేను నీ బాణాలు వెతికి తీసుకువస్తాను"

రాముడు, అడవిపంది మెడలోంచి సీత ఖడ్గాన్ని లాగే ప్రయత్నంలో పడ్డాడు. పంది గట్టి ఎముక తగిలి ఖడ్గం పాడవ్వకుండా జాగ్రత్తగా తీయాలని అనుకున్నాడు. దాన్ని బయటకు తీసాక, ఆకులతో శుభ్రంగా తుడిచి, దాని కొసలను పరీక్షించాడు. అవి మొనదేలి ఉన్నాయి. అంటే ఏ నష్టమూ జరగలేదన్నమాట. తలెత్తి చూసేసరికి సీత తను మొదట వేసిన బాణాలను తీసుకునివస్తోంది. ఆమెకు తను బయటకు తీసిన ఖడ్గాన్ని చూపిస్తూ బొటనవేలు ఎత్తాడు, తను విజయవంతంగా పని పూర్తి చేసానని సూచించాడు. సీత దరహాసం చేసింది. ఆమె ఇంకా కొంత దూరంలో ఉంది రాముడికి.

"దేవీ'

అన్న పిలుపు అడవిలో మార్మోగింది. రాముడు చూపులు మకరంత్ అనే మలయపుత్రుడి మీద నిలిచాయి. అతను సీత వైపు పరిగెత్తుకు వస్తున్నాడు. రాముడు అతను చూపుతున్న దిక్కు వైపు చూసాడు. రెండు అడవిపందులు ఒక్కసారిగా దట్టమైన అడవుల నుంచీ బయటకు వచ్చి సీత పైకి దూకడానికి ప్రయత్నిస్తున్నాయి. ఆమె ఖడ్గం రాముడి వద్ద ఉంది. ఆమె చేతుల్లో ఒక కత్తి మాత్రమే ఉంది. రాముడు వెంటనే లేచి పరిగెడుతూ 'సీతా' అని అరిచాడు.

అతని గొంతులో భయవిహ్వలత అర్థమై సీత గబుక్కున వెనక్కి తిరిగింది. ఆ అడవిపందులు దాదాపు ఆమె మీదికి వచ్చేస్తున్నాయి. సీత కత్తి దూసి వాటి రాకకోసం చూస్తోంది. ఆ క్షణంలో పరిగెడితే మరింత ప్రమాదకరమవుతుందనీ, వాటి వేగం ముందు తన పరుగు చాలదనీ ఆమెకు తెలుసు. అంతకంటే ఎదుర్కోవడమే నయమనుకుంది.

"దేవీ" అని మళ్ళీ అరుస్తూ మకరాంతుడు ఆమె ముందుకు దూకి ఖడ్గాన్ని పందులపై ఝళిపించాడు. మొదటి పంది పక్కకు తప్పుకుంది కానీ మకరాంతుడు తడబడుతున్న కాళ్లను అదుపులోకి తెచ్చుకునే లోగా రెండో పంది కొమ్ములు అతని తొడలోకి దూసుకుపోయాయి.

"సీతా' అని అరుస్తూ రాముడు, ఆమె ఖడ్గాన్ని ఆమె వైపుకు విసిరాడు. తన ఖడ్గాన్ని దూసి మకరాంతుడి వైపుకు పరిగెత్తాడు.

సీత రాముడు విసిరిన ఖడ్గాన్ని లాఘవంగా పట్టుకుని, తన పైకి దూసుకు వస్తున్న రెండవ పందిని ఎదుర్కొంది. ఈలోగా మకరాంతుడిని రెండో పంది విసిరింది. కానీ అతని శరీరాన్ని తన కొమ్ము మీద నుంచి విసరడంతో అది అదుపు తప్పింది. దీన్ని అవకాశంగా తీసుకుని రాముడు దాని ఛాతీలోకి ఖడ్గాన్ని దించాడు. అది కిందపడి, ప్రాణాలు విడిచింది.

ఈలోగా మొదటి పంది సీతను చుట్టుముట్టింది. సీత ఒక్కసారిగ గాల్లోకి ఎగిరి కిందికి వస్తూ పందిపైకి ఖడ్గాన్ని విసిరింది. అది నేరుగా గుండెలోకి దిగకపోయినా దానికి గాయం కావడంతో అది కింద పడింది. వెంటనే సీత మోకాలి మీద కూర్చుని పంది తల నరికేసింది.

సీత తల తిప్పి చూసేసరికి రాముడు ఆమె వైపుకు పరిగెత్తుతున్నాడు.

"నేను బాగానే ఉన్నాను' అంది సీత

రాముడు తల వూపి మకరాంతుడి వైపుకు వెళ్లాడు. అతని అంగవస్త్రాన్ని గాయం చుట్టూ కట్టి రక్తం కారకుండా ఆపాడు. అతన్ని రెండు చేతులతోనూ ఎత్తుతూ "మనం వెంటనే శిబిరానికి వెళ్లాలి' అన్నాడు.

మకరాంతకుడికి అడవిపంది చేసిన గాయం తీవ్రమైనదే అయినా మరీ లోతుగా వెళ్లి ప్రేవులను ఛేదించలేదు. అదే గనక జరిగివుంటే ఈ అడవిలో దానికి తగ్గ చికిత్స దొరికేది కాదు. అయినా చాలా రక్తం కోల్పోయాడు కనక అతనింకా ప్రాణాపాయస్థితిని దాటలేదు.

మకరాంతకుడు నిస్వార్థంగా, తన ప్రాణాలను లెక్కించకుండా తన భార్యను రక్షించడానికి ప్రయత్నించాడన్న విషయం రాముడు గ్రహించి, అతన్ని తిరిగి ఆరోగ్యవంతుణ్ని చేయడానికి చాలా శ్రమించాడు. సీత కూడ రాముడితో పాటు మకరాంతకుడికి సేవ చేసింది. ఇలాచేయడం రాముడికి చాలా సహజమే కానీ, మలయపుత్రులు ఆశ్చర్యపోయారు. సప్తసింధు రాజవంశీకుడు ఇలా తనంతట తాను గాయపడ్డ సైనికుడికి సేవలు చేయడం వాళ్ల ఊహకు అందనిది.

"ఇతను మంచివాడు' అన్నాడు జటాయు.

జటాయు, మరో ఇద్దరు మలయపుత్రులు ప్రధాన శిబిరం వెలుపల రాత్రి భోజనానికి వంట చేస్తున్నారు.

"నాకు ఆశ్చర్యంగా ఉంది. ఒక రాకుమారుడై వుండీ, సామాన్య సైనికులు, వైద్య సహాయకులు మాత్రమే చేసే పనులను ఇతను చేయడం' అన్నాడు ఒక మలయపుత్రుడు, హుండీలో గరిట వేసి కలుపుతూ.

"నాకు మొదట్నుంచీ అతని ప్రవర్తన గొప్పగానే కనిపిస్తోంది' రెండో మలయపుత్రుడన్నాడు, అడవినుంచి తెచ్చిన ఆకులను తరుగుతూ. "అతనికస్సలు గర్వం లేదు; ఇతర సప్తసింధు రాకుమారుల్లా"

"ఊ' అన్నాడు జటాయు. "అతను మకరాంతుడి ప్రాణాలను ఎంత చాకచక్యంగా రక్షించాడో కూడ విన్నాను. అతను గనక ఆ అడవపందిని చంపేయకపోయుంటే, అది రెండోసారి మకరాంతుడిని పొడిచేది, అతను తప్పక చనిపోయేవాడు. బహుశా సీతాదేవిని కూడ అది అంతం చేసేదేమో"

"అతను గొప్ప యోధుడని అందరికీ తెలిసిందే. అలాంటి సంఘటనలు చాలవిన్నాం మనం కూడా' రెండో సైనికుడన్నాడు. 'కానీ అతను మంచి మనిషి కూడా"

"అవును. భార్యతో కూడ చాలప్రేమగా ఉంటాడు. ఎంతో ప్రశాంతంగా, సంయమనంతో ఉంటాడు. మంచినాయకుడు. మంచి యోధుడు. అన్నిటికంటే మించి, బంగారం లాంటి మనసు కలవాడు' అన్నాడు మొదటి మలయపుత్రుడు "గురుదేవుడు వశిష్టుడు చాలమంచి ఎంపికే చేసాడనిపిస్తుంది"

జటాయు ఆ సైనికుడికేసి ఉరిమినట్లు చూసాడు, మరో మాట అనకుండా. పాపం అప్పటికే తను చాలా ఎక్కువ మాట్లాడానని అతను గ్రహించాడు. వెంటనే వంట పనిలో నిమగ్నమైపోయాడు.

తన అనుచరుల్లో ఈ విషయంలో ఎటువంటి సందేహాలకూ తావు లేకుండతను చూసుకోవాలని జటాయుకు అర్థమైంది. వారి విధేయత పూర్తిగా మలయపుత్రుల లక్ష్యం వైపే ఉండాలి. "రాకుమారుడు రాముడు ఎంత విశ్వాసపాత్రుడిగా కనిపించినప్పటకీ, ఒక్క విషయం గుర్తుంచుకోండి. మనం గురువు విశ్వామిత్రుడి అనుచరులం. ఆయన ఆదేశించినట్లే మనం చెయ్యాలి. ఆయన మన నాయకుడు. ఆయనకే అన్నీ తెలుసు"

తక్కిన ఇద్దరు మలయపుత్రులూ తలలు వూపారు.

"మనం రాముణ్ని విశ్వసించవద్దని అనడం లేదు. అతను నమ్మదగ్గవాడే. అలాగే అతను కూడ ఇప్పుడు మనల్ని విశ్వసిస్తున్నాడు. కానీ మన విధేయతలు ఎక్కడున్నాయో మనం మరచిపోకూడదు. అర్థమైందా?"

"అర్థమైంది, నాయకా" అన్నారిద్దరూ

సీతారామలక్ష్మణులు అయోధ్యను వదిలి వెళ్లి ఆరేళ్లు గడిచింది.

పందొమ్మిదిమందితోకూడిన ఈ బృందం గోదావరి నది ప్రవహించే పంచవటి ఒడ్డున స్థిరపడింది. వీరి చిన్నదైనా, సౌకర్యవంతంగా ఉన్న శిబిరానికి గోదావరి నది సహజరక్షణ కల్పిస్తోంది. శిబిరంలో మధ్యలో ఉన్న పర్ణశాలలో రెండు గదులున్నాయి. ఒకటి సీతారాముల కోసం; రెండోది లక్ష్మణుడికి. ఒక పెద్ద గది వ్యాయామం కోసం, సమావేశం కోసం ఉద్దేశించింది. ఒక అలారం వంటిది పర్ణశాల చుట్టూ ఏర్పాటు చేసారు, క్రూరమృగాల రాకను సూచించి హెచ్చరించేందుకు.

చుట్టూ రెండు వృత్తాకారంగా ఉన్న కంచెలున్నాయి. బయటి వైపుకు ఉన్న కంచెలో విషపూరితమైన తీగెలు కట్టారు, మృగాలను అరికట్టేందుకు. లోపలుండే కంచెలో నాగవల్లి తీగెలున్నాయి. వాటికి ఒక తాడు కట్టారు. అది దూరంలో పక్షులతో ఉన్న ఒక చెక్క పంజరానికి కట్టబడివుంది. పక్షులను ప్రేమగా చూసుకునేవారు. నెలకోసారి ఆ పక్షులను విడుదల చేసి, కొత్త పక్షులను పెట్టేవారు. ఎవరైనా బయటి కంచెను దాటుకుని లోపలికి వస్తే, నాగవల్లి తీగెకున్న ఈ తాడు కదిలి, పంజరాన్ని కదిలిస్తుంది. దానితో అందులోని పక్షులు కలకలరావాలు చేస్తాయి. అది శిబిరంలో ఉన్నవారికి ఎవరో వస్తున్నారని హెచ్చరిక. అలాంటి అలారంను ఏర్పాటు చేసుకున్నారు.

లోపల తూర్పు దిక్కుగా ఉన్న పర్ణశాలల్లో జటాయు, అతని అనుచరులు ఉన్నారు. రాముడు జటాయును పూర్తిగా విశ్వసించినా, లక్ష్మణుడు మాత్రం ఇంకా మలయపుత్రులను అనుమానిస్తూనే ఉన్నాడు. చాలామంది భారతీయుల్లా అతనికి కూడ నాగజాతంటే అనుమానమే. అతను జటాయును 'రాబందు మనిషి' అని వ్యవహరిస్తూ అతన్ని నమ్మడం ఎలా అని రాముడితో అనేవాడు.

ఈ ఆరేళ్లలో వాళ్లు కొన్ని ప్రమాదాలను ఎదుర్కొన్నారు. కానీ అవి మనుషుల నుంచి కాదు. అడవిలో సహజంగా వచ్చే కష్టాలన్నీ వాళ్లకూ వచ్చాయి. కానీ సోమరసం పుణ్యమాని వాళ్లు అయోధ్యను వదిలివెళ్లినపుడు ఎలా ఉన్నారో అంతే వయసులో ఉన్నట్టు కనిపిస్తున్నారు. కాకపోతే ఎండలో తిరగడం వల్ల నల్లబడ్డారు. రాముడు సహజంగానే నీలవర్ణుడు. కానీ తెల్లగా ఉన్న సీతా లక్ష్మణులు కూడా కొంత రంగు తగ్గారు. రామ లక్ష్మణులు గడ్డాలు, మీసాలు పెరిగి, యోధులైన రుషుల్లా కనిపిస్తున్నారు.

జీవితం ఒక విధంగా యాంత్రికంగా గడుస్తోంది. సీతారాములు ఉదయాన్నే గోదావరి నదికి వెళ్లి, స్నానం చేసి, కాస్సేపు ఏకాంతంగగడపడం ఆనవాయితీ. వాళ్ళిద్దరికీ ఇది రోజు మొత్తంలో ఇష్టమైన సమయం.

ఆరోజు కూడ అలాగే వెళ్లారు. తల స్నానం చేసి, నది ఒడ్డున కూర్చుని జుట్టు ఆరబెట్టుకున్నారు. అప్పుడే చెట్టునుంచి కోసిన పళ్లను తింటూ కూర్చున్నారు. రాముడు సీత తలదువ్వి జడవేసాడు. సీత భర్త వెనగ్గా వెళ్లి జుట్టు చిక్కు తీస్తోంది. 'అబ్బా' అన్నాడు రాముడు, సీత తన తలను వెనక్కి లాగడంతో

“అయ్యో, క్షమించు' అంది సీత

రాముడు మందహాసం చేసాడు.

“ఏమిటి ఆలోచిస్తున్నావు?' అడిగింది సీత, మరో ముడిలో చిక్కు తీస్తూ

“ఏం లేదు. అందరూ అడవులు ప్రమాదకరమైనవనీ, నగరాల్లోనే సౌకర్యం, భద్రత ఉంటాయనీ అంటూంటారు కదా. నా మట్టుకు నాకు అది పూర్తిగా వ్యతిరేకమనిపిస్తుంది. నేను దండకారణ్యంలో ఉన్నంత నిశ్చింతగా ఎప్పుడూ లేను”

సీత కూడ అవునన్నట్టు సైగ చేసింది.

రాముడు భార్య కేసి చూసాడు “నువ్వు కూడా 'నాగరిక ' ప్రపంచంలో బాధ పడ్డావని విన్నాను....”

“అవును” సీత భుజాలెగరేసింది. “వజ్రాన్ని సృష్టించాలంటే చాలా వత్తిడికి గురిచెయ్యాలంటారు కదా' అంది

రాముడు మృదువుగా నవ్వాడు. "నీకు తెలుసా? విశ్వామిత్రుడు మాకు చిన్నప్పుడు ఒక కథ చెప్పాడు. దయ అన్నదానికి మనం అనవసరంగా చాలా ఎక్కువ విలువ ఇస్తామని. గొంగళిపురుగు సీతాకోకచిలుకలా మారడం గురించి చెప్పారు. దాని జీవితం వికారంగా ఉండడంతో ప్రారంభమౌతుంది. సరైన సమయం వచ్చినపుడు అది తన గోడల వెనక దాక్కుంటుంది. తన గూడులో ఉన్నప్పుడు అది ఎవరికీ కనిపించకుండా, వినిపించకుండా సీతాకోకచిలుకలా మారుతుంది. సిద్ధమైనపుడు, తన చిన్న, పదునైన గోళ్లతో గట్టిగా ఉండి, రక్షణ కల్పిస్తున్న బయటి గోడకు కన్నం పెడుతుంది. ఆ కన్నం గుండా అతి కష్టమ్మీద బయటకు వస్తుంది. ఇది కష్టమైన, బాధాకరమైన, సుదీర్ఘమైన ప్రక్రియ. మనం ఈ సమయంలో దయ చూపించి, సీతాకోకచిలుక సుళువుగా బయటకు రావడం కోసం కన్నాన్ని పెద్దగా చేయాలనుకోవడం తెలివితక్కువతనం. ఎందుకంటే సీతాకోకచిలుకకు ఆ పోరాటం అవసరం; అది చిన్న కన్నంగుండా బయటకు వస్తున్నపుడు ఉబ్బిన శరీరం నుంచి ద్రవాన్ని విడుదల చేస్తుంది. ఈ ద్రవం దాని రెక్కలకు పాకి,వాటిని గట్టిపరుస్తుంది. అలా ఆ ద్రవం ఎండేసరికి, ఈ సున్నితమైన ప్రాణి ఎగరగలిగే సామర్థ్యం అలవరచుకుంటుంది. అంతే కానీ సీతాకోకచిలుకకు 'సహాయం' చేద్దామని పెద్ద కన్నం పెట్టామంటే, దానికి పోరాడే అవసరం రాక, శక్తి సన్నగిల్లుతుంది. ఆ పోరాటమే లేకపోతే దాని రెక్కలకు శక్తి సమకూరదు. అది ఎప్పటికీ ఎగరలేదు"

సీత తల వూపుతూ నవ్వింది. "నేను వేరే కథ విన్నాను. తల్లిపక్షులు పిల్లపక్షులను బలవంతంగా గూట్లోంచి తరిమితే తప్ప వాటికి ఎగరడం రాదని. కానీ నువ్వు చెప్పిన కథలో కూడ అదే సందేశం"

రాముడు మందహాసం చేసాడు. 'కనక, భార్యామణీ. ఈ పోరాటం మనిద్దరినీ మరింత శక్తిమంతులను చేసింది"

సీత చెక్క దువ్వెన తీసుకుని రాముడి జుట్టు దువ్వసాగింది.

"ఈ పక్షుల కథ నీకు ఎవరు చెప్పారు? మీ గురువుగారా?' అడిగాడు రాముడు. రాముడు తన ఎదురుగా చూస్తూండడం వల్ల, సీత ముఖంలో కదిలిన తటపటాయింపు అతని కళ్లబడలేదు. "నేను చాలా మంది నుంచి నేర్చుకున్నాను, రామా. కానీ మీ గురువుగారు వశిష్టుడితో సమానులు ఎవ్వరూ లేరు"

రాముడు దరహాసం చేసాడు. "ఆయన నా గురువు కావడం నా అదృష్టం"

"అవును. ఆయన నీకు మంచి శిక్షణనిచ్చాడు. నువ్వు మంచి విష్ణువువి అవుతావు"

రాముడి ముఖం మొహమాటంతో ఎర్రబడింది. తన ప్రజలకోసం ఎటువంటి బాధ్యతనైనా భుజాలకెత్తుకోవడానికి తను సిద్ధమే గానీ, వశిష్ఠుడు తనకు అనివార్యంగా దక్కుతుందని భావిస్తున్న విష్ణువు హోదా ప్రస్తావన మాత్రం రాముడికి ఇబ్బంది కలిగిస్తుంది. తనకంత సామర్థ్యం ఉందని గానీ, తను నిజంగా దానికి సంసిద్ధుడిగా ఉన్నానని గానీ రాముడు అనుకోలేదు. ఈ అనుమానాలను ఆయన ఇదివరకే భార్యతో పంచుకున్నాడు.

"నువ్వు సిద్ధంగఉంటావు" అంది సీత, అతని మనసు కనిపెట్టి, చిరునవ్వుతో. "నన్ను నమ్ము. నువ్వెంత అరుదైన మనిషివో నీకు తెలీదు"

రాముడు సీత కేసి తిరిగి, ఆమె కళ్లలోకి లోతుగా చూస్తూ చెక్కిలిని స్పృశించాడు. మళ్లీ నదికేసి చూస్తూ మందహాసం చేసాడు. సీత అతని తలపై అతనికిష్టమైనట్లుగా ముడి వేసి దాని చుట్టూ పూసలు అమర్చింది. "అయింది" అంటూ.

అధ్యాయం 30

సీతారాములు వేట నుంచి చెక్కస్తంభానికి కట్టిన జింక మృతదేహంతో తిరిగి వచ్చారు. తమ భుజాల మీద ఆ స్తంభాన్ని మోస్తున్నారు. లక్ష్మణుడికి ఈరోజు వంట చేసే విధి ఉన్నందున ఇంట్లోనే ఉండిపోయాడు. అప్పటికి సప్తసింధును వదిలి అడవుల్లో పదమూడేళ్లుగా వీళ్లు ఉంటున్నారు.

“ఇంకొక్క సంవత్సరం, రామా’ అంది సీత, ఇద్దరూ శిబిరంలోకి నడుస్తూండగా.

“అవును. అప్పుడు మన అసలైన యుద్ధం ప్రారంభమవుతుంది’ అన్నాడు రాముడు. ఇద్దరూ జింక దేహం ఉన్న స్తంభాన్ని కిందికి దించారు.

లక్ష్మణుడు పెద్ద కత్తతో అక్కడికి వచ్చాడు. “మీరిద్దరూ వేదాంతాలు, వ్యూహాలు చర్చిస్తూండండి. నేనేమో ఆడవాళ్లలా ఇంటి పనులు చేస్తాను”

సీత లక్ష్మణుడి చెంప మీద చిన్నగా కొట్టింది. “భారతదేశంలో పురుషులు కూడ గొప్ప వంటగాళ్లు కదా. అలాంటప్పుడు వంటి అడవాళ్ల పని ఎందుకయింది? వండడం అన్నది అందరికీ రావాల్సిందే”

లక్ష్మణుడు నాటకీయంగా అభివాదం చేసి, నవ్వాడు. “అలాగే, వదినెమ్మా”

సీతారాములు కూడ నవ్వారు.

“ఆకాశం చాలా అందంగా ఉంది కదూ ఇవాళ?’ అంది సీత. ఇద్దరూ తమ పర్ణశాల బయట నేల మీద పడుకుని వున్నారు. మూడో జాములో అయిదో గంట నడుస్తోంది. సూర్యదేవుడి వెలుగులు రకరకాల రంగులను విరజిమ్ముతున్నాయి. చలికాలం సమీపించినప్పటికీ చాలా వేడిగా, ఎండగా

ఉన్న ఆరోజు సాయంవేళలో చల్లటి గాలులు వీస్తున్నాయి. వర్షాకాలం ముగిసింది. ఇక శీతాకాలం ఆరంభమవ్వాలి.

"అవును' అంటూ రాముడు సీత చేయి తీసుకుని వేళ్లను మృదువుగా ముద్దాడాడు.

సీత రాముడి కేసి చిరునవ్వుతో చూస్తూ "ఏమాలోచిస్తున్నారు, రామా?' అని అడిగింది.

"భర్తలు ఆలోచించాల్సినవే, సీతా'

ఇంతలో ఎవరో గొంతు గట్టిగా సవరించుకోవడం విని ఇద్దరూ పైకి చూసారు. లక్ష్మణుడు నించునివున్నాడు. ఇద్దరూ చిరాకును అభినయిస్తూ అతనికేసి చూసారు.

"ఏమిటిది?' లక్ష్మణుడు అన్నాడు "మీరు పర్ణశాల ద్వారానికి అడ్డంగా ఉన్నారు. నాకు నా ఖడ్గం కావాలి లోపల్నుంచి. అతుల్యుడితో ఇవాళ నాకు అభ్యాసం ఉంది"

రాముడు కుడివైపుకు జరిగి, లక్ష్మణుడికి వెళ్లడానికి దారి యిచ్చాడు. లక్ష్మణుడు "త్వరగా వెళ్తాలే' అంటూ లోపలికి వెళ్తూ, అకస్మాత్తుగా ఆగిపోయాడు. పక్షుల కలకలరావాల హెచ్చరిక వినిపించింది. లక్ష్మణుడు చటుక్కున వెనక్కి తిరిగాడు. సీతారాములు కూడ లేచి నించున్నారు.

"ఏమిటది?' అడిగాడు లక్ష్మణుడు.

రాముడికి ఆ జొరబడ్డది మృగాలు కావని అనిపించింది.

"ఆయుధాలు.." అన్నాడు శాంతంగా.

సీతా లక్ష్మణులు తమ నడుముకు ఉన్న కత్తులు తీసారు. లక్ష్మణుడు రాముడికి అతని విల్లు అందించి, తనది కూడ తీసుకున్నాడు. ఇద్దరూ విల్లులు సంధించారు. జటాయు, అతని అనుచరులు లోపలికి పరిగెత్తుకు వచ్చారు. వాళ్లందరూ సాయుధులై సిద్ధంగా ఉన్నారు. రామ లక్ష్మణులు అమ్ముల పొదిని భుజాలకు తగిలించుకున్నారు. సీత పెద్ద ఈటెను కూడ తీసుకుంది. రాముడు కత్తి సంచీని నడుముకు తగిలించుకున్నాడు. అందరూ తమ వీపుల మీద చిన్నకత్తులను నిలువుగా తగిలించుకున్నారు. అది ఎప్పుడూ వాళ్ల శరీరాల్ని వీడదు.

"ఎవరై ఉంటారు?' అడిగాడు జటాయు

"ఏమో తెలీదు' అన్నాడు రాముడు.

"లక్ష్మణుడి గోడ?' అడిగింది సీత

ప్రధాన పర్ణశాల బయట తూర్పు దిక్కులో లక్ష్మణుడు ఒక విలక్షణమైన రక్షణ కట్టడం నిర్మించాడు. అది అయిదడుగుల ఎత్తులో ఉంటుంది; నలుచదరంగా ఉన్న ఆ కట్టడం మూడువైపులా మూసివుంది. ఒక వైపు కొద్దిగా తెరచివుంది. బయటినుంచి చూస్తే తలుపులున్న వంటగదిలా ఉంది. కానీ, అది ఖాళీ ప్రదేశం; అందులో సైనికులు మోకాళ్ల మీద కూర్చుని వుండేంత స్థలం ఉంది. బయట ఉన్న శత్రువులకు వీరు కనిపించరు. దీనికి వెలుపల ఒక వంట చేసే వేదిక ఉంది. దాదాపు సగభాగం వరకు పైకప్పుతో మూసివేయబడివుంది కనక శత్రువుల బాణాలు లోపలికి రాలేవు. ఈ గదికి దక్షిణ, తూర్పు, ఉత్తర దిక్కులకు ఎదురుగా ఉన్న గోడల్లో కన్నాలున్నాయి. బయటనుంచి చూస్తే, వంటింటి పొగ వెళ్లడానికి చేసిన కన్నాల్లా ఉన్నాయి. కానీ లోపల వున్న సైనికులకు బయటనుంచి వస్తున్న శత్రువులను వాళ్లకు చూడకుండా, తాము చూడడానికోసం చేసిన ఏర్పాటు అది. ఈ కన్నాల నుంచి బాణాలను కూడ పంపించే వీలుంది.

అయితే ఇది మట్టితో చేసింది కనక, ఎక్కువసేపు ఒక పెద్ద సేన దాన్ని ముట్టడిస్తే, నిలబడే సామర్థ్యం దానికి లేదు. కాకపోతే, చిన్న సేనలు, హత్య చేసే ఉద్దేశంతో వస్తే మాత్రం అరికట్టగలిగిన సమర్థత ఉంది. లక్ష్మణుడి ఉద్దేశంలో ఇప్పుడు తమ మీద జరిగే దాడులు ఇలాంటివే. అందుకే అతను ఇటువంటిది రూపొందించాడు. అందరూ కలిసే నిర్మించినా, రూపశిల్పి లక్ష్మణుడు కనక మకరాంతుడు దీనికి 'లక్ష్మణుడి గోడ' అని పేరు పెట్టాడు.

'అవును' అన్నాడు రాముడు.

అందరూ లక్ష్మణుడి గోడ లోకి దూరి, ఆయుధాలు సిద్ధంగా పట్టుకున్నారు.

లక్ష్మణుడు వంగి కన్నంలోంచి చూసాడు. అతనికి పదిమంది తమ శిబిరంలోకి అడుగుపెట్టడం కనిపించింది. ఒక స్త్రీ, ఒక పురుషుడు వాళ్లకు నాయకత్వం వహిస్తున్నారు.

ఆ పురుషుడు సాధారణమైన ఎత్తులో ఉన్నాడు. చాలా తెల్లగా ఉన్నాడు. అతని శరీరం చాలా బక్కగా, పల్చగఉంది. అతను పరుగువీరుడిలా ఉన్నాడుగానీ, సైనికుడిలా లేడు. అతనికి బలహీనమైన భుజాలు, సన్నటి చేతులు ఉన్నప్పటికీ, తను కండల వీరుణ్ని అన్న అభిప్రాయం కలిగించాలన్న తాపత్రయంతో చేతులు ఊపుతూ నడుస్తున్నాడు. భారతదేశంలోని ఎక్కువమంది పురుషుల్లా ఇతనికి కూడా సుదీర్ఘమైన, నల్లటి జుత్తు ఉంది. దాన్ని వెనక ముడిలా వేసుకున్నాడు. అతని నిడుపాటి గడ్డం గాఢమైన గోధుమరంగులో ఉంది. ముదురు గోధుమరంగు ధోవతి, లేత గోధుమరంగు

అంగవస్త్రం వేసుకున్నాడు. అతని నగలు సంపదను తెలిపేవిగా ఉన్నాయి. ముత్యపు చెవిపోగులు, ఇనుప కడియాలు వేసుకున్నాడు. అతని వాలకం చూస్తే చాలా సేపట్నుంచి నడుస్తూ ఉన్నట్టుంది.

అతని పక్కనున్న స్త్రీ అతన్ని కొద్దిగా పోలివుంది. కానీ ఇంకా ఆకర్షణీయంగా ఉంది. బహుశా అతని సోదరి అయివుండవచ్చు. ఊర్మిళలా పొట్టిగాఉంది; శరీరచ్ఛాయ మంచులా తెల్లగా ఉంది. కానీ ఆ తెలుపు రక్తహీనంగా కాక, అత్యంత సుందరంగఉంది. ఆమె మొనదేలిన ముక్కు, ఎత్తుగా ఉన్నచెక్కిళ్లు ఆమె పరిహాన్‌కు చెందిందిగా అనిపింపజేస్తున్నాయి. అయితే వారిలా కాక, ఆమె జుట్టు, చాలా అసాధారణంగా, తెల్లగా ఉంది. జుట్టు చెక్కు చెదరకుండా ఉంది. ఆమె కళ్లు అయస్కాంతాల్లా ఉన్నాయి. ***బహుశా ఆమె హిరణ్యలోమన్ మ్లేచ్ఛుల పుత్రికేమో. వాయవ్య దిశగా మరో ప్రపంచంలో ఉన్న లేతరంగు కళ్ల విదేశీయుల జాతి అది.*** వారి అర్థంకాని భాష, హింసాత్మక ప్రవర్తన వల్ల భారతీయులు వాళ్లను 'అనాగరికులు' అని వ్యవహరిస్తారు. కానీ ఈమె అనాగరికురాలిలా అనిపించడం లేదు. ఆమె హుందాగా, నాజూగ్గా ఉంది. ఆమె వక్షస్థలం మాత్రం తక్కిన శరీరంతో పోలిస్తే పెద్దగా ఉంది. ఆమె ఖరీదైన ముదురు వంగపండు రంగు ధోవతి కట్టుకుంది. అది తూర్పు దేశాల్లో దొరికే పట్టు వస్త్రంతో చేసింది. సంపన్నులు మాత్రమే కొనగలిగింది. ధోవతిని బొడ్డు కనిపించేలా కిందికి కట్టింది. పట్టు రవికె కూడ అంగప్రదర్శన చేసే విధంగా ఉంది. అంగవస్త్రం భుజాన నిర్లక్ష్యంగవేలాడుతోంది. నగలు కూడ చాలా అతిగా ఉన్నాయి. ఇలాంటి వేషధారణలో విడ్డూరంగా కనిపిస్తున్నది ఆమె నడుముకు కట్టిన కత్తి సంచీ. నిజంగా చూడదగ్గ మనిషే.

రాముడు సీత కేసీ చూసాడు. "ఎవరు వీళ్లు?'

సీత భుజాలెగరేసింది.

"లంకేయులు' గొణిగాడు జటాయు.

రాముడు తనకు కొన్ని అడుగుల దూరంలో ఉన్న జటయు కేసి తిరిగాడు. "ఖచ్చితంగా తెలుసా?' అడిగాడు.

"అవును. అతను రావణుడి సవతి తమ్ముడు విభీషణుడు. ఆమె అతని సవతి చెల్లెలు శూర్పణఖ"

"వాళ్లు ఇక్కడేం చేస్తున్నారు?'

కన్నాల్లోంచి వాళ్లని చూస్తున్న అతుల్యుడు రాముడి కేసి తిరిగి అన్నాడు. "వాళ్లు యుద్ధానికి వచ్చినట్టు నాకనిపించడం లేదు. చూడండి.."

అందరూ కన్నాల్లోంచి చూసారు. విభీషణుడికి పక్కగా నించున్న ఒక సైనికుడు తెల్ల పతాకం, అంటే శాంతి పతాకం ఎగరేస్తున్నాడు. వాళ్ల ఉద్దేశం మాట్లాడ్డమేనని అర్థమైంది. కానీ ఇక్కడ అనుమానం ఏమిటంటే, వాళ్లు దేని గురించి మాట్లాడతారు?

"రావణుడికి మనతో మాట్లాడాల్సిన పనేముంటుంది?' అనుమానం సహజగుణమైన లక్ష్మణుడు అన్నాడు.

"నాకు తెలిసినంతవరకూ విభీషణుడికీ, శూర్పణఖకూ రావణుడితో ఏకాభిప్రాయం చాలా సార్లుండదు' అన్నాడు జటాయు. "కనక రావణుడు వాళ్లని పంపాడని అనుకోనవసరం లేదు"

అతుల్యుడు అన్నాడు "మీతో ఏకీభవించనందుకు మన్నించండి, జటాయూ. కానీ రాకుమారుడు విభీషణుడికిగానీ, రాకుమారి శూర్పణఖకు గానీ రావణుడికి చెప్పకుండా తమంతటతాము ఇలా వచ్చే ధైర్యం ఉందని అనుకోను. వాళ్లను రావణుడే పంపాడని అనుకోవడమే సరి."

"ఊహాగానాలు చేసే బదులు వాళ్లను ప్రశ్నిస్తే పోతుంది కదా' అన్నాడు లక్ష్మణుడు. "అన్నయ్యా?'

రాముడు మరోసారి కన్నంలోంచి చూసి తన చుట్టూ ఉన్న వారి కేసి తిరిగాడు. "మనమందరం బయటకు వెళ్దాం. అలాగైతే వాళ్లు తెలివితక్కువ పనులేమీ చేయరు'

"అది తెలివైన మాట' అన్నాడు జటాయు.

"అందరూ రండి' అంటూ రాముడు ఆ గోడ వెనక నుంచి కుడిచేయి ఎత్తుతూ బయటకు వచ్చాడు. తక్కినవాళ్లందరూ కూడా రాముడి లాగే బయటకు వచ్చారు.

విభీషణుడి చూపు వీరందరిపై పడగానే అతను ఆగిపోయాడు. కను కొసల్లోంచి చెల్లెలి కేసి చూసాడు. కానీ శూర్పణఖ కళ్లు రాముడి మీద నుంచి కదలడం లేదు. ఆమె నిస్సిగ్గుగా అతనికేసి చూస్తోంది. జటాయును చూడగానే విభీషణుడి ముఖం మీద ఆశ్చర్యంతో కూడిన భావం.

సీతారామలక్ష్మణులు ముందు నడవగా, జటాయువు, తదితరులు వెనక వచ్చారు. వీళ్లు లంకేయులను సమీపించగానే విభీషణుడు ఛాతీ విరిచి నించున్నాడు. "మేము శాంతిదూతలం, అయోధ్య మహారాజా' అన్నాడు.

"మాక్కూడా శాంతే కవాలి' అన్నాడు రాముడు, చేతులు దించుతూ. ఆయన సైనికులు కూడ చేతులు దించారు. 'అయోధ్య మహారాజా' అన్న

సంబోధనకు రాముడు స్పందించలేదు. "ఇక్కడికి ఎందుకువచ్చారు లంకరాకుమారా?'

విభీషణుడు తనను గుర్తుపట్టినందుకు ఆనందించాడు. "మేమందరం అనుకున్నట్టు సప్తసింధు వారు మరీ అంత అజ్ఞానులు కారన్నమాట' అన్నాడు.

రాముడు మర్యాదగా మందహాసం చేసాడు. ఇంతలో శూర్పణఖ ఉదారంగు చేతిగుడ్డ తీసి ముక్కు దానితో మూసుకుంది.

"నేను కూడ సప్తసింధు ప్రజల జీవన విధానాన్ని అర్థం చేసుకుని, గౌరవించగలను' అన్నాడు విభీషణుడు.

సీత, తన భర్తను మింగేసేలా చూస్తున్న శూర్పణఖనే గమనిస్తోంది. దగ్గరగచూసినపుడు శూర్పణఖ ఆకర్షణ ఆమె నీలి కళ్లలో ఉన్నట్టు తెలుస్తోంది. ఆమెలో ఖచ్చితంగా హిరణ్యలోమన మ్లేచ్ఛుల రక్తం ఉంది. ఈజిప్టుకు తూర్పుగా మరెక్కడా నీలికళ్లు కనిపించవు. పంచవటి ఆశ్రమంలోని వాసనలకు సరిగ్గా విరుద్ధంగా ఆమెనుంచి సువాసనలు వెలువడుతున్నాయి. అందుకే ఆమె ఇక్కడి మురికివాసన భరించలేక ముక్కుకు చేతిగుడ్డ అడ్డంగా పెట్టుకుంది.

"మా పేదింటిలోపలికి వస్తారా?' అడిగాడు రాముడు, పర్ణశాలను చూపుతూ.

"వద్దులే, మహాప్రభూ. ఇక్కడే బాగుంది' అన్నాడు విభీషణుడు.

జటాయును చూడగానే అతని ప్రశాంతత భగ్నమైంది. లోపల నాలుగ్గోడల మధ్యకు వెళ్తే ఇంకేం ఆశ్చర్యకరమైనవి ఎదుర్కోవాల్సివస్తుందోనని అతని భయం. ముందుగా సంప్రదింపులు జరపడం అవసరం. ఎంత కాదన్నా, తను సప్తసింధు శత్రువైన లంకారాజు సోదరుడన్న విషయమైతే కాదనలేదుకదా. బహిరంగ ప్రదేశంలో మాట్లాడుకోవడమే మేలు, కనీసం ప్రస్తుతానికి.

"సరే. అయితే' అన్నాడు రాముడు "స్వర్ణమయమైన లంక రాకుమారుడి దర్శనం మాకు ఎందుకు కలుగుతోందో చెప్తారా?'

శూర్పణఖ తన గగుర్పాటు కలిగించే ఆకర్షణీయమైన కంఠస్వరంతో అంది "ఓ అందగాడా. మేము మీ ఆశ్రయం కోరి వచ్చాం"

"నాకర్థం కాలేదు' రాముడు అన్నాడు, ఒక్క క్షణం ఈ అపరిచిత స్త్రీ తనను ఎందుకు ప్రశంసించిందో అర్థం కాక. "మేము మీలాంటి వాళ్లను రక్షించగల వాళ్లం..."

"ఇంకెవరి వద్దకు పోగలం, ఓ మహానుభావా?'అన్నాడు విభీషణుడు. "మేము రావణుడి సోదరులం కనక మమ్మల్ని సప్తసింధులో రానివ్వరు. కానీ

నిన్ను సప్త సింధులోకూడ మిమ్మల్ని కాదనలేని వాళ్లు చాలా మంది ఉన్నారని మాకు తెలుసు. నేనూ, మా చెల్లెలూ రావణుడి పైశాచిక అణచివేతను ఇన్నేళ్లూ అనుభవించాం. మేము తప్పించుకోక తప్పలేదు"

రాముడు ఆలోచిస్తూ మౌనంగా ఉన్నాడు.

"అయోధ్య మహారాజా" మళ్లీ అన్నాడు విభీషణుడు. "నేను లంకేయుణ్ణి కావచ్చుగానీ, మీ వంటి వాడినే. మీ మార్గాన్నే నేను అనుసరిస్తాను. ఇతర లంకేయుల్లాగా రావణుడి సంపదకు మురిసిపోయి అతని రాక్షస మార్గంలో నడవలేను. శూర్పణఖ కూడ నా వంటిదే. మా పట్ల కూడ మీకు బాధ్యత ఉందని అనిపించడం లేదా మీకు?'

సీత కలగజేసుకుంది. "ఒక ప్రాచీన కవి ఏమన్నాడంటే "గొడ్డలి అడవిలోకి అడుగుపెట్టినపుడు, చెట్లు ఒకదానితో ఒకటి ఇలా మాట్లాడుకున్నాయిట. భయపడవద్దులే. ఆ గొడ్డలి కాడలో మనలోని ఒకరే ఉన్నారు' అని"

శూర్పణఖ కిసుక్కుమని నవ్వింది. "ఓ. అయితే రఘువంశమహారాజు వారసుడు తన భార్యకు నిర్ణయాలు వదిలేస్తాడన్నమాట, అంతేనా?'

విభీషణుడు ఊరుకోమన్నట్టు శూర్పణఖ భుజం తాకాడు. ఆమె మౌనం వహించింది. "మహారాణీసీతా. ఇప్పుడు ఇక్కడికి వచ్చింది గొడ్డలి కాడలే. గొడ్డలి తల లంకలో ఉంది. మేము నిజంగా మీవంటి వాళ్లమే. దయచేసి మాకు సహాయం చేయండి"

శూర్పణఖ జటాయు కేసి తిరిగింది. అక్కడున్న మగవాళ్లందరూ, రామ లక్ష్మణులు తప్ప, తన కేసి కన్నార్పకుండా చూస్తున్నారని ఆమెకు తెలుసు. "మలయపుత్ర శ్రేష్ఠుడా. మాకు ఆశ్రయం ఇవ్వడం మీకు కూడ ప్రయోజనకరమని అర్థం కాలేదా? లంక గురించి మీకు తెలిసిన దానికంటె ఎక్కువ విషయాలు మేం చెప్పగలం. అంతేకాక, మీకు కావలసినంత బంగారం దొరుకుతుంది"

జటాయు నిటారయ్యాడు. "మేము పరశురాముడి అనుయాయులం. మాకు బంగారం మీద ఏ కోరికా లేదు"

"అవునవును..' శూర్పణఖ వ్యంగ్యంగా అంది.

విభీషణుడు లక్ష్మణుడి కేసి తిరిగి అభ్యర్థించాడు. "వివేకవంతుడా. లక్ష్మణా. మీ అన్నయ్యను ఒప్పించు. మీరు తిరిగి మీ దేశానికి వెళ్లాక జరిపే పోరాటంలో మీకు మా సాయం లభిస్తుందని మీరు కూడ అంగీకరిస్తారు కదా"

"నేను మీతో అంగీకరించడానికేం అభ్యంతరం లేదు, లంక రాకుమారా" నవ్వుతూ అన్నాడు లక్ష్మణుడు. "కానీ అప్పుడు మీరూ నేను కూడ తప్పు మాట్లాడినట్టే"

విభీషణుడు కిందికి చూస్తూ నిట్టూర్చాడు.

"రాకుమారా విభీషణా' అన్నాడు రాముడు 'నన్ను మన్నించండి కానీ.."

విభీషణుడు మధ్యలో అందుకున్నాడు "దశరథనందనా. మిథిల యుద్ధాన్ని గుర్తు తెచ్చుకోండి. మా సోదరుడు రావణుడు మీ శత్రువు. అతను నా శత్రువు కూడ. దాన్ని బట్టి మీరు నా స్నేహితుడు కావాలి కదా"

రాముడు మాట్లాడలేదు.

"మహారాజా. మేము లంక నుంచి పారిపోవడం ద్వారా మా ప్రాణాలకు తెగించాం. కనీసం కొన్ని రోజులు మీ అతిథులుగా మమ్మల్ని ఉండనివ్వలేరా? కొన్ని రోజుల్లో మేం వెళ్లిపోతాం. తైత్తిరీయ ఉపనిషత్తు ఏం చెబుతోందో గుర్తుందా. "అతిథి దేవో భవ'. మన స్మృతులన్నీ బలవంతులు బలహీనులను కాపాడాలని చెబుతాయి. మేం అడుగుతున్నదల్లా కొన్ని రోజుల పాటు ఆశ్రయం ఇవ్వమని మాత్రమే"

సీత రాముడి కేసి చూసింది. ఒక చట్టాన్ని ప్రస్తావించారు వాళ్లు. తర్వాతేం జరగబోతోందో ఆమెకు తెలుసు. రాముడు ఇక వాళ్లని పొమ్మని అనడని ఆమెకు తెలుసు.

"కొన్ని రోజులు మాత్రమే" అభ్యర్థించాడు విభీషణుడు 'దయచేసి"

రాముడు విభీషణుడి భుజాలు తాకాడు. "మీరు కొన్ని రోజులు ఇక్కడ ఉండవచ్చు. విశ్రాంతి తీసుకుని తర్వాత మీ దోవన మీరు వెళ్లండి"

విభీషణుడు చేతులు జోడించి నమస్కరించాడు. "రఘువంశానికి మేలు జరుగుగాక"

"ఆ గారాబాల రాకుమారికి నీమీద మనసైనట్టుంది' అంది సీత

సీతారాములు తమ గదిలో రాత్రి భోజనం ముగించి కూర్చుని వున్నారు. శూర్పణఖ సీత వంటను చాలా తీవ్రంగ విమర్శించింది. భోజనం నచ్చకపోతే ఉపవాసం ఉండవచ్చునని సీత ఆమెకు చెప్పింది.

రాముడు అడ్డంగా తల తిప్పాడు, ఆ ఆలోచనే చాలా మూర్ఖంగా ఉందన్నభావన అతని కళ్లలో కనిపించింది. "నాకు పెళ్లయిందని ఆమెకు తెలుసు. ఆమెకు నాలో ఎందుకు ఆకర్షణ కనిపిస్తుంది?'

సీత గడ్డిపరుపు మీద భర్త పక్కన పడుకుంటూ అంది "నువ్వు చాలా అందగాడివని నువ్వు గ్రహించాలి"

రాముడు ముఖం చిట్లిస్తూ నవ్వాడు "ఏం కాదు'

సీత కూడ నవ్వి, అతని చుట్టూ చేతులు వేసింది.

అతిథులు పంచవటిలో వారం రోజులుగా ఉన్నారు. వాళ్లు పెద్దగగొడవలేమీ పెట్టుకోలేదు, ఒక్క రాకుమారి తప్ప. అయినా లక్ష్మణుడు, జటాయు వాళ్ల మీద అనుమానంతోనే ఉన్నారు. మొదటి రోజే లంకేయులందరి ఆయుధాలు తీసుకుని తమ ఆయుధాగారంలో పెట్టి తాళం వేసారు. ఎవరో ఒకరు వారి మీద ఇరవైనాలుగ్గంటలూ నిఘా ఉన్నారు.

ముందురోజు రాత్రి ఎక్కువసేపు మేలుకుని ఉన్నందు వల్ల, లక్ష్మణుడు ఆరోజు పగలంతా నిద్రపోయాడు. లేచేసరికి శిబిరంలో కలకలం వినిపించింది.

అతను బయటకు వచ్చేసరికి, జటాయు, మలయపుత్రులు ఆయుధాగారం లోని లంకేయుల ఆయుధాలు తీసుకురావడం గమనించాడు. విభీషణుడు, బృందం బయల్దేరడానికి సిద్ధంగా ఉన్నారు. వాళ్ల ఆయుధాలు తీసుకుని గోదావరికి స్నానానికి వెళ్లిన శూర్పణఖ తిరిగిరావడం కోసం వేచివున్నారు. శూర్పణఖ వెళ్తూ సీతను తనకు సాయం చేయడానికి రమ్మని పిలిచింది. ఎట్టకేలకు ఈ తగవులమారి వెళ్లిపోతోందన్న ఆనందంతో సీత వెళ్లింది.

"మీ సహాయానికి ధన్యవాదాలు రామా' అన్నాడు విభీషణుడు

"మాకు ఆనందమే మీరుండడం"

"మీరుగానీ, మీ అనుచరులుగానీ మేం ఎక్కడికి వెళ్తున్నదీ బయట పెట్టవద్దని నా అభ్యర్థన'

"తప్పకుండా"

"ధన్యవాదాలు'అంటూ నమస్కరించాడు విభీషణుడు.

రాముడు గోదావరి వైపున అరణ్యం వేపు చూస్తున్నాడు. తన భార్య సీత, విభీషణుడి చెల్లెలు శూర్పణఖ మరికొంత సేపట్లో అటువైపు నుంచి రావాలి.

వాళ్లకు బదులు ఒక స్త్రీ కేక వినిపించింది. రామలక్ష్మణులు ఆ కేక విని గబగబా అది వచ్చిన వైపుకు పరుగుతీసారు. ఇంతలో పొడుగ్గా, మహారాణిలా, నిలువెల్లా తడిసిపోయి, ఆగ్రహంతో ఊగిపోతూ సీత బయటకు వచ్చింది. ఆమె శూర్పణఖను నిర్దాక్షిణ్యంగా లాక్కుని వస్తోంది. ఆమె చేతులు రెండూ తాళ్లతో కట్టేసివున్నాయి.

లక్ష్మణుడు తన ఖడ్గాన్ని దూసాడు. తక్కిన వాళ్లూ అదే చేసారు. అతను విభీషణుడి కేసి నిందాపూర్వకంగా చూస్తూ "ఏమిటి జరుగుతోంది చెప్తారా?' అడిగాడు.

విభీషణుడు ఆ ఇద్దరు స్త్రీల మీద నుంచి చూపులు తిప్పుకోలేకపోయాడు. అతను దిగ్భ్రాంతి చెందినట్టు చూసాడు. కొంతలోనే తేరుకుని "మీ వదినె నా చెల్లెల్ని ఏం చేస్తోంది? ఆమెనే శూర్పణఖమీద దాడి చేసినట్టు తెలుస్తోంది కదా' అన్నాడు.

"చాల్చాలు నీ నాటకాలు" అరిచాడు లక్ష్మణుడు "నీ చెల్లెలు ముందుగా ఆమె మీద దాడి చెయ్యకపోతే ఆమె ఇలా చేసేదే కాదు" అన్నాడు.

సీత వాళ్ల దగ్గరికి వచ్చింది. శూర్పణఖను వదిలేసింది. లంక రాకుమారి కోపంతో రగిలిపోతోంది. విభీషణుడు వెంటనే చెల్లెలి వద్దకు పరిగెత్తి, కత్తితో ఆమెను కట్టిన తాళ్లను కోసేసాడు. ఆమె చెవిలో ఏదో అన్నాడు. లక్ష్మణుడికి వినిపించలేదు కానీ, "ఊరికే ఉండు' అన్నట్టు తోచింది.

సీత రాముడికేసి తిరిగి, శూర్పణఖను చూపిస్తూ, తన అరచేతిలో ఉన్న ఆకులను చూపించి. "ఈ లంక పిచ్చిది దీన్ని నా నోట్లో బలవంతంగా దూర్చి నదిలో పడేయడానికి ప్రయత్నించింది'

రాముడు ఆ ఆకులను గుర్తించాడు. శస్త్రచికిత్స చేసే ముందు అపస్మారకంలోకి రోగిని పంపేందుకు ఉపయోగించే మందు అది. కళ్లలో కోపం రగులుతూండగా విభీషణుడిని "ఏమిటిదంతా' అని అడిగాడు.

విభీషణుడు వెంటనే అనునయంగా మాట్లాడ్డం మొదలుపెట్టాడు. "ఎక్కడో ఏదో పొరబాటు జరిగింది. నా చెల్లెలు అలాంటి పనులు చెయ్యదు"

"అంటే ఈవిడ నన్ను నదిలోకి తోసిందని నేను ఊహించుకున్నానంటారా?' అడిగింది సీత

విభీషణుడు శూర్పణఖ కేసి చూసాడు. ఆమె అప్పటికి లేచి నించుంది. ఆమెకు నచ్చజెప్పడానికి విభీషణుడు ప్రయత్నించాడు. కానీ ఆమె దానికి లొంగడం లేదు.

'అది పెద్ద అబద్ధం.. నేనలాంటిదేమీ చెయ్యలేదు' కీచుమని అరిచించి శూర్పణఖ.

"నన్ను అబద్ధాలకోరు అంటున్నావా?' అరిచింది సీత.

ఆ తర్వాత జరిగింది ఎంత వేగంగా జరిగిందంటే చూస్తున్నవాళ్లకు స్పందించే సమయం కూడ దొరకలేదు. భయంగొల్పేంత వేగంతో శూర్పణఖ కత్తి దూసింది. లక్ష్మణుడు, సీతకు ఎడమవైపు నించున్నవాడు ఆ కదలిక చూసి 'వదినా' అని అరిచాడు.

సీత వెంటనే పక్కకు జరిగింది దెబ్బ తప్పించుకోడానికి. ఆ క్షణంలో మీదకు దూకుతున్న శూర్పణఖ మీదికి లక్ష్మణుడు లంఘించి ఆమె చేతులు పట్టుకుని వెనక్కి నొక్కి పెట్టాడు. అయితే ఆమె వెనక్కి గాలిలోకి ఎగురుతూ దూకడంతో, ఆమె చేతుల్లో ఉన్న కత్తి ఆమె ముఖానికే తగిలింది. ఆమె లంక సేనల మధ్య వెళ్లి పడింది. ఆమె కత్తి ఆమె ముఖం మీద నిలువుగా పడి, ముక్కును కోసింది. ఆమె నేలలో పడగానే కత్తి కిందికి జారి పడింది. ముక్కునుంచి ధారాపాతంగా రక్తం కారడంతో, ఆమెకు జరిగింది అర్థమై భయోద్వేగాలకు గురైంది. తన ముఖాన్ని తాకి చూసుకుంది. చేతులు రక్తసిక్తమయ్యాయి. తన ముఖం మీద ఎప్పటికీ చెరగని మచ్చ ఏర్పడిందని అర్థమైంది. దాన్ని తొలగించాలంటే చాలా బాధాకరమైన శస్త్ర చికిత్సలు చేయించుకోవాల్సి వుంటుంది.

ఆమె మళ్లీ విపరీతమైన ద్వేషంతో అరుస్తూ ముందుకు దూకింది, ఈసారి లక్ష్మణుడి మీదికి దూకుతూ. విభీషణుడు ఆమె దగ్గరికి పరిగెత్తుకు వచ్చి చేయి పట్టుకున్నాడు.

"వాళ్లను చంపు' అరిచింది శూర్పణఖ బాధతో.' అందరనీ చంపెయ్"

"ఉండు' బతిమిలాడాడు విభీషణుడు, భయంతో నిశ్చేష్టుడవుతూ. తమ సంఖ్య వాళ్ల సంఖ్య కంటే తక్కువని అతనికి తెలుసు. అతనికి మరణించాలని లేదు. అదీకాక, మరణం కంటే ఘోరమైన దాని గురించి అతనింకా ఎక్కువ భయపడుతున్నాడు. 'ఉండు"

రాముడు ఎడమ చేయి ఎత్తాడు, పిడికిలి బిగిస్తూ, అందరినీ ఆగమనీ, అప్రమత్తంగా ఉండమనీ ఆదేశిస్తూ. "వెంటనే వెళ్లు రాకుమారా. లేకపోతే తర్వాత జరిగేదానికి నేను బాధ్యుణ్ణికాను"

"వాళ్ల మాటలు పట్టించుకోకు. అందరినీ చంపు' అరిచింది శూర్పణఖ.

రాముడు, నిశ్చేష్టుడైన విభీషణుతో మళ్లీ అన్నాడు "ఇప్పుడే వెళ్లు రాకుమార విభీషణ' అన్నాడు.

"వెనక్కి పదండి" గుసగుసగఅన్నాడు విభీషణుడు.

అతని సైనికులు వెనక్కి వెళ్లడం మొదలుపెట్టాడు.

"వాళ్లను చంపు, పిరికిపందా' అంది శూర్పణఖ. 'నా పగ తీర్చు. నేను నీ చెల్లెల్ని"

విభీషణుడు అరుస్తున్న శూర్పణఖను లాక్కుంటూ వెళ్లాడు. అతని కళ్లు మాత్రం రాముడి ప్రతి కదలికపైనా ఉన్నాయి.

"వాళ్లను చంపు' అరుస్తూనే ఉంది శూర్పణఖ.

విభీషణుడు చెల్లెల్ని లాక్కుంటూ పోయాడు. లంకేయులు క్రమంగా పంచవటి వదిలి వెళ్లారు.

సీతారామలక్ష్మణులు అక్కడే నించున్నారు. ఇప్పుడు జరిగింది దారుణమైన విపత్తు.

"మనం ఇంక ఇక్కడ ఉండడం కుదరదు' అందరికీ తెలిసిందే పైకి అన్నాడు జటాయు. "మరో దారి లేదు. వెళ్లిపోవాలి, ఇప్పుడే"

రాముడు జటాయు కేసి చూసాడు.

"మనం లంక రాజవంశీయుల రక్తాన్ని చిందించాం. వాళ్లు తిరుగుబాటుదార్లే కావచ్చు. కానీ అక్కడి చట్టం ప్రకారం రావణుడు స్పందించాల్సిందే. సప్తసింధు రాజులకు కూడ అంతే కదూ. రావణుడు వస్తాడు. దాని గురించి నీకే సందేహమూ వద్దు. విభీషణుడు పిరికివాఢేగానీ, రాముడు, కుంభకర్ణుడూ కారు. వాళ్లు వేలాదిమంది సైనికులతో వస్తారు. మిథిలి కంటే ఘోరంగా ఉంటుంది పరిస్థితి. అక్కడ అది సైనికుల మధ్య యుద్ధం. అందులో భాగమే అంతా. వాళ్లకది అర్థమవుతుంది. కానీ ఇక్కడ అది వ్యక్తిగతం. అతని చెల్లెలు, అతని కుటుంబంలో సభ్యురాలు, ఆమె మీద దాడి జరిగింది. ఆమె రక్తం చిందింది. అతని ప్రతిష్ట కోసం ప్రతీకారం అవసరమవుతుంది"

లక్ష్మణుడు నిటారుగా అయ్యాడు. "కానీ నేను ఆమెను గాయపరచలేదు.. ఆమె.."

"కానీ రావణుడు అలా చూడడు. ఆ వివరాలతో అతనికి పని లేదు, రాకుమార లక్ష్మణా. మనం పారిపోవాలి. ఇప్పుడే' అన్నాడు జటాయు.

దాదాపు ముప్పై మంది సైనికులు అడవిలో ఒక చోట కూర్చుని భోజనం చేస్తున్నారు. వాళ్లు చాలా తొందరలో ఉన్నారని తెలుస్తూనే ఉంది. అందరూ ఒకే రకమైన దుస్తులు వేసుకున్నారు. పొడవాటి గోధుమరంగు ముసుగులు ధరించారు. దాన్ని నడుము దగ్గర తాడుతో కట్టుకున్నారు. ఈ ముసుగుల వెనక అందరూ ఖడ్గాలను దాచారు. అందరూ అసాధారణమైన తెలుపు రంగులో ఉన్నారు. వాళ్ల కొనదేలిన ముక్కులు, పొడవాటి గడ్డాలు, చక్కని నుదురు, తలపాగా కింద నుంచి వేళ్లాడుతున్న పొడవాటి కురులు, రెండు పక్కలకూ వాలినట్టున్న మీసాలు వాళ్లు ఎవరో చెప్పకనే చెబుతున్నాయి; పరీహాన్లు.

పరీహా అన్నది భారతదేశం పశ్చిమ సరిహద్దులకు ఆవల ఉన్న ఒక భూభాగం. అది రుద్రదేవుడి నివాసం.

ఈ గుంపులో అందరికంటే విచిత్రంగా ఉన్నవాడు వారి నాయకుడు, నాగావంశీయుడు. అతను కూడ తెల్లటి తెలుపు రంగు, పరీహాన్లలాగే. తక్కిన విషయాల్లో మాత్రం భిన్నంగా ఉన్నాడు. వాళ్లలాంటి దుస్తులు వేసుకోలేదు. భారతీయుడిలా ధోవతి, అంగవస్త్రం ధరించాడు. రెండూ కాషాయవర్ణంలో ఉన్నాయి. అతని వెనక భాగంలో తోకవంటిది ఉంది. అది ఇటూ అటూ ఊగుతూ ఉంది. అతను చాలా పొడుగ్గా ఉన్నాడు. అతని భారీకాయం, దైవత్వాన్ని సూచించే వర్చస్సు అతన్ని చూడగానే భయపడేట్టు చేస్తున్నాయి. అతను ఎవరినైనా వుత్త చేతులతో చంపేయగలడు. అతను మాత్రం ఇతరుల్లా ముసుగులు ధరించలేదు.

"మనం త్వరగా కదలాలి' అన్నాడు నాయకుడు.

అతని ముక్కు చదునుగా ఉంది. అతని గడ్డం, ముఖంమీద వెంట్రుకలు ముఖాన్ని పూర్తిగా మూసేస్తున్నాయి. విచిత్రంగా అతని నోటి మీద, కింద జుట్టు లేదు; మృదువుగా ఉంది. పెదవులు ఒక చిన్న గీతలా ఉన్నాయి. కళ్లలో తెలివితేటలు, ప్రశాంతత నిండివున్నాయి. కానీ అవసరమైతే పైశాచిక హింసకు కూడ వెనుకాడడని తెలుస్తూనే ఉంది. ఆ భగవంతుడే కోతి రూపం ధరించి మనిషి నెత్తిమీద పెట్టాడేమో అన్నట్టుంది.

"అవును ప్రభూ' ఒక పరిహానుడు అన్నాడు. "మాకు మరికొన్ని నిమిషాలు ఇవ్వగలిగితే.. వీళ్లు చాలా సేపటినుంచి నడుస్తున్నారు.. కొంత విశ్రాంతి అవసరం.."

"విశ్రాంతికి సమయం లేదు' గర్జించాడు నాయకుడు. "నేను గురు వశిష్టుడికి మాటిచ్చాను. మనం చేరుకునే లోపల రావణుడు వాళ్లను

చేరుకోనివ్వకూడదు. మనం వాళ్లను ఇప్పుడే కనుగొనాలి. వీళ్ళను త్వరగా తెమలమను"

పరీహానుడు ఈ ఆదేశాలను అమలు చేయడానికి పరిగెత్తి పోయాడు. అప్పుడే తన భోజనం ముగించిన ఒక పరీహానుడు నాగా వద్దకు వెళ్లాడు. "ప్రభూ. మా వాళ్లు అడుగుతున్నారు. మనకు ప్రధానమైన వ్యక్తి ఎవరు?'

నాయకుడు ఒక్క క్షణం కూడ తటపటాయించలేదు. "ఇద్దరూ. ఇద్దరూ ముఖ్యమే. రాకుమారి సీత మలయపుత్రులకు ముఖ్యం. రాకుమారుడు రాముడు మనకు ముఖ్యం"

'అలాగే ప్రభూ హనుమాన్"

అప్పటికి ముప్ఫై రోజులుగా వాళ్లు పలాయనంలోనే ఉన్నారు. దండకారణ్యం నుంచి తూర్పుదిక్కుగా వెళ్తూ, గోదావరికి సమాంతరంగా కొంత దూరం వెళ్లారు. దీనివల్ల వాళ్ల ఆచూకీ సులభంగా పట్టుకోలేరు. అయితే గోదావరికిగానీ, గోదావరి ఉపనదులకు గానీ మరీ దూరంగా వెళ్తే, వేటకు అవకాశం ఉండదు.

రామలక్ష్మణులు అప్పుడే ఒక జింకను వేటాడి తిరిగి దట్టమైన అడవుల్లోని తమ ఆశ్రమానికి తీసుకువస్తున్నారు. ఇద్దరూ ఒక పెద్ద కర్రకు దాన్ని కట్టి, ఒకరు ముందు, ఒకరు వెనకా నడుస్తున్నారు. జింక దేహం కర్రకు వేళ్లాడుతూఉంది.

లక్ష్మణుడు రాముడితో వాదిస్తున్నాడు " అయితే ఈ పని భరతన్నయ్య చేయిస్తున్నాడంటే నువ్వు ఎందుకు అది అతార్కికంగా ఉందని..." "ష్.. విను' రాముడు చేయెత్తి లక్ష్మణుడిని వారించాడు.

లక్ష్మణుడు చెవి వొగ్గి విన్నాడు. అతని వెన్నెముక జలదరించింది. రాముడు లక్ష్మణుడి కేసి చూసాడు, ముఖంలో భయవిహ్వాలతలు వ్యక్తమవుతూండగా. వాళ్లకు పెనుకేక వినిపించింది. అది సీత గొంతు. దూరం వల్ల కంఠస్వరం స్పష్టంగా లేకపోయినా అది సీతే. తన భర్తను పిలుస్తోంది.

రామ లక్ష్మణులు జింకను పడేసి ముందుకు పరిగెత్తారు. వాళ్లింకా తమ తాత్కాలిక ఆశ్రమం నుంచి కొంత దూరంలోనే ఉన్నారు. సీత గొంతు పక్షుల కలకలారావాలను మించి వినిపిస్తోంది.

"....రామా.."

క్రమంగా దగ్గరికి వచ్చే కొద్దీ కత్తితో కత్తి తలపడుతున్న శబ్దం వినిపించింది. రాముడు గట్టిగా "సీతా..' అని అరుస్తూ పరిగెత్తాడు.

లక్ష్మణుడు కత్తి దూసాడు యుద్ధానికి సిద్ధమవుతూ.

"రామా.."

రాముడు తన విల్లును గట్టిగా పట్టుకున్నాడు. వాళ్లు కొన్నినిమిషాల దూరంలోనే ఉన్నారు తమ ఆశ్రమానికి. "సీతా..."

"రా..."

సీత గొంతు ఆగిపోయింది పదం పూర్తి చెయ్యకుండానే. రాముడు ఏం జరిగివుంటుందో ఊహించే ధైర్యం లేక పరిగెడుతూనే ఉన్నాడు.

వాళ్లకు చక్రాల శబ్దం వినిపించింది. అది రావణుడి సుప్రసిద్ధమైన పుష్పక విమానం చక్రాల శబ్దం.

"లేదు....."లేదు..." రాముడు తన విల్లును తీస్తూ పరిగెడుతూన్నాడు. అతని ముఖం కన్నీళ్లతో తడిసిపోతోంది.

అన్నదమ్ములు తమ ఆశ్రమాన్ని చేరుకున్నారు. అది పూర్తిగా ధ్వంసమైంది. ఎక్కడ చూసినా రక్తమే.

"సీతా..."

రాముడు పైకి చూసి పుష్పక విమానం మీద బాణం వేసాడు. అది క్రమక్రమంగా పైకి వెళ్లిపోతోంది. ఆ బాణం వల్ల ఏ ప్రయోజనం లేదు. కేవలం రాముడు తన ఆగ్రహాన్ని ప్రకటించడం తప్ప.

లక్ష్మణుడు ఆశ్రమాన్ని వెతికాడు. ఎక్కడ చూసినా సైనికుల మృతదేహాలే. సీత జాడ లేదు.

"రాకుమారా.. రామా..."

రాముడు ఆ కంఠస్వరాన్ని గుర్తించాడు. ముందుకు పరిగెత్తి ఛిద్రమై, రక్తం ఓడుతున్న నాగుడిని చూసాడు.

'జటాయూ.."

జటాయు మాట్లాడడానికి ప్రయత్నించాడు. 'అతను..."

"ఏమిటీ?'

"రావణుడు ... ఆమెను... అపహరించాడు"

రాముడు ఆకాశంలో చుక్కలా మారిన విమానం కేసి ఆగ్రహోదగ్రుడై చూసాడు. "సీతా' అరిచాడు.

"రాకుమారా..."

జటాయు లోంచి జీవం జారిపోతోంది. అతి కష్టం మీద తన శక్తినంతా కూడగట్టుకుని చేయెత్తి రాముణ్ని తన దగ్గరకు లాక్కున్నాడు.

క్షీణిస్తున్న ఊపిరితో గుసగుసలాడాడు "ఆమెను.. వెనక్కి... తెచ్చుకో... నేను విఫలమయ్యాను.... ఆమె ముఖ్యం... సీతాదేవి... రక్షించి తీరాలి... సీతాదేవి... రక్షించాలి.. విష్ణూ... సీతాదేవి....."

(ఇంకా వుంది)

అమీష్ యొక్క ఇతర రచనలు

శివ త్రయం

భారతదేశపు ప్రచురణ చరిత్రలో అత్యంత వేగంగా అమ్ముకమౌతున్నపుస్తక శ్రేణి

మెలుహా మృత్యుంజయులు

(శివ త్రయంలో మొదటి పుస్తకం)

క్రీ పూ 1900. దేన్నైతే ఆధునిక భారతీయులు సింధూ లోయ నాగరికత అని తప్పుగా పిలుచుకున్నారో, అదీ ఆ కాలం నాటి నివాసులు ప్రభువు శ్రీ రామునిచే సృష్టింపబడిన దాదాపు ఆదర్శప్రాయమైన రాజ్యంగా మెలుహా భూమిగా గుర్తిస్తారు. కానీ యిప్పుడు వారి యొక్క ప్రధాన జీవనదియైన సరస్వతీ యింకిపోతోంది. అలాగే తూర్పు నుంచి శత్రువుల వుగ్రవాద దాడిని వారు ఎదురుకుంటున్నారు. భవిష్యవాణీచే పేర్కొనబడిన నాయకుడైన నీలకంతుడు, దుష్ట సంహారానికి ఉద్భవిస్తాడా?

నాగాల రహస్యం

(శివ త్రయంలో రెండో పుస్తకం)

శివుని స్నేహితుడైన బృహస్పతిని చంపిన క్రూరుడైన నాగ యోధుడు ఇప్పుడు, శివుని భార్య సతిని కూడా వెంటాడుతున్నాడు. భవిష్యవాణి దుష్టసంహారకునిగా భావించబడుతున్న శివుడు విశ్రమించలేడు, ప్రతీకారం అతణ్ణి నాగుల వరకూ తీసుకువెళుతుంది. శివ త్రయం యొక్క ఈ రెండో భాగంలో మరెన్నో భయంకర పోరాటాలు జరుగుతున్నాయి, మరెన్నో నమ్మలేని రహస్యాలు వెల్లడవుతాయి.

వాయుపుత్రుల శపథం

(శివ త్రయంలో మూడో పుస్తకం)

శివుడు నాగుల రాజధాని అయిన పంచవటిని చేరుకున్నాడు. అతని నిజమైన శత్రువుకు వ్యతిరేకంగా ధర్మయుద్ధానికి సిద్ధమౌతాడు. ఏది ఏమైనా నీలకంతుడు విఫలమయ్యేందుకు వీల్లేదు. తప్పని పరిస్థితుల్లో అతడు సహాయం కోసం వాయుపుత్రుల వద్దకు వెళతాడు. అతడు విజయం సాధిస్తాడా? చెడుతో పోరాటానికి నిజంగా చెల్లించాల్సిన మూల్యం ఏమిటి? అత్యధికంగా అమ్ముడుపోతున్న ఈ పుస్తక త్రయంలోని చివరి భాగంలో చదవండి.

రామచంద్ర సిరీస్

భారతీయ ప్రచురణరంగ చరిత్రలో అత్యంత వేగంగా అమ్ముడవుతున్న రెండవ పుస్తక శ్రేణి

సీత – మిథిలా యోధురాలు

(రామచంద్ర శ్రేణిలో రెండో పుస్తకం)

పారవేయబడ్డ పసిపిల్ల పొలంలో దొరికింది. ఆమెను మిథిలానగర పాలకుడు పెంచుకున్నాడు. మిథిలారాజ్యం బలహీనమైన రాజ్యం, ఎవరూ పట్టించుకోని రాజ్యం. ఆ బాలిక ఏదో గొప్పగా ఎదుగుతుందని ఎవరూ ఆశించలేదు. కానీ వారి అంచనాలను ఆమె వమ్ము చేసింది. ఆమె సాధారణబాలిక కాదు. ఆమె సీత. అమీష్ తన విన్యూత్నమైన బహుళధారా కథనంతో ఇతిహాసాల లోతుల్లోకి పయనించండి.

రావణుడు – ఆర్యావర్తానికి శత్రువు

(రామచంద్ర శ్రేణిలో మూడోపుస్తకం)

రావణుడు మానవులందరిలోకి గొప్పవాడు కావాలనుకున్నాడు. అధికారం, ఆధిపత్యం తన హక్కుగా భావించాడు, దాన్ని దోచుకొనేందుకు ఆక్రమించుకొనేందుకు ఏమాత్రం వెనుకాడలేదు. అతనొక వైవిధ్యాల పుట్ట, ఒక పక్క అపార పాండిత్యం, మరోపక్క అంతులేని క్రూరత్వం. ప్రతిఫలాపేక్ష లేకుండా ప్రేమించగలడు, పశ్చాత్తాపం లేకుండా ప్రాణాలు తీయగలడు. రామచంద్ర శ్రేణిలోని మూడో పుస్తకంలో అమీష్ లంకాధిపతి రావణుని ఆవిష్కరించాడు. ఇంతకీ అతనొక క్రూరరాక్షసుడా లేక అజ్ఞానం వల్ల అంధకారంలో ఉండిపోయిన మానవుడా?

వ్యాసాలు

అజరామర భారతం

కథారచయిత అమీష్ కలిసి భారతదేశాన్ని అన్వేషించండి. ఇంతకుముందెన్నడూ లేని విధంగా స్పష్టంగా చెప్పే వ్యాసాలు, సూటైన ఉపన్యాసాలు, చర్చలతో నూతనంగా భారతదేశాన్ని గురించి తెలుసుకోవడానికి సాయపడతారు. అజరామర భారతంలో ఆధునిక దృక్పథంతో ప్రాచీన సంస్కృతీ దృశ్యాన్ని ఆకర్షణీయంగా ఆవిష్కరింపజేశారు.